എന്തുകൊണ്ട് ആരും ഇത് മുമ്പ് എന്നോട് പറയാതിരുന്നു?

എന്തുകൊണ്ട് ആരും ഇത് മുമ്പ് എന്നോട് പറയാതിരുന്നു?

ഡോ. ജൂലി സ്മിത്ത്

വിവർത്തനം : പ്രഭ സക്കറിയാസ്

MANJUL

മഞ്ജുൾ പബ്ലിഷിങ് ഹൗസ്

First published in India by

MANJUL

Manjul Publishing House

Corporate and Editorial Office

•2nd Floor, Usha Preet Complex, 42 Malviya Nagar, Bhopal 462 003 - India

Sales and Marketing Office

•C-16, Sector 3, Noida, Uttar Pradesh 201301, India
Website: www.manjulindia.com

Distribution Centres

Ahmedabad, Bengaluru, Kochi, Kolkata, Chennai, Hyderabad, Mumbai, New Delhi, Pune

Malayalam translation of *Why Has Nobody Told Me This Before?* by Dr. Julie Smith

This edition first published in 2026

ISBN 978-93-7317-588-1

Translation by Prabha Zacharias

Printed and bound in India by Repro India Limited

മാതൃവിനായി

ഞാൻ പേനയെങ്കിൽ, അത് ചലിപ്പിക്കേണ്ട പ്രതലമാണ്
താങ്കൾ. ജീവിതത്തിൽ നാം ഒന്നിച്ച് സഞ്ചരിച്ച രോമാഞ്ചകരമായ
യാത്രകളിലേതെന്നതുപോലെ ഇതിലും നമ്മൾ ഒരേപോലെ
വിജയികളായിരിക്കുന്നു.

വിഷയ സൂചി

ആമുഖം 11

1. ഇരുണ്ട ഇടങ്ങളിൽ

1. താഴ്ന്ന മാനസികാവസ്ഥ മനസ്സിലാക്കൽ 21
2. മാനസികാവസ്ഥയുമായി ബന്ധപ്പെട്ട മുൻകരുതലുകൾ 31
3. സഹായകമാകുന്ന ചില കാര്യങ്ങൾ 42
4. മോശം ദിവസങ്ങളെ എങ്ങനെ ഭേദപ്പെട്ട ദിവസങ്ങളാക്കി മാറ്റാം? 50
5. അടിസ്ഥാനം ശരിയാക്കുന്നത് എങ്ങനെ? 57

2. പ്രചോദനത്തെ അറിയാം

6. പ്രചോദനത്തെക്കുറിച്ച് അടുത്തറിയാം 69
7. പ്രചോദനം എങ്ങനെ വളർത്തിയെടുക്കാം? 73
8. നിങ്ങൾക്ക് തന്നെ ഒരു കാര്യം ചെയ്യാൻ താല്പര്യമില്ലാത്തപ്പോൾ എങ്ങനെയാണ് നിങ്ങളെ അത് ചെയ്യാൻ പ്രേരിപ്പിക്കുന്നത്? 81
9. ജീവിതത്തിലെ വലിയ മാറ്റങ്ങൾ. എവിടെ തുടങ്ങണം? 91

3. വൈകാരിക വേദനയെ അറിയാം

10. എല്ലാം എടുത്തു മാറ്റൂ! 97
11. വികാരങ്ങളെ എന്ത് ചെയ്യണം? 102

12. നിങ്ങളുടെ വാക്കുകളുടെ ശക്തി എങ്ങനെ ഉപയോഗപ്പെടുത്താം 110

13. ഒരാൾക്ക് എങ്ങനെ പിന്തുണ കൊടുക്കാം 115

4. ശോകത്തെ കുറിച്ച്

14. ശോകത്തെ മനസ്സിലാക്കാം 121

15. ശോകത്തിന്റെ വിവിധ ഘട്ടങ്ങൾ 125

16. വിലാപത്തിന്റെ ആചരണങ്ങൾ 130

17. അടിയുറച്ച തൂണുകൾ 136

5. ആത്മ സന്ദേഹത്തെപ്പറ്റി

18. വിമർശനങ്ങളും എതിരഭിപ്രായവും എങ്ങനെ നേരിടാം 141

19. ആത്മവിശ്വാസത്തിന്റെ താക്കോൽ 150

20. നിങ്ങൾ നിങ്ങളുടെ തെറ്റുകളുടെ ആകെത്തുകയല്ല 158

21. മതിയാവുക 163

6. ഭയത്തെക്കുറിച്ച്

22. ഉത്കണ്ഠകൾ ഇല്ലാതാക്കൂ! 171

23. ഉത്കണ്ഠ വർദ്ധിപ്പിക്കുന്ന നമ്മൾ ചെയ്യുന്ന കാര്യങ്ങൾ 176

24. ഇപ്പോൾത്തന്നെ ഉത്കണ്ഠ എങ്ങനെ ശമിപ്പിക്കാം 180

25. ഉത്കണ്ഠ നിറഞ്ഞ ചിന്തകളെ എന്ത് ചെയ്യണം? 184

26. അനിവാര്യമായതിനെക്കുറിച്ചുള്ള ഭയം 197

7. പിരിമുറുക്കം

27. പിരിമുറുക്കവും ഉത്കണ്ഠയും രണ്ടാണോ? 205

28. സമ്മർദ്ദം കുറയ്ക്കുന്നത് ഏക പരിഹാരമല്ലാത്തത് എന്തുകൊണ്ട്? 209

29. നല്ല സ്ട്രെസ് മോശമാകുമ്പോൾ 213

30. പിരിമുറുക്കത്തെ പ്രയോജനപ്പെടുത്താം 218

31. ഏറ്റവും പ്രധാനപ്പെട്ട സമയത്ത് നേരിടുക 227

8. സാർത്ഥക ജീവിതം

32.	'എനിക്ക് സന്തോഷമായിരുന്നാൽ മതി' എന്നതിലെ പ്രശ്നം	237
33.	എന്താണ് പ്രധാനമെന്ന് കണ്ടെത്തൽ	242
34.	അർത്ഥവത്തായ ജീവിതം എങ്ങനെ സൃഷ്ടിക്കാം	249
35.	ബന്ധങ്ങൾ	252
36.	സഹായം തേടേണ്ടത് എപ്പോൾ	266

9. പ്രവർത്തന പദ്ധതികൾ

37.	പാനിക്ക് അറ്റാക്ക് ഗൈഡ്	271
38.	ഉത്കണ്ഠയുടെ ആക്ഷൻ പ്ലാൻ	288

കൃതജ്ഞത **319**

സ്പെയർ ടൂൾസ് **321**

രചയിതാവിനെക്കുറിച്ച് **327**

ആമുഖം

എന്റെ തെറാപ്പി മുറിയിൽ ഒരു യുവതിയുടെ എതിർവശത്ത് ഞാൻ ഇരിക്കുകയാണ്. അവർ കസേരയിൽ ഇരുന്ന് എന്നോട് സംസാരിക്കുന്നതിനിടെ കൈകാലുകൾ ഇളക്കുന്നുണ്ട്. അവരുടെ ആദ്യത്തെ സെക്ഷനിലെ വേവലാതികളിലും പിരിമുറുക്കത്തിലും നിന്ന് വന്ന മാറ്റം ശ്രദ്ധേയമാണ്. ഞങ്ങൾക്ക് ഒരു ഡസനോളം അപ്പോയിന്റ്മെന്റുകൾ മാത്രമേ നടത്തിയിട്ടുണ്ടായിരുന്നുള്ളൂ. അവൾ എന്റെ കണ്ണുകളിലേക്ക് നോക്കി, തലയാട്ടി, പുഞ്ചിരിച്ചു, എന്നിട്ട് പറയും, "എന്താണെന്നറിയാമോ? ഇത് ബുദ്ധിമുട്ടായിരിക്കുമെന്ന് എനിക്കറിയാം, പക്ഷേ എനിക്ക് അത് ചെയ്യാൻ കഴിയുമെന്ന് എനിക്കറിയാം."

എന്റെ കണ്ണ് നിറഞ്ഞു. എന്റെ മുഖത്ത് ചിരി പടർന്നു. അവൾക്ക് മനസ്സിലായ ആ മാറ്റം ഇപ്പോൾ എനിക്കും മനസ്സിലായിരിക്കുന്നു. കുറച്ചുനാൾ മുൻപ് ലോകത്തെ അഭിമുഖീകരിക്കാൻ പേടിച്ചുകൊണ്ടാണ് അവൾ ഈ മുറിയിലേയ്ക്ക് കയറി വന്നത്. ഓരോ പുതിയ മാറ്റത്തിന്റെയും വെല്ലുവിളിയുടെയും മുന്നിൽ അവൾ സ്വയം സംശയിച്ചിരുന്നു. അന്ന് തെറാപ്പി കഴിഞ്ഞ് തലയുയർത്തിപ്പിടിച്ചാണ് അവൾ പുറത്തേയ്ക്ക് പോയത്. ഞാൻ കാരണമല്ല. എനിക്ക് ആരുടേയും ജീവിതം പൂർണ്ണമായി മാറ്റാനുള്ള മാന്ത്രികശക്തിയൊന്നുമില്ല. അവളുടെ കെട്ടഴിഞ്ഞുപടർന്ന കുട്ടിക്കാലത്തെ കയ്യിലൊതുക്കാൻ വർഷങ്ങൾ നീണ്ട തെറാപ്പിയൊന്നും വേണ്ടിയിരുന്നില്ല. ഈ സാഹചര്യത്തിൽ, മറ്റു പല സാഹചര്യങ്ങളിലും, എന്റെ ജോലി ഒരു അധ്യാപികയുടേതാണ്. ഞാൻ ശാസ്ത്രം പറയുന്നതും മറ്റുവർക്ക് ഉപകരിച്ചിട്ടുള്ളതുമായ കാര്യങ്ങൾ പറഞ്ഞുകൊടുക്കുന്നു. ഒരിക്കൽ അത് മനസ്സിലാക്കി ഈ ആശയങ്ങളും കഴിവുകളും ഉപയോഗിക്കാൻ തുടങ്ങിയപ്പോൾ മാറ്റങ്ങൾ കണ്ടുതുടങ്ങി. അവൾക്ക് ഭാവിയെക്കുറിച്ച് പ്രതീക്ഷകളുണ്ടായി. സ്വന്തം ശക്തിയിൽ അവൾ വിശ്വസിച്ചു. ആരോഗ്യകരമായ പുതിയ രീതികളിൽ അവൾ അവളുടെ സംഘർഷങ്ങളെ നേരിട്ടു. ഓരോ തവണയും അതിജീവിക്കാനുള്ള അവളുടെ ആത്മവിശ്വാസം കൂടിവന്നു.

അടുത്ത ആഴ്ചയെ നേരിടാനുള്ള കാര്യങ്ങൾ ഞങ്ങൾ ചർച്ച ചെയ്തപ്പോൾ അവൾ തല കുലുക്കി എന്നെ നോക്കിക്കൊണ്ട് ചോദിച്ചു, 'എന്തുകൊണ്ട് ആരും ഇത് മുമ്പ് എന്നോട് പറയാതിരുന്നു?'

ആ വാക്കുകൾ എന്റെ തലയിൽ മുഴങ്ങി. ഇങ്ങനെ എന്നോട് പറഞ്ഞ ആദ്യത്തെയും അവസാനത്തെയും ആൾ അവളല്ല. ഈ സീൻ വീണ്ടും വീണ്ടും ആവർത്തിക്കപ്പെടുന്നു. ആളുകൾ തെറാപ്പിക്ക് വരുമ്പോൾ കരുതുന്നത് അവരുടെ മനസ്സിലെ ശക്തവും വേദനാജനകവുമായ വികാരങ്ങൾക്ക് കാരണം അവരുടെ തലച്ചോറിലെയോ വ്യക്തിത്വത്തിലേയോ എന്തോ പോരായ്മയാണെന്നാണ്. അവയെ സ്വാധീനിക്കാൻ കഴിയുമെന്ന് അവർക്ക് തോന്നിയിരുന്നില്ല. ചിലർക്ക് ദീർഘകാലം നീണ്ടുനിൽക്കുന്ന തെറാപ്പി വേണമെങ്കിലും വേറെ പലർക്കും അവരുടെ മനസ്സും ശരീരവും എങ്ങനെ പ്രവർത്തിക്കുന്നു എന്നറിഞ്ഞാൽ തന്നെ അവരുടെ ദൈനംദിന മാനസികാരോഗ്യം അവർക്ക് സംരക്ഷിക്കാൻ കഴിയുമായിരുന്നു.

ഇത് എന്റെ കഴിവല്ല, അവർക്ക് ഞാൻ പരിചയപ്പെടുത്തിയ അറിവിന്റെ ഗുണമാണ്. തങ്ങളുടെ മനസ്സ് എങ്ങനെ പ്രവർത്തിക്കുന്നുവെന്നറിയാൻ ആളുകൾക്ക് എന്നെപ്പോലെയൊരാളെ പണം തന്നു കാണേണ്ട അവസ്ഥ അനാവശ്യമാണ്. ഈ അറിവുകൾ ലോകത്തിലുണ്ട്. പക്ഷേ തെറ്റായ അറിവുകളുടെ ഒരു കടലിൽ നിങ്ങൾ എന്താണ് തിരയുന്നതെന്ന് നിങ്ങൾ അറിയേണ്ടതും പ്രധാനമാണ്. കാലങ്ങളായി ഈ അവസ്ഥ മാറണമെന്ന് ഞാൻ എന്റെ ഭർത്താവിനോട് പറയുന്നതാണ്. 'ശരി, എങ്കിൽ എന്തെങ്കിലും ചെയ്യൂ' അദ്ദേഹം പറഞ്ഞു. 'യൂട്യൂബിൽ വീഡിയോ ഇടുകയോ മറ്റോ ചെയ്യൂ.'

അങ്ങനെ ഞങ്ങൾ അത് ചെയ്തു. മനസികാരോഗ്യത്തെപ്പറ്റി ഞങ്ങൾ ഒരുമിച്ച് വീഡിയോകൾ ഇടാൻ തുടങ്ങി. ഇതിനെപ്പറ്റി സംസാരിക്കാൻ ആഗ്രഹിച്ചിരുന്നത് ഞാൻ മാത്രമായിരുന്നില്ല എന്ന് പറയാം. വൈകാതെ ഞാൻ സോഷ്യൽ മീഡിയയിലെ കോടിക്കണക്കിന് ആളുകൾക്ക് വേണ്ടി എന്നും വീഡിയോകൾ ഉണ്ടാക്കാൻ തുടങ്ങി. എന്നാൽ ഞാൻ ഉപയോഗിച്ച പ്ലാറ്റ്ഫോമുകളിൽ ചെറിയ വീഡിയോകളാണ് അനുവദിക്കപ്പെട്ടിരുന്നത്. എന്റെ വാദം മുന്നോട്ട് വയ്ക്കാൻ അറുപത് സെക്കൻഡുകൾ കൊണ്ട് ഞാൻ ചർച്ച ചെയ്ത ഒരു വലിയ കൂട്ടം വീഡിയോകൾ അങ്ങനെ എന്റെ കയ്യിലെത്തി.

എനിക്ക് ആളുകളുടെ ശ്രദ്ധ നേടാനും മാനസികാരോഗ്യത്തെപ്പറ്റി അവരോട് സംസാരിക്കാനുമൊക്കെ കഴിഞ്ഞെങ്കിലും എനിക്ക് ഒരു പടി കൂടി മുന്നോട്ട് പോകണമെന്ന് തോന്നി. അറുപത് സെക്കൻഡ് ദൈർഘ്യമുള്ള വീഡിയോയിൽ നാം ഒരുപാട് കാര്യങ്ങൾ ഒഴിവാക്കുന്നുണ്ട്. നഷ്ടപ്പെടുന്ന നിരവധി വിശദാംശങ്ങൾ. അതിനാൽ, ഇതാ അവ : തെറാപ്പി സെഷനുകളിൽ ഈ ആശയങ്ങളിൽ ചിലത് ഞാൻ എങ്ങനെ വിശദീകരിക്കും എന്നതിന്റെ വിശദമായ വിവരണം, ഘട്ടം ഘട്ടമായി അവ എങ്ങനെ ഉപയോഗിക്കാമെന്നതിനെക്കുറിച്ചുള്ള ചില ലളിതമായ മാർഗ്ഗനിർദ്ദേശങ്ങൾ.

ഈ പുസ്തകത്തിൽ വിവരിച്ചിരിക്കുന്ന ടൂളുകൾ പലപ്പോഴും തെറാപ്പിയിൽ പഠിപ്പിക്കപ്പെടുന്നു, പക്ഷേ അവ തെറാപ്പി കഴിവുകളല്ല. അവ ജീവിത നൈപുണ്യങ്ങളാണ്. പ്രയാസകരമായ സമയങ്ങളിലൂടെ മുന്നോട്ട് പോകാൻ നമ്മളെ ഓരോരുത്തരെയും സഹായിക്കുന്ന ഉപകരണങ്ങൾ.

ഈ പുസ്തകത്തിൽ ഒരു സൈക്കോളജിസ്റ്റ് എന്ന നിലയിൽ ഞാൻ പഠിച്ച കാര്യങ്ങൾ വിശദീകരിക്കുന്നു. എന്റെയും എന്റെയടുത്ത് വന്നവരുടെയും ജീവിതങ്ങളെ പൂർണ്ണമായി മാറ്റിമറിച്ച വിലയേറിയ അറിവുകളും ജ്ഞാനവും പ്രായോഗിക സങ്കേതങ്ങളുമാണ് ഇതിൽ ചേർക്കുന്നത്. വൈകാരിക അനുഭവങ്ങളെപ്പറ്റി കൃത്യമായി മനസ്സിലാക്കാനും എന്ത് ചെയ്യണമെന്ന് ചിന്തിക്കാനുമാണ് ഈ പുസ്തകം. നമ്മുടെ മനസ്സ് എങ്ങനെ പ്രവർത്തിക്കുന്നു എന്ന് മനസ്സിലാകാതെ വരുമ്പോൾ ആരോഗ്യകരമായി നമ്മുടെ വികാരങ്ങളെ കൈകാര്യം ചെയ്യാൻ ചില മാർഗ്ഗനിർദ്ദേശങ്ങൾ നല്ലതാണ്. അപ്പോൾ നാം കരുത്ത് നേടുക മാത്രമല്ല, കുറച്ചുനാൾ കൊണ്ട് വളരുകയും ചെയ്യും.

ആദ്യത്തെ തെറാപ്പി സെഷൻ കഴിഞ്ഞ് പോകും മുൻപ് തന്നെ പലർക്കും തങ്ങളുടെ വിഷമങ്ങൾ പരിഹരിക്കാനായി ഒരു ടൂൾ ആണ് ആവശ്യം. അത് കൊണ്ട് തന്നെ, ഈ പുസ്തകം നിങ്ങളുടെ കുട്ടിക്കാലത്തെപ്പറ്റിയോ നിങ്ങൾ എന്ത് കൊണ്ട് കഷ്ടമനുഭവിക്കുന്നു എന്നതിനെപ്പറ്റിയോ അല്ല. അതിന് സഹായകമായ ഏറെ മികച്ച പുസ്തകങ്ങൾ വേറെയുണ്ട്. എന്നാൽ തെറാപ്പിയിൽ ഏതെങ്കിലും പഴയ ട്രോമകൾ പരിഹരിച്ച് മുന്നോട്ട് പോകുന്നതിനു മുൻപ് അവർക്ക് കരുത്ത് പകരാനുള്ള ടൂളുകൾ ഉണ്ടെന്നും വികാരങ്ങളെ സുരക്ഷിതമായി നേരിടാനുള്ള അറിവ് അവർക്കുണ്ടെന്നും ഉറപ്പ് വരുത്താറുണ്ട്. നിങ്ങളുടെ വികാരങ്ങളെ എങ്ങനെ സ്വാധീനിക്കാമെന്നും എങ്ങനെ നല്ല മാനസികാരോഗ്യത്തിലേക്ക് എത്താമെന്നും പഠിക്കുന്നത് വളരെ പ്രധാനമാണ്.

അതുതന്നെയാണ് ഈ പുസ്തകത്തിന്റെ ലക്ഷ്യം.

ഈ പുസ്തകം തെറാപ്പിയല്ല. നിങ്ങളുടെ ആരോഗ്യം എങ്ങനെ മെച്ചപ്പെടുത്താം എന്ന് പറയുന്ന ഒരു പുസ്തകം മരുന്നല്ലല്ലോ, അതുപോലെ തന്നെ. പല പ്രവർത്തികൾക്ക് വേണ്ടിയുള്ള പല ഉപകരണങ്ങളാണ് ഇതിൽ നിറയെ. നിങ്ങൾക്ക് അവയെല്ലാം ഒരേ സമയം ഉപയോഗിക്കാൻ പഠിക്കാൻ കഴിയില്ല, അതിനാൽ നിങ്ങൾ ശ്രമിക്കേണ്ടതില്ല. നിങ്ങൾ ഇപ്പോൾ അനുഭവിക്കുന്ന പ്രശ്നം മനസ്സിൽ കണ്ട് ആ സെക്ഷൻ വായിക്കുകയും അതിലെ ആശയങ്ങൾ പരിശീലിക്കുകയും ചെയ്താൽ മതിയാകും. ഓരോ അറിവും പ്രാവർത്തികമാക്കാനും അതിന്റെ ഗുണമറിയാനും സമയമെടുക്കും. അതുകൊണ്ട് ഒരു ടൂൾ ഉപേക്ഷിക്കും മുൻപ് പല വട്ടം പരിശീലിച്ചുനോക്കുക. ഒരു ഉപകരണം മാത്രം

കൊണ്ട് ഒരു വീടുണ്ടാക്കാൻ കഴിയില്ലല്ലോ. ഓരോ ജോലിക്കും അൽപ്പം വ്യത്യാസമുള്ള ഉപകരണങ്ങൾ വേണം.ഈ ടൂളുകൾ ഉപയോഗിക്കാൻ എത്ര നന്നായി പഠിച്ചാലും ചില പ്രശ്നങ്ങൾ മറ്റുള്ളവയെക്കാൾ കഠിനമാണ് താനും.

ശരീരത്തിന്റെ ആരോഗ്യം സംരക്ഷിക്കുന്നത് പോലെ തന്നെയാണ് മനസ്സിന്റെ ആരോഗ്യം സംരക്ഷിക്കുന്നതും. ആരോഗ്യത്തെ ഒരു നമ്പർ സ്കെയിലിൽ വെച്ച് പൂജ്യം ന്യൂട്രൽ ആണെന്ന് വയ്ക്കുക – അതായത് സൗഖ്യമില്ല, എന്നാൽ അസുഖവുമില്ല എന്ന അവസ്ഥ. അപ്പോൾ പൂജ്യത്തിന് താഴെ വരുന്നത് ഒരു ആരോഗ്യപ്രശ്നവും പൂജ്യത്തിന് മുകളിൽ ഉള്ളത് നല്ല ആരോഗ്യവുമാണല്ലോ. കഴിഞ്ഞ ഏതാനും പതിറ്റാണ്ടുകളായി, പോഷകാഹാരത്തിലൂടെയും വ്യായാമത്തിലൂടെയും നിങ്ങളുടെശാരീരികആരോഗ്യംപരമാവധിയാക്കുന്നതിനായിപ്രവർത്തിക്കുന്നത് സ്വീകാര്യവും ഫാഷനും ആയി മാറിയിരിക്കുന്നു. എന്നാൽ ഈയടുത്ത് മാത്രമാണ് മാനസികാരോഗ്യത്തെ ആളുകൾ ആ രീതിയിൽ സ്വീകരിച്ചുതുടങ്ങിയത്. ഇതിനർത്ഥം ഈ പുസ്തകം വായിക്കാൻ നിങ്ങൾക്ക് ബുദ്ധിമുട്ടുണ്ടാകുന്നതുവരെ കാത്തിരിക്കേണ്ടതില്ല എന്നാണ്, കാരണം നിങ്ങൾ നിലവിൽ രോഗിയല്ലെങ്കിലും പ്രശ്നത്തിലല്ലെങ്കിലും നിങ്ങളുടെ മാനസികാരോഗ്യവും പ്രതിരോധശേഷിയും മെച്ചപ്പെടുത്തുന്നതിൽ തെറ്റില്ല. നിങ്ങളുടെ ശരീരത്തിന് നല്ല ഭക്ഷണവും വ്യായാമവും നൽകുന്നതുകൊണ്ട് അപകടങ്ങൾ ഉണ്ടാകുമ്പോൾ പൊരുതാനുള്ള കരുത്ത് ശരീരത്തിന് ഉണ്ടാകുന്നത് പോലെ തന്നെയാണ് മാനസികാരോഗ്യവും. സ്വയം മനസ്സിലാക്കുകയും കരുത്ത് നേടുകയും ചെയ്യുമ്പോഴാണ് ജീവിതത്തിൽ പ്രശ്നങ്ങൾ ഉണ്ടാകുമ്പോൾ അവയെ അഭിമുഖീകരിക്കാൻ നമുക്ക് കരുത്തുണ്ടാകുന്നത്.

ഈ പുസ്തകത്തിൽ നിന്ന് ഒരു കഴിവ് നിങ്ങൾ പഠിക്കുകയും അത് പ്രയോജനമുള്ളതാണെന്ന് മനസ്സിലാക്കുകയും ചെയ്താൽ എല്ലാം മെച്ചപ്പെടുമ്പോൾ ഉടനെ അത് നിറുത്തിവയ്ക്കരുത്. നിങ്ങൾ നന്നായിരിക്കുമ്പോഴും അതിനി ആവശ്യമില്ലെന്ന് തോന്നുമ്പോഴും ഈ കഴിവുകൾ നിങ്ങളുടെ മനസ്സിനെ പോഷിപ്പിക്കുന്നുണ്ടെന്ന് അറിയുക. വാടക കൊടുക്കുന്നതിനേക്കാൾ നല്ലത് ലോണടയ്ക്കുന്നതാണ് എന്ന് പറയുന്നത് പോലെയാണത്. നിങ്ങളുടെ ഭാവിയിലെ ആരോഗ്യത്തിലേക്കാണ് നിങ്ങൾ മുതൽ മുടക്കുന്നത്.

ഈ പുസ്തകത്തിലെ കാര്യങ്ങൾക്ക് ഗവേഷണത്തിന്റെ അടിത്തറയുണ്ട്. പക്ഷെ ഞാൻ അവിടെ നിറുത്തുന്നില്ല. ഈ അറിവുകൾ യഥാർത്ഥ ആളുകളെ വീണ്ടും വീണ്ടും സഹായിക്കുന്നത് ഞാൻ പലയാവർത്തി കണ്ടിട്ടുണ്ട്. പ്രതീക്ഷയുണ്ട്. അൽപ്പം പരിശീലനവും സ്വയമുള്ള അവബോധവുമുണ്ടെങ്കിൽ നിങ്ങളുടെ പ്രശ്നങ്ങളിൽ നിന്ന് നിങ്ങൾക്ക് കരുത്ത് വീണ്ടെടുക്കാം.

സോഷ്യൽ മീഡിയയിൽ എന്തെങ്കിലും പങ്കിടുകയോ ഒരു സ്വയം സഹായ ബുക്കെഴുതുകയോ ചെയ്യുമ്പോൾ നിങ്ങൾക്ക് പ്രശ്നങ്ങളില്ലെന്ന് ആളുകൾ കരുതും. സ്വയം സഹായ രംഗത്തെ ഒരുപാട് ആളുകൾ ഈ ആശയം പ്രചരിപ്പിക്കുന്നത് ഞാൻ ശ്രദ്ധിച്ചിട്ടുണ്ട്. ജീവിതം അവരിൽ പാടുകളും പോറലുകളും ഏല്പിച്ചിട്ടില്ല എന്ന മട്ടിലാണ് അവരുടെ യാത്ര. അവരുടെ പുസ്തകത്തിൽ നിങ്ങൾക്ക് ജീവിതത്തിൽ വേണ്ട എല്ലാ ഉത്തരങ്ങളുമുണ്ടെന്നാണ് വാദം. അത് ഞാൻ പൊളിച്ചെഴുതാൻ ആഗ്രഹിക്കുന്നു. ഞാൻ ഒരു സൈക്കോളജിസ്റ്റ് ആണ്. അതിനർത്ഥം ഞാൻ ഈ വിഷയത്തിൽ ഒരുപാട് വായിച്ചിട്ടുണ്ടെന്നും ഗവേഷണ ത്തിലൂടെ പ്രാപ്തമായ അറിവുകൾ എനിക്ക് നല്ല മാറ്റങ്ങൾക്ക് വേണ്ടി ആളുകളെ പഠിപ്പിക്കാൻ കഴിഞ്ഞിട്ടുണ്ടെന്നുമാണ്. ഞാനും ഒരു മനുഷ്യനാണ്. ഞാൻ പഠിപ്പിക്കുന്ന ടൂളുകൾ അറിയുന്നത് കൊണ്ട് നിങ്ങളുടെ ജീവിതത്തിലെ പ്രശ്നങ്ങൾ മാറില്ല. വീണുപോയാലും വീണ്ടും എഴുന്നേൽക്കാനുള്ള കഴിവാണ് ഈ ടൂളുകൾ നൽകുന്നത്. നിങ്ങൾക്ക് വഴി തെറ്റുമ്പോൾ അത് തിരിച്ചറിയാനും തിരിഞ്ഞ് നടന്ന് അർത്ഥവത്തായ ഒരു ജീവിതത്തിലേയ്ക്ക് എത്തിക്കാനും അത് സഹായിക്കും. ഈ പുസ്തകം പ്രശ്നങ്ങളില്ലാത്ത ഒരു ജീവിതം നിങ്ങൾക്ക് തരില്ല. എന്നെയും മറ്റുപലരെയും വഴി കാണിച്ച കുറെ ടൂളുകളാണ് ഇതിൽ നിറയെ.

ഇത് വരെയുള്ള യാത്ര...

ലോകത്തിലെ എല്ലാ ചോദ്യങ്ങൾക്കും ഉത്തരമുള്ള ഒരു ഗുരുവല്ല ഞാൻ. ഈ പുസ്തകം പാതി ജേർണലും പാതി വഴികാട്ടിയുമാണ്. ഇവയൊക്കെ എങ്ങനെ ഒരുമിച്ച് വരുന്നു എന്ന് തിരിച്ചറിയാനുള്ള യാത്രയിലാണ് ഞാനും. ഞാൻ വായിക്കുകയും എഴുതുകയും യഥാർത്ഥ മനുഷ്യരോട് തെറാപ്പിയിൽ സംസാരിക്കുകയും എങ്ങനെ ആളുകളെ സഹായിക്കാൻ കഴിയുമെന്ന് ഞാൻ മനസ്സിലാക്കുകയുമൊക്കെ ചെയ്ത കാര്യങ്ങളുടെ ആകെത്തുകയാണ് ഈ പുസ്തകം. ഇത് ഇവിടെ വരെയുള്ള യാത്രയാണ്. ഞാൻ എന്റെ പഠനങ്ങൾ തുടരുകയും ഞാൻ പരിചയപ്പെടുന്ന ആളുകളെ അത്ഭുതത്തോടെ നോക്കുകയുമൊക്കെ ചെയ്യുന്നു. ഇത് വരെ ഞാൻ പഠിച്ച, എന്നെയും എന്റെ കൂടെ തെറാപ്പിയിൽ വരുന്ന ആളുകളെയും മാനുഷിക പ്രശ്നങ്ങളിൽ സഹായിച്ച ഏറ്റവും പ്രധാനപ്പെട്ട കാര്യങ്ങളാണ് ഇതിൽ ചേർക്കുന്നത്.

നിങ്ങളുടെ ഭാവി ജീവിതം നിങ്ങൾ പുഞ്ചിരിയോടെ നേരിടുമെന്ന് ഈ പുസ്തകം ഉറപ്പ് തരില്ല. നിങ്ങൾ ചിരിക്കുമ്പോൾ ആത്മാർത്ഥമായി ചിരിക്കുന്നുവെന്ന് പഠിപ്പിക്കാനുള്ള ടൂളുകൾ ഇതിലുണ്ട്. നിങ്ങളുടെ യാത്രയിൽ ഒരുപക്ഷെ ഇടയ്ക്കിടെ പുനഃപരിശോധനകൾ നടത്തുകയും ആരോഗ്യകരമായ ശീലങ്ങളിലേയ്ക്ക് തുടരെ തിരികെ വഴികണ്ടെത്തുകയു മൊക്കെ വേണ്ടിവരും. ഒരു പെട്ടിയിൽ അടുക്കിയിരിക്കുന്ന ടൂളുകൾ

കാണാൻ ഭംഗിയുണ്ടാകും. എന്നാൽ അവയെ എടുത്ത് പെരുമാറി പരിശീലിക്കുമ്പോഴാണ് അവ പ്രയോജനപ്പെടുക. ഓരോ ടൂളിനും സ്ഥിരപരിശീലനം ആവശ്യമാണ്. ഒരു പരീക്ഷണം പാളിയാൽ തിരികെ വന്ന് വീണ്ടും ശ്രമിക്കുക. ഒരു സഹജീവിയെന്ന നിലയിൽ ഞാനും ഇത് തന്നെയാണ് സ്ഥിരം ചെയ്യുന്നത്. എനിക്കും എന്റെ അടുത്ത് വരുന്നവർക്കും പരീക്ഷിച്ച് ഉപകാരപ്രദമെന്ന് ബോധ്യപ്പെട്ട കാര്യങ്ങൾ മാത്രമേ ഞാൻ ഇവിടെ ചേർത്തിട്ടുള്ളൂ. ഈ പുസ്തകം എനിക്കും നിങ്ങൾക്കും ഒരേപോലെ പ്രയോജനപ്പെടുന്ന ഒരു സംഭരണിയാണ്. ഞാൻ ആവശ്യമെന്നു തോന്നുമ്പോഴൊക്കെ ഇതിലേയ്ക്ക് തിരിച്ചുവരും. നിങ്ങളും അങ്ങനെ ചെയ്യണമെന്നും ഇത് ജീവിതത്തിന് ഉപകരിക്കുന്ന ഒരു ടൂൾ ബോക്സ് ആകണമെന്നുമാണ് ഞാൻ ആഗ്രഹിക്കുന്നത്.

ചില പുതിയ അധ്യായങ്ങൾ...

നവീകരിച്ച ഈ പതിപ്പ് എന്തിനാണെന്നോ, പുതിയ അധ്യായങ്ങൾ എന്തിന് ചേർത്തുവെന്നോ സംശയമുണ്ടെങ്കിൽ ഞാൻ വിശദീകരിക്കാം. ഈ പുസ്തകത്തിന്റെ ആദ്യത്തെ പതിപ്പ് വായിച്ചശേഷമുള്ള ആളുകളുടെ പ്രതികരണത്തിൽ ഞാൻ ഏറെ സന്തോഷിക്കുന്നുണ്ട്. പലർക്കും ആ പുസ്തകം നല്ല ഫലങ്ങൾ നല്കിയെന്ന അറിവിനെ ഞാൻ നന്ദിയോടെ സ്മരിക്കുന്നു. പക്ഷെ അതിൽ നിന്ന് പുസ്തകം ഇനിയും മികച്ചതാക്കാൻ കഴിയും. അത് കൊണ്ട് ഞാൻ ഒരു ലളിതമായ ചോദ്യം ചോദിച്ചുതുടങ്ങി. ആളുകൾ എന്റെയടുത്ത് പുസ്തകം ഒപ്പിടുവിക്കാൻ വരുമ്പോഴും ഇമെയിൽ സന്ദേശങ്ങൾ അയക്കുമ്പോഴും എന്താണിതിൽ ഇല്ലാത്തത് എന്ന ചോദ്യം ഞാൻ ചോദിയ്ക്കാൻ തുടങ്ങി. എവിടെയാണ് അവർക്ക് കൂടുതൽ മാർഗ്ഗനിർദ്ദേശങ്ങൾ വേണ്ടത്? വൈകാതെ ആളുകളുടെ പ്രതികരണങ്ങളിൽ ചില സാമ്യങ്ങൾ കണ്ടുതുടങ്ങി. അപ്പോൾ ഞാൻ ഈ ചോദ്യം എന്റെ ഇൻസ്റ്റാഗ്രാം ഫോളോവർമാരോടും ചോദിച്ചു. ഉത്കണ്ഠയെ മറികടന്ന് ജോലിക്ക് പോകാനുള്ള സഹായമാണ് ഏറിയപങ്ക് ആളുകളും ചോദിച്ചത്. നമ്മുടെ ലോകം അത്ര കുറ്റമറ്റതല്ല. അതിനർത്ഥം പലരും തെറാപ്പിസ്റ്റിന്റെ സഹായമില്ലാതെ ഇത്തരം പ്രശ്നങ്ങളിലൂടെ സഞ്ചരിക്കുന്നുണ്ട്. തെറാപ്പിസ്റ്റിന്റെ കൂടെ ജോലി ചെയ്യുന്നവർക്കും ഈ അധികസഹായം പ്രയോജനപ്പെടും. ഇത് മനസ്സിൽ വെച്ചുകൊണ്ടാണ് ഞാൻ ഉത്കണ്ഠ മറികടക്കാനുള്ള ഒരു പ്രായോഗിക നിർദ്ദേശം കൂടി ചേർക്കുന്നത്.

ലോകമെമ്പാടും ആളുകൾ ഈ പുസ്തകം തങ്ങൾക്ക് വേണ്ടിയും തങ്ങളുടെ പ്രിയപ്പെട്ടവർക്ക് വേണ്ടിയും വാങ്ങുമ്പോൾ എനിക്കറിയാം എന്റെയടുത്ത് നിർദ്ദേശങ്ങൾ തന്ന ആയിരക്കണക്കിന് ആളുകളെപ്പോലെയുള്ള വായനക്കാരുടെ കൈകളിലാണ് ഈ പുസ്തകം എത്തുകയെന്ന്. മുൻപുള്ള വായനക്കാർ പറഞ്ഞ നിർദ്ദേശങ്ങളിൽ

നിന്ന് ചേർക്കപ്പെട്ട പുതിയ സെക്ഷന്റെ പ്രയോജനം കൂടി അവർക്ക് ലഭിക്കണമെന്ന് ഞാൻ ആഗ്രഹിക്കുന്നു.

ഭീകരങ്ങളായ അവസ്ഥകളെ എങ്ങനെ നേരിടണമെന്നതാണ് കൂടുതലായി ആളുകൾ ചോദിക്കുന്ന മറ്റൊരു ചോദ്യം. ഈ അവസ്ഥ നേരിടുന്ന പലർക്കും അതിനോട് എങ്ങനെ പ്രതികരിക്കണമെന്ന് അറിയില്ലെന്ന് ഞാൻ ശ്രദ്ധിച്ചിട്ടുണ്ട്. ഭീകരാവസ്ഥ നേരിടുന്ന പലർക്കും അവ എന്താണെന്നോ എങ്ങനെ അതിനോട് പ്രതികരിക്കണമെന്നോ അറിയില്ല. ആദ്യത്തെ അവസ്ഥക്കുശേഷം കാര്യങ്ങൾ അതിവേഗം മെച്ചപ്പെടുകയോ വഷളാവുകയോ ചെയ്യാം. എന്താണ് അതിനുശേഷം സംഭവിക്കുന്നത് എന്നതിനെ ആശ്രയിച്ചായിരിക്കും അത്. ശരിയായി കാര്യങ്ങളെ പഠിക്കുകയും വേണ്ട നിർദ്ദേശങ്ങൾ ലഭിക്കുകയും ചെയ്താൽ സൗഖ്യത്തിലേയ്ക്ക് യാത്രചെയ്യാൻ കഴിയും. അതുകൊണ്ട് ഇങ്ങനെയുള്ള അവസ്ഥകളെ മനസ്സിലാക്കാനും നേരിടാനുമുള്ള ഒരു ഗൈഡ് ഞാൻ ഈ എഡിഷനിൽ ചേർക്കുന്നു. ഇത് തെറാപ്പിക്ക് പകരമാകില്ലെങ്കിലും എന്നെപ്പോലെ ഒരു സൈക്കോളജിസ്റ്റിന്റെ കൂടെ സംസാരിക്കുമ്പോൾ കിട്ടുന്ന ഉപകാരപ്രദങ്ങളായ പല അറിവുകളും ഞാൻ ഇവിടെ ചേർക്കുന്നു.

ചുരുക്കിപ്പറഞ്ഞാൽ നിങ്ങൾ ഈ പുസ്തകത്തിന്റെ പുതിയ പതിപ്പാണ് വായിക്കുന്നതെങ്കിൽ അതിനു കാരണം നിങ്ങൾക്ക് കൂടുതൽ വിവരങ്ങൾ നല്കാൻ ഞാൻ എന്റെ പ്രസാധകരെ പ്രേരിപ്പിച്ചതു കൊണ്ടാണ്. എന്താണ് വേണ്ടതെന്ന് ഞാൻ നിങ്ങളോട് ചോദിച്ചു, നിങ്ങൾ പറഞ്ഞു, ഞാൻ കേട്ടു. പിന്നെ ഞാൻ എന്റെ ജോലി തുടങ്ങി. അതിന്റെ ഫലം ദൈനം ദിന ജീവിതത്തിൽ ആകാംക്ഷയെ നേരിടാനും ഭീകരാവസ്ഥയെ നേരിടാനുമുള്ള ഒരു ഗൈഡ് ആണ്. ഞാൻ തെറാപ്പിയിൽ ഉപയോഗിക്കുകയും ആളുകളുമായി സെഷനുകളിൽ പരിശീലിക്കുകയും ചെയ്യുന്ന പല അറിവുകളും ഇതിലുണ്ട്. ഉത്കണ്ഠയെപ്പറ്റിയുള്ള എന്റെ പഴയ അധ്യായത്തിലെ പല ആശയങ്ങളും എടുത്ത് നിങ്ങളുടെ പ്രവർത്തികളിലൂടെ എങ്ങനെ പുരോഗതി കണ്ടെത്താമെന്നതിന് പടിപടിയായുള്ള മാർഗ്ഗങ്ങൾ ഞാൻ ഇവിടെ ചേർക്കുന്നു. ഈ പുസ്തകത്തിന്റെ ബാക്കി ഭാഗങ്ങൾ നിങ്ങൾ വായിച്ചിട്ടില്ലെങ്കിൽ ഉത്കണ്ഠയെപ്പറ്റിയുള്ള അധ്യായത്തിൽ തുടങ്ങുക. പിന്നീട് ഈ പുതിയ ആക്ഷൻ പ്ലാൻ സെക്ഷനിൽ എത്തുക. നിങ്ങൾക്ക് പാനിക്ക് അറ്റാക്കുകൾ ഉണ്ടാകാറില്ലെങ്കിൽ ആ ഭാഗം ഒഴിവാക്കാവുന്നതാണ്. എന്നാൽ നിങ്ങൾക്ക് അതുണ്ടെങ്കിൽ ആ ഭാഗം ഉത്കണ്ഠ പ്ലാനിനുമുൻപ് കൊടുത്തിരിക്കുന്നത് നിങ്ങൾക്ക് ഒരു ഓർഡറിൽ വായിക്കാം എന്നതുകൊണ്ടാണ്.

നിങ്ങൾ കടന്നുപോകുന്നത് ഏതവസ്ഥയിലൂടെയായാലും ഈ ഗൈഡും ആക്ഷൻ പ്ലാനും നിങ്ങളുടെ മാനസികാരോഗ്യത്തെ നിയന്ത്രിക്കാൻ നിങ്ങളെ സഹായിക്കുകയും നിങ്ങളാഗ്രഹിക്കുന്ന ഒരു ജീവിതം കണ്ടെത്താൻ സഹായിക്കുകയും ചെയ്യട്ടെ. ഇതിന് പത്ത് ശതമാനമെങ്കിലും നിങ്ങളെ സഹായിക്കാൻ സാധിച്ചാൽ ഇത് എഴുതാനെടുത്ത

പരിശ്രമം ഫലം കണ്ടുവെന്ന് ഞാൻ കരുതും. ഇപ്പോൾ ഞാനിത് നിങ്ങൾക്ക് തരുന്നു. ഗുണകരമായ മാറ്റങ്ങൾക്ക് കൃത്യമായ പരിശ്രമം ആവശ്യമാണ്, ഒപ്പം ധൈര്യവും ക്ഷമയും. നിങ്ങൾ ഒന്നും ഏറ്റവും മികച്ചതായി ചെയ്യണമെന്നില്ല. പക്ഷെ യാത്ര തുടരുക. ഞാൻ നിങ്ങളെപ്പറ്റി ചിന്തിക്കുന്നുണ്ടാകും, അതുകൊണ്ട് നിങ്ങൾ എങ്ങനെ പുരോഗമിക്കുന്നുവെന്ന് എന്നെ അറിയിക്കുമല്ലോ.

1

ഇരുണ്ട ഇടങ്ങളിൽ

1

താഴ്ന്ന മാനസികാവസ്ഥ മനസ്സിലാക്കൽ

എല്ലാവർക്കും മോശം ദിവസങ്ങളുണ്ട്. എല്ലാവർക്കും.

എന്നാൽ എത്ര തവണ മോശം ദിവസങ്ങൾ സംഭവിക്കുന്നു എന്നതിലും നമ്മുടെ മാനസികാവസ്ഥ എത്ര മോശമാണ് എന്നതിലും നാമെല്ലാവരും വ്യത്യസ്തരാണ്.

സൈക്കോളജിസ്റ്റ് ആയി വർഷങ്ങൾ ജോലി ചെയ്തതിൽ നിന്ന് ഞാൻ പഠിച്ച ചില കാര്യങ്ങളുണ്ട്. ചില ആളുകൾ മോശം മാനസികാവസ്ഥയിലാണെങ്കിലും പലപ്പോഴും അവർ അത് ആരോടും പറയാറില്ല. അവരുടെ വീട്ടുകാരോ സുഹൃത്തുക്കളോ ഇത് മനസ്സിലാക്കണമെന്നില്ല. അവർ അത് മറച്ചു വയ്ക്കും. ആ വികാരം മാറ്റി വെച്ച് ആളുകളുടെ പ്രതീക്ഷയനുസരിച്ച് പെരുമാറും. ഇങ്ങനെ വർഷങ്ങൾ ചെലവിട്ട ശേഷമാണ് പലരും തെറാപ്പി തേടിയെത്തുന്നത്.

എന്തോ തെറ്റുപറ്റി എന്ന രീതിയിലാണ് അവർ ചിന്തിക്കുക. എല്ലാ സമയവും സന്തോഷമായി ഇരിക്കുന്നതായി കാണുന്ന ആളുകളുമായി അവർ തങ്ങളെ താരതമ്യം ചെയ്യും. എപ്പോഴും പുഞ്ചിരിക്കുന്ന, വ്യക്തമായും ഊർജ്ജസ്വലരായ ആളുകൾ.

ചിലർ അങ്ങനെയാണെന്നും സന്തോഷം ചില ആളുകളുടെ വ്യക്തിത്വത്തിന്റെ ഭാഗമാണെന്നും അവർ കരുതും. നിങ്ങൾക്ക് ഒന്നുകിൽ സന്തോഷമുണ്ട്, അല്ലെങ്കിൽ ഇല്ല.

മനസ്സില്ല എന്ന അവസ്ഥയെ നാം തലച്ചോറുമായി ബന്ധപ്പെടുത്തിയാൽ അത് മാറ്റാനാകുമെന്ന് കരുതാനാകില്ല. അപ്പോൾ നാം അത് മറച്ചുവയ്ക്കാനാവും ശ്രമിക്കുക. നമ്മുടെ ദിവസം, ചെയ്യേണ്ട കാര്യങ്ങളെല്ലാം ചെയ്യും ചിരിക്കേണ്ട ആളുകളോട് ചിരിച്ചും കടന്നുപോകുമെങ്കിലും ഈ മോശം മാനസികാവസ്ഥ നമ്മളെ പിടിച്ചുവലിച്ചുകൊണ്ടിരിക്കും. മനസ്സിൽ ഒരു ശൂന്യത എപ്പോഴും കാണും. ആസ്വദിക്കേണ്ട രീതിയിലാകില്ല നാം കാര്യങ്ങളെ കാണുന്നത്.

നിങ്ങളുടെ ശരീരതാപത്തിന്റെ കാര്യമെടുക്കുക. ഒന്നെങ്കിൽ നിങ്ങൾ

സുഖകരമായ അവസ്ഥയിലായിരിക്കും. അല്ലെങ്കിൽ ചൂടോ തണുപ്പോ കൂടുതലായി തോന്നാം. നിങ്ങൾക്ക് തോന്നുന്ന ചൂടോ തണുപ്പോ ഒക്കെ അണുബാധയുടെയോ രോഗത്തിന്റെയോ ലക്ഷണങ്ങളാകാം, അല്ലെങ്കിൽ നിങ്ങളുടെ സാഹചര്യങ്ങളുടെ സൂചനയാകാം. നിങ്ങൾ ഒരുപക്ഷെ തണുപ്പിൽ നിന്ന് രക്ഷ നേടാനായി ഒരു ജാക്കറ്റ് എടുക്കാൻ മറന്നുപോയിരിക്കാം. ഒരുപക്ഷെ കാർമേഘം പെട്ടെന്ന് ഉരുണ്ടുകൂടി മഴ പെയ്തിരിക്കാം. ഒരുപക്ഷെ നിങ്ങൾക്ക് വിശപ്പോ ദാഹമോ കാണും. നിങ്ങൾ ഒരു ബസിനു പിറകെ ഓടുമ്പോൾ ശരീരം ചൂടാകുന്നതായി തോന്നാം.നമ്മുടെശരീരതാപംനമ്മുടെസാഹചര്യങ്ങളെആശ്രയിച്ചാണ് ഉണ്ടാവുക. അതിൽ ആന്തരികവും ബാഹ്യവുമായ ഘടകങ്ങളുണ്ടാകാം. നമുക്ക് ഇതിൽ വലിയ പങ്കുണ്ട്. മാനസികാവസ്ഥയും ഇതേ പോലെ തന്നെയാണ്. നമ്മൾ മോശം മാനസികാവസ്ഥയിലായിരിക്കുമ്പോൾ, നമ്മുടെആന്തരികവുംബാഹ്യവുമായലോകങ്ങളിലെപലഘടകങ്ങളാലും അത് സ്വാധീനിക്കപ്പെടാം, എന്നാൽ ആ സ്വാധീനങ്ങൾ എന്താണെന്ന് നമ്മൾ മനസ്സിലാക്കുമ്പോൾ, ആ വിവരങ്ങൾ ഉപയോഗിച്ച് നമുക്ക് അത് നമുക്ക് ആവശ്യമുള്ള ദിശയിലേക്ക് നയിക്കാൻ കഴിയും. ചിലപ്പോൾ ഉത്തരം മറ്റൊരു ജാക്കറ്റ് ധരിച്ച് ബസിനായി ഓടുക എന്നതാണ്. ചിലപ്പോൾ അത് മറ്റെന്തെങ്കിലും ആകാം.

ശാസ്ത്രം നമ്മെ പഠിപ്പിക്കുന്നതും ആളുകൾ തെറാപ്പിയിലൂടെ മനസ്സിലാക്കുന്നതും ഇതാണ്. നമുക്ക് നമ്മുടെ വികാരങ്ങളെ നിയന്ത്രിക്കാൻ നാം ഉദ്ദേശിച്ചതിലും കൂടുതൽ ശക്തിയുണ്ട്.

നമ്മുടെ മാനസികാരോഗ്യം നമ്മുടെ കയ്യിലാണെന്ന് തന്നെ പറയാം. നമ്മുടെ മാനസികാവസ്ഥ അങ്ങനെ ഉറച്ചുപോയ ഒന്നല്ല. അത് നമ്മുടെ വ്യക്തിത്വത്തെ നിർണ്ണയിക്കുന്നില്ല. അത് നാം അനുഭവിക്കുന്ന ഒരു അനുഭൂതി മാത്രമാണ്.

ഇതിനർത്ഥം നമുക്ക് മോശം അവസ്ഥ അല്ലെങ്കിൽ വിഷാദം ഇല്ലാതാക്കാൻ കഴിയുമെന്നല്ല. ജീവിതം നമുക്ക് ബുദ്ധിമുട്ടുകളും വേദനയും വേർപാടുമൊക്കെ തരിക തന്നെ ചെയ്യും. അത് നമ്മുടെ മാനസിക-ശാരീരികാരോഗ്യത്തിൽ പ്രതിഫലിക്കുകയും ചെയ്യും. എന്നാൽ സഹായകമായ കാര്യങ്ങൾ കൊണ്ട് ഒരു ടൂൾ ബോക്സ് ഉണ്ടാക്കാൻ നമുക്ക് കഴിയും. ഈ ഉപകരണങ്ങൾ പരിശീലിക്കുംതോറും അവ ഉപയോഗിക്കാനുള്ള നമ്മുടെ പ്രാവീണ്യം കൂടും. ജീവിതം നമുക്ക് മാനസികാവസ്ഥ തകർക്കുന്ന പ്രശ്നങ്ങൾ തരുമ്പോൾ എന്തെങ്കിലും ചെയ്യാൻ നമ്മുടെ പക്കലുണ്ടാകും.

ഈ ആശയങ്ങളും കഴിവുകളും നമുക്കെല്ലാവർക്കും വേണ്ടിയുള്ളതാണ്. വിഷാദരോഗമുള്ളവർക്ക് അവ സഹായകരമാണെന്ന് ഗവേഷണങ്ങൾ കാണിക്കുന്നു, പക്ഷേ അവ കുറിപ്പടി ആവശ്യമുള്ള നിയന്ത്രിത മരുന്നുകളല്ല. ഇവ ജീവനോപാധികളാണ്. ചെറുതും വലുതുമായ വൈകാരികസംഘർഷങ്ങളെ നേരിടാൻ സഹായകമാകുന്ന ഉപകരണങ്ങൾ.

കഠിനമായ മാനസികാരോഗ്യപ്രശ്നങ്ങൾ ഉള്ള ആളുകൾ ഇത്തരം പുതിയ അറിവുകൾ വിദഗ്ധരുടെ സഹായത്തോടെ പരിശീലിക്കേണ്ടതാണ്.

വികാരങ്ങൾ ഉണ്ടാകുന്നതെങ്ങനെ?

ഉറക്കം സമാധാനപൂർണ്ണമാണ്. പിന്നീട് എന്റെ ചെവി തകർത്തുകൊണ്ട് അലാറമടിക്കുന്നു. അതിന്റെ ഒച്ച വളരെ കൂടുതലാണ്. എനിക്ക് ആ ശബ്ദം വെറുപ്പമാണ്. ഞാൻ തയ്യാറല്ലാത്ത ഒരു ഷോക്ക് തരംഗം അത് എന്റെ ശരീരത്തിലൂടെ കടത്തിവിടുന്നു. ഞാൻ സ്നൂസ് ബട്ടൺ അമർത്തി വീണ്ടും കിടക്കുന്നു. എന്റെ തല വേദനിക്കുന്നു. എനിക്ക് ദേഷ്യം വരുന്നു. ഞാൻ വീണ്ടും സ്നൂസ് അമർത്തുന്നു. വൈകാതെ ഉണർന്നില്ലെങ്കിൽ കുട്ടികൾ സ്കൂളിൽ പോകാൻ വൈകും. എന്റെ മീറ്റിങ്ങിന് എനിക്ക് ഒരുങ്ങേണ്ടതുണ്ട്. ഓഫീസിലെ എന്റെ മേശപ്പുറത്ത് വച്ചിരിക്കുന്ന ചെയ്യേണ്ട കാര്യങ്ങളുടെ പട്ടികയിലേക്ക് ഞാൻ കണ്ണുകൾ അടച്ച് ഉറ്റുനോക്കുന്നു. ഭയം. അസ്വസ്ഥത. ക്ഷീണം. ഇന്ന് എനിക്ക് ഒന്നും ചെയ്യാൻ താൽപ്പര്യമില്ല.

ഇതാണോ മോശം മാനസികാവസ്ഥ? ഇത് എന്റെ തലച്ചോറിൽ നിന്ന് വന്നതാണോ? ഞാൻ എങ്ങനെയാണ് ഇങ്ങനെ ഉണർന്ന് എണീറ്റത്? തിരികെ പോയി പരിശോധിക്കാം. തലേന്ന് രാത്രി ഞാൻ ജോലി ചെയ്ത് ഏറെ വൈകിയാണ് ഉറങ്ങിയത്. കട്ടിലിനരികിൽ എത്തിയപ്പോൾ അടുക്കള വരെ പോയി ഒരു ഗ്ലാസ് വെള്ളം എടുത്ത് കുടിക്കാൻ പോലും കഴിയാത്തത്ര ഞാൻ തളർന്നിരുന്നു. രാത്രി കുട്ടി രണ്ടുവട്ടം ഉണർന്നു. ഞാൻ ആവശ്യത്തിനുറങ്ങിയിട്ടില്ല, വെള്ളം കുടിച്ചിട്ടില്ല. ശരീരത്തിൽ ജലാംശമില്ല. ഉച്ചത്തിലുള്ള അലാറം എന്നെ ആഴത്തിലുള്ള ഉറക്കത്തിൽ നിന്നാണ് ഉണർത്തിയത്. ഉണർന്നതേ എന്റെ ശരീരത്തിലൂടെ പിരിമുറുക്ക ഹോർമോണുകളുടെ ഒരു ഓട്ടപ്പാച്ചിലാണ് ഉണ്ടായത്. എന്റെ തല വേദനിക്കാൻ തുടങ്ങി. എനിക്ക് പിരിമുറുക്കം അനുഭവപ്പെട്ടു.

ഈ ചിഹ്നങ്ങൾ എല്ലാം എന്റെ തലച്ചോറിലേക്ക് വിവരങ്ങൾ അയച്ചു. നാം ഓക്കെ അല്ല. എന്റെ തലച്ചോർ അപ്പോൾ തന്നെ കാരണങ്ങൾ അന്വേഷിക്കാൻ ഇറങ്ങി. തിരഞ്ഞപ്പോൾ അത് കണ്ടെത്തുകയും ചെയ്തു. അങ്ങനെ എന്റെ ശാരീരിക അസ്വസ്ഥതകൾ ഉറക്കക്കുറവും നിർജ്ജലീകരണവും ഉണ്ടാക്കി, അതിന്റെ ഫലമായി എന്റെ മൂഡ് മോശമായി.

എല്ലാ മോശം മാനസികാവസ്ഥയ്ക്കും കാരണം നിർജ്ജലീകരണമല്ല. എന്നാൽ വികാരങ്ങൾ ചർച്ച ചെയ്യുമ്പോൾ ഓർക്കേണ്ട ഒരു കാര്യം പലപ്പോഴും ഇത് തലയിൽ മാത്രം സംഭവിക്കുന്ന ഒരു കാര്യമല്ല. ഇത് നിങ്ങളുടെ ശരീരത്തിന്റെ അവസ്ഥ, നിങ്ങളുടെ ബന്ധങ്ങൾ, നിങ്ങളുടെ ഭൂതകാലം, വർത്തമാനം, നിങ്ങളുടെ ജീവിതസാഹചര്യങ്ങൾ, ജീവിതശൈലി എന്നിവയെയെല്ലാം ആശ്രയിച്ചാണിരിക്കുന്നത്. നിങ്ങൾ

ചെയ്യുന്നതും ചെയ്യാത്തതും നിങ്ങളുടെ ഭക്ഷണവും ചിന്തകളും ചലനവും ഓർമ്മയുമെല്ലാം ഇതിന്റെ ഭാഗമാണ്. നിങ്ങളുടെ വികാരങ്ങൾ നിങ്ങളുടെ തലച്ചോറിന്റെ മാത്രം സൃഷ്ടിയല്ല.

എന്താണ് സംഭവിക്കുന്നത് എന്നറിയാൻ സ്ഥിരം പരിശ്രമിക്കുന്ന ഒരു വസ്തുവാണ് നിങ്ങളുടെ തലച്ചോർ. എന്നാൽ അതിന് വിവരങ്ങൾ മനസ്സിലാക്കാൻ ചുരുക്കം ചില സൂചനകൾ മാത്രമേയുള്ളൂ. അത് നിങ്ങളുടെ ഇന്ദ്രിയങ്ങളിൽ നിന്ന് നിങ്ങൾ കാണുന്നതും കേൾക്കുന്നതും അറിയുന്നതും രുചിക്കുന്നതും മണക്കുന്നതും ഒക്കെ കണക്കിലെടുക്കുന്നു. നിങ്ങളുടെ ചിന്തകളിലും പ്രവർത്തികളിലും നിന്ന് വിവരങ്ങൾ ശേഖരിക്കുന്നു. നിങ്ങളുടെ ശരീരത്തിൽ നിന്ന് വിവരങ്ങൾ എടുക്കുന്നു (ഉദാഹരണത്തിന് നിങ്ങളുടെ ഹൃദയമിടിപ്പ്, ശ്വാസം, രക്ത സമ്മർദ്ദം, ഹോർമോണുകൾ എന്നിവയൊക്കെ അളക്കുന്നു.) ഇതെല്ലാം നിങ്ങളുടെ ഓർമ്മയിൽ സമാനവികാരങ്ങൾ ഉണ്ടായപ്പോൾ നിങ്ങൾ എങ്ങനെ പ്രതികരിച്ചു എന്നതുമായി ചേർത്ത് വയ്ക്കുന്നു. എന്താണ് ഇനി ചെയ്യേണ്ടതെന്ന് ശരീരത്തിനും മനസ്സിനും നിർദ്ദേശം നൽകുന്നു. (ഫെൽഡ്മാൻ ബാരെറ്റ്, 2017) അങ്ങനെ നിങ്ങളുടെ മാനസികാവസ്ഥ എന്താണെന്ന് തീരുമാനിക്കേണ്ട അവസരമെത്തുമ്പോൾ ഈ ചേരുവകൾ എല്ലാം ചേർന്നാണ് ഒരു തീരുമാനത്തിൽ എത്തുന്നത്.

അങ്ങോട്ടുമിങ്ങോട്ടുമുള്ള പാലം

സ്വയം സഹായ പുസ്തകങ്ങൾ പലതും നിങ്ങളോട് നിങ്ങളുടെ ചിന്താഗതി നേരെയാക്കാൻ പറയാറുണ്ട്. 'നിങ്ങൾ ചിന്തിക്കുന്നത് മാറുമ്പോൾ നിങ്ങളുടെ അനുഭവം മാറുന്നു' എന്നൊക്കെ അത് പറയും. എന്നാൽ അതിൽ വിട്ടുപോകുന്ന ഒരു പ്രധാന സംഗതിയുണ്ട്. ഇത് ഇവിടെയല്ല അവസാനിക്കുന്നത്. ഈ പാലം അങ്ങോട്ടും ഇങ്ങോട്ടും ഉള്ളതാണ്. നിങ്ങളുടെ അനുഭവങ്ങൾ നിങ്ങളുടെ ചിന്തകളെയും ബാധിക്കാറുണ്ട്. അങ്ങനെ നിങ്ങൾക്ക് ദുർബ്ബലമായ, സ്വയം വിമർശകമായ ഒരുപാട് തോന്നലുകൾ ഉണ്ടാകാം. നമ്മുടെ ചിന്തകൾ നമ്മെ സഹായിക്കുന്നില്ലെന്ന് തിരിച്ചറിയുമ്പോൾ പോലും ചിലപ്പോൾ നമുക്ക് മാറ്റി ചിന്തിക്കാൻ കഴിയണമെന്നില്ല. എപ്പോഴും പോസിറ്റിവ് ആയി മാത്രം ചിന്തിക്കാൻ കഴിയണമെന്നില്ല. ഈ മോശം ചിന്തകൾ വന്നത് തന്നെയാവാം നമ്മുടെ മോശം മൂഡിന്റെ കാരണം. അപ്പോൾ മാറ്റിചിന്തിക്കുക മാത്രമാവില്ല ഉത്തരം.

നാം എങ്ങനെ ചിന്തിക്കുന്നു എന്നത് മാത്രം നോക്കിയാൽ കാര്യങ്ങൾ പൂർണ്ണമായി മനസ്സിലാകില്ല. നാം ചെയ്യുന്നതും ചെയ്യാത്തതും ഒക്കെ നമ്മുടെ മാനസികാവസ്ഥയെ ബാധിക്കും. നിങ്ങൾക്ക് മോശം മൂഡ് ഉള്ളപ്പോൾ ആകെ ചെയ്യാൻ തോന്നുന്നത് ഒളിച്ചിരിക്കാനാണ്. നിങ്ങൾ സ്വാഭാവികമായി ആസ്വദിക്കുന്ന ഒന്നും ചെയ്യാൻ നിങ്ങൾക്ക്

തോന്നില്ല, അതുകൊണ്ട് തന്നെ നിങ്ങൾ അതൊന്നും ചെയ്യില്ല. എന്നാൽ ഇഷ്ടമുള്ള കാര്യങ്ങൾ ചെയ്യാതെ അധികം നേരമിരിക്കുന്നതും നിങ്ങളുടെ മൂഡ് മോശമാക്കുന്നു. ഈ അവസ്ഥ നമ്മുടെ ശാരീരികനിലയും മോശമാക്കുന്നു. കുറച്ച് ആഴ്ചകൾ വ്യായാമം ചെയ്യാൻ കഴിയാത്തത്ര തിരക്ക് നിങ്ങളുടെ ജീവിതത്തിൽ ഉണ്ടായിരുന്നുവെന്ന് കരുതുക. നിങ്ങൾക്ക് ക്ഷീണവും മോശം മൂഡും ഉണ്ടാകും. അപ്പോൾ നിങ്ങൾ ഒരിക്കലും വ്യായാമം ചെയ്യാൻ ആലോചിക്കില്ല. നിങ്ങൾ വ്യായാമം മാറ്റിവയ്ക്കും തോറും നിങ്ങൾക്ക് ക്ഷീണവും ഊർജ്ജമില്ലായ്മയും കൂടിവരും. ഊർജ്ജമില്ലാതെ വരുമ്പോൾ വ്യായാമം ചെയ്യാനുള്ള സാധ്യത വീണ്ടും കുറയും. നിങ്ങളുടെ മൂഡ് മെച്ചപ്പെടാനുള്ള സാധ്യതയും അതേപോലെ കുറയും. അപ്പോൾ നിങ്ങൾ നിങ്ങളുടെ മൂഡ് വീണ്ടും മോശമാക്കുന്ന കാര്യങ്ങളാകും ചെയ്യാൻ തയ്യാറാവുക.

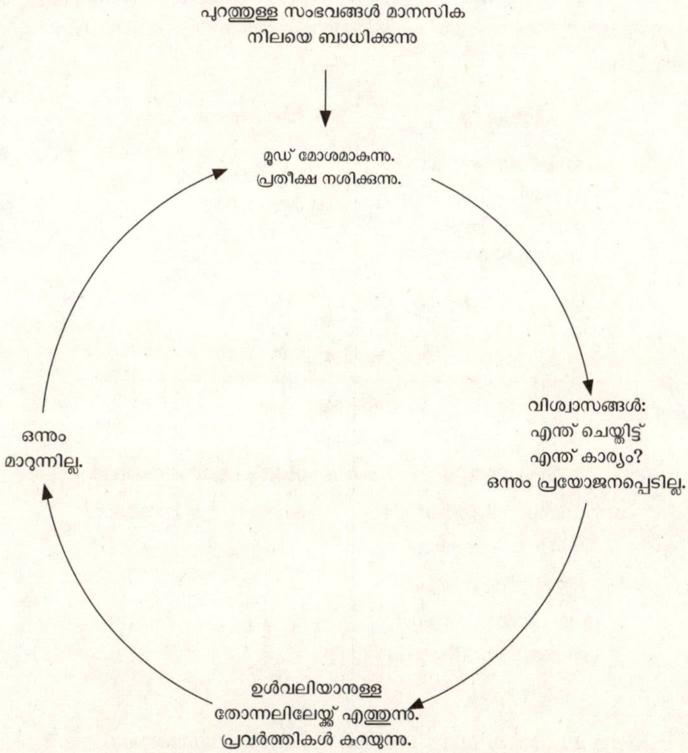

ചിത്രം 1 : മോശം മൂഡിന്റെ താഴേയ്ക്കുള്ള പതനം. എങ്ങനെയാണ് ചില ദിവസങ്ങൾ മോശം മൂഡ് ഉണ്ടാകുന്നത് വിഷാദമായി മാറുന്നത് എന്ന് കാണാം. നേരത്തെ തിരിച്ചറിയാനായാൽ ഈ പ്രതിസന്ധി ഒഴിവാക്കാനാകും. ഗിൽബർട്ടിൽ നിന്ന് (1997)

ഇങ്ങനെയാണ് നാം ചിലതരം അവസ്ഥകളിൽ കുടുങ്ങിപ്പോകുന്നത്. നമ്മുടെ ജീവിതത്തിലെ പല അവസ്ഥകളും പരസ്പരം സ്വാധീനിക്കുന്നുണ്ട്. എന്നാൽ എങ്ങനെ നാം ചില അവസ്ഥകളിൽ കുടുങ്ങുന്നു എന്ന് മനസ്സിലാക്കുമ്പോൾ തന്നെ അതിൽ രക്ഷപെടാനുള്ള വഴിയും കാണാനാകുന്നുണ്ട്.

ഈ ഘടകങ്ങളെല്ലാം പരസ്പരം ചേർന്നാണ് നമ്മുടെ അനുഭവതലമുണ്ടാകുന്നത്. എന്നാൽ നാം നമ്മുടെ ചിന്തകളെയും ശാരീരികാവസ്ഥകളെയും വികാരങ്ങളെയും പ്രവർത്തികളെയും എല്ലാം വേറിട്ടല്ല കാണുന്നത്. നാം അവയെ ഒന്നായാണ് അനുഭവിക്കുന്നത്. ഒരു കൊട്ട നെയ്തെടുക്കുമ്പോൾ നാം ഇഴകൾ വേർതിരിച്ച് കാണാത്തതു പോലെയാണത്. നാം ആ കൊട്ട മാത്രമാണ് കാണുന്നത്. അതുകൊണ്ടാണ് നാം കാര്യങ്ങളെ ഇഴപിരിച്ച് കാണേണ്ടത്. അപ്പോൾ എന്തൊക്കെ മാറ്റങ്ങൾ വരുത്താനാകും എന്ന് നമുക്ക് കാണാൻ സാധിക്കും. താഴെയുള്ള ചിത്രം 2 നിങ്ങളുടെ അനുഭവത്തെ എങ്ങനെ വേർതിരിച്ചുകാണണം എന്ന് വിശദമാക്കും.

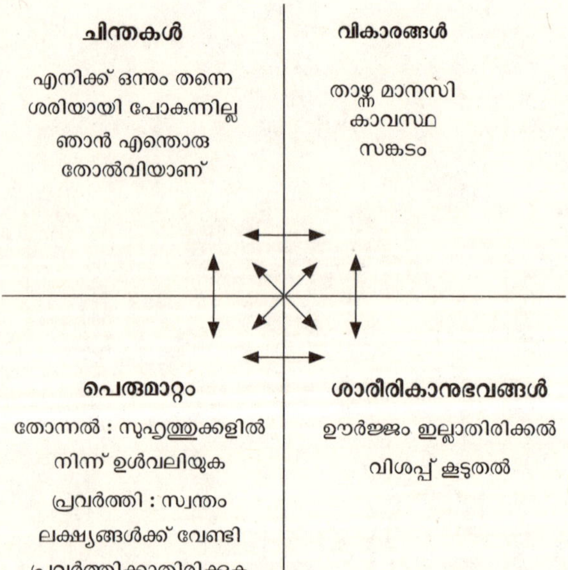

ചിത്രം 2 : മോശം ചിന്തകളുമായി സമയം ചെലവിടുമ്പോൾ മൂഡ് മോശമാകാനുള്ള സാധ്യത കൂടുതലാണ്. എന്നാൽ മൂഡ് മോശമാകുമ്പോൾ മോശം ചിന്തകൾ ഉണ്ടാകാനും സാധ്യത കൂടുതലാണ്. ഇതിൽ നിന്ന് നാം എങ്ങനെ മോശം മൂഡിന്റെ ഒരു ചക്രത്തിൽ പെട്ടുപോകുന്നുവെന്ന് കാണാം. എന്നാൽ ഇതിൽ തന്നെ പുറത്ത് കടക്കാനുള്ള വഴിയും കാണാം.
ഗ്രീൻബർഗർ ആൻഡ് പാഡെസ്കി (2016)

ഇങ്ങനെ പരിശോധിക്കുമ്പോൾ നമുക്ക് എങ്ങനെ നാം കുടുങ്ങിക്കിടക്കുന്നു എന്ന് മാത്രമല്ല എന്തൊക്കെ നമുക്ക് സഹായകമാകും എന്നും മനസ്സിലാക്കാൻ കഴിയും.

തങ്ങളുടെ തോന്നലുകൾ മാറ്റണം എന്ന ആവശ്യവുമായാണ് പലരും തെറാപ്പിക്ക് വരിക. ചില അസഹനീയമായ തോന്നലുകൾ ഇനി സഹിക്കാൻ വയ്യ എന്നാണ് പലരും പറയുക. സന്തോഷവും ആവേശവും ഒന്നും ജീവിതത്തിൽ തോന്നാതിരിക്കുന്ന അവസ്ഥയും ആളുകൾ വിശദീകരിക്കാറുണ്ട്. ഒരു ബട്ടൺ അമർത്തുമ്പോൾ അന്നത്തെ വികാരം തെരഞ്ഞെടുക്കാനൊന്നും കഴിയില്ലല്ലോ. എന്നാൽ ശരീരവും മനസ്സും ചിന്തകളും പ്രവർത്തികളും ഒക്കെ തമ്മിൽ ബന്ധമുണ്ടെന്ന് നമുക്കറിയാം. നമ്മുടെ അനുഭവത്തിൽ ഉള്ള മറ്റു ഭാഗങ്ങളാണ് നമുക്ക് മാറ്റാൻ കഴിയാത്തത്. തലച്ചോറും ശരീരവും ചുറ്റുപാടുകളും തമ്മിലുള്ള തുടർച്ചയായ ആശയവിനിമയത്തിന്റെ അർത്ഥം അവയിലൂടെ നമുക്ക് നമ്മുടെ വികാരങ്ങളെ സ്വാധീനിക്കാൻ കഴിയുമെന്നാണ്.

എവിടെ തുടങ്ങണം?

മോശം മൂഡ് മനസ്സിലാക്കാനുള്ള ആദ്യത്തെ പടി ആ അനുഭവത്തിന്റെ ഓരോ കണികയും അടുത്തറിയുക എന്നതാണ്. അതിനർത്ഥം എല്ലാം ശ്രദ്ധിക്കുക എന്നാണ്. ഒരു തിരിഞ്ഞുനോട്ടം അനിവാര്യമാണ്. തിരിഞ്ഞുനോക്കി ചില നിമിഷങ്ങളെ ശ്രദ്ധാപൂർവ്വം വീക്ഷിക്കുക. കുറച്ചുനാൾ പരിശീലിച്ചുകഴിഞ്ഞാൽ ഒരു കാര്യം സംഭവിക്കുമ്പോൾ തന്നെ ഇത്തരം കാര്യങ്ങൾ നിരീക്ഷിക്കാനുള്ള കഴിവ് നമുക്ക് ഉണ്ടാകും. അപ്പോഴാണ് കാര്യങ്ങൾ മാറ്റാനുള്ള അവസരം നമുക്ക് ലഭിക്കുക.

മോശം മൂഡുമായി തെറാപ്പിക്ക് എത്തുന്ന ഒരാളോട് ശരീരത്തിൽ എവിടെയാണ് അവർ അത് അനുഭവിക്കുന്നത് എന്ന് ഞാൻ ചോദിക്കാറുണ്ട്. അവർ ക്ഷീണം, തളർച്ച, വിശപ്പില്ലായ്മയൊക്കെ അപ്പോൾ ഓർത്തുപറയും. ഇങ്ങനെ തോന്നുമ്പോൾ മനസ്സിലെ ചിന്തകൾ ഇങ്ങനെയൊക്കെയാവും അവർ വിവരിക്കുക, 'എനിക്ക് ഇന്ന് ഒന്നും ചെയ്യാൻ തോന്നുന്നില്ല. എനിക്ക് മടിയാണ്. ഞാൻ ഒരിക്കലും വിജയിക്കില്ല. ഞാൻ എന്തൊരു തോൽവിയാണ്.' ജോലിക്കിടെ കുറച്ചു സമയം ബാത്ത്റൂമിൽ പോയി ഒളിക്കാനും സോഷ്യൽ മീഡിയ നോക്കാനും ഒക്കെ അവർക്കു തോന്നും.

നിങ്ങളുടെ ശരീരത്തിലും മനസ്സിലും എന്താണ് നടക്കുന്നതെന്ന് പരിചയിച്ചാൽ പിന്നെ ആ ബോധം നിങ്ങളുടെ അന്തരീക്ഷത്തിലും ബന്ധങ്ങളിലും ഒക്കെ പരീക്ഷിക്കാം. അവയൊക്കെ നിങ്ങളുടെ ആന്തരിക അനുഭവങ്ങളെയും സ്വഭാവത്തെയും എങ്ങനെ ബാധിക്കുന്നുവെന്ന് മനസ്സിലാക്കാൻ ശ്രമിക്കാം. *സമയമെടുത്ത് വിവരങ്ങൾ ഇഴ കീറി പഠിക്കുക. ഇങ്ങനെ തോന്നുമ്പോൾ ഞാൻ എന്താണ് ചിന്തിക്കുന്നത്?*

ഇങ്ങനെ തോന്നുമ്പോൾ എന്റെ ശരീരം ഏത് അവസ്ഥയിലാണ്? ഈ തോന്നൽ ഉണ്ടാകും മുൻപുള്ള ദിവസങ്ങളിൽ ഞാൻ എന്നെ സ്വയം എങ്ങനെയാണ് പരിപാലിച്ചത്? ഇത് ഒരു വികാരമാണോ അതോ വെറും ശാരീരികാസ്വസ്ഥതയാണോ? പലതരം ചോദ്യങ്ങളുണ്ട്. ചിലപ്പോൾ ഉത്തരങ്ങൾ വളരെ വ്യക്തമായിരിക്കും. മറ്റു ചിലപ്പോൾ ഉത്തരങ്ങൾ സങ്കീർണ്ണമായിരിക്കും. അത് സാരമില്ല. കൂടുതൽ പരിശോധിച്ച് അനുഭവങ്ങൾ എഴുതിവയ്ക്കുംതോറും സ്വയാവബോധം വളരുകയും എന്താണ് നിങ്ങളുടെ അവസ്ഥ നന്നാക്കുക എന്നും എന്താണ് മോശമാക്കുക എന്നും മനസ്സിലാവുകയും ചെയ്യും.

ടൂൾ കിറ്റ് : എന്താണ് നിങ്ങളുടെ മോശം മൂഡിന്റെ കാരണം എന്ന് പരിശോധിക്കാം

ചിത്രം രണ്ടിലെ ക്രോസ് സെക്ഷണൽ ഫോർമുല പ്രകാരം അനുഭവങ്ങളുടെ പല ഭാവങ്ങൾ കണ്ടെത്താൻ പഠിക്കുക. ഇതിൽ നല്ലതും ചീത്തയും അനുഭവങ്ങൾ ഉൾപ്പെടുത്താം. പത്തുമിനിറ്റ് എടുത്ത് ഒരു ദിവസത്തെ ഒരു നിമിഷം ഒന്ന് വിലയിരുത്തുക. ചില ബോക്സുകൾ മറ്റുള്ളവയെക്കാൾ എളുപ്പം പൂരിപ്പിക്കാമെന്ന് നിങ്ങൾ തിരിച്ചറിയും.

ചില കാര്യങ്ങൾ സംഭവിച്ച ശേഷം അതേപ്പറ്റി ചിന്തിക്കുന്നതിലൂടെ പതിയെ നിങ്ങളുടെ അനുഭവങ്ങളും വികാരലോകവും തമ്മിലുള്ള ബന്ധം നിങ്ങൾ തിരിച്ചറിയാൻ തുടങ്ങും.

ഇത് ഒന്ന് പരീക്ഷിക്കൂ. ഈ ഫോർമുലേഷൻ പൂരിപ്പിക്കാൻ ഈ നിർദ്ദേശങ്ങൾ സഹായകമാകും. അല്ലെങ്കിൽ ഇവ നിങ്ങൾക്ക് ഡയറി എഴുതാനുള്ള സൂചികകളായി ഉപയോഗിക്കാം.

- ഇപ്പോൾ ചിന്തിക്കുന്ന നിമിഷത്തിലേയ്ക്ക് നിങ്ങൾ എത്തിയത് എങ്ങനെയാണ്?
- ഈ പുതിയ വികാരം നിങ്ങൾ തിരിച്ചറിയുന്നതിനു തൊട്ടുമുൻപ് എന്താണ് സംഭവിച്ചത്?
- എന്തൊക്കെയായിരുന്നു അപ്പോൾ നിങ്ങളുടെ ചിന്തകൾ?
- നിങ്ങളുടെ ശ്രദ്ധ എന്തിലായിരുന്നു?
- എന്തൊക്കെ വികാരങ്ങളാണ് ഉണ്ടായത്?
- അത് ശരീരത്തിന്റെ ഏത് ഭാഗത്തിലാണ് അനുഭവിക്കാൻ കഴിഞ്ഞത്?
- മറ്റെന്ത് ശാരീരികാനുഭവങ്ങളാണ് നിങ്ങളുടെ ശ്രദ്ധയിൽ പെട്ടത്?

- എന്തൊക്കെ തോന്നലുകളാണ് ഉണ്ടായത്?
- നിങ്ങളുടെ തോന്നലുകളൊക്കെ നിങ്ങൾ അനുസരിച്ചോ?
- ഇല്ലെങ്കിൽ പകരം നിങ്ങൾ എന്ത് ചെയ്തു?
- നിങ്ങളുടെ പ്രവർത്തികൾ നിങ്ങളുടെ വികാരങ്ങളെ എങ്ങനെയാണ് ബാധിച്ചത്?
- നിങ്ങളുടെ പ്രവർത്തികൾ നിങ്ങളുടെ ചിന്തകളെയും വിശ്വാസങ്ങളെയും എങ്ങനെയാണ് സ്വാധീനിച്ചത്?

അധ്യായ സംഗ്രഹം

- അസ്ഥിരമായ മാനസികാവസ്ഥ വളരെ സാധാരണമായ ഒരു കാര്യമാണ്. ആരും എല്ലാ സമയവും സന്തോഷ ത്തോടെയിരിക്കുന്നില്ല. എന്നാൽ നാം എപ്പോഴും മൂഡിന് അനുസരിച്ച് ജീവിക്കേണ്ട കാര്യവുമില്ല. നമുക്ക് ചെയ്യാൻ കഴിയുന്ന പല കാര്യങ്ങളുമുണ്ട്.
- തലച്ചോറിനെ ബാധിക്കുന്ന ഒരു പ്രശ്നത്തെക്കാൾ പലപ്പോഴും നമ്മുടെ ആവശ്യങ്ങൾ നിറവേറാത്തതാണ് മോശം മാനസികാവസ്ഥയ്ക്ക് കാരണം.
- നമ്മുടെ ജീവിതത്തിലെ ഓരോ നിമിഷത്തെയും നമുക്ക് നമ്മുടെ അനുഭവലോകത്തിന്റെ പല തലങ്ങളായി വേർതിരിക്കാൻ കഴിയും.
- ഇവയെല്ലാം പരസ്പരം സ്വാധീനിക്കുന്ന കാര്യങ്ങളാണ്. എങ്ങനെയാണ് നാം മോശം മൂഡിലൂടെ വിഷാദത്തിന്റെ ചുഴിയിലേയ്ക്ക് വീഴുന്നതെന്ന് നമുക്ക് കാണാനാകും.
- നമ്മുടെ വികാരങ്ങൾ നമ്മുടെ സ്വാധീനത്തിലുള്ള പലതി നെയും ആശ്രയിച്ചാണ് രൂപപ്പെടുന്നത്.
- നമുക്ക് നമ്മുടെ വികാരങ്ങൾ ഇഷ്ടം പോലെ തെരഞ്ഞെ ടുക്കാൻ കഴിയില്ലെങ്കിലും നമ്മുടെ തോന്നലുകൾ നിയന്ത്രിക്കാൻ പലതും നമുക്ക് ചെയ്യാൻ കഴിയും.
- രണ്ടാമത്തെ ചിത്രത്തിലെ ഫോർമുലേഷൻ പ്രകാരം നമ്മുടെ മൂഡ് മാറ്റുന്നത് എന്താണെന്നും നമ്മെ ഒരു വികാര ത്തിൽ കുടുങ്ങിക്കിടക്കാൻ പ്രേരിപ്പിക്കുന്നത് എന്താ ണെന്നും മനസ്സിലാക്കാൻ കഴിയും.

2

മാനസികാവസ്ഥയുമായി ബന്ധപ്പെട്ട മുൻകരുതലുകൾ

ഉടനടി ആശ്വാസം ലഭിക്കുന്നതിലെ പ്രശ്നം

നമ്മൾ മോശം മാനസികാവസ്ഥയിലായിരിക്കുമ്പോൾ, നമ്മുടെ മാനസികാവസ്ഥയെ കൂടുതൽ വഷളാക്കുന്ന കാര്യങ്ങൾ ചെയ്യാൻ നമുക്ക് തോന്നും. നമുക്ക് ഉത്കണ്ഠയും മോശം മാനസികാവസ്ഥയും അനുഭവപ്പെടുമ്പോൾ, ഭാരം കുറയ്ക്കാൻ നാം ആഗ്രഹിക്കും. ഏറ്റവും എളുപ്പം ആ തോന്നൽ ജനിപ്പിക്കാൻ സഹായിക്കുന്നത് എന്താണെന്ന് തലച്ചോറിന് നന്നായറിയാം. ഈ മോശം മൂഡ് വേഗം മായ്ച്ചുകളയാൻ സഹായിക്കുന്ന കാര്യങ്ങൾ ചെയ്യാനാവും നാം ആദ്യം തന്നെ ശ്രമിക്കുക. ശ്രദ്ധ തിരിച്ചുവിടാനായി നാം സ്വയം മരവിപ്പിക്കും, വികാരങ്ങളെ ദൂരേയ്ക്ക് മാറ്റി നിറുത്താൻ ശ്രമിക്കും. ചിലർക്ക് ഇത് മദ്യമോ മയക്കമരുന്നുകളോ ഭക്ഷണമോ ആകാം. വേറെ ചിലർക്ക് ഇത് മണിക്കൂറുകളോളം ടിവി കാണുന്നതോ സോഷ്യൽ മീഡിയ സ്ക്രോൾ ചെയ്യുന്നതോ ആകാം. ഇതെല്ലാം പെട്ടെന്നുള്ള സന്തോഷം തരുന്നത് കൊണ്ടുതന്നെ ഏറെ ആകർഷകമായി തോന്നാം. എന്നാൽ ടിവി സ്വിച്ച് ഓഫ് ചെയ്യുമ്പോഴോ ആപ്പ് അടയ്ക്കുമ്പോഴോ മദ്യത്തിന്റെ ആലസ്യം വിടുമ്പോഴോ ഒക്കെ ഈ വികാരങ്ങൾ തിരികെയെത്തും. ഓരോ തവണ നാം ഈ പ്രവർത്തികൾ തുടരുമ്പോഴും വികാരങ്ങൾ ഏറെ ശക്തമായി തിരിച്ചെത്തും.

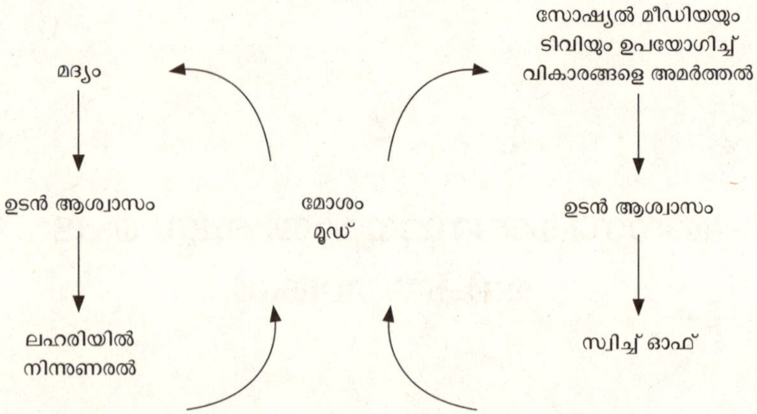

ചിത്രം 3 : പെട്ടെന്നുള്ള ആശ്വാസത്തിന്റെ ക്രൂര ചക്രം.
ഇസബെൽ ക്ലാർക്കിന്റെ കൃതിയിൽ നിന്ന് അവലംബിച്ചത് (2017).

മോശം മൂഡ് പരിഹരിക്കാനുള്ള വഴികളിലൊന്ന് അത്തരം വികാരങ്ങളോട് നാം എങ്ങനെ പ്രതികരിക്കുന്നുവെന്ന് പഠിക്കുകയാണ്. ആശ്വാസം തേടുക എന്നത് ഒരു മനുഷ്യാവശ്യമാണ്. എന്നാൽ ആശ്വാസം കണ്ടെത്താനുള്ള വഴികൾ ദീർഘകാലത്തിൽ പ്രശ്നങ്ങൾ വഷളാക്കുന്നില്ലെന്നും ഉറപ്പ് വരുത്തേണ്ടതുണ്ട്. ദീർഘകാലാടിസ്ഥാനത്തിൽ പ്രയോജനപ്പെടുന്ന കാര്യങ്ങൾ പെട്ടെന്ന് ഫലം തരുന്നവയല്ല.

ഇതൊന്ന് പരീക്ഷിച്ചുനോക്കൂ : ഈ ചോദ്യങ്ങളെ ഡയറി കുറിപ്പുകൾക്കുള്ള പ്രചോദനമായിക്കണ്ട് മോശം മൂഡ് പരിഹരിക്കാനുള്ള നിങ്ങളുടെ മാർഗ്ഗങ്ങളെ വിലയിരുത്തുക.

- മോശം മൂഡ് തോന്നുമ്പോൾ നിങ്ങൾ ഉടനടി ചെയ്യുന്നത് എന്തൊക്കെയാണ്?
- ആ പ്രതികരണങ്ങൾ നിങ്ങൾക്ക് വേദനയിലും അസ്വസ്ഥതയിലും നിന്ന് ഉടനടി ആശ്വാസം നൽകുന്നുണ്ടോ?
- അവയുടെ ദീർഘകാല ഫലങ്ങൾ എന്തൊക്കെയാണ്?
- നിങ്ങൾ അതിന് എന്താണ് ചെലവിടുന്നത്? (പണമല്ല, മറിച്ച് സമയം, ശ്രമം, ആരോഗ്യം, പുരോഗതി എന്നിവ കണക്കിലെടുത്താൽ.)

നിങ്ങളുടെ അവസ്ഥ മോശമാക്കുന്ന ചിന്താരീതികൾ

ചിന്തകളും വികാരങ്ങളും തമ്മിലുള്ള ബന്ധം നമ്മൾ മുൻ അധ്യായത്തിൽ ചർച്ച ചെയ്തിരുന്നല്ലോ. നമ്മുടെ ചിന്തകൾ നമ്മുടെ വികാരങ്ങളെ ബാധിക്കുന്നത് പോലെ നമ്മുടെ വികാരങ്ങൾ ചിന്തകളെയും നിയന്ത്രിക്കാറുണ്ട്. മോശം മൂഡുള്ളപ്പോൾ നാം കടന്നുപോകുന്ന ചിലതരം ചിന്താരീതികൾ ചുവടെ ചേർക്കുന്നു. അവ വളരെ പരിചിതമായി നിങ്ങൾക്ക് തോന്നാം, അത്ര സാധാരണമാണ് അവ. എല്ലാവരും പല അളവിൽ ഇതൊക്കെ അനുഭവിക്കാറുണ്ട്. എന്നാൽ മൂഡിലും വികാരങ്ങളിലും വലിയ വ്യത്യാസങ്ങൾ അനുഭവിക്കുമ്പോഴാണ് ഇത്തരം ചിന്തകൾ സാധാരണയായി ഉടലെടുക്കുക. ഇവ എന്താണെന്ന് മനസ്സിലാക്കുകയും ഇത്തരം ചിന്തകൾ ഉണ്ടാകുമ്പോൾത്തന്നെ തിരിച്ചറിയുകയും ചെയ്യുമ്പോൾ നാം അവയ്ക്ക് നമ്മുടെ മേലുള്ള ശക്തി എടുത്തുമാറ്റുകയാണ് ചെയ്യുന്നത്.

മനസ്സ് വായന

ചുറ്റുമുള്ള ആളുകൾ എന്ത് ചിന്തിക്കുന്നു എന്ന് മനസ്സിലാക്കുന്നത് മനുഷ്യർക്ക് പ്രധാനമാണ്. സാമൂഹ്യജീവികളായ മനുഷ്യർ മറ്റുള്ളവരെ ആശ്രയിച്ചാണ് ജീവിക്കുന്നത്. അതുകൊണ്ട് തന്നെ നമ്മുടെ ജീവിതത്തിന്റെ ഒരു പ്രധാനഭാഗം നാം ചെലവിടുന്നത് മറ്റൊരാളിന്റെ മനസ്സിൽ എന്തായിരിക്കും എന്ന് ഊഹിക്കാൻ ശ്രമിച്ചുകൊണ്ടായിരിക്കും. എന്നാൽ മനസ്സ് വിഷമിച്ചിരിക്കുമ്പോൾ അത്തരം ഊഹങ്ങൾ സത്യമാണെന്ന് നാം വേഗം തന്നെ വിലയിരുത്തും. 'അവളുടെ നോട്ടം കണ്ടപ്പോൾ തന്നെ അവൾക്ക് എന്നോട് വെറുപ്പാണെന്ന് ഞാൻ തിരിച്ചറിഞ്ഞു.' എന്നാൽ വിഷമിച്ചിരിക്കാത്ത ഒരു ദിവസം ഇതേ അവസ്ഥയെ നാം സംശയത്തോടെ സമീപിക്കുകയും ആ വ്യക്തിയോട് ഇതേപ്പറ്റി സംസാരിക്കുകപോലും ചെയ്യും.

മോശം മൂഡുള്ളപ്പോൾ നിങ്ങൾ മറ്റുള്ളവരിൽ നിന്ന് ചിലതരം ഉറപ്പുകൾ അന്വേഷിക്കുന്നതായി കാണാം. അത്തരം ഉറപ്പുകൾ ഉടനടി ലഭിച്ചില്ലെങ്കിൽ അവർക്ക് നിങ്ങളോട് താൽപ്പര്യമില്ലെന്ന് നിങ്ങൾ അതിവേഗം തന്നെ വിധിയെഴുതും. എന്നാൽ അതൊരു മുൻവിധിയാണ്. ഒരുപക്ഷെ നിങ്ങൾ തന്നെയാവും നിങ്ങളെപ്പറ്റി ഏറ്റവും കർശന വിമർശനം നടത്തുന്നത്.

അമിതമായ സാമാന്യവൽക്കരണം

മോശം മൂഡുള്ളപ്പോൾ എന്തെങ്കിലും ചെറിയ കാര്യം മതി, ആ ദിവസം മുഴുവൻ നശിച്ചതായി തോന്നാൻ. കാലത്ത് പാൽ തിളച്ച് തൂവി. അത് എല്ലായിടത്തും പരന്നു. നേരം വൈകുന്നതോർത്ത് നിങ്ങൾക്ക് ദേഷ്യവും പിരിമുറുക്കവുമുണ്ടായി. ഇത്തരം ദിവസങ്ങളെ

'ഈ ദിവസം ഇനി നന്നാകില്ല' എന്ന് തീരുമാനിക്കുന്നത് അമിതമായ സാമാന്യവൽക്കരണമാണ്. ഒന്നും ഒരിക്കലും നന്നാവുകയില്ലെന്ന് തോന്നും. ലോകം നിങ്ങൾക്കെതിരാണെന്ന് നിങ്ങൾ ഉറപ്പിക്കും, ഒരു ആശ്വാസം കൊതിക്കും.

ഇത്രയൊക്കെ ആകുമ്പോൾ ഇനിയും മോശം കാര്യങ്ങൾ മാത്രം നിങ്ങൾ പ്രതീക്ഷിക്കും. പിന്നീടങ്ങോട്ട് നിരാശയിലേക്കുള്ള ഒരു കൂപ്പുകുത്തലാണ് സംഭവിക്കുക. ബന്ധങ്ങൾ തകരുന്നതിനോടനുബന്ധിച്ചാണ് ഇത് സംഭവിക്കുക. ഒരു ബന്ധം തകരുമ്പോൾ ഇനി ഒരു ബന്ധവും ശരിയായി സംഭവിക്കില്ലെന്നും നിങ്ങൾക്ക് ജീവിതത്തിൽ സന്തോഷമേ ഉണ്ടാകില്ലെന്നും നിങ്ങൾ വിധിയെഴുതും. ഇത്തരം ചിന്തകൾ സ്വാഭാവികമാണ്, എന്നാൽ അവ പരിഹരിച്ചില്ലെങ്കിൽ കൂടുതൽ വേദനയ്ക്കും നിരാശയ്ക്കും കാരണമാകും.

സ്വാർത്ഥ ചിന്ത

ബുദ്ധിമുട്ടേറിയ സാഹചര്യങ്ങൾ വരികയും നിങ്ങൾക്ക് മോശമായി തോന്നുകയും ചെയ്യുമ്പോൾ നമ്മുടെ ശ്രദ്ധ കുറയും. മറ്റുള്ളവരുടെ അഭിപ്രായങ്ങളും വീക്ഷണങ്ങളും പരിഗണിക്കാൻ ബുദ്ധിമുട്ട് തോന്നും. അല്ലെങ്കിൽ അവയുടെ മൂല്യം വേറെയാണെന്ന് തോന്നും. ഈ പ്രശ്നം നമ്മുടെ ബന്ധങ്ങളിലും വിള്ളലുകൾ വീഴ്ത്തും. കാരണം നമുക്ക് മറ്റുള്ളവരോടുള്ള ബന്ധം അത് അട്ടിമറിക്കും.

ഉദാഹരണത്തിന്, 'ഞാൻ എപ്പോഴും എല്ലായിടത്തും സമയത്ത് എത്തും' എന്നൊരു നിയമം നിങ്ങൾക്ക് ജീവിതത്തിലുണ്ടെങ്കിൽ ആളുകൾ നമ്മുടെ നിയമം പാലിക്കാതെ വരുമ്പോൾ നമുക്ക് വിഷമമാകും. അങ്ങനെ പെരുമാറുമ്പോൾ നിങ്ങൾ അസഹിഷ്ണുവായ ഒരാളാണെന്ന് തോന്നാം. അങ്ങനെ നിങ്ങളുടെ ബന്ധങ്ങൾ തകരാറിലാകും. നിങ്ങൾക്ക് നിയന്ത്രിക്കാൻ കഴിയാത്തവയെ നിയന്ത്രിക്കാൻ ശ്രമിക്കുമ്പോൾ സ്വാഭാവികമായി നിങ്ങൾക്ക് മനോവിഷമം ഉണ്ടാവുകതന്നെ ചെയ്യും.

വൈകാരിക യുക്തി

ചിന്തകൾ യാഥാർത്ഥ്യങ്ങളല്ലാത്തതു പോലെ വികാരങ്ങളും യാഥാർത്ഥ്യമല്ല. വികാരങ്ങൾ വിവരങ്ങളാണ്. എന്നാൽ വിവരങ്ങൾ വികാരങ്ങൾ പോലെ തീക്ഷ്ണമാകുമ്പോൾ നാം അവയെ വിശ്വസിച്ചുപോകും. അവ യഥാർത്ഥമാണെന്ന് കരുതിപ്പോകും. ഇതാണ് എനിക്ക് തോന്നുന്നത്, അപ്പോൾ ഇതാവും യാഥാർത്ഥ്യം. എന്നാൽ വൈകാരിക യുക്തി ഒരു പിശകാണ്. നമ്മുടെ തോന്നലുകളെ നാം തെളിവായി സ്വീകരിക്കുകയും എതിർയുക്തികളെ കണ്ടില്ലെന്ന് വെയ്ക്കുകയും ചെയ്യും. ഉദാഹരണത്തിന്, പരീക്ഷാഹാളിൽ നിന്നിറങ്ങിയപ്പോൾ നിങ്ങൾക്ക് ആത്മവിശ്വാസം കുറഞ്ഞതായി അനുഭവപ്പെടുകയും നിങ്ങൾ സങ്കടത്തിലാവുകയും

ചെയ്തു എന്ന് കരുതുക. വൈകാരിക യുക്തി നിങ്ങളോട് പറയുക നിങ്ങൾ പരീക്ഷയിൽ തോറ്റു എന്നാകും. നിങ്ങൾ ഒരു പക്ഷെ പരീക്ഷ മോശമല്ലാത്ത രീതിയിൽ എഴുതിയിട്ടുണ്ടാകും. എന്നാൽ നിങ്ങളുടെ തലച്ചോർ നിങ്ങളുടെ തോന്നലുകളെ അടിസ്ഥാനപ്പെടുത്തിയാണ് തീരുമാനങ്ങൾ എടുക്കുക. നിങ്ങൾ ജയിച്ചതായി നിങ്ങൾക്ക് തോന്നുകയേയില്ല. നിങ്ങളുടെ ക്ഷീണം കാരണമാകും നിങ്ങൾക്ക് സന്തോഷം തോന്നാത്തത്. എന്നാൽ ആ തോന്നൽ നിങ്ങളുടെ വിലയിരുത്തലിനെ ബാധിക്കുന്നതായി കാണാം.

മാനസിക ഫിൽറ്റർ

നിങ്ങൾക്ക് ഒരു വിശ്വാസമുണ്ടെങ്കിൽ അത് ശരിയാണെന്നു തെളിയിക്കാനുള്ള സൂചനകൾ നിങ്ങളുടെ തലച്ചോർ തിരഞ്ഞുകൊണ്ടേയിരിക്കും. നമ്മുടെ വിശ്വാസങ്ങളെ ചോദ്യം ചെയ്യുന്ന വിവരങ്ങൾ നമ്മുടെ മാനസികനിലയ്ക്ക് ഒരു ഭീഷണിയാണ്. പെട്ടെന്ന് കാര്യങ്ങൾ പ്രവചനാതീതമാവുകയും നിങ്ങൾക്ക് സുരക്ഷിതത്വം തോന്നാതിരിക്കുകയും ചെയ്യും. അങ്ങനെയാണ് ചില കാര്യങ്ങളെ തലച്ചോർ കണ്ടില്ലെന്ന് വയ്ക്കുന്നതും ചില വിശ്വാസങ്ങൾ നമ്മെ വിഷമിപ്പിച്ചാലും നാം മുൻധാരണകളിൽ കുടുങ്ങിക്കിടക്കുന്നതും. അങ്ങനെ ബുദ്ധിമുട്ടുള്ള സമയങ്ങൾ വരുമ്പോൾ നിങ്ങൾക്ക് സങ്കടം തോന്നുകയും നിങ്ങൾ ഒരു തോൽവിയാണെന്ന് നിങ്ങൾ കരുതുകയും ചെയ്യുമ്പോൾ നിങ്ങളുടെ മനസ്സ് ഒരു അരിപ്പ പോലെ അതിനെ എതിർക്കുന്ന വിവരങ്ങളെ തടയുകയും നിങ്ങൾ പ്രതീക്ഷയ്ക്കൊത്ത് ഉയർന്നില്ല എന്ന തോന്നൽ നിങ്ങളിൽ അവശേഷിപ്പിക്കുകയും ചെയ്യും.

നിങ്ങൾ സോഷ്യൽ മീഡിയയിൽ ഒരു ചിത്രം പോസ്റ്റ് ചെയ്തു. നിങ്ങളുടെ ധാരാളം ഫോളോവർമാർ അതിൽ പോസിറ്റീവ് ആയ കമന്റുകൾ ഇട്ടു എന്ന് കരുതുക. എന്നാൽ നിങ്ങളുടെ ശ്രദ്ധ അതിലൊന്നും അല്ല. നിങ്ങൾ അവയൊക്കെ മറികടന്ന് ആരെങ്കിലും നെഗറ്റീവ് ആയി എന്തെങ്കിലും പറഞ്ഞിട്ടുണ്ടോ എന്ന് തിരക്കും. അങ്ങനെ എന്തെങ്കിലും കണ്ടാൽ നിങ്ങൾ ദിവസം മുഴുവൻ അതേപ്പറ്റി മാത്രം ചിന്തിച്ച് വിഷമിച്ച് സ്വയം സംശയിക്കും.

പരിണാമപരമായി സംസാരിച്ചാൽ നിങ്ങളുടെ ഈ വൈകാരിക അവസ്ഥയിൽ നിങ്ങൾ ഭീഷണികൾ തിരഞ്ഞുകൊണ്ടേയിരിക്കും. നിങ്ങൾ ഒരു ഇരുണ്ട സ്ഥലത്ത് നിന്ന് തിരിച്ചുവരാൻ ശ്രമിക്കുമ്പോൾ മനസ്സിന്റെ ഈ ഫിൽറ്റർ എങ്ങനെയാണ് പ്രവർത്തിക്കുന്നത് എന്ന് അറിഞ്ഞിരിക്കുന്നത് പ്രധാനമാണ്.

പ്രധാന പോയിന്റുകളും നുറുങ്ങുകളും

നിർബന്ധമായി ചെയ്യേണ്ടതെന്ന് നിങ്ങൾ ചിന്തിക്കുന്ന കാര്യങ്ങളെ

ഒന്ന് സൂക്ഷിക്കുക. നമുക്ക് നമ്മുടെ സമൂഹത്തോട് പാലിക്കേണ്ട കടമകളെ പ്പറ്റിയല്ല ഞാൻ പറയുന്നത്. ശ്രദ്ധിക്കേണ്ടത് നമ്മെ സങ്കടകടലിലേയ്ക്ക് തള്ളിവിടാൻ പ്രാപ്തിയുള്ള നിർബന്ധബുദ്ധികളെയാണ്. ഞാൻ ഇങ്ങനെയാണ് ആകേണ്ടത്, എനിക്ക് ഇങ്ങനെയാണ് തോന്നേണ്ടത് എന്നൊക്കെയുള്ള വിചാരങ്ങളെയാണ് നാം നിലയ്ക്ക് നിറുത്തേണ്ടത്. ഇത്തരം ചെയ്തേ കഴിയൂ എന്ന ചിന്തകൾ പൂർണ്ണതയുമായി അടുത്ത് നിൽക്കുന്നു. നിങ്ങൾ ഒരിക്കലും തോൽക്കാൻ പാടില്ല എന്നാണ് നിങ്ങളുടെ ചിന്തയെങ്കിൽ ഒരു പരാജയം വരുമ്പോൾ വികാരങ്ങളുടെ ഒരു കുത്തൊഴുക്കാണ് നിങ്ങളെ കാത്തിരിക്കുന്നത്. വിജയങ്ങൾക്കായി പരിശ്രമിക്കുന്നതോടൊപ്പം പരാജയങ്ങളെ സ്വീകരിക്കാനുള്ള മനസ്സ് കാണിക്കുകയാണ് വേണ്ടത്. എന്നാൽ നമുക്ക് സാധിക്കാത്തത്ര ഉയർന്ന പ്രതീക്ഷകൾ വയ്ക്കുമ്പോൾ നാം അവയിൽ കുടുങ്ങിപ്പോവുകയാണ് ചെയ്യുന്നത്. പ്രതീക്ഷകൾക്കൊത്ത് നാം ഉയരുന്നില്ലെന്ന് തോന്നുമ്പോഴെല്ലാം കഠിന പീഡയിലൂടെയാണ് കടന്നുപോകേണ്ടിവരുന്നത്. അതുകൊണ്ട് അത്തരം ശാഠ്യങ്ങളെ സൂക്ഷിക്കുക. നിങ്ങളുടെ മാനസികാവസ്ഥ മോശമായിരിക്കുമ്പോൾ നല്ല മൂഡിലുള്ളത് പോലെ തന്നെ എല്ലാ കാര്യങ്ങളും നടക്കണമെന്ന് വാശി പിടിക്കുന്നത് ഒട്ടും സഹായകമല്ല.

എല്ലാം അല്ലെങ്കിൽ ഒന്നുമില്ല എന്ന ചിന്ത

കറുപ്പും വെളുപ്പും ചിന്ത എന്നും അറിയപ്പെടുന്ന ഇത്, നമ്മൾ ശ്രദ്ധിച്ചില്ലെങ്കിൽ നമ്മുടെ മാനസികാവസ്ഥയെ നശിപ്പിക്കുന്ന മറ്റൊരു ചിന്താഗതിയാണ്. അങ്ങേയറ്റങ്ങളിൽ മാത്രം ചിന്തിക്കുന്നതിന്റെ ഒരു പ്രശ്നമാണിത്. *ഞാൻ ഒന്നുകിൽ ഒരു വിജയമാണ്, അല്ലെങ്കിൽ ഞാൻ ഏറ്റവും വലിയ തോൽവിയാണ്. ഏറ്റവും മനോഹരമായിരുന്നില്ലെങ്കിൽ ഞാൻ വികൃതരൂപിയാണ്. ഒരു ചെറിയ തെറ്റ് പറ്റിയാൽ പിന്നെ ഞാൻ ശ്രമിക്കാനേ പാടില്ലായിരുന്നു എന്ന ചിന്ത വരും.* ഇത്തരം ചിന്താഗതി യാഥാർത്ഥ്യത്തോട് അടുത്ത് നിൽക്കുന്ന കറുപ്പും വെളുപ്പുമല്ലാത്ത ചാരനിറമുള്ള കാര്യങ്ങളിൽ നിന്ന് നമ്മെ മാറ്റിനിറുത്തുന്നു. കൂടുതൽ തീവ്രമായ വൈകാരിക പ്രതികരണങ്ങൾക്ക് കാരണമാകുന്നത് കൊണ്ട് ഇത്തരം ചിന്താഗതി കാര്യങ്ങൾ ഏറെ വഷളാക്കുകയും ചെയ്യുന്നു. ഒരു പരീക്ഷയിൽ തോറ്റാൽ ഉടനെ ജീവിതം പൂർണ്ണപരാജയമായെന്നു കരുതുന്ന ഒരാളുടെ വൈകാരിക പീഡ അതിതീവ്രമായിരിക്കും. അതിൽ നിന്ന് പുറത്തുവരിക ഏറെ ശ്രമകരവും.

മോശം മാനസികാവസ്ഥയിൽ ഇരിക്കുമ്പോൾ ഇത്തരത്തിൽ ചിന്തിക്കാനുള്ള സാധ്യത വളരെ കൂടുതലാണ്. എന്നാൽ നിങ്ങളുടെ തലച്ചോർ കാര്യങ്ങളെ തെറ്റായി കാണുന്നത് കൊണ്ടോ നിങ്ങളുടെ ചിന്തകൾക്ക് എന്തെങ്കിലും പ്രശ്നമുള്ളത് കൊണ്ടോ അല്ല ഇത് സംഭവിക്കുന്നത് എന്നോർക്കുക. നാം സംഘർഷത്തിലായിരിക്കുമ്പോൾ

എല്ലാം അല്ലെങ്കിൽ ഒന്നുമില്ല എന്ന ചിന്ത ലോകത്തിന്റെ പ്രതികരണങ്ങളെ മുൻകൂട്ടി കാണാൻ നമ്മെ പ്രാപ്തരാക്കും. എന്നാൽ ഒരു വാദത്തിന്റെ എല്ലാ വശങ്ങളും പരിഗണിച്ച് യുക്തിപരമായി ചിന്തിച്ച് ശരിയായ തീരുമാനമെടുക്കാനുള്ള അവസരമാണ് അപ്പോൾ നമുക്ക് നഷ്ടമാകുന്നത്.

മുൻവിധി നിറഞ്ഞ ചിന്ത	എന്താണത്?	ഉദാഹരണം
മനസ്സ് വായന	മറ്റുള്ളവർ എന്താണ് ചിന്തിക്കുന്നത്, അവർക്ക് എന്തൊക്കെയാണ് തോന്നുന്നത് എന്നൊക്കെ അനുമാനിക്കുക.	'അവൾ കുറെ നാളായി എന്നെ വിളിക്കാത്തത് എന്നോട് ഇഷ്ടമില്ലാത്തത് കൊണ്ടാണ്.'
അമിതമായ സാമാന്യ വൽക്കരണം	ഒരു സംഭവം മുൻനിർത്തി കാര്യങ്ങളെ സാമാന്യ വൽക്കരിക്കുക.	'ഞാൻ പരീക്ഷയിൽ തോറ്റു. എന്റെ ഭാവി നശിച്ചു.'
ഈഗോ നിറഞ്ഞ ചിന്ത	മറ്റുള്ള ആളുകൾക്കും നമ്മുടെ അതേ ചിന്തകളും മൂല്യങ്ങളുമാണ് ഉള്ളതെന്ന് അനുമാനിച്ചുകൊണ്ട് അവരുടെ പ്രവർത്തികളെ ആ ദൃഷ്ടികോണിലൂടെ കാണുക.	'ഞാൻ ഒരിക്കലും അങ്ങനെ വൈകി വരില്ല. അയാൾക്ക് എന്നോട് കരുതൽ ഇല്ലാത്തത് കൊണ്ടാണ് അങ്ങനെ ചെയ്യുന്നത്.'
വൈകാരിക യുക്തി	എനിക്ക് അങ്ങനെ തോന്നുന്നു, അപ്പോൾ അത് ശരിയായിരിക്കും.	'എനിക്ക് വിഷമം തോന്നുന്നു, അതുകൊണ്ട് ഞാൻ ഒരു മോശം രക്ഷിതാവാണ്.'
നിങ്ങളുടെ അവസ്ഥ മോശമാക്കുന്ന ചിന്താ രീതികൾ	എല്ലാ ദിവസവും ഒരു തോൽവിയാണ് എന്ന് തോന്നാൻ പാകത്തിൽ നിർണ്ണയിക്കുന്ന ഉയർന്ന പ്രതീക്ഷകൾ.	'ഞാൻ എപ്പോഴും അതീവ സൗന്ദര്യത്തിൽ കാണപ്പെടണം.' 'എന്റെ ഏറ്റവും മികച്ച പ്രകടനമല്ലാതെ മറ്റൊന്നും പാടില്ല.'
എല്ലാം അല്ലെങ്കിൽ ഒന്നുമില്ല എന്ന ചിന്ത	അങ്ങേയറ്റങ്ങളിൽ മാത്രം ചിന്തിക്കുക.	'എനിക്ക് നൂറു ശതമാനം ലഭിച്ചില്ലെങ്കിൽ ഞാൻ ഒരു പരാജയമാണ്.' 'ഏറ്റവും പരിപൂർണ്ണ സൗന്ദര്യം ഇല്ലെങ്കിൽ ഞാൻ പുറത്തു പോകുന്നില്ല.'

ചിത്രം 4 : മുൻവിധി നിറഞ്ഞ ചിന്തകൾക്ക് ഉദാഹരണങ്ങൾ

ഇത്തരം മുൻവിധികളെ എന്ത് ചെയ്യണം?

ചില മുൻവിധികൾ നിങ്ങളുടെ മാനസികനിലയെ ബാധിക്കുന്നു എന്ന് നാം മനസ്സിലാക്കിക്കഴിഞ്ഞു. ഇനി എന്താണ് ചെയ്യേണ്ടത്? ഇത്തരം ചിന്തകൾ ഉണ്ടാകുന്നത് തടയാൻ നമുക്ക് കഴിയില്ല. എന്നാൽ ഇവ മുൻവിധികളാണ് എന്ന് തിരിച്ചറിയാനും അവയോടുള്ള പ്രതികരണങ്ങളെ നിയന്ത്രിക്കാനും നമുക്ക് കഴിയും. നമ്മുടെ മനസ്സിൽ ഉടലെടുക്കുന്ന ഓരോ ചിന്തയും പല സാധ്യതകളിൽ ഒന്ന് മാത്രമാണെന്ന് മനസ്സിലാക്കിയാൽ മറ്റ് ചിന്തകളെയും പരിഗണിക്കാൻ നമുക്ക് സാധിക്കും. ആദ്യം സംഭവിച്ച ചിന്തയ്ക്ക് നമ്മുടെ മാനസികനിലയുടെ മേലുള്ള അധികാരം കുറയ്ക്കാൻ നമുക്ക് സാധിക്കും.

നമ്മൾ ആഗ്രഹിക്കുന്ന രീതിയിൽ പ്രതികരിക്കണമെങ്കിൽ ഇത്തരം ചിന്തകൾ ഉണ്ടാകുമ്പോൾ തന്നെ അവ എന്താണെന്നു തിരിച്ചറിയാൻ നമുക്ക് കഴിയണം. ഒന്ന് പുറകോട്ടു നോക്കി അവയെ ഒരു മുൻവിധിയാണെന്ന് തിരിച്ചറിഞ്ഞില്ലെങ്കിൽ അവ നമ്മുടെ യാഥാർത്ഥ്യമായി മാറും. പിന്നെ അവ നമ്മുടെ മാനസിക നില മോശമാക്കുകയും തുടർന്നുള്ള നമ്മുടെ പ്രവർത്തികളെ നിയന്ത്രിക്കുകയും ചെയ്യും.

മുൻവിധികൾ തിരിച്ചറിയുന്നത് വളരെ ലളിതമാണ്. എന്നാൽ അതിനർത്ഥം അത് എളുപ്പമാണെന്നല്ല. ഒരു കാര്യം സംഭവിക്കുമ്പോൾ തെളിഞ്ഞു കാണാൻ കഴിയുന്ന ഒരു കാര്യം മാത്രമല്ല നാം അനുഭവിക്കുന്നത്. നമ്മുടെ മുന്നിൽ വികാരങ്ങളുടെ ഒരു കൂമ്പാരമാണ് ഉള്ളത്. അതിന്റെ കൂടെ ശാരീരികമായ തോന്നലുകൾ, ചിത്രങ്ങൾ, ഓർമ്മകൾ, ചോദനകൾ എന്നിങ്ങനെ എന്തെല്ലാമാണ് ഒരേ സമയം മനസ്സിൽ എത്തുന്നത്. തോന്നുന്ന കാര്യങ്ങൾ എല്ലാം ചെയ്യുന്ന ശീലമുള്ളതുകൊണ്ട് എന്താണ് സംഭവിക്കുന്നത് എന്ന് മനസ്സിലാക്കാനും ചിന്തിക്കാനുമൊക്കെ വളരെയധികം ക്ഷമയും തയ്യാറെടുപ്പും വേണ്ടിവരും. മുൻവിധികൾ തിരിച്ചറിയാനും അവയ്ക്ക് നിങ്ങളുടെ മേലുള്ള പ്രഭാവം തിരിച്ചറിയാനും സഹായകമായ ചില മാർഗ്ഗങ്ങൾ താഴെ കൊടുക്കുന്നു.

തുടക്കം

- തീഷ്ണമായ വൈകാരിക അവസ്ഥകളിൽ തെളിഞ്ഞ ചിന്ത സാധിച്ചെന്ന് വരില്ല. അത്തരം സന്ദർഭങ്ങളിൽ ചില വൈകാരിക നിമിഷങ്ങൾ കഴിഞ്ഞതിന് ശേഷം അതിൽ ഉൾപ്പെട്ട മുൻവിധികൾ വിശകലനം ചെയ്യുന്നതാവും എളുപ്പം. തിരിഞ്ഞുനോട്ടങ്ങളിലൂടെ നിങ്ങൾ ചില ധാരണകൾ വളർത്തിയെടുത്താൽ പിന്നീട് ഒരു വൈകാരിക അവസ്ഥയിലിരിക്കുമ്പോൾ തന്നെ അവയെ മനസ്സിലാക്കാനുള്ള കഴിവ് ആർജ്ജിക്കാൻ സാധിക്കും.
- ഒരു ജേർണൽ സൂക്ഷിക്കുകയും ശ്രദ്ധിക്കേണ്ട നല്ലതും ചീത്തയുമായ നിമിഷങ്ങളെപ്പറ്റി അതിൽ എഴുതുകയും ചെയ്യുക. നിങ്ങളുടെ ആ

സമയത്തെ ചിന്തയെയും നിങ്ങൾ നിരീക്ഷിച്ച വികാരങ്ങളെപ്പറ്റിയും ആ സമയത്ത് സംഭവിച്ച ശാരീരിക അവസ്ഥകളെപ്പറ്റിയും എഴുതുക. ഇത്തരം ചിന്തകൾ എഴുതിക്കഴിഞ്ഞാൽ മുൻവിധികളുടെ ലിസ്റ്റുമായി തട്ടിച്ചുനോക്കി നിങ്ങളുടെ ചിന്തകൾ അത്തരം മുൻവിധികൾ നിറഞ്ഞതാണോ എന്ന് പഠിക്കുക.

- ഒരു വൈകാരിക നിമിഷത്തിൽ ആയിരിക്കുമ്പോൾ തന്നെ സാധിക്കുമെങ്കിൽ ഒരു പേനയും പേപ്പറും എടുത്ത് നിങ്ങളുടെ ചിന്തകളെയും വികാരങ്ങളെയും ശാരീരിക അനുഭവങ്ങളെയും വിവരിക്കാൻ ശ്രമിക്കുക. എന്നാൽ എഴുതുമ്പോൾ അതിവൈകാരികമല്ലാത്ത രീതിയിൽ എഴുതാൻ ശ്രമിക്കുക. ഉദാഹരണത്തിന്, *എനിക്ക് ഇത്തരം ചിന്തകളുണ്ടാകുന്നു... അല്ലെങ്കിൽ ഇങ്ങനെയുള്ള ചില അവസ്ഥകൾ ഞാൻ ശ്രദ്ധിക്കുന്നു* എന്ന് എഴുതുക. ഇത്തരത്തിൽ ഭാഷ ഉപയോഗിക്കുമ്പോൾ നിങ്ങൾ വൈകാരികമായ ചിന്തകളിൽ നിന്നും വികാരങ്ങളിൽ നിന്നും അൽപ്പം അകലം പാലിക്കുകയാണ് ചെയ്യുന്നത്. ഒരു യാഥാർത്ഥ്യം എന്നതിലുപരി നിങ്ങൾക്ക് സംഭവിക്കുന്ന ഒരു അനുഭവമായി അതിനെ കാണാൻ നിങ്ങൾക്ക് സാധിക്കും.
- നിങ്ങൾക്ക് വിശ്വാസമുള്ള ആരെങ്കിലും ഉണ്ടെങ്കിൽ ഇത്തരം മുൻവിധികൾ അവരുമായി തുറന്ന് ചർച്ച ചെയ്യാം. നിങ്ങളുടെ തോന്നലുകളിലെ ശരികളും തെറ്റുകളും ആത്മാർത്ഥമായി ചൂണ്ടിക്കാണിക്കുന്ന ആരെങ്കിലുമായിരിക്കണം അത്. എന്നാൽ അതിനായി നിങ്ങളുടെ തീരുമാനങ്ങളെ ബഹുമാനിക്കുകയും നിങ്ങളുടെ വളർച്ചയെയുംമാറ്റത്തെയുംപിന്തുണയ്ക്കുകയുംചെയ്യുന്നഒരുവ്യക്തിയെ വേണംആശ്രയിക്കാൻ.ഒരുവൈകാരികനിമിഷത്തിൽസത്യങ്ങൾ തുറന്നുപറഞ്ഞു കേൾക്കുന്നത് ഒരിക്കലും എളുപ്പമായിരിക്കില്ല. ഇത് നിങ്ങൾക്ക് സ്വീകരിക്കാൻ കഴിയുമോ എന്ന് ഉറപ്പുവരുത്തിയ ശേഷമേ മറ്റൊരു വ്യക്തിയെ ആശ്രയിക്കാൻ പാടുള്ളൂ.
- പരിപൂർണ്ണ ശ്രദ്ധ പ്രോത്സാഹിപ്പിക്കുന്നതാണ് പ്രധാനപ്പെട്ട ഒരു വഴി. നിങ്ങൾ ചെയ്യുന്ന എല്ലാ കാര്യങ്ങളെയും ശ്രദ്ധാപൂർവ്വം അകലെ നിന്ന് വീക്ഷിക്കുക. എന്നും ഒരു നിശ്ചയിച്ച സമയത്ത് നിങ്ങൾ സ്വയം ചിന്തകളെ വിശകലനം ചെയ്യുന്നത് നന്നായിരിക്കും. നിങ്ങളുടെ ചിന്തകളിൽ നിന്ന് സ്വയം മാറി നിന്ന് മുൻവിധികളില്ലാതെ ഒന്ന് വിശകലനം ചെയ്ത് നോക്കുന്നത് ഗുണം ചെയ്യും.

ചില സൂചികകൾ

നമ്മുടെ ചിന്തകളെപ്പറ്റി നാം കൂടുതൽ അറിഞ്ഞുതുടങ്ങുമ്പോൾ ലോകത്തെപ്പറ്റി ഒരു വ്യാഖ്യാനം മാത്രമുണ്ടാവുക എന്ന രീതിയിൽ നിന്ന് പുറത്തുവരാൻ ഏറെ പരിശ്രമിക്കേണ്ടി വരും. മറ്റ് സാധ്യതകളെയും

സ്വീകരിക്കാൻ മനസ്സിനെ പാകപ്പെടുത്തേണ്ടി വരും. ചില സാധാരണ മുൻധാരണകളെ അറിയുന്നതും മനസ്സിലാക്കുന്നതും സഹായകമായേക്കും.

ഇത് ഒരു തവണ മാത്രം ചെയ്യുന്ന ഒരു കാര്യമല്ല. തുടർച്ചയായ ശ്രമവും പരിശീലനവും ഇതിന് ആവശ്യമാണ്. ചിലപ്പോൾ ഒരു ചിന്തയുണ്ടാകുമ്പോൾ അതൊരു മുൻധാരണയാണെന്ന് ഉടനെ മനസ്സിലാകണമെന്നില്ല. എന്നാൽ ചിലപ്പോൾ നിങ്ങൾക്ക് അവയെ ഉടനടി തിരിച്ചറിയാനും പറ്റിയ ഒരു മാർഗ്ഗം കണ്ടെത്താനും കഴിയും.

മറ്റു ഉപാധികൾ തിരയുമ്പോൾ ആളുകൾ ശരിയായ ഉത്തരം അന്വേഷിക്കുകയാണ് ചെയ്യുക. എന്നാൽ ഈ വേറിട്ട ചിന്തയെ നിങ്ങൾ എങ്ങനെ വിവരിക്കുന്നു എന്നതല്ല, മറിച്ച് നിങ്ങൾ ഒരു ധാരണയെ ഊട്ടി ഉറപ്പിക്കുന്നതിനു മുൻപ് തന്നെ മറ്റു കാഴ്ചപ്പാടുകൾ പരിഗണിക്കാൻ തയ്യാറാകുന്നു എന്നതാണ് ഏറെ പ്രധാനം. എല്ലാ വിവരങ്ങളും മുൻ നിർത്തി സന്തുലിതവും നീതിപൂർവ്വവും അനുകമ്പാപൂർവ്വവുമായ ഒരു വീക്ഷണമുണ്ടാകാൻ അത് സഹായകമാകും. വികാരങ്ങൾ നമ്മെ തീക്ഷ്ണവും വിരോധാഭാസം നിറഞ്ഞതുമായ കാഴ്ചപ്പാടുകളിൽ കൊണ്ടെത്തിക്കുന്നു. എന്നാൽ ജീവിതം ഏറെ സങ്കീർണ്ണമാണ്. ഒരു കാര്യത്തെപ്പറ്റി ഉടനടി തെളിഞ്ഞ വീക്ഷണം ഉണ്ടാകണമെന്ന് നിർബന്ധമില്ല. ഒരു കാര്യത്തിന്റെ എല്ലാ വശങ്ങളും മനസ്സിലാക്കാൻ സമയമെടുക്കുന്നതിൽ ഒരു തെറ്റുമില്ല. നിങ്ങൾക്ക് വേണ്ടത്ര സമയം ആലോചിക്കാനുള്ള അനുവാദം സ്വയം കൊടുക്കുക. അറിയില്ല എന്നത് മനസ്സിലാക്കാനുള്ള കഴിവ് ആർജ്ജിക്കുക. അങ്ങനെ ചെയ്യുമ്പോൾ തലയിൽ ആദ്യമുദിക്കുന്ന ചിന്തയിൽ അഭിരമിക്കാതിരിക്കാൻ സാധിക്കും. നമ്മുടെ തീരുമാനങ്ങൾ കൂടുതൽ ആലോചിച്ചുറപ്പിച്ചവയായി മാറും.

ഉദാഹരണത്തിന്, ഞാൻ രാവിലെ പാൽ നിലത്ത് വീഴിച്ചുവെന്ന് കരുതുക. ഉടൻ തന്നെ ഞാൻ ജീവിതത്തിൽ ഒരു തോൽവിയാണ് എന്നും ഞാൻ ചെയ്യുന്നതൊന്നും ശരിയാകില്ലെന്നും ഒക്കെ ചിന്തിക്കാൻ തുടങ്ങിയാലോ? അത് സാമാന്യവൽക്കരണവും എല്ലാം അല്ലെങ്കിൽ ഒന്നുമില്ല എന്ന ചിന്തയും കലർന്ന ഒരവസ്ഥയാണ്. ഇതിലെ പ്രശ്നം നിങ്ങൾക്ക് അപ്പോൾ തന്നെ തിരിച്ചറിയാൻ കഴിഞ്ഞാൽ എനിക്ക് തുടർന്നുണ്ടാകുന്ന വൈകാരിക പ്രതികരണത്തെ നിയന്ത്രിക്കാൻ കഴിയും. പാൽ തുവിപ്പോകുന്നത് ഒരു നല്ല കാര്യമല്ല, എന്നാൽ അതുമായി നമ്മുടെ ചിന്തകൾക്കുള്ള ബന്ധം അൽപ്പനേരത്തെ ഒരു വിഷമമായി തീരണോ അതോ നിങ്ങളുടെ ഒരു ദിവസം മുഴുവൻ നശിപ്പിക്കണോ എന്നത് നിയന്ത്രിക്കാൻ കഴിയുന്നത് എത്ര നല്ലതാണ്. ഈ പുസ്തകത്തിൽ പറയുന്ന കാര്യങ്ങൾ പറയാൻ എളുപ്പമാണെങ്കിലും ചെയ്യാൻ ബുദ്ധിമുട്ടാണ്. നല്ല പരിശീലനം ആവശ്യമാണ്. എന്നാൽ പരിശീലനം നമ്മെ അജയ്യരാക്കുന്നുമില്ല. ഇത് ഒരു സഹായമാണ്, ചെറിയ നിമിഷങ്ങൾ വളരെ വലിയ പ്രശ്നങ്ങൾ ആകാതിരിക്കാനുള്ള ഒരു സഹായം.

അധ്യായ സംഗ്രഹം

- മുൻധാരണകൾ ഒഴിവാക്കാനാകില്ല, എന്നാൽ അവയുടെ ഫലം നമുക്ക് നിയന്ത്രിക്കാൻ കഴിഞ്ഞേക്കാം.
- നമ്മുടെ വിശ്വാസങ്ങളെ സാധൂകരിക്കുന്ന തെളിവുകളാണ് നാം അന്വേഷിക്കുക. മറ്റു തെളിവുകൾ ഉണ്ടെങ്കിൽ പോലും നമ്മുടെ വിശ്വാസങ്ങളാണ് നാം അനുഭവിക്കുക.
- നമ്മുടെ മോശം മൂഡിന് കാരണമായത് എന്തായാലും അത് ഒരു ഭീഷണിയും നഷ്ടവുമായാണ് നമുക്ക് മുന്നിൽ കാണപ്പെടുക. (ഗിൽബർട്ട്, 1997).
- ഇത്തരം നെഗറ്റിവ് ചിന്ത നമ്മുടെ മോശം മൂഡ് വീണ്ടും മോശമാക്കുകയും നമ്മുടെ തോന്നലുകൾ യാഥാർത്ഥ്യങ്ങളാണ് എന്ന തെറ്റിദ്ധാരണയിലേയ്ക്ക് നമ്മെ എത്തിക്കുകയും ചെയ്യും.
- നമ്മുടെ വികാരങ്ങൾ സത്യങ്ങളല്ല എന്ന ധാരണയാണ് ഈ അവസ്ഥ ഒഴിവാക്കാൻ നമ്മെ സഹായിച്ചേക്കാവുന്ന ഒരു മാർഗ്ഗം.
- കാര്യങ്ങളെ കൗതുകത്തോടെ വീക്ഷിക്കുന്നതും സഹായകമാകും.
- സാധാരണയായി കാണുന്ന മുൻധാരണകൾ എന്തൊക്കെയെന്ന് തിരിച്ചറിയുന്നതും അവ മനസ്സിൽ ഉണ്ടാകുമ്പോൾ തന്നെ അവ ധാരണകളാണ്, യാഥാർത്ഥ്യങ്ങളല്ല എന്ന് മനസ്സിലാക്കുന്നതും ഗുണകരമായിരിക്കും.

3

സഹായകമാകുന്ന ചില കാര്യങ്ങൾ

അൽപം അകലം നല്ലതാണ്

1994-ൽ ഇറങ്ങിയ *ദി മാസ്ക്* എന്ന സിനിമയിൽ ജിം കാരി സ്റ്റാൻലി ഇപ്കിസ്സ് എന്ന ഒരു ബാങ്കറുടെ കഥാപാത്രമാണ് അവതരിപ്പിക്കുന്നത്. നോർസ് ദേവനായ ദുഷ്ടശക്തിയായ ലോകി നിർമ്മിച്ച ഒരു മര മുഖംമൂടി അയാൾ കണ്ടെത്തുന്നു. അത് മുഖത്തു വയ്ക്കുമ്പോൾ ആ മുഖംമൂടി അയാളുടെ തല മുഴുവൻ മൂടി അയാളെ വിഴുങ്ങുകയും തുടർന്നുള്ള അയാളുടെ ഓരോ നീക്കത്തെയും സ്വാധീനിക്കുകയും ചെയ്യുന്നു. അയാൾ മാസ്ക് ആയി മാറുന്നു.

മുഖത്ത് മാസ്ക് ഉള്ളപ്പോൾ അയാൾ ലോകത്തെ ആ കണ്ണിലൂടെയാണ് കാണുന്നത്. മറ്റൊരു വീക്ഷണത്തിനും സാധ്യതയില്ല. എന്നാൽ അത് മുഖത്ത് നിന്ന് നീക്കി കൈയ്യകലത്തിൽ പിടിക്കുമ്പോൾ സ്റ്റാൻലിയുടെ ചിന്തകളെയും പെരുമാറ്റത്തെയും നിയന്ത്രിക്കാനുള്ള അധികാരം മാസ്കിനു നഷ്ടപ്പെടുന്നു. അത് അവിടെ തന്നെയുണ്ടെങ്കിലും അൽപ്പം ദൂരം പാലിച്ചാൽ സ്റ്റാൻലിക്ക് അതൊരു മുഖംമൂടി മാത്രമാണെന്നും അതല്ല അയാളുടെ യാഥാർത്ഥ്യമെന്നും മനസ്സിലാക്കാൻ കഴിയുന്നു.

നമ്മൾ ഒരു മോശം മാനസികാവസ്ഥയിൽ ഇരിക്കുമ്പോൾ നമ്മുടെ ചിന്തകളും ഇതേപോലെ നമ്മെ വിഴുങ്ങാറുണ്ട്. കാര്യങ്ങൾ നന്നായല്ല നടക്കുന്നത് എന്ന് ശരീരത്തിൽ നിന്ന് തലച്ചോർ മനസ്സിലാക്കുന്നു. ഉടനടി എന്തായിരിക്കും പ്രശ്നമെന്നതിന്റെ ഉത്തരങ്ങൾ തലച്ചോർ തന്നുതുടങ്ങും. നിങ്ങൾ പോലും അറിയും മുൻപ് നിങ്ങളുടെ തലയിൽ സ്വയം വിമർശനത്തിന്റെ നെഗറ്റീവ് ചിന്തകൾ കൂടുകൂട്ടും. ഈ ചിന്തകൾ നമ്മെ വിഴുങ്ങാൻ അനുവദിച്ചാൽ ഇപ്പോഴുള്ള മോശം മൂഡ് അതിലും ദയനീയ അവസ്ഥയിലേയ്ക്ക് വഴുതുന്നത് കാണാം.

പോസിറ്റിവ് ആയി ചിന്തിക്കു എന്ന് പറയുന്ന സ്വയം സഹായ പുസ്തകങ്ങൾ ഒന്നും നിങ്ങളുടെ ചിന്തകൾ നിയന്ത്രിക്കാൻ നിങ്ങൾക്ക്

കഴിയില്ല എന്ന കാര്യം മാത്രം പറയുന്നില്ല. ചിന്തകൾ മനസ്സിൽ വന്നു കഴിഞ്ഞാൽ എന്ത് ചെയ്യാം എന്നത് മാത്രമാണ് നിങ്ങളുടെ നിയന്ത്രണത്തിലുള്ളത്.

നമ്മുടെ മാനസികാവസ്ഥയെ ബാധിക്കുന്ന ചിന്തകൾ ഉണ്ടാകുമ്പോൾ ഏറ്റവും പ്രധാനമായി നാം ചെയ്യേണ്ടത് ഈ ചിന്തകളുമായി ഒരു അകലം പാലിക്കാൻ പഠിക്കുക എന്നതാണ്. ഈ ചിന്തകൾ നിങ്ങളുടെ മനസ്സിനുള്ളിലാകുമ്പോൾ അകലം പാലിക്കൽ ഏറെ ശ്രമകരമാണെന്നു തോന്നും. എന്നാൽ ചിന്തകളെ ഒരു കയ്യകലത്തിൽ നിറുത്താൻ സഹായിക്കുന്ന ഒരു കഴിവ് മനുഷ്യർക്കുണ്ട്. നിങ്ങളുടെ ചിന്തകളെപ്പറ്റിയുള്ള ചിന്തകൾക്ക് ഒരു പേരുമുണ്ട്, മെറ്റാ കോഗ്നിഷൻ.

നമുക്ക് ചിന്തിക്കാനുള്ള കഴിവുണ്ട്. എന്നാൽ നാം എന്താണ് ചിന്തിക്കുന്നത് എന്ന് ചിന്തിക്കാനുള്ള കഴിവും നമുക്കുണ്ട്. നമ്മുടെ ചിന്തകളിൽ നിന്ന് അൽപ്പം മാറി നിന്ന് ആ ചിന്തകളെ വിശകലനം ചെയ്യാനുള്ള കഴിവിനാണ് മെറ്റാ കോഗ്നിഷൻ എന്ന് പറയുന്നത്. ഇത് ചെയ്യുമ്പോൾ ആ ചിന്തകൾക്ക് നിങ്ങളുടെ മേലുള്ള അധികാരവും നിങ്ങളുടെ തോന്നലുകളുടെയും പ്രവർത്തികളുടെയും മേലുള്ള നിയന്ത്രണം അൽപ്പം കുറയുകയും ചെയ്യും. ഇത്തരം തോന്നലുകളുടെ അടിമയാകുന്നതിലധികമായി ഈ തോന്നലുകളോട് എങ്ങനെ പ്രതികരിക്കണമെന്ന് തീരുമാനിക്കാൻ നിങ്ങൾക്ക് കഴിയും.

മെറ്റാ കോഗ്നിഷൻ എന്ന് കേൾക്കുമ്പോൾ അൽപ്പം സങ്കീർണ്ണമാണെന്ന് തോന്നുമെങ്കിലും തോന്നലുകൾ തലയിൽ ഉണ്ടാകുമ്പോൾ തന്നെ അവയെ തിരിച്ചറിയുകയും അവ നിങ്ങളെ എന്തൊക്കെ തോന്നിപ്പിക്കുന്നു എന്ന് മനസ്സിലാക്കുകയും ചെയ്യുക എന്ന ലളിതമായ ഒരു പ്രക്രിയ മാത്രമാണ്. അൽപ്പനിമിഷം ഒന്ന് നിന്ന് നിരീക്ഷിച്ചാൽ നിങ്ങളുടെ മനസ്സ് എങ്ങോട്ടാണ് സഞ്ചരിക്കുന്നതെന്ന് നിങ്ങൾക്ക് മനസ്സിലാക്കാൻ കഴിയും. സ്റ്റാൻലി തന്റെ മുഖത്ത് മാസ്ക്ക് വയ്ക്കുന്നത് പോലെ നിങ്ങൾക്ക് എങ്ങനെ ഒരു ചിന്തയിൽ തന്നെ ശ്രദ്ധ കേന്ദ്രീകരിക്കാൻ കഴിയും എന്ന് ശ്രദ്ധിച്ചുനോക്കുക. അല്ലെങ്കിൽ മറ്റൊരു ചിന്തയിലേക്ക് നിങ്ങളുടെ മനസ്സിനെ കൊണ്ടുപോകാനും കഴിയും.

നാം എത്രത്തോളം ഒരു ചിന്തയിൽ അഭിരമിക്കുന്നു എന്നതാണ് ആ ചിന്തയുടെ ശക്തി നിർണ്ണയിക്കുന്നത്. എത്രത്തോളം നാം അത് സത്യവും അർത്ഥവത്തുമാണ് എന്ന് ചിന്തിക്കുന്നതാണ് പ്രധാനം. ഇത്തരത്തിൽ നമ്മുടെ വിചാരങ്ങളെ നാം നിരീക്ഷിച്ചുതുടങ്ങുമ്പോൾ ചിന്തകൾ എന്താണെന്നും എന്തല്ലെന്നും നാം തിരിച്ചറിഞ്ഞുതുടങ്ങും. ചിന്തകൾ വസ്തുതകളല്ല. അവ അഭിപ്രായങ്ങളുടെയും മുൻവിധികളുടെയും ഓർമ്മകളുടെയും സിദ്ധാന്തങ്ങളുടെയും വിശകലനങ്ങളുടെയും പ്രവചനങ്ങളുടെയും ഒക്കെ ഒരു കൂട്ടമാണ്. ഈ ലോകത്തെ എങ്ങനെ മനസ്സിലാക്കാം എന്ന് തലച്ചോർ നമുക്ക് തരുന്ന ആശയങ്ങളാണ് അവ. എന്നാൽ തലച്ചോറിന് ഒരു സമയം വളരെ കുറച്ച് വിവരങ്ങളാവും ഉണ്ടാവുക.

മാത്രമല്ല നിങ്ങളുടെ സമയവും ഊർജ്ജവും സംരക്ഷിക്കുക എന്നതും തലച്ചോറിന്റെ ജോലിയാണ്. അതിനർത്ഥം അത് കുറുക്കുവഴികൾ സ്വീകരിക്കുകയും സദാസമയവും ഊഹാപോഹങ്ങളും പ്രവചനങ്ങളും നടത്തുകയും ചെയ്യും എന്നാണ്.

നിങ്ങളുടെ ചിന്തകളെ നിരീക്ഷിക്കാനും ഒരു ചിന്ത ഉണ്ടാകുമ്പോൾ അത് ശ്രദ്ധിക്കാനും എന്നാൽ അതിൽ തങ്ങിനിൽക്കാതെ അതിനെ പോകാനനുവദിക്കാനും എവിടെ ശ്രദ്ധ വേണമെന്ന് തീരുമാനിക്കാനും ഒക്കെ നിങ്ങളെ സഹായിക്കുന്ന ഒരു മികച്ച ഉപാധിയാണ് മൈൻഡ്ഫുൾനെസ്സ് അഥവാ പരിപൂർണ്ണ ശ്രദ്ധ.

മൈൻഡ്ഫുൾനെസ്സ് : ശ്രദ്ധ പിടിച്ചെടുക്കുക

മുൻ അധ്യായത്തിൽ ചില സാധാരണ മുൻധാരണകളെപ്പറ്റിയും അവ മോശം മാനസികാവസ്ഥയിലേയ്ക്ക് നിങ്ങളെ എത്തിക്കുന്നതിനെപ്പറ്റിയും നാം ചർച്ച ചെയ്തിരുന്നു. സ്വയം സഹായ ബുക്കുകൾ നിങ്ങളോട് പോസിറ്റിവ് ആയി ചിന്തിക്കാൻ പറയുമ്പോൾ പോലും നമ്മുടെ ചിന്തകളെ നിയന്ത്രിക്കാൻ നമുക്ക് കഴിയില്ല എന്നതാണ് സത്യം. ചില ചിന്തകൾ ഉണ്ടാകരുത് എന്ന് ചിന്തിക്കുമ്പോൾ നമ്മുടെ മനസ്സിൽ നിറയുന്നത് ആ ചിന്തകൾ തന്നെയല്ലേ? ഇത് ഒരിക്കലും സാധ്യമല്ലാത്ത ഒരു ഉപദേശമാണ്. ആളുകൾക്ക് അവിശ്വസനീയമാം വിധം മോശം ജീവിതാനുഭവങ്ങൾ ഉണ്ടാകാറുണ്ട്. അത്തരം ആളുകളോട് എപ്പോഴും പോസിറ്റിവ് ആയി മാത്രം ചിന്തിക്കൂ എന്ന അയഥാർത്ഥ ചിന്തകൂടി കൊടുക്കുന്നത് എത്ര ക്രൂരമാണ്. തനിക്ക് മാത്രം എന്താണ് പോസിറ്റിവ് ആയി ചിന്തിക്കാൻ കഴിയാത്തത് എന്ന സ്വയം വിമർശനം കൂടി അവർക്ക് നൽകാനാണ് നിങ്ങൾക്ക് അതിലൂടെ കഴിയുക. അവർ അപ്പോൾ അതിന്റെ മറ്റൊരു തോൽവിയായി കണക്കിലെടുക്കും.

മനസ്സിന്റെ ഓരോ ചിന്തയും നമുക്ക് നിയന്ത്രിക്കാൻ കഴിയില്ലെങ്കിലും ആ ചിന്തകളോടുള്ള നമ്മുടെ പ്രതികരണം നമ്മുടെ കയ്യിലാണ്.

ചിന്തകളുടെ കാര്യമെടുത്താൽ അവയ്ക്ക് നാം കൊടുക്കുന്ന ശ്രദ്ധയാണ് പ്രധാനം. നിങ്ങളുടെ ശ്രദ്ധയെ ഒരു സ്പോട്ട് ലൈറ്റ് ആയി കാണുക. ആളുകൾ പലപ്പോഴും ഈ സ്പോട്ട് ലൈറ്റ് ഉപേക്ഷിച്ചും സഞ്ചരിക്കുന്നത് കാണാം. അപകടങ്ങളോ ഭീഷണികളോ ഇല്ലെങ്കിൽ തലച്ചോർ ഇത്തരം സ്വൈര്യവിഹാരം നടത്താറുണ്ട്. എന്നാൽ ഈ സ്പോട്ട് ലൈറ്റിനെ ശ്രദ്ധാപൂർവ്വം നമുക്ക് നിയന്ത്രിക്കുകയും നമ്മുടെ അനുഭവങ്ങളെ നിയന്ത്രിക്കാൻ ഉപയോഗിക്കുകയും ചെയ്യാം.

ചിന്തകളെ തടയുകയോ അവഗണിക്കുകയോ ചെയ്യുന്നത് പോലെയല്ല ഇത്. ഏത് ചിന്തകൾക്ക് ശ്രദ്ധ കൊടുക്കണം, ഏത് ചിന്ത സൂം ചെയ്യണം, ഏതിന്റെ ശബ്ദം കൂട്ടിവയ്ക്കണം എന്ന് നിങ്ങളാണ് ശ്രദ്ധാപൂർവ്വം തീരുമാനിക്കുന്നത്.

എന്താണ് അവർക്ക് വേണ്ടാത്തത് എന്ന നിശ്ചയവുമായാണ് പലരും തെറാപ്പിക്ക് എത്തുന്നത്. തങ്ങൾക്ക് ഒഴിവാക്കേണ്ട ചില ചിന്തകളും വികാരങ്ങളുമുണ്ടെന്ന് അവർക്ക് നന്നായി അറിയാം. എന്നാൽ അവർക്ക് എന്താണ് വേണ്ടത് എന്ന് ചോദിച്ചാൽ പലരും സ്വയം ആ ചോദ്യം ചോദിച്ചിട്ടില്ലെന്ന് നാം തിരിച്ചറിയും. വേദനാജനകമായ പ്രശ്നങ്ങൾ നമ്മുടെ ശ്രദ്ധ മുഴുവൻ നേടുന്നത് കൊണ്ട് നാം അവയിൽ കൂടുതൽ സമയം ചെലവിടുകയും പകരം എന്താണ് നമുക്ക് വേണ്ടത് എന്നതിൽ ശ്രദ്ധിക്കാതാവുകയും ചെയ്യും.

നമ്മളിൽ പലർക്കും നമുക്ക് എന്താണ് വേണ്ടത് എന്ന് ചോദിക്കുന്ന ശീലമില്ല. നമുക്ക് ഉത്തരവാദിത്തങ്ങളുണ്ട് : ജോലിയുടെ, ലോണിന്റെ, കുട്ടികളുടെ ഉത്തരവാദിത്തങ്ങൾ. കുറേക്കാലം കഴിയുമ്പോൾ നാം സന്തുഷ്ടരല്ല എന്ന് തിരിച്ചറിയുമെങ്കിലും എന്താണ് നമുക്ക് വേണ്ടതെന്നു പറയാൻ കഴിയാതാകും. കാരണം അതേപ്പറ്റി നാം ചിന്തിക്കുന്നതേയില്ലല്ലോ.

എന്നാൽ നിങ്ങളുടെ ജീവിതത്തിൽ നിങ്ങൾക്ക് വേണ്ട കാര്യങ്ങൾ നിങ്ങൾക്ക് കൊണ്ടുവരാൻ കഴിയും. അൽപ്പം ശ്രദ്ധ ഉണ്ടായാൽ മതി. എന്നാൽ അതിനായുള്ള പാതയിൽ നിലനിൽക്കാൻ നാം എങ്ങോട്ടാണ് പോകുന്നതെന്ന ബോധ്യം കൈക്കൊള്ളേണ്ടതുണ്ട്.

നിങ്ങളുടെ ശ്രദ്ധ അമൂല്യമാണ്. നിങ്ങളുടെ ജീവിതാനുഭവം നിർണ്ണയിക്കുന്നത് നിങ്ങളുടെ ശ്രദ്ധയാണ്. ശ്രദ്ധ എവിടെ കൊടുക്കണം എന്ന് പഠിക്കുന്നത് നിങ്ങളുടെ ജീവിതത്തെയും നിങ്ങളുടെ മാനസികാവസ്ഥയെയും കാര്യമായി തന്നെ ബാധിക്കും. എന്നാൽ നമുക്ക് തിരക്ക് കൂടുതലാണ്. ജീവിതം നിറയെ ദൈനംദിന ഉത്തരവാദിത്തങ്ങളാണ്. ആയിരം തവണ ചെയ്തിട്ടും വീണ്ടും ചെയ്യേണ്ടി വരുന്ന കടമകളാണ്. അതുകൊണ്ട് കാര്യങ്ങൾ എളുപ്പമാക്കാനായി നമ്മുടെ തലച്ചോർ കുറെ കാര്യങ്ങൾ ഓട്ടോമാറ്റിക്ക് ആയാണ് ചെയ്യുന്നത്. അതുകൊണ്ടാണ് മൈൻഡ്ഫുൾനെസ്സ് ധ്യാനം പോലെയുള്ള കാര്യങ്ങൾക്ക് പ്രചാരം കൂടുന്നത്. നമുക്ക് ശ്രദ്ധയിൽ പരിശീലനം നേടാൻ അത് സഹായകമാണ്. നിങ്ങൾക്ക് ഡ്രൈവ് ചെയ്യണമെങ്കിൽ നിങ്ങൾ അത് പഠിക്കുന്നു. നിങ്ങളുടെ മനസ്സിനെ ഡ്രൈവ് ചെയ്യാനുള്ള ഒരു പരിശീലനമായി മൈൻഡ്ഫുൾനെസ്സ് പ്രാക്ടീസിനെ കണ്ടാൽ മതി. ഇത് ബോറടിപ്പിക്കുന്നതായോ പേടിപ്പിക്കുന്നതായോ മടുപ്പിക്കുന്നതായോ തോന്നാം. എന്നാൽ ഈ കഴിവുകൾ അനായാസം ഉപയോഗിക്കാനായി തലച്ചോറിനെ പരുവപ്പെടുത്തുകയാണ് ഇതിലൂടെ ചെയ്യുന്നത്.

തുടക്കത്തിൽ പരിപൂർണ്ണ ശ്രദ്ധ പരിശീലിക്കാൻ ഏറെ ബുദ്ധിമുട്ടായിരിക്കും. നിങ്ങൾ എന്താണ് ചെയ്യുന്നതെന്നോ അത് ശരിയായാണോ ചെയ്യുന്നതെന്നോ അത് ചെയ്യുമ്പോൾ നിങ്ങൾക്ക് എന്താണ് തോന്നേണ്ടതെന്നോ നിങ്ങൾക്ക് മനസ്സിലാകില്ല. ഈ അധ്യായത്തിന്റെ അവസാനം ഒരു ടൂൾ കിറ്റിൽ നിങ്ങളെ സഹായിക്കുന്ന ചില ലളിതമാർഗ്ഗങ്ങൾ നിങ്ങൾക്ക് കാണാം. ഇത് സങ്കീർണ്ണമാകേണ്ട കാര്യമില്ല. ജിമ്മിൽ ഭാരമു

യർത്തുന്നത് പോലെയാണ് ഇത്. എന്നാൽ ഇത്തവണ നിങ്ങൾ ഒരു മാനസിക മസ്സിലാണ് ഉപയോഗിക്കുന്നത്. അത് വളരും തോറും നിങ്ങൾക്ക് നിങ്ങളുടെ ശ്രദ്ധയെ നിയന്ത്രിക്കാനുള്ള കഴിവ് കൂടും. അതോടൊപ്പം നിങ്ങളുടെ മാനസികനിലയെ നിയന്ത്രിക്കാനും നിങ്ങൾക്ക് സാധിക്കും.

അമിതമായി ചിന്തിക്കുന്നത് എങ്ങനെ നിർത്താം

ചിന്തകൾ കഴുകുന്ന യന്ത്രം പോലെയാണ് ചിന്തിക്കുന്നത്. മിനിറ്റുകളോ, മണിക്കൂറുകളോ, ദിവസങ്ങളോ പോലും ചിന്തകളെ വീണ്ടും വീണ്ടും മാറ്റുന്ന പ്രക്രിയയാണിത്.

വിഷാദത്തിലായ ഒരു തലച്ചോർ നിങ്ങളെ മോശമായി തോന്നിക്കുന്ന മുൻവിധികളിൽ കിടന്നു കറങ്ങും എന്ന് നമുക്ക് അറിയാം. ഈ മുൻവിധികളുടെ കൂടെ ചിന്തകളെ ഇങ്ങനെ അയവിറക്കുക കൂടി ചെയ്താലോ? അപ്പോൾ മനസ്സിന്റെ അവസ്ഥ എന്താകും? വിഷാദം തുടരുന്നതിന്റെ ഒരു പ്രധാന കാരണം ഇതാണെന്ന് തെളിയിക്കുന്ന ഗവേഷണ പഠനങ്ങളുമുണ്ട്. (വാട്ട്കിൻസ് ആൻഡ് റോബർട്സ്, 2020). നിങ്ങൾ ചിന്തകൾ അയവിറക്കുംതോറും നിങ്ങളുടെ മേലുള്ള കുരുക്ക് മുറുകും. നിങ്ങളുടെ ഉള്ളിലുള്ള വിഷമവും വിഷാദവും ഇരട്ടിയാകും.

മുൻപ് നാം തലച്ചോറിന്റെ ന്യൂറൽ വഴികളെപ്പറ്റി പറഞ്ഞത് ഓർക്കുന്നില്ലേ? നിങ്ങൾ ഒരു കാര്യം ആവർത്തിച്ച് ചെയ്യുംതോറും അത് ചെയ്യാനുള്ള വഴി ശക്തമാകും. അതായത് വേദനാജനകമായ ഓർമ്മകളും ചിന്തകളും മനസ്സിൽ ഇട്ട് അയവിറക്കുംതോറും അത്തരം ഓർമ്മകളെ മനസ്സിലേയ്ക്ക് കൊണ്ടുവരുന്നത് എളുപ്പമായി മാറും. വീണ്ടും വീണ്ടും വേദന നിറഞ്ഞ വികാരങ്ങൾ നിറഞ്ഞ ഒരു ഇരുണ്ട ഇടത്തിൽ നിങ്ങൾ കുടുങ്ങാൻ തുടങ്ങും.

ഇത്തരം വേദനാജനകമായ വികാരങ്ങളെ അയവിറക്കാതിരിക്കാൻ നമുക്ക് എന്ത് ചെയ്യാൻ കഴിയും?

എന്തെങ്കിലും ഒരു ചിന്തയെ വഴിതിരിച്ചുവിടാൻ ശ്രമിക്കുമ്പോൾ പുതിയ എന്തിലെങ്കിലും ശ്രദ്ധ ഉറപ്പിക്കുന്നത് ഏറെ ശ്രമകരമാണ്. ചില ആളുകൾ ഒരു ആക്റ്റീവ് അപ്രോച്ച് ഇതിനായി നന്നായി ഉപയോഗിക്കുന്നത് ഞാൻ കണ്ടിട്ടുണ്ട്. നിങ്ങൾ അയവിറക്കലിന്റെ ഒരു അവസ്ഥയിലാണ് എന്ന് തോന്നുമ്പോൾ ശക്തമായി 'പറ്റില്ല!' എന്ന് പറഞ്ഞുകൊണ്ട് ശാരീരിക ചലനത്തിൽ ഏർപ്പെടുക. നിൽക്കുകയോ നടക്കുകയോ വീടിനു വെളിയിലേക്ക് ഇറങ്ങുകയോ അങ്ങനെ സാധ്യമായ എന്തെങ്കിലും ചെയ്യുക. ശരീരം അനങ്ങുമ്പോൾ മനസ്സിനെയും ഒന്ന് മാറ്റാൻ സാധിക്കും. അല്ലെങ്കിൽ അത് ഏറെ ബുദ്ധിമുട്ടാണ്.

നമ്മുടെ മോശം സ്വഭാവങ്ങളിലും മോശം നിമിഷങ്ങളിലും അഭിരമിക്കാനാണ് ഈ അയവിറക്കൽ നമ്മെ ക്ഷണിക്കുക. നമ്മുടെ വികാരങ്ങളുടെ ശാരീരികഫലങ്ങൾ കണക്കിലെടുക്കുമ്പോൾ നമുക്ക് സ്വയം ചോദിയ്ക്കാൻ കഴിയുന്ന ഒരു ചോദ്യമുണ്ട്. "ഞാൻ നല്ല മാനസികാവസ്ഥ

യിലായിരുന്നെങ്കിൽ ഈ സമയം ഞാൻ എന്ത് ചെയ്തേനെ?" നിങ്ങൾ ഒരു വിഷാദഘട്ടത്തിലൂടെ കടന്നുപോകുമ്പോൾ നിങ്ങൾ അതൊന്നും ചെയ്യുമെന്ന് കരുതാനാകില്ല. എന്നാൽ ഈ അവസ്ഥയിൽ നിന്ന് പുറത്തു വരുന്നതിനെപ്പറ്റി ഒരു ചിത്രം മനസ്സിൽ രൂപപ്പെടുത്താൻ നിങ്ങൾക്ക് സാധിക്കും. ഞാൻ എന്റെ ജീവിതത്തിലെ വേദനാജനകമായ ഒരു ഓർമ്മയിൽ മുഴുകി മണിക്കൂറുകൾ ഇരിക്കുമ്പോൾ ഈ ചോദ്യം എനിക്ക് എന്നോട് തന്നെ ചോദിക്കാം. ഉത്തരം ഒരുപക്ഷെ 'ഞാൻ എണീറ്റ് കുളിച്ച് ഇഷ്ടമുള്ള പാട്ട് കേൾക്കും എന്നായിരിക്കും. അല്ലെങ്കിൽ എന്റെ ശ്രദ്ധ ആകർഷിക്കുന്ന മറ്റെന്തെങ്കിലും കാര്യമായിരിക്കും.'

ചിന്തകളിൽ ഇങ്ങനെ കുടുങ്ങിപ്പോകുന്ന സ്വഭാവമുള്ള ആളുകൾക്ക് സമയം കയ്യിലുണ്ടെങ്കിൽ ഓർമ്മകളും ചിന്തകളും അതിനുപിന്നാലെ വൈകാരിക വേദനകളും അവരെ തേടി എത്തുന്നതായും മനസ്സിനെ ചുറ്റുന്നതായും കാണാൻ കഴിയും. ഇത്തരം ചിന്തകളെ മാറ്റി നിർത്താൻ മാനുഷിക ബന്ധങ്ങൾ ഒരു പരിധി വരെ സഹായിക്കും. നിങ്ങൾ പറയുന്നത് ശ്രദ്ധയോടെ കേൾക്കുന്ന ഒരു തെറാപ്പിസ്റ്റോ സുഹൃത്തുക്കളോ ഒക്കെ നിങ്ങളെ സഹായിക്കും. നമ്മുടെ മനസ്സിനെതിരെ ഒരു കണ്ണാടി ഉയർത്തിപ്പിടിച്ച് അവർ കാണുന്നത് എന്താണെന്ന് പറയാൻ അവർക്ക് കഴിയും. നമുക്ക് നമ്മെപ്പറ്റിയുള്ള അവബോധം ഉയർത്താനും ഈ അയവിറക്കൽ നിറുത്താനുള്ള പ്രചോദനം ലഭിക്കാനും നമ്മുടെ സൗഖ്യത്തിന് ഉതകുന്ന എന്തിലേയ്ക്കെങ്കിലും ശ്രദ്ധയെ തിരിച്ചുവിടാനും അവർക്ക് സഹായിക്കാനാകും.

മൈൻഡ്ഫുൾനെസ്സ്

എപ്പോൾ വേണമെങ്കിലും വളർത്താൻ ശ്രമിക്കാവുന്ന ഒരു മാനസികാവസ്ഥയാണ് മൈൻഡ്ഫുൾനെസ്സ് അഥവാ പരിപൂർണ്ണ ശ്രദ്ധ. വർത്തമാന കാലത്തിലെ ഒരു നിമിഷത്തിലേയ്ക്ക് നിങ്ങളുടെ പരിപൂർണ്ണ ശ്രദ്ധയും നിങ്ങളുടെ ചിന്തകളും വികാരങ്ങളും ശാരീരിക-ഇന്ദ്രിയബോധവും എല്ലാം ഒരുമിച്ച് കൊണ്ടുവന്ന് മുൻവിധികളോ അശ്രദ്ധയോ ഇല്ലാതെ അവയെ മനസ്സിലാക്കുന്നതാണ് ഈ അവസ്ഥ. നിങ്ങളുടെ പ്രശ്നങ്ങളെ ഇല്ലാതാക്കാനോ നിങ്ങളുടെ മാനസികനില മികച്ചതാക്കാനോ ഇതിന് കഴിയില്ല. എന്നാൽ നിങ്ങളുടെ അനുഭവത്തിന്റെ എല്ലാ തലങ്ങളും സൂക്ഷ്മമായി മനസ്സിലാക്കാനും ഏത് തരത്തിൽ പ്രതികരിക്കണമെന്ന് ശ്രദ്ധാപൂർവ്വം തെരഞ്ഞെടുക്കാനും നിങ്ങൾക്ക് സാധിക്കും. എന്നാൽ ഇത് എങ്ങനെയാണ് ചെയ്യേണ്ടതെന്ന് നിങ്ങൾക്ക് അറിയില്ലെങ്കിൽ ബുദ്ധിമുട്ടാകും. മനസ്സിനുവേണ്ടിയുള്ള ഒരു ജിം വർക്ക്ഔട്ട് പോലെയാണ് ധ്യാനം. ഉപയോഗിക്കുന്ന കഴിവുകൾ പരിശീലിക്കാനുള്ള ഒരു ഇടമാണ് ധ്യാനം തരിക.

എങ്ങനെയാണ് ഇത് ചെയ്യേണ്ടത്?

നിങ്ങൾ മൈൻഡ്ഫുൾനെസ്സിനെപ്പറ്റി ആദ്യമായി അറിയുകയാണെങ്കിൽ മാർഗ്ഗനിർദ്ദേശങ്ങൾ സഹിതമുള്ള ധ്യാനങ്ങൾ പരീക്ഷിക്കുന്നത് നന്നായിരിക്കും. ഇത്തരം ഗൈഡഡ് ധ്യാനങ്ങൾ ധാരാളമായി ഓൺലൈനിൽ കാണാം. എന്റെ യൂട്യൂബ് ചാനലിലും അത്തരം ചില ധ്യാനങ്ങൾ ഞാൻ ചേർത്തിട്ടുണ്ട്. ഇതിൽത്തന്നെ പലതരം സമ്പ്രദായങ്ങളോട് ചേർന്ന് നിൽക്കുന്ന രീതികളുണ്ട്. എന്നാൽ ഇവയെല്ലാം തന്നെ മനസ്സിന്റെ തെളിച്ചമാണ് ലക്ഷ്യമിടുന്നത്. പലതരം സമ്പ്രദായങ്ങളിൽ നിന്നുള്ള ചില ധ്യാനങ്ങൾ പരീക്ഷിച്ച് നിങ്ങൾക്ക് ചേരുന്നത് തെരഞ്ഞെടുക്കുക.

നന്ദി പരിശീലിക്കുക

നിങ്ങളുടെ ശ്രദ്ധയെ വഴിതിരിച്ചുവിടാൻ പറ്റിയ ലളിതമായ ഒരു മാർഗ്ഗം നന്ദി സൂചിപ്പിക്കലാണ്. ഒരു ചെറിയ നോട്ട് ബുക്കിൽ ദിവസത്തിൽ ഒരിക്കൽ നിങ്ങൾ അന്ന് നന്ദിയോടെ ഓർക്കുന്ന മൂന്നുകാര്യങ്ങൾ എഴുതുക. അവ നിങ്ങളുടെ പ്രിയപ്പെട്ടവരെപ്പോലെ വലിയ കാര്യങ്ങളാവാം, അല്ലെങ്കിൽ നിങ്ങളുടെ അന്നത്തെ ദിവസത്തിൽ നിങ്ങൾക്ക് സന്തോഷം തന്ന ചെറിയ എന്തെങ്കിലും കാര്യമാകാം. ഒരു നല്ല കാപ്പി പോലും ആകാം. ഇത് വളരെ ലളിതമായി തോന്നുമെങ്കിലും നന്ദി പ്രകടിപ്പിക്കുന്ന ഓരോ അവസരത്തിലും നിങ്ങളുടെ തലച്ചോർ പ്രസന്നമായ മാനസിക അവസ്ഥകളിലേക്കാണ് ശ്രദ്ധ തിരിക്കുന്നത്. കൂടുതൽ പരിശീലിക്കുംതോറും ഈ കഴിവ് മറ്റു സാഹചര്യങ്ങളിലും ഉപയോഗിക്കാൻ നിങ്ങൾക്ക് കഴിയും.

ടൂൾ കിറ്റ് : നന്ദി ഒരു ശീലമാക്കുക

- നിങ്ങൾക്ക് നന്ദി സൂചിപ്പിക്കാൻ തോന്നുന്ന മൂന്ന് കാര്യങ്ങൾ എഴുതുക. അവ ചെറുതോ വലുതോ ആകാം. നിങ്ങൾ എന്ത് എഴുതുന്നു എന്നല്ല, നിങ്ങളുടെ ശ്രദ്ധയെ അങ്ങനെ ഒരു ശീലത്തിലേയ്ക്ക് തിരിച്ചുവിടുന്നു എന്നതാണ് പ്രധാനം.
- കുറച്ച് നിമിഷങ്ങൾ അത്തരം കാര്യങ്ങളെപ്പറ്റി ചിന്തിച്ച് ചെലവിടുക. നന്ദിയോടൊപ്പം വരുന്ന വികാര വിചാരങ്ങൾ ശ്രദ്ധിക്കുക.
- ഇത് ഒരു തവണ ചെയ്യുന്നത് നല്ലതാണ്. എന്നാൽ ഇത് എന്നും ചെയ്യുന്ന ഒരു ശീലമായി മാറുമ്പോൾ നിങ്ങളുടെ ശ്രദ്ധയെ നിയന്ത്രിക്കാൻ നിങ്ങളുടെ മനസ്സിന് കഴിയുകയും അതിന്റെ ഗുണം നിങ്ങൾക്ക് ലഭിക്കുകയും ചെയ്യുന്നു.

അധ്യായ സംഗ്രഹം

- നിങ്ങളുടെ ചിന്തകളെ നിയന്ത്രിക്കാൻ നിങ്ങൾക്ക് കഴിയില്ല, എന്നാൽ അതിനു കൊടുക്കുന്ന ശ്രദ്ധ നിയന്ത്രിക്കാനാകും.
- ഒരു കാര്യത്തെപ്പറ്റി ചിന്തിക്കാതിരിക്കാൻ ശ്രമിക്കും തോറും ചിന്ത അതിൽ തന്നെ കുടുങ്ങിക്കിടക്കുന്നതായി കാണാം.
- എല്ലാ ചിന്തകളെയും ഉണ്ടാകാൻ അനുവദിക്കുക. എന്നാൽ നാം സമയവും ശ്രദ്ധയും എന്തിനാണ് കൊടുക്കേണ്ടത് എന്ന് തെരഞ്ഞെടുക്കുക. ഇതിന് നമ്മുടെ വൈകാരിക അനുഭവത്തെ നിയന്ത്രിക്കാൻ കഴിയും. മൈൻഡ്ഫുൾനെസ്സ്, നന്ദി പ്രകടനം എന്നിങ്ങനെയുള്ള ശീലങ്ങളിലൂടെ ശ്രദ്ധയെ നിയന്ത്രിക്കാനാകും.
- പ്രശ്നങ്ങളിൽ ശ്രദ്ധ കൊടുക്കേണ്ട സമയമുണ്ടെങ്കിലും ഏത് ദിശയിലേക്കാണ് ഇനി സഞ്ചരിക്കേണ്ടത് എന്ന് ചിന്തിക്കുന്നതും പ്രധാനമാണ്. എങ്ങനെയാണ് ചിന്തിക്കാനും പെരുമാറാനും ആഗ്രഹിക്കുന്നത് എന്ന് മനസ്സിലാക്കുക.
- ചിന്തകൾ വസ്തുതകളല്ല. നമ്മുടെ ലോകത്തെ മനസ്സിലാക്കാനായി തലച്ചോർ തരുന്ന സൂചനകളാണ് ചിന്തകൾ.
- ഒരു കാര്യം മാത്രമാണ് പരമമായ സത്യം എന്ന് നാം വിശ്വസിക്കുമ്പോഴാണ് ആ ചിന്തയ്ക്ക് നമ്മുടെ മേൽ അധികാരമുണ്ടാകുന്നത്.
- ഇത്തരം ചിന്തകളുടെ അധികാരം അൽപ്പം മാറി നിന്ന് ചിന്തിച്ചാൽ (മെറ്റാ കോഗ്നിഷൻ) നമുക്ക് എടുത്ത് മാറ്റാൻ സാധിക്കും. അവയെ പല ചിന്തകളിൽ ഒന്നായി കാണാൻ അപ്പോൾ നമുക്ക് കഴിയും.

4

മോശം ദിവസങ്ങളെ എങ്ങനെ ഭേദപ്പെട്ട ദിവസങ്ങളാക്കി മാറ്റാം?

നല്ല ദിവസങ്ങളിൽ അതിവേഗം എടുക്കുന്ന തീരുമാനങ്ങൾ പോലും എടുക്കാൻ മോശം ദിവസങ്ങളിൽ ബുദ്ധിമുട്ട് തോന്നും. ഇന്ന് സുഖമില്ലെന്ന് വിളിച്ച് പറയണോ അതോ പോയി എങ്ങനെയുണ്ടെന്ന് നോക്കണോ? സുഹൃത്തിനെ വിളിക്കണോ അതോ ഭേദമാകുമോ എന്ന് നോക്കണോ? ആരോഗ്യകരമായ എന്തെങ്കിലും കഴിക്കണോ അതോ ആശ്വാസകരമായ എന്തെങ്കിലും കഴിക്കണോ?

തീരുമാനങ്ങൾ എടുക്കുന്നതിലെ ഒരു പ്രശ്നം, നിങ്ങളുടെ മൂഡ് മോശമാണെങ്കിൽ നമ്മെ അതിൽ തന്നെ നിലനിർത്തുന്ന കാര്യങ്ങൾ ചെയ്യാനുള്ള ഒരു തോന്നൽ നമുക്ക് ഉണ്ടാകും എന്നതാണ്. എന്നാൽ നമ്മുടെ അറിവുകൾ ഒരുപക്ഷെ നമുക്ക് താങ്ങാനായെന്ന് വരില്ല. നാം മികച്ച തീരുമാനങ്ങളെപ്പറ്റി ചിന്തിക്കുകയും കാര്യങ്ങൾ നന്നായി ചെയ്യാത്തതിന് സ്വയം ഇടിച്ചുതാഴ്ത്തുകയും ചെയ്യും. ഇത് ഒരു തരം പെർഫെക്ഷനിസമാണ്. ഈ ചിന്ത നമ്മുടെ തീരുമാനങ്ങളെടുക്കാനുള്ള കഴിവിനെ തളർത്തിക്കളയുന്നു. കാരണം ഓരോ തീരുമാനത്തിന് ശേഷവും ചില അനിശ്ചിതത്വങ്ങൾ ഉണ്ടാകും. എന്നാൽ ഓരോ തീരുമാനത്തിലും ചില നെഗറ്റിവ് വശങ്ങൾ നമുക്ക് സഹിക്കേണ്ടതായി വരും.

മോശം മാനസികാവസ്ഥയെ എതിരിട്ടുകൊണ്ടിരിക്കുമ്പോൾ ഏറ്റവും ഉചിതമായ തീരുമാനം എടുക്കുക എന്നതിലുപരി നല്ല തീരുമാനങ്ങൾ എടുക്കുക എന്നതിലായിരിക്കണം നമ്മുടെ ശ്രദ്ധ. നിങ്ങൾ പോകാനാഗ്രഹിക്കുന്ന ദിശയിലേക്ക് നിങ്ങളെ നയിക്കുന്ന തീരുമാനമാണ് നല്ല തീരുമാനം. അത് നിങ്ങളെ നിങ്ങളുടെ ലക്ഷ്യത്തിൽ എത്തിക്കണമെന്നില്ല.

എന്നാൽ ചെറുതായാലും നമുക്ക് തീരുമാനങ്ങൾ എടുത്തേ പറ്റൂ. ഏത് സാഹചര്യത്തിലായാലും തീരുമാനങ്ങൾ എടുത്ത് മുന്നോട്ട് പോകുന്നത് അനിവാര്യമാണ്. ഏത് ദിശയാണ് സുരക്ഷിതം എന്ന്

മനസ്സിലാക്കാനാകാതെഇരുട്ടിൽതപ്പുന്നഒരുസാഹചര്യംവന്നാൽആകെ നിങ്ങൾക്ക് ഉറപ്പിച്ച് പറയാൻ കഴിയുന്നത് ഇപ്പോൾ നിൽക്കുന്നിടത്ത് തുടർന്നാൽ നിങ്ങൾ മുങ്ങിപ്പോകും എന്ന് മാത്രമായിരിക്കും. മോശം മൂഡിൽ നിങ്ങൾക്ക് ഒന്നും ചെയ്യാൻ തോന്നില്ല. അതുകൊണ്ട് തന്നെ പോസിറ്റിവ് ആയ എത്ര ചെറിയ കാര്യമായാലും പോലും അത് ചെയ്യുന്നത് നിങ്ങൾ പോകാനാഗ്രഹിക്കുന്ന ദിശയിലേക്കുള്ള ശരിയായ ഒരു ചുവടുവയ്പ്പാണ്.

മോശം മാനസികാവസ്ഥയുടെ അവസരങ്ങളിൽ തീരുമാനങ്ങൾ ബുദ്ധിമുട്ടാക്കുന്നത് നമ്മുടെ തോന്നലുകളും ആഗ്രഹങ്ങളുമാണ്. നമ്മുടെ തീരുമാനങ്ങൾ വൈകാരികമായി അല്ലാതെ മൂല്യങ്ങളെ അടിസ്ഥാന മാക്കുന്നത് സഹായകമായേക്കും. മോശം മൂഡ് ഉള്ളപ്പോൾ നിങ്ങളുടെ ആരോഗ്യത്തെ സംബന്ധിച്ച വ്യക്തിഗത മൂല്യങ്ങൾ എന്താണെന്ന് പരിശോധിച്ച് നോക്കുക. നിങ്ങളുടെ ശാരീരിക മാനസിക ആരോഗ്യ ത്തിന് പ്രധാനമായത് എന്താണ്? നിങ്ങളുടെ ദൈനംദിന ജീവിതം അതിന് ഉതകുന്ന രീതിയിൽ ഏറ്റവും മികച്ചതായി എങ്ങനെ ചിട്ടപ്പെടു ത്താം? ഇപ്പോൾ നിങ്ങൾ അത്തരം മൂല്യങ്ങളോട് എത്രത്തോളം ചേർന്ന് നിൽക്കുന്നുണ്ട്? നിങ്ങളുടെ ആരോഗ്യം സംരക്ഷിക്കുന്നതിനായി ഇന്ന് നിങ്ങൾക്ക് ചെയ്യാൻ കഴിയുന്ന ഒരു കാര്യം എന്താണ്?

സ്ഥിരത

മോശം മാനസികാവസ്ഥ ഉള്ളപ്പോൾ ചെറിയ ദൈനംദിന കാര്യങ്ങൾ പോലും ചെയ്യുന്നത് ബുദ്ധിമുട്ടായി തോന്നും. അപ്പോൾ കയ്യെത്തിപ്പിടി ക്കാൻ കഴിയാത്ത വളരെ വലിയ ലക്ഷ്യങ്ങൾ ഒന്നും അവനവന് വേണ്ടി തീരുമാനിക്കരുത്. നിങ്ങൾക്ക് എന്നും ചെയ്യാൻ കഴിയുന്ന ചെറിയ ഒരു മാറ്റം എന്താണെന്ന് തീരുമാനിക്കുക. ഇത് എന്നും ചെയ്യുമെന്ന് സ്വയം ഉറപ്പുകൊടുക്കുക. ആദ്യമൊക്കെ ഇത് വളരെ നിസ്സാരമായി തോന്നാം. കാരണം ഈ ചെറിയ മാറ്റങ്ങൾ നിങ്ങൾക്ക് വളരെ വലിയ ഫലങ്ങ ളൊന്നും തരില്ല. എന്നാൽ അവ വളരെ പ്രധാനമായ മറ്റൊരു കാര്യം ചെയ്യു ന്നുണ്ട്. നിങ്ങളുടെ ദൈനംദിന ജീവിതത്തിൽ നിങ്ങൾക്ക് കൂട്ടിച്ചേർക്കാ നായ ഒരു പുതിയ ശീലത്തിന്റെ പാതയാണ് അത് തുറക്കുന്നത്. കുറച്ച് കാലംകൊണ്ട് ഈ പുതിയ ശീലം നിങ്ങളുടെ ജീവിതത്തിന്റെ സ്വാഭാവികതയായി മാറും. അത് കൊണ്ട് ചെറിയ തുടക്കങ്ങളിൽ സ്ഥിരത ഉണ്ടാകട്ടെ. ചെറിയ മാറ്റങ്ങൾ സ്ഥായിയായ മാറ്റങ്ങളാണ്.

നിങ്ങൾ ഇപ്പോൾത്തന്നെ കുഴപ്പത്തിലായിരിക്കെ സ്വയം കൂടുതൽ ബുദ്ധിമുട്ടിക്കരുത്

സ്വയം വിമർശനവും സ്വയം ആക്രമിക്കലും മനസ്സിലാക്കാതെ നമുക്ക് മോശം മൂഡിനെ കൈകാര്യം ചെയ്യാനാകില്ല. മോശം മൂഡ് ഉള്ളപ്പോൾ

നാം സ്വാഭാവികമായി ചെയ്യുന്ന ആത്മവിമർശനം കൂട്ടുന്നതായി കാണാം. ഒരാളോട് സ്വയം ഇങ്ങനെ വിമർശിക്കരുത് എന്ന് പറയാൻ എളുപ്പ മാണ്. എന്നാൽ ചെറുപ്പം മുതൽ അതൊരു ശീലമാകുമ്പോൾ അങ്ങനെ ചിന്തിക്കരുത് എന്ന് പറയുന്നത് ഒരു പരിഹാരമല്ല. നമുക്ക് അത്തരം ചിന്തകൾ ഉണ്ടാകുന്നത് തടയാനാകില്ല. എന്നാൽ നമുക്ക് അവയെ ശ്രദ്ധിക്കാനും അവയ്ക്ക് അധികം അധികാരം നമ്മുടെ മേൽ നൽകാത്ത രീതിയിൽ പ്രതികരിക്കാനും കഴിയും. മുൻവിധികളെ നാം നേരിട്ട അതേ രീതിയിൽ നമുക്ക് ആത്മവിമർശനത്തെയും സമീപിക്കാം. അവയിൽ നിന്ന് അൽപ്പം അകലം സൂക്ഷിക്കാം. അപ്പോൾ നമുക്ക് ഇതെല്ലാം വൈകാരികമായ മുൻവിധികളാണ്, വസ്തുതകളല്ല എന്ന് തിരിച്ചറിയാനാകും.

നിങ്ങൾ ഉപാധികളില്ലാതെ സ്നേഹിക്കുന്ന ഒരാളെ ഓർക്കുക. ഇനി നിങ്ങൾ സ്വയം സംസാരിക്കുന്നത് പോലെ അവർ അവരെപ്പറ്റി സംസാരിക്കുന്നത് ഒന്ന് സങ്കൽപ്പിച്ച് നോക്കുക. നിങ്ങൾ അവരോട് എങ്ങനെ പ്രതികരിക്കും? അവർ സ്വയം എന്ത് മനസ്സിലാക്കണമെന്നാണ് നിങ്ങൾ കരുതുന്നത്? അവർ അവനവനെപ്പറ്റി എങ്ങനെ സംസാരി ക്കണമെന്നാണ് നിങ്ങൾ ആഗ്രഹിക്കുന്നത്?

നമുക്ക് അവനവനോട് വേണ്ട അനുകമ്പ മനസ്സിലാക്കാൻ ഇതിലൂടെ സാധിക്കും. നാം മറ്റുള്ളവരോട് കാണിക്കുന്ന അലിവ് പോലും സ്വയം കാണിക്കില്ലല്ലോ.

അവനവനോടുള്ള അലിവ് ഒരു ആത്മ ഹർഷമായി മാറേണ്ടതില്ല. നിങ്ങൾ കേൾക്കാനാഗ്രഹിക്കുന്ന ശബ്ദമാണത്. നിങ്ങളെ നിലത്ത് കുഴിച്ചുമൂടുന്നതിനു പകരം പിടിച്ചെഴുന്നേൽപ്പിക്കുന്ന ശബ്ദം. അത് ആത്മാർ ത്ഥതയുടെയും പ്രോത്സാഹനത്തിന്റെയും പിന്തുണയുടെയും ദയയുടെയും ശബ്ദമാണ്. നിങ്ങളെ പൊടിതട്ടി എടുത്ത് മുഖത്ത് നോക്കി വീണ്ടും ഒന്നുകൂടി ശ്രമിച്ചുനോക്കാം എന്ന് പറയുന്നത് ഈ ശബ്ദമാണ്. ഇത് നിങ്ങളുടെ അച്ഛനോ അമ്മയോ ഗുരുവോ ഒക്കെയാണ്. മികച്ച അത്‌ലറ്റുകൾക്ക് തങ്ങളുടെ മത്സരങ്ങൾക്കിടയിൽ പ്രോത്സാഹനവാക്കുകൾ നല്കാൻ ആളുകൾ ഉള്ളത് ഇതേ കാരണം കൊണ്ടാണ്. നിങ്ങളുടെ തലയിൽ നിറയുന്ന വാക്കുകളുടെ ശക്തി അവർക്കറിയാം. നിങ്ങൾ ഒരു ബോക്സിങ് റിങിലോ ടെന്നീസ് കോർട്ടിലോ ജോലിയിലെ മീറ്റിങ്ങിലോ പരീക്ഷാ ഹാളിലോ ആയാലും ഈ നിയമം ഒന്ന് തന്നെയാണ്.

നമുക്ക് സ്നേഹമുള്ള മറ്റൊരാളെ പിന്തുണയ്ക്കുന്നത് പോലെ തന്നെ നാം സ്വയം പിന്തുണയ്ക്കേണ്ടതുണ്ട്. നമ്മുടെ മൂഡ് നന്നാക്കാനുള്ള ശക്തമായ ഒരു ഘടകമാണ് അത്.

എന്ത് തോന്നാനാണ് നിങ്ങൾക്ക് ഇഷ്ടം?

മോശം മാനസികാവസ്ഥയെ കൈകാര്യം ചെയ്യാൻ ശ്രമിക്കുമ്പോൾ

നമുക്ക് ആഗ്രഹമില്ലാത്ത കാര്യങ്ങളിലും ചിന്തകളിലും ശ്രദ്ധ കൊടുക്കുന്നതാണ് സ്വാഭാവികം. അത് പ്രധാനമാണ് താനും. എന്നാൽ നിങ്ങൾക്ക് വേണ്ടത് ഒന്നിൽ നിന്ന് മാറിപ്പോകണമെങ്കിൽ വേണ്ടത് എന്താണെന്ന് അറിയുന്നതും പ്രധാനമാണ്.

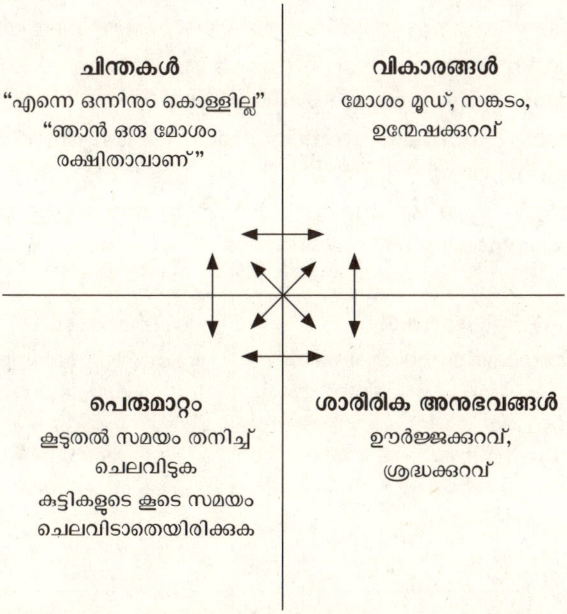

ചിത്രം 5 : മോശം മാനസികാവസ്ഥ രൂപപ്പെടുന്നതിന്റെ ഉദാഹരണം

ടൂൾ കിറ്റ്: നിങ്ങളുടെ വികാരങ്ങൾ മാറ്റാൻ എന്തുചെയ്യാനാകുമെന്ന് കണ്ടെത്തുക

ഈ പുസ്തകത്തിന്റെ അവസാനം കൊടുത്തിട്ടുള്ള ഹോട്ട് ക്രോസ് ബൺ മോശം മൂഡ് സെനാരിയോ പൂരിപ്പിക്കുക. ചിത്രം അഞ്ചിലെ ഉദാഹരണം കാണുക.

നിങ്ങളുടെ ചിന്തകളെയും പെരുമാറ്റങ്ങളെയും മനസ്സിലാക്കി ഭേദപ്പെട്ട ദിവസങ്ങൾ എങ്ങനെ കണ്ടെത്താം എന്ന് പഠിച്ചുനോക്കുക. ഇത്തവണ നിങ്ങൾക്ക് അനുഭവിക്കാൻ ആഗ്രഹമുള്ള വികാരങ്ങൾ എന്താണെന്ന് എഴുതി തുടങ്ങുക. ചിത്രം ആറിലെ ഉദാഹരണം ശ്രദ്ധിക്കുക.

നിങ്ങളുടെ ശാരീരിക അവസ്ഥ മനസ്സിലാക്കി ബാക്കി പൂരിപ്പിക്കാൻ താഴെ കൊടുത്തിരിക്കുന്ന ചോദ്യങ്ങളുടെ സഹായം തേടുക :

- മുൻപ് ഇങ്ങനെ തോന്നിയപ്പോൾ നിങ്ങളുടെ ശ്രദ്ധ എന്തിലായിരുന്നു?
- ഇനിയും അങ്ങനെ തോന്നണമെങ്കിൽ നിങ്ങൾ എന്തായിരിക്കണം സ്വയം പറയുന്നത്?
- മുൻപ് ഇങ്ങനെ തോന്നിയപ്പോൾ നിങ്ങൾ എങ്ങനെയാണ് പെരുമാറിയത്? കൂടുതൽ ചെയ്തത് എന്ത്? കുറവ് ചെയ്തത് എന്ത്?
- അങ്ങനെ ഇനിയും തോന്നണമെങ്കിൽ നിങ്ങളുടെ ശരീരത്തെ നിങ്ങൾ എങ്ങനെയാണ് ശ്രദ്ധിക്കേണ്ടത്?
- നിങ്ങൾ നന്നായി ഇരിക്കുമ്പോൾ നിങ്ങളുടെ ചിന്തകൾ എങ്ങനെയാണ്?
- നിങ്ങളുടെ ശ്രദ്ധ എന്തിലാണ്? അന്ന് നിങ്ങളുടെ ഉള്ളിലെ ശബ്ദം എങ്ങനെയായിരുന്നു?

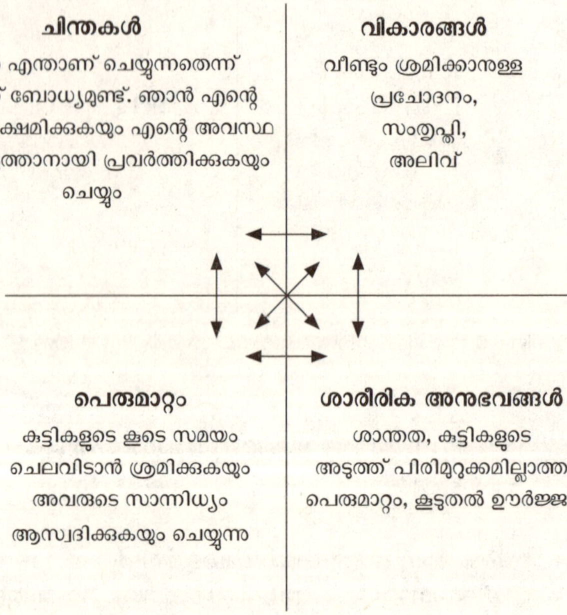

ചിത്രം 6 : ഭേദപ്പെട്ട ദിവസങ്ങളുടെ ഉദാഹരണം. എങ്ങനെ തോന്നണം, പെരുമാറണം, ചിന്തിക്കണം?

മുൻപ് നന്നായി നടന്ന എന്തെങ്കിലും കാര്യത്തെപ്പറ്റി കൂടുതൽ മനസ്സിലാക്കാൻ കഴിയുന്നുണ്ടോ എന്ന് നോക്കുക. ചിലപ്പോൾ ദൈനംദിന ജീവിതത്തിൽ പ്രയോജനപ്പെടുന്ന എന്തെങ്കിലും അറിവുകൾ ഇതിലൂടെ ലഭിച്ചേക്കാം. എന്താണ് പ്രയോജനപ്പെടുക എന്ന് വിശകലനം ചെയ്തു നോക്കുക.

പരിഹാരം മുൻനിർത്തിയുള്ള ഈ ചോദ്യം ഒന്ന് പരീക്ഷിച്ചു നോക്കുക : ഈ പുസ്തകം അടയ്ക്കുമ്പോൾ ഒരു അത്ഭുതം നടക്കുമെന്നും നിങ്ങളുടെ പ്രശ്നങ്ങൾ എല്ലാം അപ്രത്യക്ഷമാകുമെന്നും ഒരു നിമിഷം ഒന്ന് സങ്കൽപ്പിക്കുക.

- നിങ്ങളുടെ പ്രശ്നങ്ങൾ ഇല്ലാതായി എന്നതിന്റെ ആദ്യ സൂചനകൾ എന്തായിരിക്കും?
- നിങ്ങൾ വ്യത്യസ്തമായി എന്താവും ചെയ്യുക?
- നിങ്ങൾ എന്തിനോട് 'അതെ' പറയും?
- എന്തിനോട് 'അല്ല' പറയും?
- നിങ്ങളുടെ ഊർജ്ജവും ശ്രദ്ധയും എന്തിലായിരിക്കും കൊടുക്കുക?
- നിങ്ങൾ കൂടുതലായോ കുറവായോ ചെയ്യുന്നത് എന്തായിരിക്കും?
- നിങ്ങൾ ആളുകളോട് വ്യത്യസ്തമായി പെരുമാറുന്നത് എങ്ങനെയായിരിക്കും?
- നിങ്ങളുടെ ജീവിതത്തെ നിങ്ങൾ എങ്ങനെ ചിട്ടപ്പെടുത്തും?
- നിങ്ങൾ സ്വയം എങ്ങനെ സംസാരിക്കും?
- നിങ്ങൾ വിട്ടുകളയുന്നത് എന്തായിരിക്കും?

കുറച്ചു സമയം എടുത്ത് ഈ ചോദ്യങ്ങൾക്ക് ഉത്തരം കണ്ടെത്താൻ നോക്കുക. നിങ്ങളുടെ ദൈനംദിന ജീവിതത്തിൽ നിങ്ങൾ വരുത്തുന്ന സൂക്ഷ്മമായ മാറ്റങ്ങൾ പോലും എഴുതിവയ്ക്കുക. നിങ്ങൾ എങ്ങോട്ടാണ് പോകുന്നത് എന്ന് തീരുമാനിക്കാൻ ഇത് നിങ്ങളെ സഹായിക്കും. ചെറിയ ചില മാറ്റങ്ങൾ ഇപ്പോൾ വരുത്തിയാൽ, ഇപ്പോൾ ഉള്ള പ്രശ്നങ്ങൾ നിലനിൽക്കുമ്പോൾ തന്നെ, ജീവിതം എങ്ങനെ മാറുമെന്ന് നിങ്ങൾക്ക് കാണാൻ കഴിയും. നാം എന്ത് ചെയ്യുന്നുവെന്നും അത് എങ്ങനെ ചെയ്യുന്നുവെന്നും ഒക്കെയുള്ള കാര്യങ്ങൾ നമ്മുടെ ശരീരത്തെയും തലച്ചോറിനെയും എങ്ങനെ ചിന്തിക്കണമെന്ന് പഠിപ്പിക്കുന്നു. പ്രധാനപ്പെട്ട കാര്യങ്ങളിലേയ്ക്ക് ദിശ മാറ്റുന്നതും നമുക്ക് പ്രശ്നങ്ങളിൽ കൂടെ വേണമെന്നുള്ള ആളുകൾ കൂടെ ഉണ്ടാകുന്നതും ഒക്കെ നമ്മുടെ മൂഡ് മാറ്റും. ഈ രീതിയിലൂടെ പ്രശ്നത്തിൽ നിന്ന് പരിഹാരത്തിലേയ്ക്ക് ശ്രദ്ധ തിരിക്കാനാകും. എങ്ങോട്ടാണ് നാം ഇനി പോകേണ്ടത് എന്നതിൽ ശ്രദ്ധിക്കാനാകും.

അധ്യായ സംഗ്രഹം

- ഏറ്റവും മികച്ച തീരുമാനങ്ങളല്ല, നല്ല തീരുമാനങ്ങളെ ടുക്കാൻ ശ്രദ്ധിക്കുക. 'നല്ലത്'' നിങ്ങളെ മാറ്റത്തിലേയ്ക്ക് നയിക്കും. പെർഫെക്ഷനിസം പലപ്പോഴും തീരുമാനങ്ങൾ എടുക്കാൻ സഹായിക്കില്ല. എന്നാൽ നിങ്ങളുടെ മൂഡ് നന്നാകുമ്പോൾ നിങ്ങൾക്ക് തീരുമാനങ്ങൾ എടുക്കാൻ സാധിക്കും.
- ചെറിയ, സ്ഥിരതയുള്ള മാറ്റങ്ങൾ കൊണ്ടുവരിക.
- ആരെങ്കിലും വിഷമത്തിലാണെങ്കിൽ നാം അവരോട് കാരുണ്യത്തോടെ പെരുമാറും. അവർക്ക് അതാണ് വേണ്ടതെന്ന് നമുക്കറിയാം. നിങ്ങളുടെ മാനസികാരോഗ്യം മെച്ചപ്പെടുത്തണമെങ്കിൽ അവനവനോട് കരുണ കാണിക്കുക.
- പ്രശ്നം മനസ്സിലായാൽ അതുപയോഗിച്ചുകൊണ്ട് ഭാവിയിൽ പോകേണ്ട ദിശ കണ്ടെത്തുക.

5

അടിസ്ഥാനം ശരിയാക്കുന്നത് എങ്ങനെ?

ഡിഫൻസ് കളിക്കാൻ ആളുകളില്ലാതെ ലോകത്തിലെ ഏറ്റവും മികച്ച ഫുട്ബോൾ ടീമിനെ പിച്ചിൽ ഇറക്കുന്നത് ഒന്ന് സങ്കൽപ്പിച്ച് നോക്കുക. പെട്ടെന്ന് അന്നേവരെ അവരുടെ അടുത്ത് പോലും എത്താത്ത എതിർ ടീം ജയിക്കുന്നത് കാണാം. സ്ട്രൈക്കർമാരെപോലെ അത്ര ആവേശം നിറഞ്ഞ പ്രകടനം ഒരുപക്ഷെ ഡിഫൻസ് കളിക്കാർ കാഴ്ചവയ്ക്കില്ല. എന്നാൽ കളിയുടെ ഗതി നിയന്ത്രിക്കാൻ അവർക്ക് കഴിയും. അത് പലപ്പോഴും നാം മനസ്സിലാക്കാറില്ല.

അടിസ്ഥാന കാര്യങ്ങൾ അവഗണിക്കുന്ന സ്വഭാവം നമുക്കെല്ലാവർക്കുമുണ്ട്. നിങ്ങളുടെ അമ്മ നിങ്ങളോട് നേരത്തെ ഉറങ്ങാനും പച്ചക്കറികൾ കഴിക്കാനും പറയും. നിങ്ങൾ അത് കേൾക്കാൻ ഇഷ്ടപ്പെടണമെന്നില്ല. എന്നാൽ ഡിഫൻസ് കളിക്കാരുടെ കാര്യത്തിൽ അവർ ഇല്ലാതാകുമ്പോഴാണ് അവരുടെ മൂല്യം നാം തിരിച്ചറിയുന്നത്. മോശം മൂഡ് വരുമ്പോൾ ആദ്യം നാം അവഗണിക്കുന്നത് അടിസ്ഥാന കാര്യങ്ങളാണ്. സുഹൃത്തുക്കളിൽ നിന്ന് നാം ഉൾവലിയും. ഏറെ കാപ്പി കുടിക്കും, ഉറക്കം നഷ്ടപ്പെടും. വ്യായാമം നിർത്തും. എന്നാൽ ഇതുകൊണ്ട് എന്താണ് സംഭവിക്കുക? പഠനങ്ങൾ സൂചിപ്പിക്കുന്നത് ഇതൊക്കെ നിങ്ങളുടെ ഡിഫൻസ് കളിക്കാരെ എടുത്ത് മാറ്റി എതിർ ടീമിനെ ഗോളടിക്കാനുള്ള അവസരം കാണിച്ചുകൊടുക്കലാണ് എന്നാണ്.

അടിസ്ഥാന കാര്യങ്ങൾ ഒട്ടും ഗ്ലാമറസ് ആയിരിക്കില്ല. എല്ലാ പ്രശ്നങ്ങളും പരിഹരിക്കുന്ന ഒരു മാർഗ്ഗം പോലെയല്ല അടിസ്ഥാന കാര്യങ്ങൾ. എന്നാൽ അവ നമ്മുടെ ആരോഗ്യത്തിന്റെ അടിസ്ഥാനമാണ്. ജീവിതം നിങ്ങളെ പരീക്ഷിക്കുമ്പോൾ ഈ ഡിഫൻസ് കളിക്കാരാണ് നിങ്ങളെ തളരാതെ നിർത്തുന്നതും വീണാൽ പിടിച്ചുയർത്തുന്നതും.

ഇവരെയെല്ലാം വളരെ മികച്ച രീതിയിൽ തന്നെ പരിഗണിക്കണം എന്നൊന്നുമില്ല. എല്ലാവർക്കും യോജിക്കാൻ കഴിയുന്ന പെർഫെക്റ്റ് ഡയറ്റ് ഇല്ല, അല്ലെങ്കിൽ ശരിയായ അളവിലും രീതിയിലുമുള്ള സാമൂഹിക

ബന്ധങ്ങൾ എന്നൊന്ന് ഇല്ല. ഇതെല്ലാം പെർഫെക്ഷൻ നേടേണ്ട കാര്യങ്ങളല്ല. അവ അടിസ്ഥാന കാര്യങ്ങളാണ്. സ്ട്രൈക്കർമാർക്ക് വേണ്ട അത്ര തന്നെ പോഷണം ഈ ഡിഫൻസ് കളിക്കാർക്കും വേണം. കാരണം കളി തുടരുന്നതിന് അവർ അനിവാര്യമാണ്. എന്നാൽ ഒരാൾ വഴുതുമ്പോൾ അടുത്തയാൾക്ക് പിടി മുറുക്കാൻ കഴിയും. ഡിഫൻസുകൾ അയയുന്നത് തോൽവിയുടെ ലക്ഷണമല്ല. ജീവിതം തുടരുന്നതിന്റെ ലക്ഷണമാണ്. ഉദാഹരണത്തിന് ഈയിടെ കുട്ടിയുണ്ടായ ഒരു അച്ഛനോ അമ്മയ്ക്കോ മുഖത്തുള്ള ഉറക്കക്കുറവ് മറയ്ക്കാൻ കഴിയില്ല. എന്നാൽ അവർക്ക് ശ്രദ്ധാപൂർവ്വം നല്ല ആഹാരം കഴിക്കാം, കൂട്ടുകാരോടും കുടുംബത്തോടുമുള്ള ബന്ധം നിലനിർത്താം. ഇതെല്ലാം ഈ കാലഘട്ടം കടന്നു പോകാൻ അവരെ സഹായിക്കും.

പ്രധാനപ്പെട്ട ഡിഫൻസുകൾ എന്തൊക്കെയെന്ന് തിരിച്ചറിഞ്ഞു കൊണ്ട് അവയെ റഡാറിൽ നിർത്തുന്നത് പ്രധാനമാണ്. കൃത്യമായ ഇടവേളകളിൽ നമുക്ക് പരിശോധനകൾ നടത്തുകയും അവയെ മെച്ചപ്പെടുത്താനും ശക്തിപ്പെടുത്താനുമുള്ള വഴികൾ കണ്ടെത്തുകയും ചെയ്യാം.

ഇതൊക്കെ മുൻപ് കേട്ടിട്ടുള്ളതുകൊണ്ട് വായിക്കേണ്ട കാര്യമില്ലെന്നു തോന്നുന്നെങ്കിൽ തീർച്ചയായും നിങ്ങൾ ഇത് വായിക്കണം. ഈ ഡിഫൻസുകളുടെ ശക്തി നാം സ്ഥിരമായി വിലകുറച്ചുകാണാറുണ്ട്. അൽപ്പം പിരിമുറുക്കം വരികയോ വിഷമം വരികയോ ചെയ്താൽ ആദ്യം നാം ഉപേക്ഷിക്കുന്നതും ഈ ഡിഫൻസ് കളിക്കാരെയാണ്. എന്നാൽ പുതിയ പഠനങ്ങൾ സൂചിപ്പിക്കുന്നത് ഈ കഴിവുകൾക്ക് നാം കരുതുന്നതിലും കൂടുതൽ പ്രാധാന്യമുണ്ട് എന്നാണ്.

വ്യായാമം

നിങ്ങളുടെ മോശം മൂഡ് വളരെ ചെറിയതാണെങ്കിലും അതിതീവ്ര വിശദമാണെങ്കിലും വ്യായാമത്തിന് വിഷാദ മരുന്നുകളുടെ ഫലമുണ്ടെന്നാണ് പഠനങ്ങൾ പറയുന്നത്. (Schuch et al., 2016). വിഷാദമരുന്നുകൾ കഴിക്കുന്നവർക്ക് വ്യായാമം കൂടുതൽ മികച്ച ഫലം തരുമെന്നും കണ്ടെത്തിയിട്ടുണ്ട്. (Mura et al., 2014).

വ്യായാമം ശരീരത്തിൽ ഡോപ്പമീൻ അളവുകൾ കൂട്ടാനും തലച്ചോറിലെ ഡോപ്പമീൻ റിസപ്റ്ററുകൾ നന്നായി പ്രവർത്തിക്കാനും സഹായകമാണ് (Olsen, 2011). നിങ്ങളുടെ ദൈനംദിന ജീവിതത്തിലെ ആനന്ദാനുഭവങ്ങളുടെ എണ്ണം കൂട്ടാനും ഇതിലൂടെ സാധിക്കും (McGonigal, 2019). നിങ്ങൾ ആസ്വദിക്കുന്ന തരം വ്യായാമം കണ്ടെത്തിയാൽ അത് നിങ്ങൾക്ക് സന്തോഷം തരികയും ജീവിതത്തിന്റെ മറ്റ് മേഖലകളിൽ സന്തോഷം കണ്ടെത്താനുള്ള വഴികൾ തുറക്കുകയും ചെയ്യും. നിർഭാഗ്യകരമെന്നു പറയട്ടെ, വ്യായാമം നിങ്ങളുടെ ശാരീരസൗകുമാര്യം നിലനിർത്താനായി നിങ്ങൾക്ക് ചെയ്യേണ്ടിവരുന്ന വേദനാജനകമായ ഒരു

പ്രക്രിയയാണ് എന്നാണ് പൊതുബോധം. സൗന്ദര്യത്തിനു വേണ്ടി സഹിക്കേണ്ടിവരുന്ന വേദന എന്നാണ് നാം മനസ്സിലാക്കിയിരിക്കുന്നത്. അതുകൊണ്ടാണ് പലരും വ്യായാമത്തോട് വിമുഖത കാണിക്കുന്നതും.

എന്നാൽ ശരീരം അനങ്ങുമ്പോൾ നിങ്ങൾക്ക് തോന്നുന്ന സന്തോഷത്തെപ്പറ്റി നാം സംസാരിക്കാറില്ല. എന്നാൽ പാൻഡമിക്ക് കാലത്തിലുടനീളം ആളുകൾ തുറന്ന ഇടങ്ങളിൽ വ്യായാമം ചെയ്യുന്നതിന്റെ ആനന്ദം പങ്കുവെച്ചിരുന്നു. മുഴുവൻ സമയവും മുറികൾക്കുള്ളിൽ അടഞ്ഞു കഴിയാൻ നിർബന്ധിതരായപ്പോൾ ഈ ദൈനംദിന നടത്തങ്ങൾ കൂടുതൽ ആകർഷകമായി നമുക്ക് തോന്നി. വീടിനുള്ളിലെ ഒരു ട്രെഡ് മില്ലിൽ നടക്കുന്നതിനേക്കാൾ പുറത്ത് പ്രകൃതിയോട് ചേർന്ന് നടത്തുന്ന വ്യായാമങ്ങൾക്ക് മാനസികാരോഗ്യത്തിൽ ഉള്ള സ്വാധീനം പ്രധാനവും ശാസ്ത്രീയമായി തെളിഞ്ഞതുമാണ്. വിഷാദം പരിഹരിക്കാനായി കോഗ്നിട്ടീവ് ബിഹേവിയറൽ തെറാപ്പി സ്വീകരിക്കുന്ന വ്യക്തികളിൽ ഒരു കാടിന്റെ പരിസരത്ത് തെറാപ്പി സ്വീകരിച്ചവർക്ക് ആശുപത്രിയിൽ തെറാപ്പി സ്വീകരിച്ചവരെക്കാൾ 61 ശതമാനം കൂടുതൽ ഫലം കണ്ടെത്താനായി. (Kim et al., 2009).

കഠിനമായ വ്യായാമം ചെയ്യാൻ കഴിയാത്ത ആളുകൾക്ക് യോഗ പോലെയുള്ള ലളിതമായ ശരീരവ്യായാമത്തിലൂടെയും മാനസികവും ശാരീരികവുമായ മികച്ച ഫലങ്ങൾ ലഭിക്കാറുണ്ട്. (Josefsson et al., 2013).

ജീവിതത്തിൽ വ്യായാമം ഉൾപ്പെടുത്തുക എന്നാൽ ചെലവേറിയ ജിമ്മിൽ ചേരുക എന്നോ അൾട്രാ മാരത്തോൺ ഓടുക എന്നോ ഭാര മുയർത്തൽ നടത്തുക എന്നോ അർത്ഥമില്ല. നിങ്ങൾക്ക് സാധിക്കുന്നത് പോലെ ചെറിയ രീതിയിൽ വ്യായാമം തുടങ്ങുന്നതാവും അഭികാമ്യം. വീട്ടിൽ നിന്ന് പുറത്തിറങ്ങേണ്ട കാര്യം പോലുമില്ല. അൽപ്പം കിതയ്ക്കുന്നതുവരെ ഇഷ്ടമുള്ള പാട്ടുവെച്ച് നൃത്തം ചെയ്താൽ മതിയാകും. വളരെ ചെറിയ, എന്നാൽ നിങ്ങൾക്ക് സന്തോഷം തരുന്ന രീതിയിൽ വ്യായാമത്തെ ചിട്ടപ്പെടുത്തിയാൽ നിങ്ങൾക്ക് അത് നിലനിർത്തിക്കൊണ്ട് പോകാൻ കഴിയും. പെട്ടെന്ന് ഒരു വർക്ക്ഔട്ട് ചെയ്തത് കൊണ്ട് കാര്യമൊന്നുമില്ല. എന്നാൽ അല്പാല്പമായി നിങ്ങളുടെ ശാരീരിക ചലനങ്ങൾ കൂട്ടിക്കൊണ്ടുവരുന്നത് നിങ്ങളുടെ ജീവിതത്തിൽ വളരെ വലിയ മാറ്റങ്ങൾക്കുതകുന്ന ആദ്യ പടിയായി മാറും.

വ്യായാമം മനസ്സിന് ചെറിയ ഉത്തേജനം തരിക മാത്രമല്ല ചെയ്യുന്നത്. അനേകം രീതിയിൽ അത് നിങ്ങളുടെ ശരീരത്തെയും മനസ്സിനെയും സഹായിക്കുന്നു. എന്നാൽ ഞാൻ പറയുന്നത് മുഖവിലയ്ക്കെടുക്കണമെന്നില്ല. നിങ്ങൾക്ക് ആസ്വാദ്യകരമായ എന്തെങ്കിലും ഒരു വ്യായാമം തുടർച്ചയായി ചെയ്താൽ നിങ്ങൾക്ക് തന്നെ അത് അനുഭവിച്ചറിയാം.

ഉറക്കം

ഒരാൾക്ക് ആവശ്യത്തിന് ഉറക്കം കിട്ടുന്നില്ലെങ്കിൽ അവർ ശാരീരികമായും മാനസികമായും തളർന്നുപോകുന്നത് കാണാനാകും. എന്നാൽ ഉറക്കവും മാനസികാരോഗ്യവും തമ്മിലുള്ള ബന്ധം സങ്കീർണ്ണമാണ്. പിരിമുറുക്കമോ ഉത്കണ്ഠയോ മറ്റെന്തെങ്കിലും തരം മാനസിക അസ്വസ്ഥതകളോ നിങ്ങളുടെ മാനസികാരോഗ്യത്തെ ബാധിക്കുമ്പോൾ നിങ്ങളുടെ ഉറക്കവും അലോസരപ്പെടുന്നതായി കാണാം. നിങ്ങളുടെ ഉറക്കം ശരിയാകാത്തപ്പോൾ നിങ്ങളുടെ മാനസികനിലയും പ്രശ്നങ്ങളോട് പൊരുതാനുള്ള നിങ്ങളുടെ മനസ്സും ഒക്കെ തളരും. ഉറക്കം ഇല്ലെങ്കിൽ എന്ത് കാര്യവും പത്തിരട്ടി ബുദ്ധിമുട്ടേറിയതായി മാറും. ഉറക്കത്തിന് നിങ്ങളുടെ സ്വാസ്ഥ്യവുമായി വളരെ അടുത്ത ബന്ധമാണുള്ളത്. ഉറക്കം നല്ലതല്ലെങ്കിൽ അത് ശരിയാക്കാനായി സമയം ചെലവിടുക തന്നെ ചെയ്യണം.

ദീർഘകാലമായി ഇൻസോംനിയ അഥവാ ഉറക്കക്കുറവ് അനുഭവിക്കുന്നവർക്ക് ഒരു സ്പെഷ്യലിസ്റ്റിന്റെ സഹായം തേടുന്നത് പ്രധാനമാണ്. എന്നാൽ നിങ്ങൾക്ക് ലഭിക്കുന്ന ഉറക്കത്തിന്റെ ഗുണനിലവാരം കൂട്ടാൻ താല്പര്യമുണ്ടെങ്കിൽ ചില പൊടിക്കൈകൾ ഞാൻ പറയാം.

നമ്മൾ ഈ ലിസ്റ്റിലുള്ള എല്ലാം പൂർത്തിയാക്കാനൊന്നുമല്ല ശ്രമിക്കുന്നതെന്ന് മനസ്സിൽ ഓർക്കുക. ചിലപ്പോഴൊക്കെ ജീവിതം നമ്മളെ ഉറക്കമില്ലാത്ത നിമിഷങ്ങളിലൂടെ കൊണ്ടുപോകാറുണ്ട്. ഷിഫ്റ്റ് ജോലികൾ ചെയ്യുകയോ ദീർഘയാത്ര പോവുകയോ ചെറിയ കുഞ്ഞുങ്ങളെ വളർത്തുകയോ രാത്രി നീളെ ഗെയിം കളിക്കുകയോ ഒക്കെ ചെയ്താൽ നിങ്ങളുടെ ഉറക്കം മുറിയും. ആവശ്യമുള്ളപ്പോൾ നിങ്ങളുടെ ഉറക്കത്തെ ശരിയായ ദിശയിലേക്ക് തിരിച്ചുവിടാൻ നിങ്ങൾക്ക് ഇത് ഉപയോഗിക്കാം.

- കഠിന വ്യായാമങ്ങൾ പകൽ ചെയ്ത് വൈകുന്നേരങ്ങൾ വിശ്രമിക്കാൻ ഉപയോഗിക്കുക.
- കിടക്കും മുൻപ് ഇളം ചൂട് വെള്ളത്തിൽ കുളിച്ചാൽ നിങ്ങളുടെ ശരീരം ഉറങ്ങാൻ പാകത്തിന് ഒരുങ്ങും.
- ഉണർന്നാൽ ആദ്യത്തെ അര മണിക്കൂറിൽ തന്നെ സ്വാഭാവികമായ വെളിച്ചത്തിൽ എത്താൻ ശ്രദ്ധിക്കുക. നമ്മുടെ ഉറക്കം നിയന്ത്രിക്കുന്ന സിർക്കേഡിയൻ റിഥം വെളിച്ചവുമായി ബന്ധപ്പെട്ടാണ് പ്രവർത്തിക്കുന്നത്. കൃത്രിമ ലൈറ്റ് നല്ലതാണ്, എന്നാൽ സ്വാഭാവിക വെളിച്ചമാണ് ഏറ്റവും മികച്ചത്. ഉണർന്നാലുടൻ പത്ത് മിനുട്ട് പുറത്തിറങ്ങുക. ദിവസം മുഴുവൻ പറ്റുന്നത്ര സമയം പുറത്ത് ചെലവിടാൻ ശ്രമിക്കുക.
- വൈകുന്നേരം സൂര്യാസ്തമയം കഴിഞ്ഞാൽ വെളിച്ചം അരണ്ടതാക്കുക. സ്ക്രീനുകളുടെ ബ്രൈറ്റ്നെസും കുറച്ച് ഉപയോഗിക്കുക. പറ്റുന്നത്ര വേഗം സ്ക്രീനുകൾ ഓഫാക്കുക.

- നിങ്ങളെ വേവലാതിപ്പെടുത്തുന്ന കാര്യങ്ങൾ പകൽ പരിഹരിക്കുക. തീരുമാനങ്ങൾ എടുക്കുക, പ്ലാനുകൾ ഉണ്ടാക്കുക, ചെയ്യേണ്ട കാര്യങ്ങളുടെ ലിസ്റ്റ് പൂർത്തിയാക്കുക. നിങ്ങൾ പകൽ ചെയ്യുന്ന കാര്യങ്ങളെ അടിസ്ഥാനമാക്കിയാണ് രാത്രി ഉറക്കം ലഭിക്കുക. പകൽ സമയത്ത് പ്രശ്നങ്ങൾ പരിഹരിക്കാൻ നാം മിടുക്കരാണ്. എന്നാൽ അവയെ നാം അവഗണിച്ചാൽ രാത്രി ഉറങ്ങാൻ ശ്രമിക്കുമ്പോഴാകും അവ നമ്മുടെ മനസ്സിൽ എത്തുക. അതുകൊണ്ട് പറ്റുന്നത്ര വൃത്തിയായി നിങ്ങളുടെ മേശയും മനസ്സും സൂക്ഷിക്കുക.
- അത്തരം രാത്രികളിൽ തലയിണയിൽ തല പതിയുമ്പോഴേ നിങ്ങളുടെ മനസ്സ് വേവലാതികളുടെ കെട്ടഴിക്കാൻ തുടങ്ങും. അപ്പോൾ വേവലാതികളുടെ ഒരു ലിസ്റ്റ് എഴുതി വയ്ക്കുക. കിടക്കയുടെ അരികിൽ ഒരു പേനയും പേപ്പറും സൂക്ഷിക്കുക. മനസ്സിൽ ഒരു ആകുലത വരുമ്പോൾ അത് എഴുതി വെയ്ക്കുക. അങ്ങനെ മനസ്സിൽ വരുന്ന ചിന്തകളെല്ലാം നാളെ ചെയ്യേണ്ട കാര്യങ്ങളായി എഴുതി വെക്കുക. നാളെ ഈ പ്രശ്നങ്ങൾ പരിഹരിക്കാൻ സമയം കണ്ടെത്തുമെന്ന് സ്വയം ഉറപ്പ് നൽകുക. അപ്പോൾ നിങ്ങൾക്ക് അത്തരം ചിന്തകളെ മനസ്സിൽ നിന്ന് മാറ്റാനും വിശ്രമത്തിൽ ശ്രദ്ധ കേന്ദ്രീകരിക്കാനും കഴിയും.
- ഉറക്കം നമുക്ക് ബലമായി കൊണ്ടുവരാൻ കഴിയില്ല. ശരീരത്തിനും മനസ്സിനും ശാന്തവും സുരക്ഷിതവുമായ ഒരു സാഹചര്യം നൽകുകയാണ് നമുക്ക് ചെയ്യാൻ കഴിയുന്ന കാര്യം. അതുകൊണ്ട് ഉറങ്ങുന്നതിൽ ശ്രദ്ധിക്കാതെ ശാന്തതയിലും വിശ്രമത്തിലും ശ്രദ്ധ ചെലുത്തുക. നിങ്ങളുടെ തലച്ചോർ ബാക്കി ജോലി ചെയ്തുകൊള്ളും.
- വൈകുന്നേരങ്ങളിൽ കഫീൻ ഒഴിവാക്കുക. യുവാക്കൾ ഉപയോഗിക്കുന്ന എനർജി ഡ്രിങ്കുകൾ എല്ലാം കഫീൻ അടങ്ങിയവയാണ്. അവ അമിതമായി ഉപയോഗിക്കുന്നത് ഉറക്കത്തെ തടസ്സപ്പെടുത്താനും ആകാംക്ഷയുടെ ലക്ഷണങ്ങൾ കൊണ്ടുവരാനും സഹായിക്കും.
- ഉറക്കത്തോട് അടുക്കുമ്പോൾ ഒന്നും അമിതമായി ഉപയോഗിക്കാതിരിക്കാൻ ശ്രദ്ധിക്കുക. റിഫൈൻഡ് പഞ്ചസാര അടങ്ങിയ ഭക്ഷണം ഇതിൽ ഉൾപ്പെടും. നിങ്ങളുടെ സ്ട്രെസ് ലെവൽ കൂട്ടുന്ന എന്തും നിങ്ങളുടെ ഉറക്കത്തെ ബാധിക്കും.

പോഷകങ്ങൾ

മാനസികാരോഗ്യവും ശാരീരിക ആരോഗ്യവും ഒരു നാണയത്തിന്റെ രണ്ടു വശങ്ങളാണ്. ഒന്ന് ചലിക്കുമ്പോൾ അടുത്തതും കൂടെ നീങ്ങും. അടുത്ത കാലങ്ങളിൽ ശാസ്ത്രം ഇത് തെളിയിച്ചിട്ടുമുണ്ട്. നിങ്ങൾ തലച്ചോറിന് എന്ത് നൽകുന്നു എന്നത് നിങ്ങളുടെ ചിന്തകളെ സ്വാധീനിക്കും.

പോഷകസമൃദ്ധമായ ആഹാരം വിഷാദം പരിഹരിക്കുമെന്ന് പഠനങ്ങൾ സൂചിപ്പിക്കുന്നു. (Jacka et al., 2017) നമ്മുടെ ഭക്ഷണത്തിൽ ആരോഗ്യകരമായ മാറ്റങ്ങൾ വരുത്തുന്നത് പ്രായമാകുംതോറും ഉണ്ടാകുന്ന വിഷാദത്തെയും അകറ്റി നിറുത്തും. (Sanchez-Villegas et al., 2013).

നമ്മുടെ മാനസിക നിലയെ ബാധിക്കുന്ന പല കാര്യങ്ങൾ ഉണ്ടെന്ന് തിരിച്ചറിയുമ്പോൾ അതിനെ എല്ലാ വശത്ത് നിന്നും പരിഹരിക്കാൻ ശ്രമിക്കുന്നത് നല്ലതാണ്. ഒന്ന് ആലോചിച്ചാൽ നമ്മുടെ ശരീരത്തെ ആരോഗ്യകരമാക്കാനുള്ള വഴികൾ നമുക്ക് ഓർത്തെടുക്കാൻ കഴിയും. ലോകമാകമാനം നടക്കുന്ന ഗവേഷണങ്ങൾ ശ്രദ്ധിച്ചാൽ നിങ്ങളുടെ മാനസികനിലയെ സഹായിക്കുന്ന പലതരം ഭക്ഷണശീലങ്ങളുണ്ടെന്ന് തിരിച്ചറിയാനാകും. മാനസികാരോഗ്യത്തെ സഹായിക്കുന്നതായി കണ്ടിട്ടുള്ള സാമ്പ്രദായിക മെഡിറ്ററേനിയൻ ഭക്ഷണവും നോർവീജിയൻ, ജാപ്പനീസ്, ആംഗ്ലോ സാക്സൺ ഭക്ഷണ രീതികളും എല്ലാം പഠനങ്ങൾക്ക് വിധേയമായവയാണ്. വിഷാദത്തിന് പരിഹാരമായി പോലും ഭക്ഷണത്തെ കാണാം. (Jacka, 2019). ഈ സാമ്പ്രദായിക ഭക്ഷണ രീതികളിൽ എല്ലാം പ്രോസസ് ചെയ്യാത്ത മുഴുധാന്യങ്ങളും ആരോഗ്യകരമായ കൊഴുപ്പുകളും ഉള്ളതായി കാണാം.

ഭക്ഷണത്തെപ്പറ്റി ധാരാളം തെറ്റിദ്ധാരണകൾ പരക്കുന്നുണ്ട്. അതുകൊണ്ട് ഈ പുസ്തകത്തിന്റെ റിസോഴ്സസ് സെക്ഷനിൽ ഞാൻ വിശ്വസനീയമായ തുടർ വായനകൾ നിങ്ങൾക്കായി ചേർത്തിട്ടുണ്ട്. മികച്ച പോഷകങ്ങൾ എങ്ങനെ നേടാം എന്ന് മനസ്സിലാക്കിയാൽ നിങ്ങൾക്ക് നിങ്ങളുടെ മാനസികാരോഗ്യം സംരക്ഷിക്കാം.

എന്നാൽ മുൻപ് ഞാൻ പറഞ്ഞത് പോലെ, നിങ്ങൾക്ക് തുടരാനാകില്ലെങ്കിൽ വലിയ മാറ്റങ്ങൾ കൊണ്ട് അർത്ഥമില്ല. അതിലും നല്ലത് തുടർച്ചയായി ജീവിതത്തിൽ പോഷകങ്ങൾ കൊണ്ടുവരാൻ പറ്റുന്ന ചെറിയ മാറ്റങ്ങളെപ്പറ്റി ചിന്തിക്കുന്നതാണ് നല്ലത്. ഇത് പാലിക്കുക.

ദിനചര്യ

മാനസികാരോഗ്യത്തിനും പ്രതിരോധശേഷിക്കും വേണ്ടിയുള്ള മറ്റൊരു പ്രധാന സംരക്ഷണ ഘടകം ദിനചര്യയാണെന്ന് തോന്നുന്നു. പാൻഡെമിക്ക് ആളുകളുടെ ദിനചര്യകൾ തെറ്റിക്കുകയും മാനസികാരോഗ്യം താറുമാറാക്കുകയും ചെയ്യുന്നത് വരെ അവകളുടെ പ്രാധാന്യം ആരും ശ്രദ്ധിച്ചിരുന്നില്ല.

തുടരെ ചെയ്യുന്ന, പ്രവചിക്കാനാകുന്ന കാര്യങ്ങൾ നമുക്ക് സുരക്ഷിതത്വം തരും. എന്നാൽ നമ്മുടെ മനസ്സ് ആവേശങ്ങളും വ്യത്യസ്തതകളും ആഗ്രഹിക്കുകയും ചെയ്യും. നമുക്ക് ഒരു ദിനചര്യ ഉണ്ടാവുകയും ഇടയ്ക്കിടെ അതിൽ നിന്ന് വ്യതിചലിക്കുകയും ചെയ്യുന്നത് അർത്ഥവത്തും ആനന്ദകരവുമായി അനുഭവപ്പെടും.

നമ്മുടെ മനസ്സ് സന്തുഷ്ടമല്ലെങ്കിൽ ഈ ദിനചര്യകളിൽ നിന്ന് നാം വ്യതിചലിക്കും. ജോലിയെപ്പറ്റിയുള്ള ആവലാതികൾ നിങ്ങളുടെ മനസ്സിൽ നിറയുമ്പോൾ ഒരുപക്ഷെ ആ ചിന്തകൾ മനസ്സിൽ നിന്ന് മാറ്റാനായി നിങ്ങൾ രാത്രി മുഴുവൻ ടിവി കാണും. അപ്പോൾ പിറ്റേന്ന് നേരത്തെ എണീക്കാൻ ബുദ്ധിമുട്ട് തോന്നും, പതിയെ നിങ്ങൾ രാവിലെയുള്ള വ്യായാമം നിർത്തും.

അല്ലെങ്കിൽ നിങ്ങൾ കുറച്ചുനാൾ ജോലി ചെയ്യാതെയിരിക്കുമ്പോൾ ഉച്ച മയക്കം ശീലമാക്കും. എന്നാൽ അതോടെ രാത്രി ഉറക്കം കുറയും. ജോലി ഇല്ലാതെയിരിക്കുമ്പോൾ നിങ്ങളുടെ സാമൂഹിക ജീവിതം മോശമാകും. നിങ്ങൾ ദിവസങ്ങളോളം വീട്ടിൽ നിന്ന് പുറത്തിറങ്ങാതെ ഇരിക്കും. എന്തിനാണ് രാവിലെ ഉണരുന്നതെന്നോ കുളിക്കുന്നതെന്നോ ഒക്കെ തോന്നും. നിങ്ങളുടെ വിശപ്പ് കെടും, ആരോഗ്യം തോന്നില്ല, പകൽ കാപ്പി കുടിക്കൽ കൂടും... അങ്ങനെ പതിയെ നിങ്ങളുടെ ശീലങ്ങൾ മറ്റൊന്നായി മാറും.

ഇത്തരം ചെറിയ കാര്യങ്ങൾ ചെറുതാണെങ്കിലും അവ ഒരുമിച്ച് കൂടുമ്പോൾ നിങ്ങളുടെ ജീവിതത്തിൽ വളരെ വലിയ മാറ്റങ്ങളാണ് കൊണ്ടുവരുന്നത്. ഒരു ഗ്ലാസ്സ് വെള്ളത്തിൽ ഒരു തുള്ളി വീഞ്ഞ് ചേർത്താൽ അത് നിങ്ങളുടെ ശ്രദ്ധയിൽ പെടില്ല. എന്നാൽ അത് കുറച്ചേറെ ചെറിയ തുള്ളികളാകുമ്പോൾ വെള്ളത്തിന്റെ നിറവും രുചിയും മാറും. ഓരോ തുള്ളിയും പ്രധാനമാണ്. തനിയെ അവ വലുതായി തോന്നില്ലെങ്കിലും എല്ലാം കൂടി ഒരുമിച്ചു വരുമ്പോൾ സ്ഥിതി മറ്റൊന്നാകും.

ഇതൊക്കെ പറഞ്ഞാലും ഏറ്റവും മികച്ച ദിനചര്യ എന്നൊന്നില്ല. നിങ്ങൾക്ക് നന്നായി തോന്നുന്ന ഒരു സന്തുലനം കണ്ടെത്തുകയാണ് വേണ്ടത്. നിങ്ങളുടെ സാഹചര്യങ്ങളോട് ചേർന്ന് നിൽക്കുന്ന ശീലങ്ങളാണ് നിങ്ങൾ വളർത്തേണ്ടത്. അതിൽ നിന്ന് വഴുതുന്നു എന്ന് തോന്നുമ്പോൾ അത് തിരിച്ചറിയാനും ശരിയായ ദിശയിലേക്ക് തിരിക്കാനും നിങ്ങൾക്ക് കഴിയണം.

മനുഷ്യബന്ധങ്ങൾ

നിങ്ങൾ ശരീരത്തെയും മനസ്സിനെയും സംരക്ഷിക്കുന്നത് പോലെ തന്നെ പ്രധാനമാണ് മനുഷ്യബന്ധങ്ങൾ നിലനിർത്തുന്നതും. മനുഷ്യബന്ധങ്ങൾക്ക് നിങ്ങളുടെ മനസികാരോഗ്യത്തിൽ വലിയ പങ്കുണ്ട്. (Waldinger & Schulz, 2010). നമ്മുടെ ബന്ധങ്ങൾ നന്നായി മുന്നോട്ട് പോകാത്തപ്പോൾ അതിന് നമ്മുടെ മാനസിക നിലയിൽ വലിയ ഫലങ്ങൾ ഉണ്ടാക്കാൻ കഴിയും. നമ്മുടെ മോശം മാനസികാവസ്ഥ നമ്മുടെ ബന്ധങ്ങളെ തകർക്കുക പോലും ചെയ്യും. നമുക്ക് ചുറ്റുമുള്ള ആളുകളുമായുള്ള ബന്ധം ഇല്ലാതാക്കുകയും ഏകാന്തതയിലേക്ക് നമ്മെ തള്ളിവിടുകയും ചെയ്യാൻ മോശം മൂഡിന് കഴിയും. മോശം മൂഡിൽ ഇരിക്കുമ്പോൾ ആളുകളെ കാണുന്നതും

ഇടപെടുന്നതും തീവ്രവും ശ്രമകരവുമായി നിങ്ങൾക്ക് തോന്നാം. ഇത് വിഷാദത്തിന്റെ ഒരു കെണിയാണ്. അത് നമ്മോട് ഉൾവലിയാനും ഒളിച്ചിരിക്കാനും ഭേദപ്പെട്ടും വരെ ആരെയും കാണാതെ ഇരിക്കാനും ഒക്കെ പറയും. അതുകൊണ്ട് നമ്മുടെ തോന്നലുകൾ നന്നാകും വരെ നാം കാത്തിരിക്കും. എന്നാൽ അപ്പോൾ നാം നമ്മെ പിന്നോട്ട് വലിക്കുകയാണ് ചെയ്യുന്നത്. അൽപ്പം സമയം തനിച്ച് ചെലവിടുന്നത് ഗുണം ചെയ്യുമെങ്കിലും അത് വളരെ വേഗം നമ്മെ ആത്മനിന്ദയുടെ ഒരു കുഴിയിൽ ചാടിക്കുകയും വിഷാദത്തെ ഊട്ടിയുറപ്പിക്കുകയും ചെയ്യും.

നമുക്ക്താൽപ്പര്യമില്ലെങ്കിൽപോലുംമറ്റുള്ളആളുകളുടെകൂടെസമയം ചെലവിടുന്നതും അവരെ നിരീക്ഷിക്കുന്നതും ബന്ധങ്ങൾ സ്ഥാപിക്കുന്നതും ഒക്കെ നമ്മുടെ മൂഡ് മെച്ചപ്പെടുത്തുകയും നമ്മെ സാധാരണ ജീവിതത്തിലേയ്ക്ക്വേഗം തിരിച്ചെത്തിക്കുകയും ചെയ്യും. മികച്ചസാമൂഹിക ബന്ധങ്ങൾ ആളുകളുടെ മാനസികാരോഗ്യം മെച്ചപ്പെടുത്തുന്നതായി ഗവേഷണങ്ങളും ഉണ്ട്. (Nakahara et al., 2009).

തങ്ങൾ വിഷമത്തിലാണെന്ന് മറ്റുള്ളവരോട് പറയാൻ മടിക്കുന്ന പലരും ഏറ്റവും മികച്ചതായി മാത്രം തങ്ങളെ ലോകത്തിനു മുന്നിൽ കാണിക്കാൻ ആഗ്രഹിക്കുന്നവരാണ്. മികച്ചതായില്ലെങ്കിൽ തങ്ങൾ മറ്റുള്ളവർക്ക് ഒരു ഭാരമാകുമെന്ന് ഇവർ കരുതുന്നു. എന്നാൽ ശാസ്ത്രം മറ്റൊന്നാണ് സൂചിപ്പിക്കുന്നത്. സാമൂഹിക പിന്തുണ നല്കുന്നവർക്കും ലഭിക്കുന്നവർക്കും ഒരേപോലെ ഗുണകരമാണ്. (Inagaki et al., 2012). വിഷാദത്തിൽ മുങ്ങി മോശം മാനസികാവസ്ഥയിൽ നിന്ന് പുറത്ത് കടക്കാൻ കഴിയാതെ നാം വലയുമ്പോൾ നമ്മെ ഏകാന്തതയിലേയ്ക്ക് തള്ളിവിടാതെ ഒഴുക്കിനെതിരെ നീന്തുകയാണ് നമുക്ക് ചെയ്യാൻ കഴിയുന്ന പ്രധാനപ്പെട്ട ഒരു കാര്യം. പുറത്തിറങ്ങാം എന്ന തോന്നൽ വരും വരെ കാത്തിരിക്കരുത്. കാരണം ആ തോന്നൽ വരും മുൻപ് നാം അതിനായുള്ള നടപടി എടുക്കേണ്ടിവരും. തോന്നൽ പിന്നാലെ വരും. ആളുകളുമായി യഥാർത്ഥ ബന്ധങ്ങൾ സൂക്ഷിക്കുമ്പോൾ നിങ്ങളുടെ മാനസികാരോഗ്യം മെച്ചപ്പെടുന്നത് കാണാം.

മറ്റുള്ളവരുടെ കൂടെ സമയം ചെലവിടുക എന്നാൽ നമ്മുടെ തോന്നലുകളെപ്പറ്റി സംസാരിക്കണമെന്ന് അർത്ഥമില്ല. സത്യത്തിൽ സംസാരിക്കേണ്ട തന്നെ കാര്യമില്ല. ആളുകളുടെ കൂടെ സമയം ചെലവിടുക, അവരെ നിരീക്ഷിക്കുക, ചിരിക്കുക. നിങ്ങൾക്ക് കഴിയുന്ന സംഭാഷണങ്ങളിൽ ഏർപ്പെടുക. മോശം മൂഡ്, വിഷാദം എന്നിവയൊക്കെ ആളുകളുടെ അടുത്ത് ഇടപെടുമ്പോൾ നമുക്ക് ഉത്കണ്ഠ ജനിപ്പിക്കും. അസ്വസ്ഥത തോന്നും. ആളുകൾ നമ്മളെപ്പറ്റി എന്ത് വിചാരിക്കും എന്ന തോന്നൽ നമ്മെ അലട്ടും. ആളുകൾ നമ്മെപ്പറ്റി എന്താണ് കരുതുന്നതെന്ന് ഓർത്തും സ്വയം വിമർശിച്ചുമാണ് നാം സമയം ചെലവിടുന്നത്. മുൻവിധികളെപ്പറ്റി സംസാരിച്ചത് ഓർമ്മിക്കുക.

നമ്മെ പിറകോട്ട് വലിക്കുന്ന എല്ലാ ചിന്തകളെയും വികാരങ്ങളെയും തള്ളിമാറ്റി നമ്മെ സഹായിക്കുന്നത് മനുഷ്യബന്ധങ്ങളാണ്. നാം കഷ്ടപ്പെടുമ്പോൾ ഈ ബന്ധങ്ങൾ നമ്മെ സഹായിക്കും. മികച്ച, സുരക്ഷിതമായ ബന്ധങ്ങൾ ഒരു അനിവാര്യതയാണ്. അത്തരം ബന്ധങ്ങൾ കുടുംബത്തിലോ സുഹൃത്തുക്കളുടെ ഇടയിലോ നിങ്ങൾക്ക് കണ്ടെത്താനാകുന്നില്ലെങ്കിൽ അതിന് അർത്ഥവത്തായ ബന്ധങ്ങൾ കണ്ടെത്തുന്നത് വരെ നിങ്ങൾക്ക് സുരക്ഷിതമായ ഇടങ്ങൾ നല്കാൻ മാനസികാരോഗ്യ വിദഗ്ദ്ധർക്ക് സാധിക്കും.

അധ്യായ സംഗ്രഹം

- നമ്മുടെ മാനസികാരോഗ്യം സംരക്ഷിക്കുന്ന ചില ഡിഫൻസ് കളിക്കാർ ആരോഗ്യത്തിന്റെ അടിസ്ഥാന മാണ്. അവരെ എന്നും പരിപാലിക്കുന്നത് പ്രധാനമാണ്.
- ഒരു കാര്യമേ നിങ്ങൾക്ക് ചെയ്യാൻ കഴിയൂ എങ്കിൽ അത് വ്യായാമമാകട്ടെ. നിങ്ങൾക്ക് സന്തോഷം തരുന്ന, നിങ്ങൾ തുടരാൻ സാധ്യതയുള്ള ഒരു വ്യായാമം കണ്ടെത്തുക.
- ഉറക്കവും മാനസികാരോഗ്യവും തമ്മിലുള്ള ബന്ധം സങ്കീർണ്ണമാണ്. ഉറക്കം ശ്രദ്ധിച്ചാൽ മാനസികാരോഗ്യവും മെച്ചപ്പെടും. നിങ്ങളുടെ ദിവസത്തിൽ വരുത്തുന്ന മാറ്റങ്ങൾ ഉറങ്ങാൻ സഹായിക്കും.
- നിങ്ങളുടെ തലച്ചോറിനെ ബാധിക്കുന്ന മറ്റൊരു കാര്യം ഭക്ഷണമാണ്. പോഷകസന്തുലിതമായ ആഹാരം ശീലമാക്കുക.
- മനുഷ്യബന്ധങ്ങൾ മാനസികാരോഗ്യം മെച്ചപ്പെടുത്തും. നിങ്ങളുടെ ബന്ധങ്ങൾ നിങ്ങളുടെ ശരീരത്തെയും മനസ്സിനെയും മെച്ചപ്പെടുത്തും.

2

പ്രചോദനത്തെ അറിയാം

6

പ്രചോദനത്തെക്കുറിച്ച് അടുത്തറിയാം

ജീവിതം മുന്നോട്ടുകൊണ്ടുപോകാനുള്ള കഴിവുകൾ നമ്മുടെ സൈക്കോളജിക്കൽ ടൂൾ കിറ്റിൽ നാം നിറയ്ക്കുമ്പോൾ പ്രത്യേകം ഓർക്കേണ്ട ഒന്നാണ് പ്രചോദനം. എന്നാൽ പ്രചോദനം ഒരു സാമർത്ഥ്യമല്ല. ജന്മനാ നമുക്ക് ലഭിക്കുന്ന ഒരു കഴിവോ സ്വഭാവമോ അല്ല അത്.

നമ്മളിൽ പലർക്കും എന്താണ് ചെയ്യേണ്ടതെന്ന് കൃത്യമായി അറിയാം. എന്നാൽ അത് ചെയ്യാൻ തല്ക്കാലം തോന്നുന്നില്ലെന്ന് മാത്രം. കുറെ സമയം കഴിഞ്ഞാലും അത് ചെയ്യാൻ തോന്നില്ല. ചിലപ്പോൾ നമുക്ക് ജീവിതത്തിൽ ലക്ഷ്യം വേണമെന്നൊക്കെ തോന്നും. കാര്യങ്ങൾ ശരിയായ ദിശയിൽ സഞ്ചരിക്കാനും തുടങ്ങും. എന്നാൽ കുറച്ച് ദിവസം കഴിയുമ്പോൾ എല്ലാം തകരാറിലാവുകയും നാം വീണ്ടും തുടങ്ങിയിടത്ത് തന്നെ എത്തുകയും ചെയ്യും.

പ്രചോദനത്തിൽ ചാഞ്ചാട്ടം ഉണ്ടാകുന്നത് സിസ്റ്റത്തിലെ ഒരു പോരായ്മയല്ല. അത് മനുഷ്യനായിരിക്കുന്നതിന്റെ ഒരു ഭാഗം മാത്രമാണ്. വികാരങ്ങൾ പോലെ തന്നെ വരികയും പോവുകയും ചെയ്യുന്ന ഒന്നാണ് പ്രചോദനം. എപ്പോഴും അതവിടെ ഉണ്ടാകുമെന്ന് നമുക്ക് പ്രതീക്ഷിക്കാൻ കഴിയില്ല. എന്നാൽ നമ്മുടെ സ്വപ്നങ്ങളെയും ലക്ഷ്യങ്ങളെയും അപ്പോൾ എന്ത് ചെയ്യണം?

നിങ്ങളുടെ തലച്ചോർ നിങ്ങളുടെ ശരീരത്തിന് എന്താണ് സംഭവിക്കുന്നത് എന്ന് തുടർച്ചയായി ശ്രദ്ധിച്ചുകൊണ്ടാണിരിക്കുന്നത്. നിങ്ങളുടെ ഹൃദയമിടിപ്പും ശ്വാസവും മസിലുകളുടെ പ്രവർത്തനവും എല്ലാം അറിഞ്ഞുകൊണ്ട് അതിനു ലഭിക്കുന്ന വിവരത്തോട് അത് പ്രതികരിക്കുകയും മുന്നിലുള്ള ഒരു ജോലിയ്ക്ക് വേണ്ടി എത്ര ഊർജ്ജം ചെലവിടണമെന്ന് തീരുമാനിക്കുകയും ചെയ്യും. ഈ വികാരങ്ങളുടെ മേൽ നാം കരുതുന്നതിൽ കൂടുതൽ സ്വാധീനം നമുക്കുണ്ടെന്ന് പറയാം. നമ്മുടെ ശരീരത്തോട് നാം ചെയ്യുന്ന കാര്യങ്ങളിൽ മാറ്റങ്ങൾ വരുമ്പോൾ തലച്ചോറിന്റെ പ്രവർത്തനത്തിലും മാറ്റങ്ങൾ കാണാനാകും. അത് പതിയെ

ശരീരത്തിലുണ്ടാകുന്ന വികാരങ്ങളെയും ബാധിക്കുന്നു. ഇത് നമുക്ക് നല്ല രീതിയിൽ ഉപയോഗിക്കാൻ കഴിയും.

ഇനി ഒന്നും വയ്യ എന്ന തോന്നൽ കയറി വരുമ്പോൾ പ്രധാനമായും രണ്ടു കാര്യങ്ങളാണ് ചെയ്യാൻ കഴിയുക :

- പ്രചോദനം എങ്ങനെയാണ് ഉണ്ടാകുന്നതെന്ന് മനസ്സിലാക്കി കാര്യങ്ങൾ ചെയ്യാനുള്ള ഊർജ്ജം ലഭിക്കുന്ന സാഹചര്യങ്ങൾ കൂട്ടുക.
- പ്രചോദനം ഇല്ലാത്തപ്പോൾ പോലും എങ്ങനെയാണ് നിങ്ങളുടെ ഗുണത്തിലേയ്ക്ക് പ്രവർത്തിക്കാൻ കഴിയുന്നതെന്ന് മനസ്സിലാക്കുക. നിങ്ങളുടെ ഉള്ളിൽ ചില കാര്യങ്ങൾ ചെയ്യാൻ തോന്നാത്തപ്പോൾ പോലും ചെയ്യേണ്ട കാര്യങ്ങൾ ചെയ്യാനുള്ള കഴിവ് വളർത്തിയെടുക്കുക.

കാര്യങ്ങൾ നീട്ടി വയ്ക്കൽ അല്ലെങ്കിൽ അൻഹെഡോണിയ

നീട്ടിവെക്കലും അൻഹെഡോണിയയും തമ്മിൽ ഒരു വ്യത്യാസം വരുത്താൻ ഞാൻ ഇവിടെ ആഗ്രഹിക്കുന്നു. എല്ലാവരും തന്നെ ചില കാര്യങ്ങൾ നീട്ടി വയ്ക്കാറുണ്ട്. ചെയ്യേണ്ട ജോലി ചില പിരിമുറുക്കങ്ങൾ തരുന്നത് കൊണ്ടോ, താൽപ്പര്യം ജനിപ്പിക്കാത്തത് കൊണ്ടോ ഒക്കെയാവാം നാം ചില ജോലികൾ ചെയ്യാതെ നീട്ടി വയ്ക്കുന്നത്. ഞാൻ സോഷ്യൽ മീഡിയയ്ക്ക് വേണ്ടി നൂറുകണക്കിന് വീഡിയോകൾ നിർമ്മിച്ചിട്ടുണ്ട്. എന്നാൽ എനിക്ക് ബുദ്ധിമുട്ടാണെന്ന് തോന്നുന്ന ഒരു വീഡിയോ ആണെങ്കിൽ ഞാൻ ദിവസം മുഴുവൻ അത് നീട്ടി നീട്ടി കൊണ്ടുപോകും. പലപ്പോഴും ഞാൻ ചെയ്യുന്ന മറ്റുകാര്യങ്ങൾ ഏറെ പ്രധാനമാണെന്ന് ഒരു വിശദീകരണവും ഞാൻ സ്വയം നൽകും. സത്യത്തിൽ ആ വീഡിയോ ഉണ്ടാക്കാനുള്ള താല്പര്യക്കുറവാണ് എന്റെ ഈ പെരുമാറ്റത്തിന്റെ ആധാരം.

അൻഹെഡോണിയ പക്ഷേ മറ്റൊന്നാണ്. നാം സാധാരണയായി ആസ്വദിച്ച് ചെയ്യുന്ന കാര്യങ്ങൾ പോലും ചെയ്യാതെ വരുന്നതാണ് ആ അവസ്ഥ. വിഷാദമുൾപ്പെടെ പല മാനസിക പ്രശ്നങ്ങളിലും ഇത് കാണാറുണ്ട്. അങ്ങനെ തോന്നുമ്പോൾ എന്ത് കാര്യത്തിലും എന്താണ് പ്രയോജനം എന്ന് നാം തിരക്കും. ഒരിക്കൽ ആനന്ദം തന്ന കാര്യങ്ങളിൽ അർത്ഥമില്ലാത്തതായി തോന്നും. അങ്ങനെ ആഗ്രഹങ്ങൾ അസ്തമിച്ച് നമ്മുടെ മൂഡ് നന്നാക്കാൻ കഴിയുന്ന കാര്യങ്ങൾ പോലും നാം ചെയ്യാതെയാകും.

നിങ്ങൾക്ക് പ്രധാനവും അർത്ഥവത്തുമായ എന്തെങ്കിലും ചെയ്യുന്നതിൽ നിന്ന് നിങ്ങൾ പിന്മാറുമ്പോൾ സ്വാഭാവികമായും ആ തോന്നൽ വരുന്നത് വരെ കാത്തുനിൽക്കാൻ തോന്നും. നിങ്ങൾക്ക് അത്

ചെയ്യാനുള്ള ഊർജ്ജവും പ്രചോദനവും ഉണ്ടാകുന്നത് വരെ നിങ്ങൾ കാത്തുനിൽക്കും. എന്നാൽ ആ വികാരം അങ്ങനെ ഉണ്ടാകണമെന്നില്ല, അതാണ് ഇതിലെ ഒരു പ്രശ്നം. ചില കാര്യങ്ങൾ ചെയ്ത് മാത്രമേ നമുക്ക് ചില തോന്നലുകൾ ഉണ്ടാക്കിയെടുക്കാൻ കഴിയൂ. ഒന്നും ചെയ്യാതെയിരുന്നാൽ മടി കൂടുകയും ഇതുകൊണ്ട് എന്ത് പ്രയോജനം എന്ന തോന്നൽ കൂടുതൽ മോശമാക്കുകയും ചെയ്യും. പ്രവർത്തികളുടെ ഒരു മികച്ച ഉൽപ്പന്നമാണ് പ്രചോദനം. ജിമ്മിൽ നിന്ന് പുറത്തിറങ്ങുമ്പോഴാണ് നിങ്ങൾക്ക് നന്നായി തോന്നുക, അങ്ങോട്ട് പോകുമ്പോഴല്ല. എന്തെങ്കിലും ചെയ്യാൻ തുടങ്ങുമ്പോൾ നിങ്ങൾക്കുണ്ടാകുന്ന ഊർജ്ജം മതി നിങ്ങളുടെ ശരീരത്തിനും മനസ്സിനും നിങ്ങളോടൊപ്പം ഉയർന്നുവരാൻ. ചിലപ്പോൾ ഈ തോന്നൽ പെട്ടെന്നങ്ങു കടന്നുപോകും. ചിലപ്പോൾ അത് കൂടുതൽ നേരം നീണ്ടുനിൽക്കും. ഇതെല്ലാം അതിന്റെ കൂടെ ഉണ്ടാകുന്ന മറ്റു വികാരങ്ങളെ ആശ്രയിച്ചാണ് വളരുകയോ തളരുകയോ ഒക്കെ ചെയ്യുന്നത്.

എന്തെങ്കിലും ചെയ്ത് തുടങ്ങുമ്പോൾ നിങ്ങളുടെ മൂഡ് ഒരുപക്ഷെ 'എനിക്ക് ഇത് ചെയ്യാൻ തോന്നുന്നില്ല' എന്ന് പറയുമ്പോൾ പോലും നമുക്ക് ജൈവീകവും വൈകാരികവുമായ ഒരു മാറ്റം കൊണ്ടുവരാൻ സാധിക്കും. കുറച്ച് പാട്ടുകേട്ടുകൊണ്ട് വ്യായാമം ചെയ്താൽ നിങ്ങളുടെ ജീവിതത്തിലെ എല്ലാ പ്രശ്നങ്ങളും പരിഹരിക്കപ്പെടുകയോ ജീവിതം മാറുകയോ ചെയ്യില്ല. എന്നാൽ അതിലൂടെ ഉണ്ടാകുന്ന ചില മാറ്റങ്ങൾ നിങ്ങളുടെ ദിശ മാറ്റിയേക്കാം. നിങ്ങൾക്ക് ചെയ്യാൻ ആഗ്രഹമുള്ള കാര്യങ്ങൾ ചെയ്യാൻ തുടങ്ങിയാൽ ആനന്ദം കണ്ടെത്തുന്ന ഒരു വഴിയിലേക്ക് തലച്ചോർ പോവുകയും പ്രചോദനം ഉണ്ടാവുകയും ചെയ്യും.

വിഷാദം അനുഭവിക്കുന്ന ഒരാൾ അതോടൊപ്പം അൻഹെഡോണിയ അനുഭവിക്കുന്നുണ്ടെങ്കിൽ ഇഷ്ടമുള്ള പ്രവർത്തികൾ ചെയ്യാനുള്ള പ്രചോദനം തിരികെയെത്താൻ വളരെയേറെ സമയമെടുക്കും. ചില പ്രധാനപ്പെട്ട കാര്യങ്ങൾ ബലം പിടിച്ചുതന്നെ ചെയ്യേണ്ടി വരും. താൽപ്പര്യം തോന്നുന്നില്ലെങ്കിൽ പോലും അത് ചെയ്യുമ്പോൾ മുൻപ് അനുഭവിച്ചിരുന്ന ആനന്ദത്തിലേയ്ക്ക് എത്താൻ കഴിയും.

അധ്യായ സംഗ്രഹം

- പ്രചോദനം ജന്മനാൽ ഉള്ള ഒന്നല്ല.
- എന്തെങ്കിലുമൊക്കെ ചെയ്യാനുള്ള ആവേശം എപ്പോഴും ഒരേപോലെ ഉണ്ടാകണമെന്ന് നിർബന്ധമില്ല.
- നിങ്ങൾ ചെയ്യേണ്ട കാര്യങ്ങൾ നിങ്ങൾക്ക് ചെയ്യാൻ താൽപ്പര്യം തോന്നാത്തപ്പോൾ പോലും ചെയ്യാനുള്ള കഴിവ് വളർത്തിയെടുക്കൽ പ്രധാനമാണ്.
- പിരിമുറുക്കവും അസ്വസ്ഥതകളും ഒഴിവാക്കുന്നതാണ് പ്രോക്രാസ്റ്റിനേഷൻ.
- ആസ്വദിച്ച് ചെയ്തിരുന്ന കാര്യങ്ങളിൽ നിന്ന് ആനന്ദം ലഭിക്കാത്ത അവസ്ഥയാണ് അൻഹെഡോണിയ. ഇത് പലപ്പോഴും വിഷാദവും മോശം മൂഡും ഉള്ളപ്പോഴാണ് കാണാൻ കഴിയുക.
- നിങ്ങൾക്ക് പ്രധാനപ്പെട്ട, നിങ്ങളുടെ ആരോഗ്യത്തിനു പ്രധാനമായ കാര്യങ്ങൾ ചെയ്യാൻ തോന്നുന്നത് വരെ കാത്തിരിക്കരുത്, അത് ചെയ്യേണ്ടുക.

7

പ്രചോദനം എങ്ങനെ വളർത്തിയെടുക്കാം?

എന്തെങ്കിലും ചെയ്യാൻ ഒരു കാരണമുണ്ടാവുക മാത്രമല്ല പ്രചോദനം. ഈ വാക്കിനെപ്പറ്റി പറയുമ്പോൾ പലപ്പോഴും ഒരു ആവേശമോ താല്പര്യമോ ഒക്കെയാണ് മനസ്സിൽ വരിക. ചില കാര്യങ്ങൾ ആ തോന്നലിനെ വളർത്തുകയും ചിലത് അതിനെ ഇല്ലാതാക്കുകയും ചെയ്യുന്നു. നിങ്ങൾക്ക് പ്രചോദനവും ഊർജ്ജവും ഉണ്ടാകുന്നത് എന്ത് ചെയ്യുമ്പോഴാണ്?

പല ആളുകൾക്കും ഫലപ്രദമായിട്ടുള്ള കാര്യങ്ങളെപ്പറ്റി ശാസ്ത്രം പഠിപ്പിച്ചിട്ടുണ്ട്. എന്നാൽ കൗതുകത്തോടെ നിങ്ങളുടെ ജീവിതത്തെ നോക്കുമ്പോൾ നിങ്ങൾക്ക് അറിയാൻ കഴിയുന്ന കാര്യങ്ങൾ ഏറെ പ്രധാനമാണ്. നിങ്ങൾക്ക് അറിയാത്ത ഒരുകാര്യം നിങ്ങൾക്ക് മാറ്റാൻ കഴിയില്ല. നിങ്ങൾ മാറ്റാൻ ശ്രമിക്കുന്ന ഒരു കാര്യത്തെ നിരീക്ഷിച്ച് പഠിക്കുന്നത് പ്രധാനമാണ്. പറ്റുമ്പോഴൊക്കെ പ്രചോദനം കണ്ടെത്താൻ നിങ്ങൾക്ക് അങ്ങനെയാണ് സാധിക്കുക.

പ്രചോദനം വളർത്താൻ കഴിയുന്ന ചില കാര്യങ്ങൾ :

നിങ്ങളുടെ ശരീരം ചലിപ്പിക്കുക

തലച്ചോറിലെ ഏതെങ്കിലും ഒരു പ്രത്യേക ഇടത്തുനിന്നല്ല പ്രചോദനം ഉണ്ടാകുന്നത്. നിങ്ങളുടെ വ്യക്തിത്വത്തിന്റെ ഭാഗമല്ല അത്. നിങ്ങളെ അനങ്ങാൻ സഹായിക്കുന്ന ഒരു ഉപകരണമല്ല അത്. പലപ്പോഴും നിങ്ങളുടെ പ്രവർത്തികളുടെ ഫലമാണ് പ്രചോദനം.

എന്നാൽ നിങ്ങൾക്ക് വ്യായാമം ചെയ്യാനുള്ള പ്രചോദനം ഇല്ലെങ്കിലോ? പ്രചോദനം ഇല്ലാത്തപ്പോൾ പോലും ചെയ്യാൻ കഴിയുന്ന ലളിതമായ ഒരു വ്യായാമം നിങ്ങളുടെ ജീവിതത്തിന്റെ ഭാഗമാക്കിക്കൊണ്ടാണ് നിങ്ങൾക്ക് ഇത് ചെയ്യാൻ കഴിയുക. ഒന്നും ചെയ്യാത്തതിനെക്കാൾ അൽപ്പമെങ്കിലും വ്യായാമം ചെയ്യുന്നത് കൊണ്ട് തന്നെ

നിങ്ങളുടെ ഇച്ഛാശക്തിക്ക് വലിയ മാറ്റം കൊണ്ടുവരുമെന്നാണ് പഠനങ്ങൾ സൂചിപ്പിക്കുന്നത്. (Barton & Pretty, 2010). എളുപ്പമെന്നു തോന്നുന്ന ഒന്ന് കണ്ടെത്തുക. നിങ്ങൾക്ക് സന്തോഷം തരുന്ന ഒരു പ്രവർത്തി. മറ്റൊരു ബോറിങ് ജോലി എന്നല്ലാതെ നിങ്ങൾക്ക് ആവേശം തോന്നിക്കുന്ന എന്തെങ്കിലുമാകട്ടെ അത്. കൂട്ടുകാരെ കൂടെ ചേർക്കു, നല്ല സംഗീതം കൂടെയുണ്ടാകട്ടെ. ആ വ്യായാമത്തെ പേടിക്കുന്നതിന് പകരം സമയമാകുന്നതുവരെ കാത്തിരിക്കാൻ നിങ്ങൾക്ക് തോന്നട്ടെ.

വളരെ ചെറിയതാണെങ്കിലും എന്തെങ്കിലും തരം വ്യായാമം ഉൾപ്പെടുത്തുമ്പോൾ നിങ്ങൾക്ക് പ്രചോദനം ഉണ്ടാകും. നിങ്ങളുടെ തോന്നലുകളെ മാറ്റിനിറുത്തേണ്ടി വരും. കാരണം നിങ്ങൾക്ക് വ്യായാമം ചെയ്യാൻ തോന്നണമെന്നില്ല. എന്നാൽ ഈ ചെറിയ പ്രവർത്തികൊണ്ട് 'ഇത് ചെയ്തിട്ട് എന്ത് കാര്യം' എന്ന തോന്നലിൽ നിന്ന് മുക്തി ഉണ്ടാകും. ഈ ചെറിയ മാറ്റം മറ്റ് വലിയ മാറ്റങ്ങൾക്ക് വഴി തെളിക്കും.

നിങ്ങളുടെ ലക്ഷ്യവുമായി ചേർന്ന് നിൽക്കുക

തെറാപ്പിയിൽ പലപ്പോഴും നാം ആളുകൾക്ക് ലക്ഷ്യങ്ങൾ കണ്ടെത്തി ക്കൊടുക്കുകയും അവ സാധിക്കാൻ അവരെ പ്രേരിപ്പിക്കുകയും ചെയ്യാറുണ്ട്. എന്നാൽ കാര്യങ്ങൾ വഴിതെറ്റി പോകുമ്പോഴാണ് ശരിയായ പ്രയത്നം വേണ്ടത്. ഈ സമയത്താണ് പിന്തുണ ഇല്ലാത്തവർ എല്ലാം വേണ്ടെന്നു വയ്ക്കുന്നത്. എന്നാൽ ചെറിയ ഇടർച്ചകളിൽ നിന്ന് ഭാവിയിലേക്ക് കുതിക്കാനുള്ള ഊർജ്ജം കണ്ടെത്തുകയാണ് വേണ്ടത്. നമ്മുടെ തോൽവി യുടെ കാരണം മനസ്സിലാക്കി തിരികെ എത്തുക പുരോഗതിയുടെ ഭാഗമാണ്. അങ്ങനെ ചെയ്താൽ ഇനി തോൽക്കാൻ സാധ്യതയുള്ള സമയങ്ങൾ മനസ്സിലാക്കി ഭാവിയിൽ അത്തരം പ്രതിസന്ധികളെ തരണം ചെയ്യാൻ നാം പ്രാപ്തരാകും.

എന്റെ ചില ക്ലയന്റുകൾക്ക് ഒരു അപ്പോയിന്റ്മെന്റിനുശേഷം കൂടുതൽ പ്രചോദനം തോന്നുന്നതിനുള്ള ഒരു കാരണം, അവർ അവരുടെ ലക്ഷ്യങ്ങളുമായി വീണ്ടും ബന്ധപ്പെടാൻ സമയം ചെലവഴിച്ചതു കൊണ്ടാണെന്ന് ഞാൻ കരുതുന്നു. നമ്മൾ എന്താണ് ചെയ്യുന്നതെന്ന് നമ്മുടെ മനസ്സിൽ പുതുമയുള്ളതല്ലെങ്കിൽ, നമുക്ക് പെട്ടെന്ന് ആക്കം കുറയും.

നിങ്ങളുടെ സൗഖ്യത്തിന് വേണ്ടിയോ നിങ്ങളുടെ മൂഡ് മെച്ചപ്പെടുത്താൻ വേണ്ടിയോ ഒക്കെ പ്രവർത്തിക്കുമ്പോൾ നിങ്ങളുടെ ലക്ഷ്യങ്ങളുമായുള്ള ബന്ധം മുറിയാതെ നോക്കുന്നത് പ്രധാനമാണ്. അതിന് അതീവ ശ്രദ്ധ കൂടിയേ തീരൂ. എന്നും ലക്ഷ്യങ്ങളിലേയ്ക്ക് തിരിച്ചുപോവുക. ജേർണൽ എഴുതുന്നത് സഹായകമാണ്. എന്നും ഒരുപാട് സമയമൊന്നും കളയണ്ട കാര്യമില്ല. ദിവസം തുടങ്ങുമ്പോൾ ഒരു നിമിഷം അന്ന് ചെയ്യേണ്ട കാര്യങ്ങൾക്ക് വേണ്ടി ഒന്ന് ശ്രദ്ധിച്ചാൽ

മതി. ദിവസത്തിന്റെ അവസാനം നിങ്ങളുടെ അനുഭവം ഒന്ന് എഴുതി വയ്ക്കുക. അധികം സമയം വേണ്ടാത്തത് കൊണ്ട് തന്നെ ഇത് എളുപ്പം സാധിക്കും. എന്നാൽ എന്നും നിങ്ങൾ നിങ്ങളോടുള്ള ഉത്തരവാദിത്തം പാലിക്കുന്നു എന്ന് ഉറപ്പിക്കാൻ ഇത് സഹായിക്കും. നിങ്ങൾക്ക് ലക്ഷ്യത്തോടുള്ള ശ്രദ്ധ കൂട്ടും.

ചെറിയ കാര്യങ്ങൾ ചെയ്യുക

ഒരു വലിയ ജോലി ഉണ്ടാകുമ്പോൾ ഇതൊക്കെ ചെയ്തിട്ട് എന്തിന് എന്ന തോന്നലുണ്ടാകാൻ എളുപ്പമാണ്. അത് കൊണ്ട് ചെറിയ കാര്യങ്ങൾ സൂക്ഷ്മതയോടെ ചെയ്യുക. തെറാപ്പിയിലൂടെ ആളുകൾ അവരുടെ ജീവിതം ആകമാനം മാറ്റാറുണ്ട്. എന്നാൽ ഇത് ഒരു ദിവസം കൊണ്ട് സംഭവിക്കുന്ന കാര്യമല്ല. രണ്ടാത്തെ അപ്പോയിന്റ്മെന്റ് കഴിയുമ്പോൾ പ്രശ്നങ്ങൾ എല്ലാം മാറി പുതിയ ഒരു ചിന്താഗതി ഉടലെടുക്കില്ല. ഒരു ചെറിയ കാര്യ ത്തിൽ ശ്രദ്ധ നൽകുകയാണ് ആളുകൾ ചെയ്യുക. നമുക്ക് ഒരു സമയം ഒരു കാര്യം മാത്രമേ ശ്രദ്ധയോടെ ചെയ്യാൻ കഴിയൂ. അപ്പോൾ ചെയ്യാൻ തോന്നാത്ത കാര്യങ്ങൾ ചെയ്യാൻ എത്ര കുറവ് കഴിവാണ് നമുക്ക് ഉള്ളതെന്ന് ഓർത്തുനോക്കുക. എന്നാൽ നമ്മളിൽ പലരും ഇത് ചിന്തിക്കാ റില്ല. ജീവിതത്തിൽ വലിയ ഒരു മാറ്റം വേണമെന്ന് മനസ്സിലാക്കുമ്പോൾ നാം ഒറ്റയടിക്ക് വലിയ ഒരു മാറ്റം കണ്ടെത്താൻ ശ്രമിക്കും. നമ്മളിൽ നിന്ന് നാം ഏറെ പ്രതീക്ഷിക്കുകയും അത് നടക്കാതെ വരുമ്പോൾ വിഷാദത്തിലേക്ക് വീഴുകയും ചെയ്യും. അങ്ങനെ സംഭവിച്ചാൽ പിന്നെ നാം ശ്രമിക്കുകയേയില്ല.

ദീർഘകാല ലക്ഷ്യങ്ങൾക്ക് വേണ്ടിയുള്ള പ്രചോദനം ഇല്ലാതാ കുമ്പോൾ ചെറിയ ചില വിജയങ്ങൾ സഹായകമാണ്. പുറത്തു നിന്ന് വൻവിജയങ്ങൾ എത്തിയില്ലെങ്കിലും ചെറിയ വിജയങ്ങൾ മതിയാകും. നിങ്ങൾ സ്വയം ഒന്ന് തോളിൽ തട്ടി നിങ്ങളുടെ കഠിനപരിശ്രമത്തെ അനുമോദിക്കുമ്പോൾ അറിയുക, നിങ്ങൾ ശരിയായ ദിശയിലാണ് പോകുന്നത്. ഇത് ചെയ്യുമ്പോൾ വീണ്ടും പരിശ്രമിക്കാനും പുതിയ മാറ്റങ്ങൾ കാണാനും നിങ്ങൾക്ക് തോന്നും.

നമ്മുടെ ചെറിയ വിജയങ്ങളെയും പുരോഗതിയെയും നാം സ്വീകരി ക്കുമ്പോൾ നമ്മുടെ ശ്രമങ്ങൾ എങ്ങനെ നമ്മുടെ ലോകത്തെ സ്വാധീനി ക്കുന്നുവെന്ന് നാം തിരിച്ചറിയും. ഇത്തരത്തിൽ നമ്മുടെ കഴിവുകൾ തിരിച്ചറിയുമ്പോൾ തുടർന്നും പരിശ്രമിക്കാനുള്ള ആവേശം തോന്നും. ചെറുതായി തുടങ്ങി പുതിയ ശീലങ്ങൾ വളർത്തിയെടുക്കാനും ഓരോ ശീലവും മികച്ചതായി മാറാനും ഇതൊരു മികച്ച കാരണമാണ്. ആരോഗ്യകരമായ ശീലങ്ങൾക്ക് മുൻഗണന നൽകുന്നത് ഒരു ശീലമാക്കി ക്കഴിഞ്ഞാൽ, അവ നിങ്ങളെ പിന്തുണയ്ക്കും.

പ്രലോഭനങ്ങളിൽ വീഴാതിരിക്കുക

ചിലപ്പോൾ ചില കാര്യങ്ങൾ ചെയ്യാനുള്ള പ്രചോദനം വളർത്താനായിരിക്കും നാം ശ്രമിക്കുന്നത്. എന്നാൽ അതോടൊപ്പം നമ്മെ എതിർ ദിശയിലേക്ക് കൊണ്ട് പോകുന്ന കാര്യങ്ങളുടെ പ്രലോഭനങ്ങളെ എതിർക്കാനും നമുക്ക് കഴിയണം.

എനിക്ക് മൂന്നോ നാലോ വയസ്സുള്ളപ്പോൾ, ഞാൻ എന്റെ മുത്തശ്ശന്റെയും മുത്തശ്ശിയുടെയും വീട്ടിലെ പൂന്തോട്ടത്തിലേക്ക് പോയി, അപ്പോഴാണ് മുത്തച്ഛൻ ഗാർഡൻ സ്ലിമ്മർ ഉപയോഗിക്കുന്നത് കണ്ടത്. എന്തോ പ്രശ്നം ഉണ്ടായത് കൊണ്ട് അതിനെ തല തിരിച്ചിട്ട് പരിശോധിക്കുകയും ബ്ലേഡിന്റെ ഇടയിൽ കുടുങ്ങിക്കിടന്ന പുല്ലിന്റെ കഷണങ്ങൾ എടുത്ത് മാറ്റുകയുമൊക്കെ ചെയ്യുകയായിരുന്നു മുത്തച്ഛൻ. അദ്ദേഹം എന്നെ കണ്ടപ്പോൾ പറഞ്ഞു, 'എന്ത് ചെയ്താലും ശരി, ആ ചുവന്ന ബട്ടൺ *അമർത്തരുത്!*'

ഞാൻ ആ ചുവന്ന ബട്ടൺ നോക്കി പുല്ലിൽ ഇരുന്നു. *അമർത്തരുത്. അമർത്തരുത്.* അത് ഞെക്കുമ്പോൾ തൃപ്തികരമായ ഒരു ക്ലിക്ക് ശബ്ദം കേൾക്കുമോ എന്ന് ഞാൻ ഓർത്തു. *അമർത്തരുത്.* അത് കണ്ടാൽ എത്ര മിനുസം. *അമർത്തരുത്.* ഒരു കാന്തം പോലെ എന്റെ കയ്യ് ആ ചുവന്ന ബട്ടൺ *അമർത്തി.* പുൽവെട്ടി ഉടൻ തന്നെ വലിയ ഒച്ചയോടെ അതിന്റെ ബ്ലേഡുകൾ കറക്കി തുടങ്ങി. ഭാഗ്യവശാൽ അന്ന് വിരലുകളൊന്നും അറ്റുപോയില്ലെങ്കിലും ഞാൻ പുതിയ ഒരു തെറി വാക്ക് പഠിച്ചു.

ചെയ്യാൻ പാടില്ലാത്ത കാര്യത്തിൽ തന്നെ ശ്രദ്ധയൂന്നിയത് ഒട്ടും സഹായകമായില്ല. നാം പ്രലോഭനങ്ങൾ അതിജീവിക്കാൻ ശ്രമിക്കുമ്പോൾ എന്താണ് ചെയ്യേണ്ടത്? ഏറ്റവും പ്രധാനം അതോടനുബന്ധിച്ചുള്ള പിരിമുറുക്കം കൈകാര്യം ചെയ്യുകയെന്നതാണ്.

പിരിമുറുക്കം കുറവും ഹൃദയമിടിപ്പ് സാധാരണ നിലയിലുമായിരിക്കുമ്പോഴാണ് ആത്മനിയന്ത്രണം സാധ്യമാകുന്നത്. ഹാർട്ട് റേറ്റ് വേരിയബിലിറ്റി എന്ന ഒരു കണക്ക് പരിശോധിച്ചാൽ നിങ്ങളുടെ ഹൃദയമിടിപ്പ് ഒരു ദിവസത്തിൽ എങ്ങനെയൊക്കെ മാറുന്നുവെന്ന് കാണാം. നിങ്ങൾ രാവിലെ ഉണരുമ്പോഴോ ബസിനു പിറകെ ഓടുമ്പോഴോ ഒക്കെ നിങ്ങളുടെ ഹൃദയമിടിപ്പ് കൂടുന്നത് നിങ്ങൾ ശ്രദ്ധിച്ചിരിക്കും. പിന്നെ അത് പതിയെ സാധാരണ നിലയിലാകും. ഇതിനർത്ഥം ആവശ്യമുള്ളപ്പോൾ നിങ്ങളുടെ ശരീരം പ്രവർത്തിക്കാൻ തയ്യാറെടുക്കുന്നതും പിന്നീട് ശരീരത്തിന് വിശ്രമിക്കാനുള്ള അവസരം കൊടുക്കുകയും ചെയ്യുമെന്നാണ്. എന്നാൽ നമ്മൾ വല്ലാത്ത പിരിമുറുക്കത്തിൽ ആണെങ്കിൽ നമ്മുടെ ഹൃദയമിടിപ്പ് ദിവസം മുഴുവൻ ഉയർന്നു തന്നെ ആയിരിക്കും.

പ്രലോഭനങ്ങളെ എതിർത്ത് ഇച്ഛാശക്തി കൂട്ടാൻ ശ്രമിക്കുമ്പോൾ നമുക്ക് ശരീരത്തെയും മനസ്സിനെയും ശാന്തമാക്കാനുള്ള കഴിവുണ്ടാകണം. പിരിമുറുക്കം കൂട്ടുന്ന എന്തും നമ്മുടെ ഭാവിക്ക് വേണ്ടിയുള്ള മികച്ച

തീരുമാനങ്ങൾ എടുക്കുന്നതിൽ മോശമായാണ് പ്രവർത്തിക്കുക. പിരിമുറുക്കം കൂടിയാൽ നാം ലക്ഷ്യങ്ങൾ മറന്ന് അപ്പോൾ തോന്നുന്ന വികാരങ്ങളുടെ അടിസ്ഥാനത്തിലാകും പ്രവർത്തിക്കുക. നിങ്ങൾക്ക് ഉറക്കക്കുറവോ വിഷാദമോ ആകാംഷയോ വിശപ്പോ ഒക്കെ തോന്നുമ്പോൾ നിങ്ങളുടെ ഹാർട്ട് റേറ്റ് വേരിയബിലിറ്റി കുറയുകയും നിങ്ങൾ ലക്ഷ്യത്തിലുറച്ചുനിൽക്കാനുള്ള സാധ്യത കുറയുകയും ചെയ്യുന്നു. നിങ്ങൾ പുകവലിയോ മോശം ഭക്ഷണശീലങ്ങളോ ഒക്കെ മാറ്റാൻ ശ്രമിക്കുകയോ നിങ്ങളുടെ വികാരങ്ങളെ ആരോഗ്യകരമായി നിയന്ത്രിക്കാൻ ശ്രമിക്കുകയോ ഒക്കെയാവാം. എന്നാൽ പിരിമുറുക്കം കുറയ്ക്കാനോ ഇച്ഛാശക്തി കൂട്ടാനോ ഒക്കെ ശ്രമിക്കുമ്പോൾ വ്യായാമം ഒരു നല്ല വഴിയാണ്. അതിന് പെട്ടെന്നുള്ള ഫലവും ദീർഘകാലഗുണങ്ങളും ഉണ്ട്. (Oaten & Cheng, 2006; Rensburg et al., 2009).

അതുകൊണ്ട് നിങ്ങൾ എന്ത് മാറ്റത്തിൽ ഏർപ്പെട്ടാലും, നിങ്ങളുടെ പ്രവർത്തന നില വർദ്ധിപ്പിക്കുന്നത്, അത് അൽപ്പമാണെങ്കിൽ പോലും, അത് നിലനിർത്താനുള്ള നിങ്ങളുടെ ഇച്ഛാശക്തിയെ ശക്തിപ്പെടുത്തുന്നതിനുള്ള ഒരു മികച്ച മാർഗ്ഗമാണ്. (McGonigal, 2012).

മികച്ച തീരുമാനങ്ങൾ എടുക്കാനും പിരിമുറുക്കം നിയന്ത്രിക്കാനും നിങ്ങളെ സഹായിക്കുന്ന മറ്റൊരു പ്രധാന ഘടകം നിങ്ങളുടെ ഉറക്കമാണ്. ഒരു രാത്രി ഉറക്കം കുറഞ്ഞാൽ തന്നെ നിങ്ങളുടെ പിരിമുറുക്കം കൂടുകയും നിങ്ങൾക്ക് ശ്രദ്ധ കുറയുകയും പിറ്റേന്ന് മോശം മൂഡ് ഉണ്ടാവുകയും ചെയ്യും. ആത്മനിയന്ത്രണം ചെയ്യാൻ ഊർജ്ജം വേണം. നിങ്ങൾക്ക് ആവശ്യത്തിന് ഉറക്കം കിട്ടിയില്ലെങ്കിൽ നിങ്ങളുടെ തലച്ചോറിന് ഊർജ്ജം ഉണ്ടാകില്ലെന്ന് മാത്രമല്ല വളരെ വേഗം ഉയർന്ന പിരിമുറുക്കം ഉണ്ടാവുകയും നിങ്ങളുടെ പ്രവർത്തികൾ നിയന്ത്രിക്കാൻ നിങ്ങൾക്ക് കഴിയാതെ വരികയും ചെയ്യും.

തോൽവിയുമായുള്ള നിങ്ങളുടെ ബന്ധം മാറ്റുക

പ്രചോദനം കുറയ്ക്കുന്ന ഒരു പ്രധാന കാര്യം തോൽക്കുമെന്ന ചിന്തയാണ്. ഇത് തോൽവിയുമായുള്ള നമ്മുടെ ബന്ധത്തെ ആസ്പദമാക്കിയിരിക്കും. ചെറിയ പരാജയം കണ്ടാൽ ഉടൻ നാം തീവ്രമായി സ്വയം ആക്രമിക്കുകയും വിമർശിക്കുകയും ചെയ്യുമെങ്കിൽ നമുക്ക് നാണക്കേട് തോന്നും. തോൽവിയെ അർഹതയില്ലായ്മയായാണ് നാം കാണുന്നതെങ്കിൽ പുതിയതായി എന്ത് ചെയ്യുന്നതും നമ്മെ സംഭ്രമിപ്പിക്കുകയും അത് കഴിയുന്നത്ര നാം മുന്നോട്ട് നീക്കുകയും ചെയ്യും. വീണ്ടും തോൽക്കുമെന്നും നാണക്കേടാണെന്നും ഒക്കെയുള്ള തോന്നലുകൾ കൊണ്ട് നാം പുതിയതായി ഒന്നും ശ്രമിക്കുക പോലും ചെയ്യില്ല. നാണക്കേട് ഒരിക്കലും പ്രചോദനം ഉണ്ടാക്കിത്തരില്ല. ആത്മവിമർശനത്തിലും നാണക്കേടിലും ആണ്ടുനിൽക്കുമ്പോൾ നമുക്ക് കഴിവുകുറഞ്ഞ ആൾക്കാരായി

തോന്നാം. അങ്ങനെ തോന്നുമ്പോൾ ഒളിച്ചിരിക്കാനും അദൃശ്യരാകാനു മൊക്കെയാണ് തോന്നുക. നമ്മെ വീണ്ടും പൊടി തട്ടിയെടുക്കാൻ നമുക്ക് തോന്നില്ല, അലിഞ്ഞ് ഇല്ലാതാക്കാനാണ് തോന്നുക. വാസ്തവത്തിൽ, ഇത് വളരെ വേദനാജനകമാണ്, അത് ആ വികാരത്തെ തടയാനുള്ള ശക്തമായ പ്രേരണ സൃഷ്ടിക്കുന്നു, ഇത് ആസക്തിയുമായി മല്ലിടുന്ന ഏതൊരാൾക്കും അപകടകരമാണ്. എന്തെങ്കിലും ചെയ്യാൻ ശ്രമിക്കുമ്പോൾ പ്രചോദനം നിലനിറുത്തണമെങ്കിൽ നമ്മുടെ തോൽവിക ളോട് നാം എങ്ങനെ പ്രതികരിക്കുന്നു എന്നതും ശ്രദ്ധിക്കേണ്ടതുണ്ട്.

തെറാപ്പിയിൽ ആളുകൾ ഏറ്റവുമധികം കഷ്ടപ്പെടുന്നത് അവന വനോട് കരുണ കാണിക്കാനാണ്. "എന്റെ ആവേശം കെട്ടുപോകും എന്നും ഞാൻ മടിപിടിച്ചുപോകും" എന്നുമൊക്കെയാണ് ആളുകൾ പറയുക. "എനിക്ക് ഒന്നും നേടാനാകില്ല", "അങ്ങനെ ഞാൻ എന്നെ എങ്ങനെ വിട്ടുകളയും" എന്നൊക്കെ ആൾക്കാർ പറയാറുണ്ട്. സ്വയം വിമർശനം പ്രചോദനത്തെക്കാൾ വിഷാദം വർദ്ധിപ്പിക്കാൻ സാധ്യതയുണ്ടെന്ന് അറിയുമ്പോൾ മിക്ക ആളുകളും അത്ഭുതപ്പെടുകയും ഞെട്ടുകയും ചെയ്യുന്നു. (Gilbert et al., 2010). ആത്മാനുകമ്പ പക്ഷേ തോൽവി ഉണ്ടാകുമ്പോൾ നിങ്ങളെ സ്വയം കരുണയുടെയും ബഹുമാനത്തോടെയും ആത്മാർത്ഥത യോടെയും സ്വീകരിക്കാനാണ് പ്രേരിപ്പിക്കുക. അപ്പോൾ പ്രചോദനവും കൂടുതൽ മികച്ച ഫലങ്ങളും ഉണ്ടാകാറുണ്ട്. (Wohl et al., 2010).

ഇതൊന്ന് ശ്രമിച്ചു നോക്കൂ : നമ്മുടെ ആത്മ വിമർശനം എങ്ങനെ തോൽവിയോടുള്ള ഭയമായി മാറുന്നു എന്ന് തിരിച്ചറിയുന്നി ല്ലെങ്കിൽ മാറ്റം കൊണ്ടുവരിക ബുദ്ധിമുട്ടാണ്. ഈ ചോദ്യങ്ങൾ സ്വയം ചോദിച്ച് നിങ്ങൾ ഒരു പരാജയം മുന്നിൽ വരുമ്പോൾ എങ്ങനെയാണ് സ്വയം സംസാരിക്കുന്നത് എന്ന് പരിശോ ധിച്ച് നോക്കുക.

- തോൽവികൾ ഉണ്ടാകുമ്പോൾ നിങ്ങൾ എങ്ങനെയാണ് സ്വയം വിമർശനം നടത്തുന്നത്?
- അതിനോട് ചേർന്ന് നിൽക്കുന്ന വികാരങ്ങൾ എന്തൊക്കെയാണ്?
- നിങ്ങളുടെ തോൽവി നിങ്ങളുടെ കഴിവ് കുറവുകളെ പറ്റിയാണോ സൂചിപ്പിക്കുന്നത്?
- തോൽവികൾ ഉണ്ടാകുമ്പോൾ നിങ്ങൾക്ക് നാണക്കേടോ നിരാശയോ ഉണ്ടാകാറുണ്ടോ?
- നിങ്ങളുടെ ആത്മവിമർശനത്തോടൊപ്പം മറ്റെന്തൊക്കെയാണ് നിങ്ങൾ ആ തോൽവി മറികടക്കാൻ ഉപയോഗിക്കുന്നത്?
- ഇത് നിങ്ങളുടെ പ്രധാന ലക്ഷ്യങ്ങളെ എങ്ങനെയാണ് ബാധിക്കുന്നത്?

- നിങ്ങൾ മുൻപ് തോൽവി അഭിമുഖീകരിച്ചപ്പോൾ ആരെങ്കിലും നിങ്ങളോട് കരുണയോടെ ഇടപെട്ടത് ഓർക്കുക. നിങ്ങൾക്ക് അപ്പോൾ എന്താണ് തോന്നിയത്? നിങ്ങൾ എങ്ങനെയാണ് വീണ്ടും ശ്രമിച്ചതും വിജയിച്ചതും?

ടൂൾകിറ്റ്: തോൽവികളോട് അനുകമ്പയോടെയും ഉത്തരവാദിത്ത ത്തോടെയും പെരുമാറി എങ്ങനെ തിരികെ ട്രാക്കിലെത്താം?

ഈയടുത്ത് സംഭവിച്ച ഒരു തോൽവി ഓർമ്മിക്കുക. പിന്നീട് ഈ വ്യായാമം ചെയ്യുക.

1. ആ ഓർമ്മ മനസ്സിൽ വരുമ്പോൾ ശരീരത്തിൽ എന്തൊക്കെ മാറ്റങ്ങളാണ് നിങ്ങൾക്ക് തോന്നുന്നത് എന്ന് ശ്രദ്ധിക്കുക.
2. ആത്മവിമർശനം കേട്ടാൽ എങ്ങനെയാണ് തോന്നുക? ചിലതരം വാക്കുകൾ കേൾക്കുമ്പോൾ നിങ്ങൾക്ക് തോന്നുന്നത് എന്താണ്?
3. നിങ്ങൾ ആ വികാരങ്ങളോട് എങ്ങനെയാണ് പ്രതികരിച്ചത്?
4. നിങ്ങൾക്ക് ഏറെ സ്നേഹവും ബഹുമാനവുമുള്ള ഒരാളെ മനസ്സിൽ സങ്കൽപ്പിക്കുക. അവർക്ക് ഇതേ തോൽവി സംഭവിച്ചാൽ നിങ്ങൾ അവരോട് വ്യത്യസ്തമായി എങ്ങനെയാണ് പെരുമാറുക? നിങ്ങൾ എന്തുകൊണ്ടാണ് അവരോട് ആ ബഹുമാനം കാണിക്കുന്നത്?
5. തിരികെ ട്രാക്കിലെത്താനായി ആ തോൽവിയെ അവർ എങ്ങനെ കാണണമെന്നാണ് നിങ്ങൾ കരുതുന്നത്?

അധ്യായ സംഗ്രഹം

- പ്രചോദനം നമുക്ക് നിയന്ത്രിക്കാൻ കഴിയില്ലെങ്കിലും അത് തോന്നാനുള്ള സാദ്ധ്യതകൾ കൂട്ടാൻ നമുക്ക് കഴിയും.
- ശാരീരിക ചലനങ്ങൾ പ്രചോദന ചിന്തകൾക്ക് ഉത്തേജനമാണ്. ഒരു വ്യായാമവും ഇല്ലാത്തതിലും ഏറെ മാറ്റം ചെറിയ ചലനങ്ങളിലൂടെ ഉണ്ടാകും.
- നിങ്ങളുടെ ലക്ഷ്യവുമായി ചേർന്ന് നിൽക്കുന്നത് പ്രചോദനം വളർത്താൻ സഹായിക്കും.
- ചെറിയ, തുടർച്ചയായ പരിശ്രമങ്ങൾക്ക് വലിയ ഒറ്റ ശ്രമങ്ങളെക്കാൾ ഫലം ഉണ്ടാകും.
- പിരിമുറുക്കം നിറഞ്ഞ സാഹചര്യങ്ങളിൽ ഇടയ്ക്കിടെ വിശ്രമിക്കാൻ ശീലിക്കുന്നത് ഇച്ഛാശക്തി വർദ്ധിപ്പിക്കും.
- നാണക്കേടിൽ നിന്ന് പ്രചോദനം ഉണ്ടാകില്ല. തോൽവിയുമായുള്ള നിങ്ങളുടെ ബന്ധം പുതുക്കുന്നത് പ്രചോദനമുണ്ടാകാൻ സഹായകമാണ്.

8

നിങ്ങൾക്ക് തന്നെ ഒരു കാര്യം ചെയ്യാൻ താല്പര്യമില്ലാത്തപ്പോൾ എങ്ങനെയാണ് നിങ്ങളെ അത് ചെയ്യാൻ പ്രേരിപ്പിക്കുന്നത്?

പിരിമുറുക്കം എത്ര കുറച്ചാലും പ്രചോദനം വളർത്തിയാലും ഇതൊക്കെ നൈമിഷികമാകാം. അത് വരും പോകും. എപ്പോഴും പ്രചോദനം ഉണ്ടാകുമെന്ന് നമുക്ക് ഉറപ്പ് പറയാൻ കഴിയില്ല. നിങ്ങൾക്ക് ചെയ്യാൻ തീരെ താൽപ്പര്യം തോന്നാത്ത കാര്യങ്ങൾ എപ്പോഴും ഉണ്ടാകും. ടാക്സ് റിട്ടേൺ, ഇൻഷുറൻസ് പുതുക്കൽ, വീട്ടുമാലിന്യം കൊണ്ടുപോയി കളയൽ പോലെയുള്ള കാര്യങ്ങൾ. ചെയ്യാൻ തീരെ താൽപ്പര്യം തോന്നാത്ത ഇത്തരം കാര്യങ്ങൾ നമുക്ക് എങ്ങനെ ചെയ്യാൻ കഴിയും?

വികാരങ്ങളോടൊപ്പം പലപ്പോഴും ചോദനകൾ ഉണ്ടാകാറുണ്ട്. അവയൊക്കെ ചില കാര്യങ്ങൾ ചെയ്യാനായി നമുക്ക് കിട്ടുന്ന ഒരു പ്രേരണ യാണ്.ഇപ്പോൾ അനുഭവിക്കുന്ന വിഷമം ദൂരീകരിക്കാനോ ആഗ്രഹിക്കുന്ന ഒരു ഫലം കിട്ടാനോ ഒക്കെ അത് സഹായിക്കും. ഈ തോന്നലുകൾ ശക്തമാകാമെങ്കിലും അവ പറയുന്നതെല്ലാം നാം ചെയ്യണമെന്നില്ല.

വിപരീത പ്രവർത്തനം

ഞങ്ങൾ കുട്ടികളായിരുന്നപ്പോൾ ഞാനും എന്റെ സഹോദരിമാരും പോളോ മിന്റ് കഴിക്കുമ്പോൾ കളിക്കുന്ന ഒരു കളിയുണ്ടായിരുന്നു. ആരാണ് ഏറ്റവും കൂടുതൽ സമയം മിന്റ് പൊട്ടിക്കാതെ നുണയുന്നത് എന്നതാണ് കളി - കേൾക്കുന്നത് പോലെ എളുപ്പമല്ല ഇത് ചെയ്യാൻ. അന്നത്തെ പ്രായത്തിൽ വായിലിട്ടാൽ ഉടൻ അത് കടിച്ചുപൊട്ടിക്കാനാണ് തോന്നുക. അതിതീവ്രമായ ജാഗ്രതയും ശ്രദ്ധയും വേണം അത് പൊട്ടാതെ നോക്കാൻ. ശ്രദ്ധ തിരിഞ്ഞതും നിങ്ങളുടെ തലച്ചോർ കാര്യങ്ങൾ തീരുമാനിക്കുകയും മിന്റ് പൊട്ടുകയും ചെയ്യും.

ഈ കളി ഒന്ന് പരിശോധിച്ചാൽ നിങ്ങളുടെ ശ്രദ്ധയാണ് നിങ്ങളുടെ അനുഭവത്തെ നിയന്ത്രിക്കുന്നത് എന്ന് കാണാം. നിങ്ങൾക്ക് ഒരു ചോദന തിരിച്ചറിയാനാകും. നിങ്ങളാണ് ചോദനയുടെയും പ്രവർത്തിയുടെയും ഇടയിൽ ആ ഇടം തീർക്കുന്നത്. ഒരു മിന്റ് കടിക്കാതെ നോക്കുക എന്ന ജോലിയിൽ സഹോദരങ്ങളെ തോൽപ്പിക്കണം എന്ന വാശി മതി കാര്യം നടക്കാൻ. എന്നാൽ അതിലും ശക്തമായ ചോദനകളെയും അവയുടെ കൂടെ വരുന്ന വൈകാരിക അവസ്ഥകളെയും ഒക്കെ പരിഗണിച്ചാൽ ഈ ജോലി ഏറെ കഠിനമാണെന്ന് മനസ്സിലാകും.

വികാരങ്ങൾക്ക് അടിമപ്പെടുന്നതിനു പകരം ഒരു ചോദനയ്ക്കെതിരെ പ്രവർത്തിക്കുന്നത് തെറാപ്പിയിൽ ആളുകൾ പഠിക്കുന്ന പ്രധാനപ്പെട്ട ഒരു കഴിവാണ്. (Linehan, 1993). വികാരങ്ങൾ നിങ്ങളോട് പറയുന്നതിന്റെ നേർ വിപരീത കാര്യം ചെയ്യുന്നതും ഏറെ ശ്രമകരമായ ഒരു കഴിവാണ്. പ്രശ്നങ്ങളെ പരിഹരിക്കാനുള്ള നിങ്ങളുടെ രീതികൾ നിങ്ങൾക്ക് അപകട കരമായി മാറുമ്പോഴാണ് ഇത് ഉപകാരപ്പെടുക.

ഈ കഴിവ് വളർത്താൻ ഏറെ ഗുണകരമായ ഒരു കാര്യമാണ് മൈൻഡ്ഫുൾനെസ്സ്. നമ്മുടെ അനുഭവങ്ങൾക്കും ചിന്തകൾക്കും വികാര ങ്ങൾക്കും ചോദനകൾക്കും ഒക്കെ ശ്രദ്ധ കൊടുത്തുകൊണ്ട് ഒരു നിമിഷം ഒന്ന് ചിന്തിച്ചാൽ നമുക്ക് കൂടുതൽ മികച്ച തീരുമാനങ്ങൾ എടുക്കാൻ കഴിയും. നമ്മുടെ വികാരങ്ങൾക്ക് പകരം നമ്മുടെ മൂല്യങ്ങൾക്ക് പ്രാധാന്യം കൊടുത്തുകൊണ്ട് നമുക്ക് കാര്യങ്ങൾ തീരുമാനിക്കാൻ കഴിയും.

വേദനയുടെ അതിർത്തി

പ്രചോദനം കണ്ടെത്താനുള്ള ഏറ്റവും മികച്ച വഴി പ്രചോദനത്തെപ്പറ്റി ചിന്തിക്കാതിരിക്കുക എന്നതാണ്. നമുക്ക് തോന്നിയാലും ഇല്ലെങ്കിലും നാം ദിവസവും ചെയ്യുന്ന ചില കാര്യങ്ങളുണ്ട്. ഉദാഹരണത്തിന്, രാവിലെ പല്ല് തേക്കാനുള്ള പ്രചോദനം ഉണ്ടെങ്കിലും ഇല്ലെങ്കിലും നിങ്ങൾ അത് ചെയ്യാറുണ്ടല്ലോ. അത്ര നന്നായി പരിശീലിച്ച ഒരു ശീലമായതുകൊണ്ട് നിങ്ങൾക്ക് അതേപ്പറ്റി ചിന്തിക്കേണ്ട ആവശ്യമേ വരുന്നില്ല. നിങ്ങൾ അത് ചെയ്യുകയാണ്. നിങ്ങളുടെ ജീവിതകാലം മുഴുവൻ നിങ്ങൾ ഒന്നും ചിന്തിക്കാതെ ചെയ്ത ഒരു ദൈനംദിന ശീലമായത് കൊണ്ടാണ് അത് അങ്ങനെ നിങ്ങൾക്ക് ചെയ്യാൻ കഴിയുന്നത്.

നിങ്ങളുടെ തലച്ചോറിനെ ഒരു കാടായി സങ്കൽപ്പിക്കുക. നിങ്ങൾ ചെയ്യുന്ന ഓരോ പ്രവർത്തിക്കും പല പാതകളിലൂടെ വഴികൾ കണ്ടെത്തേ ണ്ടതായി വരും. നിങ്ങൾ ഒരു പ്രവർത്തി പലയാവർത്തി കുറേക്കാലം ചെയ്യുമ്പോൾ (പല്ല് തേക്കുന്നത് പോലെ) ഈ പാതകൾ തെളിഞ്ഞ നടപ്പാതകളായി രൂപപ്പെടും. മിനുസമേറിയ ഈ പാതകൾ നിങ്ങളുടെ തലച്ചോറിന് ആ പ്രവർത്തിയെ മനസ്സിൽ ഉറപ്പിക്കാൻ എളുപ്പമാക്കി മാറ്റുകയും നിങ്ങൾക്ക് അതേപ്പറ്റി കൂടുതൽ ചിന്തിക്കേണ്ട ആവശ്യ മില്ലാത്ത അവസ്ഥ കൊണ്ടുവരികയും ചെയ്യും.

എന്നാൽ പുതിയ ഒരു കാര്യം ചെയ്യുമ്പോൾ പുതിയ ഒരു വഴി വെട്ടിത്തെളിക്കേണ്ടി വരികയാണ്. അതിന് ബോധപൂർവ്വമായ ഒരുപാട് പരിശ്രമം വേണ്ടിവരും. നിങ്ങൾ ആ പാത സ്ഥിരമായി ഉപയോഗിക്കുന്നില്ലെങ്കിൽ ഏറെ ശ്രമകരമായിരിക്കും. നിങ്ങൾ പിരിമുറുക്കം അനുഭവിക്കുമ്പോൾ സ്വാഭാവികമായി തന്നെ നിങ്ങളുടെ തലച്ചോർ ഏറ്റവും എളുപ്പമുള്ള വഴിയാകും തെരഞ്ഞെടുക്കുക. ഏറ്റവും കൂടുതൽ തവണ നിങ്ങൾ സഞ്ചരിച്ച വഴിയാവണം ഇത്. എന്നാൽ ഈ പുതിയ പെരുമാറ്റം നിങ്ങൾക്ക് കൂടുതൽ തവണ ആവർത്തിക്കാൻ കഴിഞ്ഞാൽ പുതിയ ശീലം ഉറപ്പാക്കപ്പെടുകയും നിങ്ങൾക്ക് ആവശ്യമുള്ളപ്പോൾ അത് ഉപയോഗിക്കാൻ കഴിയുകയും ചെയ്യും.

പുതിയ ഒരു ശീലം ആരംഭിക്കാനുള്ള ചില പൊടിക്കൈകൾ ഇതാ :

- പുതിയ ശീലം ചെയ്യാൻ എളുപ്പമുള്ളതാക്കി മാറ്റുക, പ്രത്യേകിച്ച് ഒന്നും ചെയ്യാൻ തോന്നാത്തപ്പോൾ പോലും ചെയ്യാൻ കഴിയുന്നത് പോലെ ലഘൂകരിക്കുക.
- നിങ്ങളുടെ പുതിയ ശീലത്തെ ഉൾക്കൊള്ളാൻ പാകത്തിൽ നിങ്ങളുടെ സാഹചര്യം ഒരുക്കുക. മാറ്റത്തിന്റെ ആദ്യ അവസ്ഥകളിൽ ഈ ശീലം സ്വാഭാവികമായി സംഭവിക്കണമെന്നില്ല.
- വ്യക്തമായ ഒരു പദ്ധതി തയ്യാറാക്കി ആവശ്യമെങ്കിൽ ഓർമ്മപ്പെടുത്തലുകൾ സജ്ജമാക്കുക.
- ഇടക്കാല സമ്മാനങ്ങളും ദീർഘകാല സമ്മാനങ്ങളും നൽകുക. പുറത്തുനിന്നുള്ള സമ്മാനങ്ങളെക്കാൾ നാം ശരിയായ പാതയിലാണെന്ന അവനവനു നൽകുന്ന അംഗീകാരങ്ങൾ ഏറെ ഗുണകരമായിരിക്കും.
- നിങ്ങൾ എന്തിനാണ് ഈ മാറ്റം വരുത്തുന്നതെന്നും ഇത് എന്തുകൊണ്ട് നിങ്ങൾക്ക് പ്രധാനമാണെന്നും കൃത്യമായി മനസ്സിലാക്കുക. ഈ പുസ്തകത്തിന്റെ ഒടുവിലുള്ള മൂല്യങ്ങളെപ്പറ്റിയുള്ള അഭ്യാസം പരിശീലിച്ചുനോക്കുക. ഈ മാറ്റത്തെ നിങ്ങളുടെ വ്യക്തിത്വത്തിന്റെ ഭാഗമാക്കുക. ഇപ്പോൾ മുതൽ നിങ്ങൾ ഇങ്ങനെയാണ് പ്രവർത്തിക്കുന്നത് എന്നുറപ്പിക്കുക.

ദീർഘകാലത്തേക്ക് എങ്ങനെ തയ്യാറെടുക്കാം

കഴിഞ്ഞ കുറച്ച് വർഷങ്ങളായി, മനഃശാസ്ത്ര ഗവേഷണങ്ങൾ വിജയം സ്വതസിദ്ധമായ കഴിവുകളെ മാത്രം ആശ്രയിച്ചിരിക്കുന്നു എന്ന ആശയത്തെ വെല്ലുവിളിക്കുകയും ധൈര്യവും (Duckworth et al., 2007) പ്രത്യേകിച്ച് സ്ഥിരോത്സാഹവും നമ്മുടെ വിജയ കഴിവിൽ നിർണ്ണായക പങ്ക് വഹിക്കുന്നുണ്ടെന്ന് തെളിയിക്കുകയും ചെയ്തിട്ടുണ്ട് (Crede et al., 2017).

എന്നാൽ ബുദ്ധിമുട്ടുകൾ നേരിടുമ്പോൾ പോലും നമുക്ക് സ്ഥിരോത്സാഹം കാണിക്കാൻ ആവശ്യമായ പ്രതിരോധശേഷി എങ്ങനെ നേടാനാകും?

ചില ആളുകൾ വളരെ ബുദ്ധിമുട്ടി മാത്രം മനസ്സിലാക്കുന്ന ഒരു കാര്യമുണ്ട്, നിങ്ങൾ ഒരു എരിഞ്ഞുതീരുന്ന അവസ്ഥ എത്തി തളർന്നു വീഴുന്നത് വരെ തുടരുന്നതിൽ അർത്ഥമില്ല. ദീർഘകാല ലക്ഷ്യങ്ങൾക്ക് വേണ്ടി ജോലിയെടുക്കുമ്പോൾ അതിനു വേണ്ട ശ്രമത്തെ ആവശ്യം വേണ്ട വിശ്രമവുമായി കൂട്ടിച്ചേർക്കാൻ മറന്നുകൂടാ. എപ്പോഴും ജോലി ചെയ്യുകയും എപ്പോഴും ഊർജ്ജസ്വലരായി ഇരിക്കുകയും ഒന്നും ചെയ്യണമെന്നില്ല. നമ്മുടെ ശരീരം എന്ത് പറയുന്നുവെന്ന് കേട്ട് അതിനാവശ്യമുള്ള വിശ്രമം നൽകിയാലേ വീണ്ടും മുന്നോട്ടു പോകാൻ നമുക്ക് സാധിക്കൂ.

മുതിർന്ന അത്ലറ്റുകൾ പരിശീലത്തിനിടെ ഉറങ്ങുന്നതും പ്രൊഫഷണൽ ഗായകർ ദിവസങ്ങളോളം സംസാരിക്കാതെ ശബ്ദത്തിനു വിശ്രമം കൊടുക്കുന്നതും ഒക്കെ കണ്ടിട്ടില്ലേ. ദീർഘകാലത്തേക്ക് എന്തെങ്കിലും സംരക്ഷിക്കണമെങ്കിൽ കൃത്യമായ വിശ്രമവും പരിചരണവും അത്യാവശ്യമാണെന്ന് മറന്നുകൂടാ.

എന്നാൽ എല്ലാ ബ്രേക്കുകളും ഒരുപോലെയല്ല. കഠിന പരിശ്രമത്തിനും ജോലിക്കും ശേഷം ചില ബോറിങ് ദിവസങ്ങൾ ഉണ്ടാകും. എന്നാൽ ആ സമയം ഇമെയിൽ ക്ലിയർ ചെയ്യാനോ സോഷ്യൽ മീഡിയ ഉപയോഗിക്കാനോ ഒക്കെ മാത്രം ഉപയോഗിച്ചാൽ വിശ്രമാവസ്ഥയിൽ നിന്ന് ഊർജ്ജം കണ്ടെത്തി തിരികെ വരാൻ തലച്ചോറിനും ശരീരത്തിനും സാധിക്കില്ല. മീറ്റിങ്ങുകൾക്കിടയിൽ കുറച്ച് നിമിഷം കിട്ടുമ്പോൾ ഫോൺ എടുക്കുന്നതിനു പകരം ഒന്ന് പുറത്തിറങ്ങി ശുദ്ധവായു ശ്വസിക്കുകയും ഒരു നിമിഷം ഒന്ന് കണ്ണടയ്ക്കുകയും ചെയ്തു നോക്കിയാലോ?

വലിയ ലക്ഷ്യങ്ങൾക്ക് വേണ്ടി പ്രവർത്തിക്കുമ്പോൾ ചെറിയ അനുമോദനങ്ങളും ആവശ്യമാണ്. വലിയ കടമ്പകളെ ചെറിയ ജോലികളായി വേർതിരിക്കുമ്പോൾ ആ ചെറിയ വിജയങ്ങൾ ആഘോഷിക്കുന്നതിലൂടെ ഒരു ഡോപ്പമീൻ ഹിറ്റാണ് നമുക്ക് ലഭിക്കുന്നത്. ഡോപ്പമീൻ നമുക്ക് ചെറിയ ഒരു ആനന്ദം തരിക മാത്രമല്ല ചെയ്യുന്നത്, അടുത്ത വിജയത്തിനായി പ്രേരിപ്പിക്കുകയും ചെയ്യും. എതിരെയുള്ള വെല്ലുവിളി പൂർത്തിയാക്കിയാൽ എന്താവും തോന്നുക എന്ന് സങ്കൽപ്പിക്കാൻ ഇത് നമ്മെ സഹായിക്കുകയും വിജയിക്കാനുള്ള ആഗ്രഹവും ആവേശവും നമുക്ക് തരികയും ചെയ്യും (Lieberman & Long, 2019). ഇത്തരം ചെറിയ വിജയാഘോഷങ്ങൾ അങ്ങനെ അന്തിമവിജയത്തിൽ എത്താനുള്ള പ്രചോദനവും ആവേശവും തരും.

നിങ്ങൾ എന്നും ഓടുന്നതിലും കൂടുതൽ ദൂരം ഓടാനാണ് നിങ്ങൾ ശ്രമിക്കുന്നതെന്ന് കരുതുക. ക്ഷീണം തോന്നുമ്പോൾ ഈ റോഡിന്റെ അവസാനം വരെ എന്ന് സ്വയം പറയുക. അവിടെ എത്തുമ്പോൾ അവിടെ വരെ എത്തിയതിൽ സ്വയം ഒന്ന് അഭിനന്ദിക്കുക. നിങ്ങൾ

ശരിയായ പാതയിലാണ് എന്ന സൂചനയാണത്. ഈ അഭിനന്ദനം നിങ്ങൾക്ക് ഒരു ഡോപ്പമീൻ റിലീസ് നൽകുന്നു. നിറുത്താം എന്ന് തോന്നിക്കുന്ന നോർഅഡ്രിനാലിനെ ഇത് മറച്ചുപിടിക്കുന്നു. അങ്ങനെ അൽപ്പം കൂടി മുന്നോട്ടുപോകാനുള്ള അവസരം നിങ്ങൾക്ക് ലഭിക്കുന്നു. ഇത് പോസിറ്റീവ് ആയി സ്വയം സംസാരിക്കുന്നത് പോലെയല്ല. നിങ്ങൾ ഒരു ചെറിയ, കൃത്യമായ ലക്ഷ്യം സാധിക്കുമ്പോൾ അതിനർത്ഥം നിങ്ങളുടെ അന്തിമലക്ഷ്യത്തിലേക്ക് നിങ്ങൾ അടുക്കുന്നുവെന്നാണ്. (Huberman, 2021).

മുന്നിലുള്ള ജോലി ഒരു വലിയ മലയാണെന്ന് തോന്നുമ്പോൾ അതിന്റെ കൊടുമുടിയിൽ നോക്കരുത്. നിങ്ങളുടെ ഫോക്കസ് ചുരുക്കി അടുത്ത തിരിവ് വരെ എന്നതിലേക്ക് എത്തിക്കുക. അവിടെ എത്തുമ്പോൾ പാതിവഴി എത്തിയതിൽ ആനന്ദിക്കുക. വീണ്ടും തുടരുക.

നന്ദി പ്രകടിപ്പിക്കുക

കൃത്യമായ പരിശ്രമം വേണ്ട കാര്യങ്ങളിൽ നന്ദി പ്രകടനം നിങ്ങളെ ഏറെ മുന്നോട്ട് കൊണ്ടുപോകും. നിങ്ങളുടെ ലക്ഷ്യത്തിലെത്താൻ വേണ്ട ശക്തി നിങ്ങൾക്ക് തരാൻ നന്ദി പ്രകടിപ്പിക്കുന്നതിലൂടെ സാധിക്കും. ഭാഷയിലെ ചില മാറ്റങ്ങൾ തന്നെ നമുക്ക് ഇതിനായി ഉപയോഗപ്പെടുത്താം. ഉദാഹരണത്തിന്, 'എനിക്ക് ഇത് ചെയ്യേണ്ടി വരുന്നു' എന്നത് പതിയെ 'എനിക്ക് ഇത് ചെയ്യാനുള്ള അവസരം കിട്ടുന്നു' എന്നൊന്ന് മാറ്റി നോക്കൂ.

പേനയും പേപ്പറും എടുത്ത് ഓരോ ദിവസവും നന്ദി സൂചിപ്പിക്കാൻ ശ്രമിക്കാവുന്നതാണ്. അത് ചെയ്യുമ്പോൾ നമ്മുടെ ശ്രദ്ധ നമ്മുടെ മനസികാവസ്ഥയെയും ബാധിക്കുന്നു. എന്നാൽ നമ്മുടെ വൈകാരിക ലോകത്തിൽ ഉണ്ടാകുന്ന മാറ്റം മാത്രമല്ല അതിലൂടെ ഉണ്ടാകുന്നത്. സ്ഥിരമായി നന്ദി പ്രകടിപ്പിക്കുമ്പോൾ നാം ഒരു പ്രവർത്തി ആവർത്തിക്കുകയാണ് ചെയ്യുന്നത്. മുൻപ് വിശദീകരിച്ചത് പോലെ ഒരു കാര്യം ആവർത്തിച്ച് ചെയ്യുമ്പോൾ അത് ഭാവിയിൽ അനായാസം ചെയ്യാൻ തലച്ചോറിന് കഴിയുന്നു. ഒരു മാനസിക മസ്സിൽ പോലെ ഓരോ ദിവസത്തെയും അധ്വാനം നമ്മെ ഭാവിയിലേക്ക് ചിന്തിക്കാൻ പ്രേരിപ്പിക്കുന്നു.

മുൻകൂട്ടി പ്ലാൻ ചെയ്യുക

തെറാപ്പിയിൽ നാം ആളുകളോടൊപ്പം ദുർഘടാവസ്ഥകൾ പ്ലാൻ ചെയ്യാൻ പേടിപ്പിക്കാറുണ്ട്. ചിലപ്പോഴൊക്കെ അത് ജീവന്മരണ ഘട്ടങ്ങൾ അതിജീവിക്കുന്നതാകാം. മറ്റു ചിലപ്പോൾ, ആസക്തി വീണ്ടും വരുന്നത് തടയാനോ, ഉപേക്ഷിക്കാൻ സാധ്യതയുള്ള സമയത്ത്, ശ്രദ്ധ നഷ്ടപ്പെടുന്നത് തടയാനോ അവർ അവിടെയുണ്ട്. ഇത് നന്നായി

ഉപയോഗിച്ചാൽ നിങ്ങൾക്ക് ഏത് പദ്ധതിയും നടപ്പിൽ വരുത്താൻ സാധിക്കും. നിങ്ങൾ വരുത്താനാഗ്രഹിക്കുന്ന മാറ്റത്തിന്റെ മുന്നോട്ട് കാണാൻ ശ്രമിക്കുക. നിങ്ങളെ നിങ്ങളുടെ ലക്ഷ്യത്തിൽ നിന്ന് മാറ്റാൻ സാധ്യതയുള്ള പ്രതിബന്ധങ്ങളെ എല്ലാം മനസ്സിൽ ഓർക്കുക. ഓരോ പ്രതിബന്ധത്തെയും അത് സംഭവിച്ചാൽ നിങ്ങൾ എങ്ങനെ അതി ജീവിക്കും എന്ന് പ്ലാൻ ചെയ്യുക. ഇത് ചിന്തിക്കുന്നതിലൂടെ നിങ്ങളുടെ മൂല്യങ്ങൾക്കും ലക്ഷ്യങ്ങൾക്കും ചേർന്ന രീതിയിൽ നിങ്ങൾക്ക് പെരു മാറാൻകഴിയും.നിങ്ങളുടെവൈകാരികപ്രതികരണങ്ങൾക്ക്അനുസരിച്ച് പ്രവർത്തിക്കാതിരിക്കാൻ കഴിയും. ഉദാഹരണത്തിന് എന്നും നിങ്ങൾക്ക് നേരത്തെ ഉണരണം എന്നുണ്ടെങ്കിൽ അലാറം ക്ലോക്ക് നിങ്ങളുടെ മുറിയുടെ പുറത്തു വയ്ക്കുക. പിന്നെ നിങ്ങൾക്ക് ഉണരാതെ വേറെ വഴിയില്ലല്ലോ.

സംഭവിക്കാൻ പോകുന്ന ബുദ്ധിമുട്ടുള്ള കാര്യങ്ങൾ മുൻകൂട്ടി കാണാൻ കഴിഞ്ഞാൽ അതിനെ നേരിടാൻ ഒരു പദ്ധതി രൂപപ്പെടുത്തുന്നത് സാധ്യമാണ്. ഇത് മുൻകൂട്ടി ചിന്തിച്ചുവെച്ചാൽ നിങ്ങൾക്ക് പ്രവർത്തി ക്കാൻ കഴിവില്ലാത്ത ഒരു സമയത്ത് തീരുമാനങ്ങളെടുക്കാൻ വിഷമി ക്കേണ്ടി വരില്ല.

ഇതാണ് ഞാൻ ഇപ്പോൾ – സ്വത്വത്തിലേയ്ക്ക് മടങ്ങുന്നു

മാറ്റത്തിലേക്കുള്ള യാത്രയിൽ പ്രചോദനം ചാഞ്ചാടുന്നു, അതിനാൽ നിങ്ങളുടെ സ്വത്വത്തിലേക്കും നിങ്ങൾ സൃഷ്ടിക്കാൻ ആഗ്രഹിക്കുന്ന സ്വത്വത്തിലേക്കും മടങ്ങുന്നത് പ്രചോദനം കുറഞ്ഞാലും സ്ഥിരോത്സാഹ ത്തോടെ തുടരാൻ നിങ്ങളെ സഹായിക്കും. നിങ്ങൾ സ്വയം പല്ലുകൾ വൃത്തിയായി സൂക്ഷിക്കുന്ന ശീലമുള്ള ആളാണെങ്കിൽ നിങ്ങൾക്ക് താല്പര്യ മുണ്ടെങ്കിലും ഇല്ലെങ്കിലും എന്നും നിങ്ങൾ ടൂത്ത് ബ്രഷ് കയ്യിലെടുക്കും. കാരണം അതാണല്ലോ നിങ്ങൾ എന്നും ചെയ്യുന്നത്.

ജീവിതത്തിന്റെ തുടക്കത്തിൽ മുന്നിൽ വന്ന കാര്യങ്ങൾ മാത്രം അടിസ്ഥാനപ്പെടുത്തി സ്വത്വം രൂപീകരിക്കേണ്ട കാര്യമില്ല. ജീവിത കാലം മുഴുവൻ നാം ചെയ്യുന്ന എല്ലാ കാര്യത്തിലും നാം ആ സ്വത്വത്തെ വളർത്തുകയാണ് ചെയ്യുന്നത്. നമ്മുടെ ലക്ഷ്യങ്ങളും ആഗ്രഹങ്ങളും എല്ലാം എന്ത് തരം വ്യക്തിയാകാനാണ് നാം ആഗ്രഹിക്കുന്നത് എന്നതുമായി ചേരുമ്പോൾ പ്രചോദനം കുറവുള്ള ദിവസങ്ങളിലും ആ വ്യക്തിത്വം തുടരാൻ നമുക്ക് കഴിയും.

നിങ്ങളുടെ വ്യക്തിബോധത്തെ എങ്ങനെ കൊണ്ടുപോകണം എന്ന് മനസ്സിലാക്കാൻ അധ്യായം 33 കാണുക. അതിൽ ചെയ്യേണ്ട കാര്യങ്ങളിൽ ശ്രദ്ധ ചെലുത്തുന്നതിനെപ്പറ്റി വിശദീകരിക്കുന്നുണ്ട്.

ടൂൾ കിറ്റ്: ഭാവിയിലെ ഓർമ്മകളും ഡയറിക്കുറിപ്പുകളും മികച്ച തീരുമാനങ്ങൾ എടുക്കാനുള്ള നിങ്ങളുടെ സാധ്യത വർദ്ധിപ്പിക്കുന്നു

നിങ്ങളുടെ ഭാവി സങ്കല്പിച്ചുകൊണ്ട് കുറച്ചു സമയം ചെലവിടുക. നമ്മുടെ ഭാവിയെപ്പറ്റി വളരെ വിശദമായ ഒരു ചിത്രം മനസ്സിൽ ഉണ്ടായാൽ പിന്നെ നിങ്ങളുടെ ഭാവിയിലേക്ക് ഉതകുന്ന തീരുമാനങ്ങൾ എടുക്കാൻ വളരെ എളുപ്പമായിരിക്കും. (Peters & Buchel, 2010).

ഭാവിയിൽ നിങ്ങൾ എടുത്ത തീരുമാനങ്ങൾ വിലയിരുത്തേണ്ടി വരുന്ന ഒരു നിമിഷം ഒന്നാലോചിച്ചുനോക്കു. എന്തിനോടൊക്കെയാണ് നിങ്ങൾ 'യെസ്' പറഞ്ഞതും 'നോ' പറഞ്ഞതും? ഈ തീരുമാനങ്ങൾ നിങ്ങളുടെ ജീവിതത്തെ എങ്ങനെയാണ് ബാധിച്ചത്? നിങ്ങൾ ഏറ്റവും അഭിമാനത്തോടെ ഓർക്കുന്ന തീരുമാനങ്ങൾ എന്തൊക്കെയായിരിക്കും?

ഭാവിയിലെ ആ സമയം എത്തുമ്പോൾ എന്തായിരിക്കും നിങ്ങൾക്ക് പ്രധാനം? നിങ്ങളുടെ ഭൂതകാല സ്വത്വത്തെപ്പറ്റി അപ്പോൾ നിങ്ങൾക്കെന്താവും തോന്നുക?

ഡയലക്റ്റിക്കൽ ബിഹേവിയർ തെറാപ്പിയുടെ (ഡിബിറ്റി) ഗുണദോഷങ്ങൾ

തീക്ഷ്ണമായ വികാരങ്ങളെ കൈകാര്യം ചെയ്യാൻ സഹായിക്കുന്ന ഒരു സൈക്കോളജിക്കൽ തെറാപ്പി രീതിയാണ് ഡിബിറ്റി. എന്നാൽ അതിൽ പഠിക്കുന്ന കഴിവുകൾ ജീവിതത്തിന്റെ മറ്റു മേഖലകളിലും പ്രാവർത്തികമാക്കാവുന്നതാണ്. പ്രത്യേകിച്ച് ലക്ഷ്യങ്ങളിലെത്താൻ ശ്രമിക്കുകയും പ്രചോദനം ഇല്ലാതിരിക്കുകയും ചെയ്യുന്ന ദിവസങ്ങളിൽ.

നമുക്ക് വേണമെന്ന് തോന്നുന്ന ഭാവി സങ്കൽപ്പിക്കുന്നത് പ്രധാനമാണെങ്കിലും അതിലും ഗുണം ചെയ്യുക എന്ത് ഭാവിയാണ് നമുക്ക് വേണ്ടാത്തത് എന്ന് സങ്കല്പിക്കുന്നതാണ്. തെറാപ്പിയിൽ പലപ്പോഴും ആളുകൾ ഒരേ നിലയിൽ തുടരുന്നതിന്റെയും മാറ്റത്തിനു വേണ്ടി പ്രവർത്തിക്കുന്നതിന്റെയും ഒക്കെ ഗുണങ്ങളും ദോഷങ്ങളും ചർച്ച ചെയ്യാറുണ്ട്. താഴെ കൊടുത്തിരിക്കുന്ന പട്ടിക ഉപയോഗിച്ച് നിങ്ങൾക്ക് സ്വയം വിശകലനം ചെയ്യാവുന്നതാണ്. അവനവനോട് സത്യസന്ധത കാട്ടിക്കൊണ്ട് കാര്യങ്ങൾ അതേ നിലയിൽ തുടരുന്നതിന്റെ വില മനസ്സിലാക്കാവുന്നതാണ്. മാറ്റത്തിന് അതിന്റേതായ വിപരീതഫലങ്ങൾ ഉണ്ടെങ്കിലും മാറ്റമില്ലാതെ തുടരുന്നതുമായി തട്ടിച്ചു നോക്കുമ്പോൾ അതൊരു അനിവാര്യതയാണെന്ന് തോന്നാം. ഗുണകരമായ ഒരു മാറ്റം ജീവിതത്തിൽ കൊണ്ടുവരാൻ ശ്രമിക്കുമ്പോൾ ഇടയ്ക്ക് ശ്രമം ഉപേക്ഷിക്കാൻ തോന്നിയാൽ ഇത് പരീക്ഷിക്കാവുന്നതാണ്.

മാറ്റം

ലാഭം	നഷ്ടം

മാറ്റമില്ലാത്ത സ്ഥിതി

ലാഭം	നഷ്ടം

ഇതൊന്നു പരീക്ഷിക്കൂ : നിങ്ങളുടെ സ്വത്വത്തെ കാര്യമായ ചിന്തയോടെ നിർമ്മിക്കുന്നതിന് ഏറെ ശ്രമവും ചിന്തയും വേണ്ടിവരും. പേനയും പേപ്പറുമായി ഇരുന്ന് ചില ചോദ്യങ്ങൾക്ക് ഉത്തരങ്ങൾ എഴുതി നോക്കൂ. അതിലും മികച്ചത് ഒരു ജേർണലിൽ ഇത് എഴുതി നിങ്ങൾ ജീവിതത്തിൽ ഒരു മാറ്റത്തിനു ശ്രമിക്കുമ്പോഴെല്ലാം ഇതിലേയ്ക്ക് തിരിച്ചുവരുന്നതാണ്.

- ഞാൻ വരുത്താൻ ശ്രമിക്കുന്ന ഏറ്റവും വലിയ മാറ്റം എന്താണ്?
- ഈ മാറ്റം എന്തുകൊണ്ട് പ്രധാനമാണ്?

- ഈ പ്രതിസന്ധി നേരിടുമ്പോൾ ഞാൻ എന്തുതരം വ്യക്തിയാകാനാണ് ആഗ്രഹിക്കുന്നത്?
- എന്റെ ജീവിതത്തിലെ ഈ സമയത്തിലേയ്ക്ക് തിരിഞ്ഞു നോക്കുമ്പോൾ എനിക്ക് അഭിമാനം തോന്നണമെങ്കിൽ ഞാൻ എന്ത് ചെയ്യണം?
- ഈ പാതയിൽ ഞാൻ നേടേണ്ട ചെറിയ ലക്ഷ്യങ്ങൾ എന്തൊക്കെയാണ്?
- പ്രചോദനം ഇല്ലാത്ത ദിവസങ്ങളെ ഞാൻ എങ്ങനെയാണ് നേരിടേണ്ടത്?
- ഞാൻ എന്റെ ശരീരത്തിന്റെ ആവശ്യങ്ങൾ അറിയുന്നുണ്ടോ?

അധ്യായ സംഗ്രഹം

- എല്ലാ സമയത്തും പ്രചോദനം ഉണ്ടാകുമെന്ന കരുതുക വയ്യ.
- നമ്മുടെ ചോദനകൾക്ക് പകരം നമ്മുടെ മൂല്യങ്ങളെ ആധാരമാക്കി വേണം തീരുമാനം എടുക്കാൻ.
- ഒരു പുതിയ ശീലം ആവശ്യത്തിന് ആവർത്തിച്ചാൽ അത് ജീവിതത്തിന്റെ ഭാഗമായി മാറും.
- ഏത് വലിയ ലക്ഷ്യവും നേടാൻ വിശ്രമവും ആവശ്യമാണ് – ഏതെങ്കിലും ഒരു അത്‌ലറ്റിനോട് ചോദിച്ചാൽ അറിയാം.
- ചെറിയ സമ്മാനങ്ങൾ സ്വയം നൽകുക.

9

ജീവിതത്തിലെ വലിയ മാറ്റങ്ങൾ. എവിടെ തുടങ്ങണം?

ജീവിതത്തിൽ ഒരു ഘട്ടമെത്തുമ്പോൾ ചിലപ്പോൾ നിങ്ങൾക്ക് ഒരു മാറ്റം വേണമെന്ന് തോന്നും. എന്താണ് ആ മാറ്റമെന്നും നിങ്ങൾക്ക് ബോധ്യമുണ്ടാകും. എന്നാൽ എപ്പോഴും അത് സംഭവിക്കണമെന്നില്ല. പലപ്പോഴും നാം അസൗകര്യവും കാഠിന്യവും നിറഞ്ഞ സമയത്തിലൂടെ കടന്നുപോകേണ്ടി വരും. നാം ആഗ്രഹിക്കുന്നത് പോലെയല്ല കാര്യങ്ങൾ പുരോഗമിക്കുന്നതെന്ന് നിങ്ങൾ തിരിച്ചറിഞ്ഞുതുടങ്ങും. എന്നാൽ കാര്യങ്ങൾ മെച്ചപ്പെടുത്താൻ എവിടെ തുടങ്ങണം എന്ന് നിങ്ങൾ അറിയുന്നുണ്ടാകില്ല.

ഇവിടെയാണ് നിങ്ങളുടെ തലച്ചോർ അതിന്റെ കഴിവ് തെളിയിക്കുന്നത്. മൂന്നാം അധ്യായത്തിൽ നാം മെറ്റാ കോഗ്നിഷനെപ്പറ്റി സംസാരിച്ചത് ഓർക്കുക. നമുക്ക് നമ്മുടെ ലോകത്തെ ബോധപൂർവ്വം അനുഭവിക്കാൻ മാത്രമല്ല അത് വിലയിരുത്താനുമുള്ള കഴിവുണ്ട്. ഇതാണ് നാം തെറാപ്പിയിൽ ഉപയോഗിക്കുന്ന ഒരു പ്രധാന കഴിവ്. ജീവിതത്തിലെ ഏതൊരു പ്രധാന മാറ്റത്തിന്റെയും കേന്ദ്രബിന്ദു അതാണ്. നിങ്ങൾക്ക് മനസ്സിലാക്കാൻ കഴിയാത്ത കാര്യങ്ങളിൽ മാറ്റം കൊണ്ടുവരാൻ നിങ്ങൾക്ക് കഴിയില്ല.

ആൽബർട്ട് ഐൻസ്റ്റൈൻ ഒരിക്കൽ പറഞ്ഞു, 'എനിക്ക് ഒരു പ്രശ്നം പരിഹരിക്കാൻ ഒരു മണിക്കൂർ സമയമുണ്ടെങ്കിൽ ഞാൻ അൻപത്തിയഞ്ച് മിനിറ്റ് ആ പ്രശ്നത്തെപ്പറ്റി ചിന്തിക്കുകയും അഞ്ചു മിനിറ്റ് പരിഹാരം ആലോചിക്കുകയും ചെയ്യും'. തെറാപ്പി എന്നാൽ ഒരു മുറിയിൽ ഇരുന്ന് സ്വന്തം പ്രശ്നങ്ങളെപ്പറ്റി ചിന്തിക്കുകയാണ് എന്ന തെറ്റിദ്ധാരണ കേൾക്കുമ്പോഴെല്ലാം ഞാൻ ഇത് ഓർക്കും. തെറാപ്പിയിൽ നിങ്ങളുടെ പ്രശ്നങ്ങളെപ്പറ്റി ചിന്തിക്കുന്നുണ്ടെങ്കിലും അതിൽ ഒരു രീതിയുണ്ട്. ഒരു പ്രശ്നം പരിഹരിക്കാനുള്ള ഏറ്റവും പ്രധാന മാർഗ്ഗം ആ പ്രശ്നത്തെ അടിമുടി അടുത്തറിയുക എന്നതാണ്.

വലിയ പ്രതിസന്ധികൾ വരുമ്പോൾ എങ്ങനെ നമുക്ക് മെറ്റാ കോഗ്നിഷൻ ഉപയോഗിക്കാൻ കഴിയും?

തെറാപ്പിയോ കൗൺസിലിങ്ങോ ചെയ്യുമ്പോൾ നിങ്ങൾക്ക് സംഭവിച്ച കാര്യങ്ങളെപ്പറ്റി സംസാരിക്കാം. നിങ്ങളുടെ തെറാപ്പിസ്റ്റ് ആ അവസ്ഥ മനസ്സിലാക്കാൻ നിങ്ങൾക്ക് ചില ഉപകാരപ്രദമായ മാർഗ്ഗങ്ങൾ കാണിച്ചുതരും.

സ്വയം പ്രശ്നങ്ങൾ പരിഹരിക്കാൻ ആഗ്രഹിക്കുന്നവർക്ക് ജേർണലിങ് ഒരു നല്ല മാർഗ്ഗമാണ്. നിങ്ങളുടെ മനസ്സിലുള്ള കാര്യങ്ങൾ വേറെ ആർക്കും മനസ്സിലാകുന്ന വിധത്തിൽ നീട്ടി എഴുതണമെന്നില്ല. നിങ്ങളുടെ അനുഭവങ്ങളെപ്പറ്റി ചിന്തിക്കാനുള്ള കഴിവ് വളർത്തിയെടുക്കുകയും അതിനോട് ആരോഗ്യകരമായി പ്രതികരിക്കാൻ പരിശീലിക്കുകയുമാണ് ചെയ്യേണ്ടത്. ഉദാഹരണത്തിന്, നിങ്ങൾ ഒരു പരീക്ഷയിൽ തോറ്റു എന്ന് കരുതുക. അതറിഞ്ഞ ഉടൻ തന്നെ നിങ്ങൾ സ്വയം കുറെ ശാപവാക്കുകൾ വിളിക്കുകയും നിങ്ങൾ ജീവിതത്തിൽ ഒന്നുമാകില്ലെന്ന് നിശ്ചയിക്കുകയും ചെയ്യും. മെറ്റാ കോഗ്നിഷനിൽ നിങ്ങൾ ആ ചിന്തകളെപ്പറ്റി വിശകലനം ചെയ്യുകയും അവ എങ്ങനെ നിങ്ങളുടെ അനുഭവത്തെ ബാധിക്കുന്നുവെന്ന് മനസ്സിലാക്കുകയും ചെയ്യുന്നു.

അവനവനോടുള്ള ഉത്തരവാദിത്തം പാലിക്കാനുള്ള കഴിവാണ് മെറ്റാ കോഗ്നിഷൻ നമുക്ക് തരുന്നത്. അതേ നിലയിൽ തുടരണോ അതോ മാറ്റങ്ങൾ വേണോ എന്ന് ചിന്തിക്കാൻ നമുക്ക് കഴിയുന്നു. പോസിറ്റീവും നെഗറ്റീവുമായ ചെറിയ മാറ്റങ്ങൾക്ക് എത്ര വലിയ സ്വാധീനമാണ് ഉള്ളതെന്ന് നമുക്ക് മനസ്സിലാക്കാൻ കഴിയും.

ഇത്തരത്തിൽ ജേർണലിങ് നടത്തുമ്പോൾ നാം സാധാരണയായി ശ്രദ്ധിക്കാത്ത കാര്യങ്ങൾ പോലും ശ്രദ്ധയിൽപ്പെടും. എന്നാൽ കുറച്ചുനാൾ കൊണ്ട് അത്തരം വിശദവിവരങ്ങളിൽ നമ്മുടെ രീതികളും പെരുമാറ്റങ്ങളും ഒക്കെ നമുക്ക് മനസ്സിലാക്കാൻ കഴിയും. അപ്പോഴാണ് നമുക്ക് വേറിട്ട തീരുമാനങ്ങൾ എടുക്കാനും നാം ആഗ്രഹിക്കുന്ന പോസിറ്റീവ് ആയ മാറ്റങ്ങൾ ജീവിതത്തിൽ കൊണ്ടുവരാനും കഴിയുക.

ഇതൊന്ന് പരീക്ഷിക്കൂ : നിങ്ങൾ ഇപ്പോൾ അഭിമുഖീകരിക്കുന്ന പ്രശ്നങ്ങളെ പഠിക്കാനും നിങ്ങളുടെ ചിന്തകളെ അടുത്തറിയാനും ഈ ജേർണൽ ചോദ്യങ്ങൾ ഉപയോഗിക്കൂ.

- പ്രധാനപ്പെട്ട ഏതെങ്കിലും സംഭവങ്ങൾ വിവരിക്കുക.
- നിങ്ങൾക്ക് അപ്പോൾ ഉണ്ടായ ചിന്തകൾ എന്തൊക്കെയാണ്?
- നിങ്ങളുടെ ചിന്താ രീതി എങ്ങനെയാണ് നിങ്ങളുടെ വികാരങ്ങളെ സ്വാധീനിച്ചത്?

- നിങ്ങൾ എന്തൊക്കെ വികാരങ്ങളാണ് ശ്രദ്ധിച്ചത്?
- ആ വികാരങ്ങൾ ഉണ്ടായത് എങ്ങനെയാണ്?
- അപ്പോൾ നിങ്ങൾക്ക് എന്തൊക്കെ തോന്നലുകളാണ് ഉണ്ടായത്?
- ആ തോന്നലുകളോട് നിങ്ങൾ എങ്ങനെയാണ് പ്രതികരിച്ചത്?
- നിങ്ങളുടെ പ്രതികരണത്തിന്റെ ഫലം എന്തായിരുന്നു?

അധ്യായ സംഗ്രഹം

- എന്തൊക്കെ മാറ്റണം എന്നും എങ്ങനെ അത് ചെയ്യണമെന്നും പലപ്പോഴും നമുക്ക് അറിയണമെന്നില്ല.
- നിങ്ങൾക്ക് മനസ്സിലാക്കാൻ കഴിയാത്ത കാര്യങ്ങൾ നിങ്ങൾക്ക് മാറ്റാൻ കഴിയില്ല.
- നിങ്ങളുടെ പ്രശ്നത്തെ അടിമുടി മനസ്സിലാക്കിയാലേ ഇനി ഏത് വഴി തിരിയണമെന്ന് അറിയാൻ കഴിയൂ.
- സാഹചര്യങ്ങൾ ഉണ്ടായതിനു ശേഷം അതേപ്പറ്റി ചിന്തിക്കുക.
- നിങ്ങളുടെ പ്രശ്നത്തിലേക്ക് നിങ്ങൾ എങ്ങനെയൊക്കെ സങ്കീർണ്ണതകൾ കൊണ്ടുവരുന്നുവെന്ന് ആത്മാർത്ഥമായി പഠിക്കുക.
- ഈ സന്ദർഭത്തിൽ തെറാപ്പി സഹായകമാണ്. ജേർണലിങ് ആണ് തുടങ്ങാൻ പറ്റിയ ഒരിടം.

3

വൈകാരിക വേദനയെ അറിയാം

10

എല്ലാം എടുത്തു മാറ്റൂ!

നിങ്ങൾ തെറാപ്പി സ്വീകരിച്ചാൽ ആദ്യം തന്നെ തെറാപ്പിസ്റ്റ് ചോദിക്കുന്ന ഒരു ചോദ്യമാണ് ഇതിൽ നിന്ന് നിങ്ങൾക്ക് എന്താണ് വേണ്ടത് എന്ന്. പല ആളുകളുടെയും ഉത്തരത്തിൽ വൈകാരികതയുണ്ടാകും. അവർക്ക് ഒഴിവാക്കാൻ തോന്നുന്ന വേദന നിറഞ്ഞ, അസുഖകരമായ വികാരങ്ങൾ ഉണ്ടാകും. സമാധാനം നിറഞ്ഞ ചില വികാരങ്ങൾ അവർക്ക് മിസ് ചെയ്യുന്നുണ്ടാകും. ആ അവസ്ഥ തിരിച്ചുവരണമെന്ന് അവർക്ക് ആഗ്രഹമുണ്ടാകും. എന്തുകൊണ്ട് അങ്ങനെ തോന്നാൻ പാടില്ല? നമുക്ക് എല്ലാവർക്കും സന്തോഷമല്ലേ വേണ്ടത്? ചില വേദന നിറഞ്ഞ വികാരങ്ങൾക്ക് അടിമപ്പെട്ട ആളുകൾക്ക് അവ ഇല്ലാതാകണം എന്ന് തോന്നും.

തെറാപ്പിയിലൂടെ വികാരങ്ങളെ അകറ്റുന്നതിനേക്കാൾ അവയുമായുള്ള നിങ്ങളുടെ ബന്ധം മാറ്റുകയും എല്ലാവരെയും സ്വീകരിക്കുകയും ശ്രദ്ധിക്കുകയും അവ എന്താണെന്ന് മനസ്സിലാക്കുകയും അവയെ സ്വാധീനിക്കുന്ന രീതിയിൽ പെരുമാറാൻ പഠിക്കുകയും അവയുടെ തീവ്രത മാറ്റുകയും ഒക്കെയാണ് ചെയ്യേണ്ടത്.

വികാരങ്ങൾ നിങ്ങളുടെ ശത്രുവോ മിത്രമോ അല്ല. അവ നിങ്ങളുടെ തലച്ചോറിൽ ഉണ്ടാകുന്നത് എന്തെങ്കിലും പ്രശ്നമുള്ളത് കൊണ്ടോ നിങ്ങൾക്ക് ലോലഹൃദയമുള്ളത് കൊണ്ടോ ഒന്നുമല്ല. മുൻപ് നിങ്ങളോട് അങ്ങനെയാരെങ്കിലും പറഞ്ഞിരിക്കും. നിങ്ങളുടെ ലോകത്തിലും ശരീരത്തിലും എന്താണ് സംഭവിക്കുന്നത് എന്നതിനെ നിങ്ങളുടെ തലച്ചോർ മനസ്സിലാക്കാനും വിശദീകരിക്കാനും ശ്രമിക്കുന്നത് വികാരങ്ങളിലൂടെയാണ്. നിങ്ങളുടെ ശാരീരിക ഇന്ദ്രിയാനുഭവങ്ങളിലൂടെയാണ് തലച്ചോറിന് വിവരങ്ങൾ ലഭിക്കുന്നത്. ഹൃദയമിടിപ്പ്, ശ്വാസകോശം, ഹോർമോണുകൾ, രോഗപ്രതിരോധശേഷി എന്നിങ്ങനെയുള്ള ശരീരത്തിന്റെ മറ്റു പ്രവർത്തികളും ഇതിൽ ഇടപെടുന്നു. മുൻപ് ഓർമ്മയിലുള്ള ഇത്തരം തോന്നലുകളെ മനസ്സിൽ വെച്ചുകൊണ്ടാണ് ഇപ്പോൾ തലച്ചോർ

ഒരു അവസ്ഥയെ വിലയിരുത്തുക. അതുകൊണ്ടാണ് അമിതമായി കാപ്പി കുടിക്കുന്നത് മൂലമുണ്ടാകുന്ന ഹൃദയമിടിപ്പ് വർദ്ധിക്കുന്ന പ്രശ്നം ഒരു പാനിക് അറ്റാക്ക് ആയി മാറുന്നത്. ഹൃദയമിടിപ്പും വേഗത്തിലുള്ള ശ്വാസമെടുക്കലും വിയർപ്പ് നിറഞ്ഞ കൈയും ഒക്കെ മുൻപ് സൂപ്പർ മാർക്കറ്റിൽ വെച്ച് പാനിക്ക് അറ്റാക്ക് ഉണ്ടായ ഓർമ്മ കൊണ്ടുവരും. നിങ്ങളുടെ ശരീരത്തിന്റെ തോന്നലുകൾ ഭീതി പോലെ തോന്നിപ്പിക്കുമ്പോൾ തലച്ചോറിന് കിട്ടുന്ന സന്ദേശം എന്തോ പ്രശ്നമുണ്ടെന്നാണ്. അപ്പോൾ നിങ്ങളുടെ ശരീരം ഒരു അപകടത്തോടെന്ന പോലെ പ്രതികരിക്കുന്നു.

എല്ലാ ദിവസവും എണീറ്റ് അന്ന് എന്ത് തോന്നണം എന്ന് തീരുമാനിക്കാൻ കഴിഞ്ഞാൽ എത്ര നന്നായിരിക്കും അല്ലേ? നമുക്ക് സ്നേഹവും ആനന്ദവും ആവേശവും മാത്രം അനുഭവിക്കാൻ കഴിഞ്ഞാലോ? നിർഭാഗ്യവശാൽ അത് അത്ര ലളിതമല്ല. ഇതിനു വിപരീതമായി ചിന്തിച്ചാൽ വികാരങ്ങൾ ഒരു കാരണവുമില്ലാതെ, നമ്മുടെ യാതൊരു നിയന്ത്രണവും വകവയ്ക്കാതെ തോന്നിയത് പോലെ കയറിവരുന്നുവെന്ന് കരുതുന്നതും ശരിയല്ല. നമുക്ക് നേരിട്ട് വികാരങ്ങളെ ജനിപ്പിക്കാനൊന്നും കഴിയില്ലെങ്കിലും നമുക്ക് വിശ്വസിക്കാൻ കഴിയുന്നതിലും കൂടുതൽ നിയന്ത്രണം നമുക്ക് നമ്മുടെ വികാരങ്ങളുടെ മേലുണ്ട്. എന്നാൽ വൈകാരികമായ വിഷമങ്ങളുണ്ടായാൽ അതിന്റെ കാരണം നിങ്ങളാണ് എന്നും അർത്ഥമില്ല. ഇതിനർത്ഥം നമ്മുടെ സൗഖ്യം നമ്മുടെ കയ്യിലാണെന്നും നമുക്ക് പുതിയ വൈകാരിക അനുഭവങ്ങൾ ഉണ്ടാക്കാൻ കഴിയും എന്നുമാണ്.

വികാരങ്ങളെ എന്ത് ചെയ്യാൻ *പാടില്ല?*

ഉന്തി മാറ്ററുത്

നിങ്ങൾ ഒരു ബീച്ചിലാണെന്ന് കരുതുക. നിങ്ങൾ നെഞ്ചോളം വെള്ളത്തിൽ ഇറങ്ങി. നിങ്ങളെ മറികടന്നേ തിരകൾക്ക് തീരത്തെത്താൻ കഴിയൂ. നിങ്ങൾ തിരകളെ തടഞ്ഞു നിറുത്താൻ ശ്രമിച്ചാൽ ആ തിരകളുടെ ശക്തി നിങ്ങൾ അറിയും. അവ നിങ്ങളെ തിരികെ ഉന്തുകയും നിങ്ങൾ അതിൽ പെട്ട് വലയുകയും ചെയ്യും. എന്നാൽ നിങ്ങൾക്ക് തിരകളോട് എതിരിടേണ്ട കാര്യമില്ല. എന്ത് ചെയ്താലും ആ തിരകൾ വരികതന്നെ ചെയ്യും. അത് നിങ്ങൾ സ്വീകരിച്ചാൽ പിന്നെ നിങ്ങൾക്ക് തിര കടന്നുപോകുമ്പോൾ നിങ്ങൾ മുങ്ങാതെ നോക്കിയാൽ മാത്രം മതി. അപ്പോഴും തിരയുടെ ശക്തി നിങ്ങൾ അറിയും. ഒരുപക്ഷെ നിങ്ങളുടെ നില ഒന്ന് തെറ്റുക പോലും ചെയ്തേക്കാം. എന്നാൽ നിങ്ങൾ ജലത്തിനൊത്ത് നീങ്ങുന്നത് കൊണ്ട് നിങ്ങൾക്ക് പെട്ടെന്ന് തന്നെ ചുവടുറപ്പിക്കാനും സാധിക്കുന്നു.

വികാരങ്ങളെ കൈകാര്യം ചെയ്യുന്നതും ഈ തിരയിൽ നിൽക്കുന്നത് പോലെയാണ്. വികാരങ്ങളെ തടയാൻ ശ്രമിച്ചാൽ നമുക്ക്

നില തെറ്റുകയും നാം പ്രശ്നത്തിലായത് പോലെ തോന്നുകയും ചെയ്യും. നിങ്ങൾക്ക് ശ്വാസമെടുക്കാൻ കഴിയില്ല. എങ്ങനെ അതിൽ നിന്ന് രക്ഷപ്പെടണമെന്ന് അറിയുന്നുണ്ടാകില്ല. വികാരങ്ങൾ നമ്മെ കടന്നു പോകാൻ അനുവദിക്കുമ്പോൾ അവ വരികയും ഉയരുകയും താഴുകയും ഒക്കെ ചെയ്ത് സ്വാഭാവികമായി അങ്ങു കെട്ടടങ്ങിക്കോളും.

അവ വസ്തുതകളാണെന്ന് നമുക്ക് ചിന്തിക്കാം

വികാരങ്ങൾ യഥാർത്ഥമാണ്, അവയ്ക്ക് പ്രാധാന്യമുണ്ട്, പക്ഷേ അവ വസ്തുതകളല്ല, ഊഹങ്ങൾ മാത്രമാണ്. നാം ഒന്ന് പരീക്ഷിച്ച് നോക്കുന്ന ഒരു ചിന്താഗതി മാത്രമാണത്. നിങ്ങൾക്ക് നിങ്ങളുടെ ആവശ്യങ്ങൾ അറിഞ്ഞ് ജീവിക്കാൻ സഹായിക്കുന്ന തലച്ചോറിന്റെ ഒരു ശ്രമമാണ് വികാരം. നിങ്ങൾക്ക് തോന്നുന്നത് ഒരു വസ്തുത അല്ലാത്തിടത്തോളം നിങ്ങളുടെ ചിന്തകളും അങ്ങനെയാണ്. അതുകൊണ്ടാണ് കോഗ്നിട്ടീവ് ബിഹേവിയറൽ തെറാപ്പി (സിബിറ്റി) പോലെയുള്ള ചികിത്സാരീതികൾ പലർക്കും ഫലപ്രദമാകുന്നത്. നമ്മുടെ ചിന്തകളിലും വികാരങ്ങളിലും നിന്ന് മാറി നിന്ന് അവയെ ഒരു വീക്ഷണകോണായി മാത്രം കാണാൻ അപ്പോൾ നമുക്ക് സാധിക്കുന്നു.

ചിന്തകളും വികാരങ്ങളും വസ്തുതകളല്ലെന്നു തിരിച്ചറിയുകയും എന്നാൽ അവ നമുക്ക് വിഷമമുണ്ടാക്കുകയും ചെയ്യുമ്പോൾ അവ ശരിക്കും യാഥാർത്ഥ്യത്തിന്റെ പ്രതിഫലനമാണോ എന്ന് ആലോചിക്കാനും മറ്റു മാർഗ്ഗങ്ങൾ തിരയാനും ശ്രമിക്കുന്നത് ഗുണകരമായിരിക്കും. നമ്മുടെ ചിന്തകളെയും വികാരങ്ങളെയും വസ്തുതകളായി കാണുമ്പോൾ നാം അവയെ നമ്മുടെ ഭാവിയിലെ ചിന്തകളെയും പ്രവർത്തികളെയും നിയന്ത്രിക്കാനാണ് അനുവദിക്കുന്നത്. അപ്പോൾ ജീവിതത്തിൽ വൈകാരിക പ്രതികരണങ്ങളുടെ ഒരു മാലയായി മാറുന്നു. അതിൽ നാം ആലോചിച്ച് തീരുമാനങ്ങൾ എടുക്കുന്ന അവസ്ഥ ഉണ്ടാകാതെ വരുന്നു.

ചിന്തകളെ വസ്തുതകളായി മനസ്സിലാക്കാതെയിരിക്കണമെങ്കിൽ അപ്പോൾ നാം എന്ത് ചെയ്യണം? ചോദ്യങ്ങൾ ചോദിക്കണം.

നമ്മുടെ ആന്തരികവും ബാഹ്യവുമായ ലോകത്തെപ്പറ്റി ആകാംക്ഷ നിറഞ്ഞ ചോദ്യങ്ങൾ ചോദിക്കാനാണ് തെറാപ്പി നമുക്ക് പരിശീലനം തരുന്നത്. ആളുകൾ എന്റെ മുന്നിലിരുന്ന് ആ ആഴ്ച അവർക്ക് തെറ്റിപ്പോയ ധാരണകളെപ്പറ്റിയും തോന്നേണ്ടിയിരുന്നില്ലാത്ത വികാരങ്ങളെപ്പറ്റിയും ഒക്കെ പറഞ്ഞുകൊണ്ട് സ്വയം വിമർശനവും കുറ്റപ്പെടുത്തലും തുടങ്ങാറുണ്ട്. അപ്പോൾ നമ്മൾ നമ്മുടെ വീക്ഷണം മാറ്റും. ഈ പെരുമാറ്റത്തെ നാം വിശകലനം ചെയ്യും. അവനവനെ ആക്രമിക്കാതെ നാം കൗതുകത്തോടെ കാരണങ്ങൾ തിരക്കും. അങ്ങനെ അതൊരു നല്ല ആഴ്ച ആയാലും മോശം ആഴ്ച ആയാലും നാം പഠിക്കുകയും വളരുകയും ചെയ്യും.

കൗതുകം നമ്മുടെ തെറ്റുകളെ നോക്കി പഠിക്കാനും വേദനയോടെ

അല്ലാതെ അതിനെ മനസ്സിലാക്കാനും സഹായിക്കും. കൗതുകം നമുക്ക് ഭാവിയിലേക്ക് വേണ്ട പ്രതീക്ഷയും ഊർജ്ജവും തരും. എന്ത് സംഭവിച്ചാലും നാം അതിൽ നിന്ന് പഠിക്കും.

ടൂൾ കിറ്റ് : നിങ്ങളുടെ പ്രതിരോധനമുറകൾ പരിശോധിക്കുക.

- നിങ്ങൾ വൈകാരിക പിരിമുറുക്കം അനുഭവിക്കുന്നു എന്നതിന്റെ ആദ്യ ലക്ഷണം എന്താണ്?
- അതൊരു പെരുമാറ്റമാണോ? നിങ്ങൾക്ക് നിങ്ങളുടെ സ്വരക്ഷാ പെരുമാറ്റങ്ങൾ തിരിച്ചറിയാൻ കഴിയുന്നുണ്ടോ?
- നിങ്ങളുടെ വികാരങ്ങളെ ശരീരത്തിൽ എവിടെയാണ് നിങ്ങൾക്ക് അറിയാനാകുന്നത്?
- ആ ചിന്തകൾ എന്താണ്? നിങ്ങളെ ഈ അവസ്ഥയിൽ എത്തിച്ച വിശ്വാസം എന്താണ്? അതിന് നിങ്ങളുടെ മേൽ എന്ത് ഫലമാണുള്ളത്?
- ആ ചിന്തകളും തോന്നലുകളും എഴുതുക.
- നിങ്ങളുടെ പേടികളെപ്പറ്റി അതെന്താണ് പറയുന്നത്?
- എന്തൊക്കെ പെരുമാറ്റങ്ങളാണ് ശക്തമായ വികാരങ്ങളുടെ കൂടെ ഉണ്ടാകുന്നത്?
- അത്തരം പെരുമാറ്റങ്ങൾ നിങ്ങളെ ഉടനടി സഹായിക്കുന്നുണ്ടോ?
- അവയുടെ ദീർഘകാല ഫലം എന്താണ്?
- വിശ്വാസമുള്ള ഒരു സുഹൃത്തിനോട് തുറന്നു സംസാരിക്കുക. നിങ്ങളുടെ തെറ്റിദ്ധാരണകളും മുൻവിധികളും അറിയാൻ ശ്രമിക്കുക. നിങ്ങളുടെ ധാരണകൾ ചർച്ച ചെയ്യുക.

അധ്യായ സംഗ്രഹം

- വികാരങ്ങൾ നിങ്ങളുടെ ശത്രുവോ മിത്രമോ അല്ല.
- നാം കരുതുന്നതിലും ഏറെ സ്വാധീനം നമുക്ക് നമ്മുടെ വികാരങ്ങളുടെ മേലുണ്ട്.
- വികാരങ്ങളെ മാറ്റി നിർത്താൻ ശ്രമിക്കുന്നത് അവയെ സ്വാഭാവികമായി സംഭവിക്കാൻ അനുവദിക്കുന്നതിലും ഏറെ അപകടം ചെയ്യും.
- വികാരങ്ങൾ വസ്തുതകളല്ല, ഒരു ധാരണ മാത്രമാണ്.
- വേദനാജനകമായ ഒരു വികാരമുണ്ടായാൽ കൗതുക ത്തോടെ ചോദ്യങ്ങൾ ചോദിക്കുക. അവ എന്താണ് നിങ്ങളോട് പറയുന്നത്?

11

വികാരങ്ങളെ എന്ത് ചെയ്യണം?

നിങ്ങൾ നേരെ ഈ അധ്യായത്തിലേക്കാണ് എത്തിയതെങ്കിൽ നിങ്ങൾ വൈകാരിക വേദനകൾക്ക് ഒരു പരിഹാരമാണ് തിരയുന്നത്. ഈ വേദനയെല്ലാം മാറ്റിക്കളയാൻ എന്ത് ചെയ്യണം? നിങ്ങൾ അങ്ങനെയുള്ള ഒരാളാണെങ്കിൽ ഞാൻ പറയുന്നത് കേൾക്കൂ. ഈ പുസ്തകം അടയ്ക്കരുത്, എന്നാൽ ഞാൻ പറയാൻ പോകുന്നത് നിങ്ങൾ പ്രതീക്ഷിക്കുന്ന കാര്യമാവുകയുമില്ല.

ക്ലിനിക്കൽ പരിശീലനത്തിന്റെ ഇടയിൽ എപ്പോഴോ ഞങ്ങൾക്ക് മൈൻഡ്ഫുൾനെസ്സിന് ഒരു ആമുഖം ലഭിച്ചു. ഒരു കൂട്ടം ട്രെയിനി ക്ലിനിക്കൽ സൈക്കോളജിസ്റ്റുകൾ ഇരുന്ന് പഠിക്കാൻ ക്ഷമ കാണിക്കുമെന്ന് നിങ്ങൾ ധരിക്കും. എന്നാൽ മുറി നിറയെ ചിരികൾക്കിടയിലാണ് ഞങ്ങൾ ഇരുന്ന് കാര്യങ്ങൾ ശ്രദ്ധിക്കാൻ തുടങ്ങിയത്. ക്ലിനിക്കൽ പരിശീലനം മുഴുവൻ കാര്യങ്ങൾ ചെയ്യലാണ്. ഞങ്ങൾ എല്ലാവരും 'പണി ചെയ്യൽ' മോഡിലായിരുന്നു. അതല്ലാതെ വെറുതെ ഇരിക്കുന്ന ഒരു അവസ്ഥ അനുഭവിക്കുക എല്ലാവർക്കും ശ്രമകരമായിരുന്നുവെന്ന് മാത്രമല്ല ടീച്ചർക്ക് കുറച്ച് അലോസരവും ഉണ്ടാകുന്നുണ്ടായിരുന്നു. അക്കാലത്ത് ഞാൻ ഇത് ഉപയോഗിക്കുമെന്നോ മറ്റുള്ളവരെ പഠിപ്പിക്കുമെന്നോ ഞാൻ സ്വപ്ന ത്തിൽ പോലും കരുതിയതല്ല.

എന്നാൽ അത് പഠനത്തിന്റെ ഭാഗമായത് കൊണ്ട് ശ്രമിക്കേണ്ടി വന്നു. പരിശീലനം പുരോഗമിച്ചതോടെ കൂടുതൽ ശ്രമകരമാവുകയും പരീക്ഷയുടെയും തീസിസിന്റെയും ഇടയിൽ ഞാൻ വട്ടം കറങ്ങുകയും ചെയ്യാൻ തുടങ്ങി. ടെൻഷൻ ഏറെ കൂടുതലായിരുന്നു. പിരിമുറുക്കം പരിഹരിക്കാൻ എന്റെ ഏറ്റവും മികച്ച വഴി ഓട്ടമായിരുന്നു. ഞാൻ ഡെസ്കിൽ നിന്ന് ഒരു ബ്രേക്ക് എടുത്ത് ഗ്രാമവഴികളിലൂടെ ഓടാൻ തുടങ്ങി. ചെയ്ത് തീർക്കേണ്ട കാര്യങ്ങളോർത്ത് എന്റെ തല കറങ്ങാൻ തുടങ്ങി. ഇത്തവണ ആ ഓട്ടത്തിനിടെ ഞാൻ മൈൻഡ്ഫുൾനെസ്സ് വീണ്ടും പരീക്ഷിച്ചു നോക്കി.

കാട്ടിലെ ഒരു നീണ്ട വഴിയിലൂടെ ഞാൻ എന്റെ കാൽ നിലത്തെ ചരലിൽ മുട്ടുന്ന ഒച്ച കേട്ടുകൊണ്ട് ഓടി. എന്റെ വേവലാതികളും പിരിമുറുക്കവും ഞാൻ എന്റെ കൂടെ തന്നെ കൂട്ടി. ഞാൻ അവയെ വകഞ്ഞു മാറ്റാൻ നോക്കിയില്ല. ഞാൻ പ്ലാനുകൾ ഉണ്ടാക്കുകയോ പ്രശ്നങ്ങൾ പരിഹരിക്കുകയോ ചെയ്യാൻ ശ്രമിച്ചില്ല. ഓരോ നിമിഷവും എന്റെ മനസ്സ് ഞാൻ ചെയ്യേണ്ട കാര്യങ്ങൾ വിവരിച്ചു. ഡെഡ്‌ലൈനുകൾ മറക്കുന്നതിനെപ്പറ്റി, പരീക്ഷയിൽ തോൽക്കുന്നതിനെപ്പറ്റി, അയയ്ക്കേണ്ട ഈമെയിലുകളെപ്പറ്റിയൊക്കെ പറഞ്ഞുകൊണ്ടേയിരുന്നു. ഓരോ തവണയും ഞാൻ ഈ ചിന്തകളെ വരാൻ അനുവദിച്ചു. ഓരോ തവണയും അവ എന്നെ കടന്നുപോവുകയും ഞാൻ എന്റെ കാലിന്റെ ഒച്ച ശ്രദ്ധിക്കുന്നത് തുടരുകയും ചെയ്തു. ഞാൻ ഈ പ്രവർത്തി ഒരായിരം തവണ ചെയ്തിരിക്കും. തിരികെ പോകുമ്പോൾ വഴി തീരാറായപ്പോഴാണ് ഞാൻ അത് ശ്രദ്ധിച്ചത്. ഇതാണ് ആ അക്കാദമിക് പുസ്തകങ്ങൾ എന്നോട് പറയാൻ ശ്രമിച്ചുകൊണ്ടിരുന്നത്. എന്റെ മുന്നിൽ എല്ലാ പ്രതിസന്ധികളും അതേപോലെ തന്നെയുണ്ട്. എന്നാൽ ഞാൻ എന്റെ ടെൻഷൻ എതിരിടുകയായിരുന്നില്ല. ഞാൻ അതിനെ കടന്നുപോകാൻ അനുവദിച്ചു. അതാണ് ഞാൻ ചെയ്തത്. ഒരു വൈകാരിക അനുഭവത്തെ സ്വീകരിക്കുന്നത് ആദ്യം അൽപ്പം അമ്പരപ്പിച്ചു. നമ്മൾ പലരും വികാരങ്ങളെ ഇങ്ങനെ കൈകാര്യം ചെയ്യണമെന്ന് പഠിച്ചിട്ടില്ല. നമ്മോട് പറഞ്ഞിരിക്കുന്നത് വികാരങ്ങൾ യുക്തിക്ക് നിരക്കാത്തതാണ് എന്നാണ്. അടിച്ചമർത്തുകയും ഒളിച്ചു വെക്കുകയുമൊക്കെയാണ് നാം ചെയ്യാറുള്ളത്. വികാരങ്ങൾ തുറന്നു പറയാതെ മനസ്സിന്റെ ഏറ്റവും പുറകിലേക്ക് മാറ്റി വയ്ക്കാനാണ് നാം പഠിച്ചിരിക്കുന്നത്. എന്നാൽ അവയെ വരാൻ അനുവദിക്കുകയും സ്വീകരിക്കുകയും ചെയ്യുന്നതോ?

നമുക്ക് പലർക്കും വികാരങ്ങളെ പേടിയാണ് – അതായത്, അനുഭവിക്കാൻ അനുവദിക്കപ്പെടുന്നത് വരെയാണ് ഈ പേടി. അവയുടെ ഉയർച്ച താഴ്ചകൾ അറിയാനും മനസ്സിലാക്കാനുമാണ് ശ്രമിക്കേണ്ടത്.

മൈൻഡ്ഫുൾനെസ്സ് നമ്മുടെ ബോധത്തെ ഉപയോഗിക്കാനാണ് പഠിപ്പിക്കുന്നത്. ബോധ്യം എന്നൊക്കെ പറഞ്ഞാൽ വളരെ അവ്യക്തമായി തോന്നാം. എന്നാൽ അത് ഉപയോഗിച്ച് തുടങ്ങുമ്പോഴാണ് അത് എന്താണെന്നു മനസ്സിലാകുന്നത്. ഓട്ടോപൈലറ്റ് അവസ്ഥ മാറ്റി ചിന്തകളെയും വികാരങ്ങളെയും തോന്നലുകളെയും പ്രവർത്തികളെയും ഒക്കെ പഠിച്ചാൽ നാം ഒരു കാര്യത്തെപ്പറ്റി വൈകാരികമായ ഒരു തീരുമാനം എടുക്കുന്നതിനു മുൻപ് ഒരു വെളിച്ചം വീശുന്നത് അറിയാനാകും. ഓട്ടോപൈലറ്റിൽ നാം ചെയ്തുകൊണ്ടിരുന്ന ചില കാര്യങ്ങൾ വരുമ്പോൾ നമുക്ക് ചിന്തിക്കാൻ സാധിക്കും. വികാരങ്ങളോട് പ്രതികരിക്കുന്നതിന് പകരം നമ്മുടെ മൂല്യങ്ങൾ അടിസ്ഥാനമാക്കി തീരുമാനങ്ങളെടുക്കാൻ നമുക്ക് കഴിയും.

ഒരു കലാകാരി ഒരു വലിയ ചിത്രം വരയ്ക്കുമ്പോൾ ഇടയ്ക്കിടെ

പിറകോട്ട് മാറി ഓരോ പുതിയ വരയും ആ ചിത്രത്തെപ്പറ്റിയുള്ള അവരുടെ ബോധ്യത്തെ എങ്ങനെയാണ് ബാധിക്കുന്നതെന്നു പരിശോധിക്കും. ഒന്ന് നിറുത്തി വികാരങ്ങളെയും പ്രവർത്തിയെയും വിലയിരുത്തുന്നത് ഇതുപോലെ തന്നെയുള്ള ഒരു മെറ്റാ കോഗ്നിഷൻ മാർഗ്ഗമാണ്. നിങ്ങൾ ചെയ്യുന്നത് നിങ്ങൾ ആഗ്രഹിക്കുന്ന ആളായി മാറാൻ നിങ്ങളെ സഹായിക്കുമോ എന്ന് മനസ്സിലാക്കേണ്ടതുണ്ട്. ചെറിയ നിമിഷങ്ങളിൽ പോലും ആ വലിയ ചിത്രം വിലയിരുത്താൻ കഴിയുന്നത് നമ്മുടെ ജീവിതത്തിൽ വലിയ ഗുണം ചെയ്യും.

ചിന്തകളുടെ ഒഴുക്കിനിടെ നമുക്ക് തല മുകളിലാക്കി ഈ ചിന്തകൾ നാം ആഗ്രഹിക്കുന്ന ദിശയിലേക്കാണോ നമ്മെ കൊണ്ടുപോകുന്നത് എന്ന് പരിശോധിക്കാം. കാര്യങ്ങൾ യാന്ത്രികമായി ആ വഴിക്ക് പോകുന്നതുകൊണ്ട് മുന്നോട്ട് പോകുന്നതിനു പകരം, നമ്മുടെ ജീവിതത്തിന്റെ അർത്ഥത്തിന്റെയും ഉദ്ദേശ്യത്തിന്റെയും കാര്യത്തിൽ നാം സ്വീകരിക്കുന്ന ദിശയെക്കുറിച്ച് നമുക്ക് ചിന്തിക്കാം.

വികാരങ്ങളെ അവയായി തന്നെ കാണുക

വികാരങ്ങളെ വികാരങ്ങളായി കാണുന്നത് അവയെ ആരോഗ്യകരമായി മനസ്സിലാക്കുന്നതിന് പ്രധാനമാണ്. നിങ്ങൾ നിങ്ങളുടെ വികാരങ്ങൾ അല്ല, നിങ്ങളുടെ വികാരങ്ങൾ നിങ്ങളുമല്ല. ഒരു വികാരം ഉണ്ടാകുന്നത് നിങ്ങളിലൂടെ കടന്നുപോകുന്ന ഒരു അനുഭവം മാത്രമാണ്. ഓരോ വികാരവും നിങ്ങൾക്ക് അറിവുകൾ തരുമെങ്കിലും മുഴുവൻ കഥയും പറയുന്നില്ല. ഉപകാരപ്രദമായ ചില വികാരങ്ങളുണ്ട്. നിങ്ങൾക്കെന്താണ് വേണ്ടതെന്ന് അവർ പറയും. വികാരങ്ങളെ ഉന്തി മാറ്റാതെ അവയെ കൗതുകത്തോടെ പഠിച്ചാൽ നമുക്ക് പലതും പഠിക്കാൻ കഴിയും.

എന്താണ് വേണ്ടതെന്ന് തിരിച്ചറിയുന്നത് ആ അറിവ് കൊണ്ട് എന്താണ് ചെയ്യേണ്ടതെന്ന് മനസ്സിലാക്കി പെരുമാറാൻ കഴിഞ്ഞാൽ ഏറെ ഗുണകരമാണ്. ശരീരത്തെപ്പറ്റി ചിന്തിക്കുന്നത് എപ്പോഴും ഗുണകരമാണ്. മുൻ അധ്യായങ്ങളിൽ നാം ചർച്ച ചെയ്തത് പോലെ, ഉറക്കവും മോശം ഭക്ഷണവും വ്യായാമം ഇല്ലായ്മയും ഒക്കെ ഉള്ളപ്പോൾ എത്ര തെറാപ്പി നടത്തിയാലും കാര്യമുണ്ടാകില്ല. നാം ജീവിക്കുന്ന ശരീരത്തെ നാം പരിപാലിച്ചു തുടങ്ങുമ്പോൾ മറ്റു പ്രശ്നങ്ങൾ പരിഹരിക്കാനുള്ള ഒരു തുടക്കമായി അത് മാറുന്നു.

ഒരു പേര് തെരഞ്ഞെടുക്കുക

നിങ്ങൾക്ക് ഒരു തോന്നൽ ഉണ്ടാകുമ്പോൾ അതിന് ഒരു പേര് കൊടുക്കുക. ധാരാളം വികാരങ്ങളുടെ പേരുകൾ പഠിക്കുക. എപ്പോഴും സന്തോഷം, സങ്കടം, പേടി, ദേഷ്യം എന്നിവ മാത്രമല്ല നാം അനുഭവിക്കുന്നത്. നമുക്ക് മുറിപ്പെട്ടത് പോലെ തോന്നാം, നാണം

തോന്നാം, കയ്പ്പ് തോന്നാം, നന്ദി തോന്നാം, നാം പോരാ എന്ന് തോന്നാം, ആവേശം തോന്നാം.

തെറാപ്പിയിൽ നാം ഈ കാര്യം ചെയ്യാൻ കുറെ സമയം ചെലവിടാറുണ്ട്. നിങ്ങൾക്ക് എന്താണ് തോന്നുന്നത് എന്ന് ശ്രദ്ധിക്കുക, എവിടെയാണ് അത് തോന്നുന്നതെന്ന് അറിഞ്ഞ് അതിനെ പേരിട്ട് വിളിക്കുക. ആളുകൾക്ക് ശരീരത്തിൽ ഒരു വികാരത്തെ അറിയാനൊക്കെ കഴിയും, പക്ഷെ അതിന്റെ പേര് അറിയുന്നുണ്ടാകില്ല. നമ്മുടെ വികാരങ്ങളെപ്പറ്റി സംസാരിക്കാൻ നാം മടി കാണിക്കുന്നത് കൊണ്ടാണ് ഇത് സംഭവിക്കുന്നത്. നമ്മുടെ വികാരങ്ങളെപ്പറ്റി ഉറക്കെ നാം സംസാരിക്കാറില്ലാത്തത് കൊണ്ട് അവയ്ക്ക് വ്യത്യസ്തമായ പേരുകളുടെയും ആവശ്യം വന്നിട്ടില്ല. എന്നാൽ അത് നിങ്ങളുടെ ശരീരത്തിൽ എന്ത് തോന്നിക്കുന്നു എന്നത് ആളുകൾക്ക് തിരിച്ചറിയാൻ കഴിഞ്ഞിരുന്നു. തനിക്ക് സുഖമില്ലെന്നോ ഹൃദയം വല്ലാതെ മിടിക്കുന്നുവെന്നോ ആളുകളോട് പറയുന്നത് എനിക്ക് വിഷമം വരുന്നു, അരക്ഷിതാവസ്ഥ ഉണ്ടാകുന്നു എന്ന് പറയുന്നതിലും എളുപ്പമാണല്ലോ.

വ്യത്യസ്തമായ വികാരങ്ങളെ പല പേരിൽ വിളിക്കാൻ കഴിഞ്ഞാൽ നിങ്ങൾക്ക് അവയുടെ വ്യത്യാസങ്ങൾ മനസ്സിലാക്കാനും ഓരോന്നിനും വേണ്ട പ്രതികരണങ്ങൾ കണ്ടെത്താനും കഴിയും. (Kashdan et al., 2015).

സ്വയം-ആശ്വസിപ്പിക്കൽ

വേദനാജനകമായ വികാരങ്ങൾ ഏറി വരുമ്പോൾ അവ വരുമെന്നും പോകുമെന്നും ഒക്കെ പറയാൻ എളുപ്പമാണ്. എന്നാൽ യഥാർത്ഥത്തിൽ അത് അനുഭവിക്കുന്നത് ഏറെ ശ്രമകരമാണ്. ഇത് ഇല്ലാതാക്കാനായി വളരെ അനാരോഗ്യകരമോ അപകടകരമോ ആയ എന്തെങ്കിലും ചെയ്യാൻ തോന്നും.

ചില സ്വയം സഹായ പുസ്തകങ്ങൾ നിങ്ങളോട് പോസിറ്റിവ് ആയി ചിന്തിക്കാൻ പറയുമെങ്കിലും അത് പ്രാവർത്തികമാക്കൽ അത്ര എളുപ്പമല്ല. നിങ്ങളുടെ ചിന്തകളെ മാറ്റാൻ ശ്രമിക്കുന്നത് നിങ്ങൾ നന്നായിരിക്കുമ്പോൾ തന്നെ ശ്രമകരമാണ്. അപ്പോൾ നിങ്ങൾ അങ്ങേയറ്റം പിരിമുറുക്കത്തിലിരിക്കുമ്പോൾ ചിന്തകളെ മാറ്റാൻ ശ്രമിക്കുന്നത് എത്ര ബുദ്ധിമുട്ടായിരിക്കും? വൈകാരികമായി സംഭ്രമിച്ചിരിക്കുമ്പോൾ ഏറ്റവും നല്ലത് ഒന്ന് പിറകോട്ട് മാറി ആ വികാരത്തെ കഴിയുന്നത്ര ഒരു താൽക്കാലിക അനുഭവമായി കാണാൻ ശ്രമിക്കുന്നതാണ്. അൽപ്പം ആശ്വാസം കണ്ടെത്താനായാൽ നമുക്ക് ഭീഷണി തോന്നില്ല.

ഡയലക്റ്റിക്കൽ ബിഹേവിയർ തെറാപ്പിയിൽ നാം ആളുകളെ പഠിപ്പിക്കുന്നത് ബുദ്ധിമുട്ടുള്ള വികാരങ്ങൾ വരുമ്പോൾ അത് ശമിക്കും വരെ പിടിച്ചുനിൽക്കാനാണ്. ഇതിനെ നാം വിഷമക്ഷമാ ശക്തി എന്നാണ് വിളിക്കുന്നത്. അതിൽ പ്രധാനപ്പെട്ട

ഒരു കഴിവാണ് അവനവനെ ആശ്വസിപ്പിക്കാനുള്ള കഴിവ്. (Linehan, 1993).

ഒരു വേദനാജനകമായ വികാരത്തിലൂടെ കടന്നുപോകുമ്പോൾ നിങ്ങൾക്ക് സുരക്ഷിതത്വവും സ്വാസ്ഥ്യവും തോന്നാൻ സഹായകമാകുന്ന ഏത് തരം പെരുമാറ്റങ്ങളും സ്വയം-ആശ്വസിപ്പിക്കൽ ആണെന്ന് പറയാം. നിങ്ങൾക്ക് പേടി തോന്നുമ്പോൾ നിങ്ങളുടെ തലച്ചോറിന് ലഭിക്കുന്ന സന്ദേശം "നമ്മൾ സുരക്ഷിതരല്ല! എല്ലാം നന്നായല്ല പോകുന്നത്! എന്തെങ്കിലും ചെയ്യൂ!" എന്നാണ്. ആ സന്ദേശം നിറുത്തി സമാധാനത്തിലേയ്ക്ക് എത്തണമെങ്കിൽ നമ്മുടെ ശരീരത്തിനും തലച്ചോറിനും നാം സുരക്ഷിതരാണെന്ന് പുതിയ സന്ദേശം ലഭിക്കണം. ഇത് ചെയ്യാൻ പല വഴികളുണ്ട്. കാരണം നിങ്ങളുടെ തലച്ചോർ എല്ലാ ഇന്ദ്രിയാനുഭവങ്ങളിലും നിന്ന് വിവരങ്ങൾ കണ്ടെടുക്കാറുണ്ട്. എല്ലാ ഇന്ദ്രിയങ്ങളും ഉപയോഗിച്ച് നിങ്ങൾ സുരക്ഷിതരാണ് എന്ന സന്ദേശം തലച്ചോറിനെ അറിയിക്കാൻ നിങ്ങൾക്ക് കഴിയുമെന്ന് ചുരുക്കം. നിങ്ങളുടെ തലച്ചോർ നിങ്ങളുടെ ശരീരത്തിന്റെ ഭൗതിക അവസ്ഥയിൽ നിന്നും വിവരങ്ങൾ ശേഖരിക്കും, ഇതിൽ നിങ്ങളുടെ ഹൃദയമിടിപ്പ്, ശ്വാസം എടുക്കൽ, മസ്സിൽ ടെൻഷൻ എന്നിവയൊക്കെ ഉൾപ്പെടും. അതുകൊണ്ടാണ് പേശികളെ വിശ്രമിക്കുന്ന ശാരീരിക അനുഭവങ്ങൾ, ഉദാഹരണത്തിന് ചൂടുവെള്ളത്തിൽ കുളിക്കുന്നത്, നിങ്ങളെ പ്രശ്നങ്ങളിൽ നിന്ന് കരകയറ്റാൻ ഫലപ്രദമാകുന്നത്.

മറ്റ് സ്വയം-ആശ്വാസപ്പെടൽ ആശയങ്ങൾ :

- ചൂടുള്ള എന്തെങ്കിലും കുടിക്കുന്നത്
- സ്നേഹവും വിശ്വാസവുമുള്ള ആരോടെങ്കിലും സംസാരിക്കുന്നത്
- ശരീര ചലനങ്ങൾ
- ആശ്വാസം തരുന്ന സംഗീതം
- സുന്ദരമായ ചിത്രങ്ങൾ
- മെല്ലെയുള്ള ശ്വാസം
- റിലാക്സേഷൻ ടെക്നിക്കുകൾ
- നിങ്ങൾക്ക് സുരക്ഷിതത്വവും സമാധാനവും തരുന്ന പെർഫ്യൂമിന്റെ മണം

നിങ്ങളുടെ തലച്ചോറിനോട് നിങ്ങൾ സുരക്ഷിതരാണെന്ന് പറയാനുള്ള ഏറ്റവും എളുപ്പമുള്ള വഴി മണമാണ്. നിങ്ങൾക്ക് സുരക്ഷയും സൗഖ്യവും തരുന്ന ഒരു മണം കണ്ടെത്തുക. നിങ്ങൾക്ക് ഇഷ്ടമുള്ള ആരുടെയെങ്കിലും പെർഫ്യൂം അല്ലെങ്കിൽ ആശ്വാസം തരുന്ന ലാവെണ്ടർ സുഗന്ധം ഒക്കെ നിങ്ങളുടെ ശരീരത്തിനും മനസ്സിനും ഒരേ സമയം ആശ്വാസം തരും. തിരക്കിൽ പെടുമ്പോൾ അസ്വസ്ഥരാകുന്ന ആൾക്കാരുടെ കാര്യം

ആലോചിക്കുക. തെറാപ്പിയിലെ ഒരു ജനപ്രിയ രീതി, ഒരു മൃദുവായ കളിപ്പാട്ടം ശ്രദ്ധാപൂർവ്വം തുറന്ന്, അതിൽ ലാവെൻഡർ നിറച്ച്, തുടർന്ന് അത് തുന്നിച്ചേർക്കുക എന്നതാണ്. പിന്നെ നിങ്ങൾ പൊതുസ്ഥലത്തായിരിക്കുമ്പോൾ പരിഭ്രാന്തി തോന്നാൻ തുടങ്ങുമ്പോഴെല്ലാം, നിങ്ങൾക്ക് ആ സുഗന്ധം മണക്കാനും സ്വയം ശാന്തരാകാനും, ആരുമറിയാതെ വിശ്രമിക്കാനും കഴിയും.

ഡിബിറ്റി-യിൽ പലപ്പോഴും സ്വയം-ആശ്വസിപ്പിക്കൽ ബോക്സുകൾ ഉപയോഗിക്കാറുണ്ട്. നിങ്ങൾ വൈകാരികമായ വേദനയുടെ മൂർദ്ധന്യത്തിൽ നിൽക്കുമ്പോൾ നിങ്ങളുടെ തലച്ചോർ പ്രശ്ന പരിഹാരത്തിന്റെ കഴിവുകൾ ഉപയോഗപ്പെടുത്തില്ല. നിങ്ങൾ ഭീഷണിയിലാണെങ്കിൽ നിങ്ങൾക്ക് ആലോചിക്കാൻ സമയം കാണില്ല. അപ്പോഴാണ് തലച്ചോർ പെട്ടെന്നൊരു ഊഹം നടത്തി പ്രവർത്തിക്കുന്നത്. നിങ്ങൾക്ക് സമയമെടുത്തു ആലോചിച്ച ഒരു സ്വയം-ആശ്വസിപ്പിക്കൽ ബോക്സ് നേരത്തെ തയാറാക്കി വയ്ക്കാൻ കഴിഞ്ഞാൽ അത് ഇത്തരം സാഹചര്യങ്ങളിൽ ഉപകാരപ്പെടും. ഒരു പഴയ ഷൂ ബോക്സ് നിറയെ നിങ്ങൾക്ക് ആശ്വാസം തരുന്ന സാധനങ്ങൾ നിറയ്ക്കുക. നിങ്ങൾക്ക് സൗഖ്യവും സുരക്ഷിതത്വവും തോന്നിക്കുന്ന എന്തും ഉപയോഗിക്കാം. എന്റെ തെറാപ്പി മുറിയിൽ ഞാൻ ഉദാഹരണമായി ഉപയോഗിക്കുന്ന ഒരു സ്വയം-ആശ്വസിപ്പിക്കൽ ബോക്സ് ഉണ്ട്. അതിൽ ഒരു സുഹൃത്തിനെ വിളിക്കു എന്ന സന്ദേശമാണ് ഉള്ളത്. നാം വിഷമാവസ്ഥയിൽ ആയിരിക്കുമ്പോൾ സഹായം തേടൂ എന്നതായിരിക്കില്ല നമ്മുടെ മനസ്സിൽ ആദ്യം എത്തുന്ന ചിന്ത.

എന്നാൽ ഒരു സുഹൃത്തിനെ വിളിക്കാനുള്ള ഒരു സന്ദേശം കണ്ടാൽ നാം ശരിയായ ദിശയിൽ ചിന്തിക്കും. മുൻ അധ്യായങ്ങളിൽ ചർച്ച ചെയ്തത് പോലെ, മനുഷ്യബന്ധങ്ങൾ നമ്മെ പിരിമുറുക്കങ്ങളിൽ നിന്ന് രക്ഷിക്കും. എന്റെ സ്വയം-ആശ്വസിപ്പിക്കൽ ബോക്സിൽ പിന്നെ ഉള്ളത് പേനയും കടലാസുമാണ്. നിങ്ങൾക്ക് സംസാരിക്കാൻ കഴിയില്ലെങ്കിൽ നിങ്ങളുടെ തോന്നലുകൾ എഴുതുന്നതും വികാരങ്ങളെ കൈകാര്യം ചെയ്യാൻ സഹായകമാണ്.

ഈ ബോക്സിൽ ലാവണ്ടർ ഓയിലോ നിങ്ങൾക്ക് സമാധാനം തരുന്ന മറ്റെന്തെങ്കിലും മണമോ സൂക്ഷിക്കാവുന്നതാണ്. നിങ്ങൾക്ക് ഇഷ്ടമുള്ള ആളുകളുടെ ഫോട്ടോകൾ, നിങ്ങൾക്ക് ആശ്വാസം തരുന്ന പാട്ടുകളുടെ ലിസ്റ്റ് ഒക്കെ ഉപകാരപ്രദമാണ്. സൂക്ഷ്മതയോടെ തെരഞ്ഞെടുത്ത സംഗീതത്തിന് നമ്മുടെ വൈകാരിക അവസ്ഥയിൽ വലിയ പങ്ക് വഹിക്കാൻ കഴിയും. നിങ്ങൾക്ക് ആശ്വാസവും സുരക്ഷിതത്വവും തരുന്ന പാട്ടുകൾ നിറച്ച ഒരു പ്ളേ ലിസ്റ്റ് ഉണ്ടാക്കി വയ്ക്കുക.

എന്റെ ബോക്സിൽ ടീ ബാഗും ഉണ്ട്. കാരണം ഇംഗ്ലണ്ടിൽ ഞങ്ങൾ ചായയെ ആശ്വാസവും മനുഷ്യബന്ധവും ഒക്കെയായാണ് കാണുന്നത്. ഈ പെട്ടിയിൽ അങ്ങനെ ചിലതൊക്കെ നിറച്ച് നിങ്ങൾക്ക്

ചിന്തിക്കാൻ കഴിയാത്ത അവസ്ഥയിൽ ഉപയോഗിക്കാൻ പാകത്തിന് കുറിപ്പുകൾ എഴുതി സൂക്ഷിക്കുക.

നിങ്ങൾക്ക് ആവശ്യമുള്ളപ്പോൾ എളുപ്പം കണ്ടെത്താൻ പാകത്തിന് ആ പെട്ടി സൂക്ഷിക്കുന്നതും പ്രധാനമാണ്. നിങ്ങൾക്ക് ഏറ്റവും അസഹനീയമായ സമയങ്ങളിൽ ആശ്വാസം കണ്ടെത്താൻ ആണ് ഇത് ഉപകാരപ്പെടുക. നിങ്ങളുടെ മോശം ശീലങ്ങളിലേയ്ക്ക് നിങ്ങൾ വഴുതിപ്പോകാതിരിക്കാൻ ഇത് സഹായിക്കും.

അധ്യായ സംഗ്രഹം

- നിങ്ങൾ നിങ്ങളുടെ വികാരങ്ങളാണ്, നിങ്ങളുടെ വികാരങ്ങൾ നിങ്ങളുടെ ആകെത്തുകയുമല്ല.
- വൈകാരികത നിങ്ങളിലൂടെ കടന്നുപോകുന്ന ഒരു തിരയാണ്.
- ഓരോ വികാരങ്ങളും നിങ്ങൾക്ക് ചില വിവരങ്ങൾ തരുമെങ്കിലും മുഴുവൻ കഥയും പറയില്ല.
- വികാരങ്ങൾ നമുക്ക് എന്താണ് ആവശ്യമെന്ന് പറഞ്ഞു തരികയാണ് ചെയ്യുന്നത്.
- നിങ്ങൾക്ക് എന്തെങ്കിലും തോന്നുമ്പോൾ ആ തോന്നലിനു ഒരു പേര് നൽകുക. വികാരങ്ങളെ സന്തോഷം സങ്കടം എന്ന് മാത്രം വേർതിരിക്കാതെ ഇരിക്കുക.
- നമ്മുടെ വികാരങ്ങളെ ഉന്തി മാറ്റാതെ വരാനും നമ്മിലൂടെ കടന്നുപോകാനും അനുവദിക്കുക.

12

നിങ്ങളുടെ വാക്കുകളുടെ ശക്തി എങ്ങനെ ഉപയോഗപ്പെടുത്താം

നമ്മുടെ ഭാഷയ്ക്ക് നമ്മുടെ ജീവിതാനുഭവങ്ങൾ നിർണ്ണയിക്കുന്നതിൽ വലിയ പങ്കുണ്ട്. കാര്യങ്ങൾ മനസ്സിലാക്കുന്നതും തോന്നലുകളെ വേർതിരിക്കുന്നതും മുൻകാല അനുഭവങ്ങളിൽ നിന്ന് പഠിക്കുന്നതും അറിവുകൾ പങ്കിടുന്നതും ഭാവിക്ക് വേണ്ടി പ്ലാൻ ചെയ്യുന്നതും ഒക്കെ ഭാഷയുടെ സഹായത്തോടെയാണ്.

വികാരങ്ങൾക്ക് വേണ്ടിയുള്ള ചില വാക്കുകൾ തുടരെ തുടരെ ഉപയോഗിച്ച് അവയുടെ അർത്ഥം മാറിയിട്ടുണ്ട്. സന്തോഷം എന്നത് പോസിറ്റിവ് ആയ എന്തിനും ഉള്ള ഒരു വാക്കായി മാറി. എന്താണ് സന്തോഷം എന്ന് ആർക്കും കൃത്യമായി ഇപ്പോൾ അറിയാത്ത അവസ്ഥയാണ്. എനിക്ക് പ്രേമം തോന്നിയാൽ സന്തോഷമാണോ? സമാധാനവും തൃപ്തിയും തോന്നുന്നതും സന്തോഷം? ആവേശവും പ്രചോദനവും ഉണ്ടായാലും സന്തോഷം?

വിഷാദം പോലുള്ള വാക്കുകളുടെ കാര്യത്തിലും ഇതുതന്നെ സംഭവിച്ചിട്ടുണ്ട്. വാസ്തവത്തിൽ, വിഷാദ മാനസികാവസ്ഥ എന്താണ്? സങ്കടം? ശൂന്യത? വ്യാകുലത? മരവിപ്പ്? അസ്വസ്ഥത? ഇളകി മറിഞ്ഞ അവസ്ഥ? നിഷ്ഫലത?

ഇതിലൊക്കെ എന്തെങ്കിലും കാര്യമുണ്ടോ? ഉണ്ടെന്നാണ് മനസ്സിലാക്കേണ്ടത്.

നെഗറ്റിവ് വികാരങ്ങളെ വിവരിക്കാനും വേർതിരിച്ച് മനസ്സിലാക്കാനും വാക്കുകളുടെ എണ്ണം കുറയുന്നത് ആളുകളുടെ വിഷാദത്തിന്റെയും പിരിമുറുക്കത്തിന്റെയും അളവ് കൂട്ടും എന്ന് പഠനങ്ങളുണ്ട് (Starr et al., 2020). നെഗറ്റീവ് വികാരങ്ങളെ വേർതിരിച്ച് കാണാൻ കഴിയുന്നവർക്ക് പ്രശ്നങ്ങളോട് നന്നായി പ്രതികരിക്കാനുള്ള കഴിവുണ്ട്. പിരിമുറുക്കം വരുമ്പോൾ അവർ ഉടനെ അമിത മദ്യപാനത്തിലേയ്ക്ക് തിരിയില്ല.

മാത്രമല്ല ഒരു തിരിച്ചടി ഉണ്ടാകുമ്പോൾ വിഷാദ അവസ്ഥകൾ കാണിക്കുന്നത് കുറവാണ് (Kashdan et al., 2015). ഇതിനർത്ഥം നെഗറ്റിവ് വികാരങ്ങൾ തിരിച്ചറിയാൻ കഴിയാത്തതുകൊണ്ടാണ് വിഷാദം ഉണ്ടാകുന്നത് എന്നല്ല, എന്നാൽ ബുദ്ധിമുട്ടേറിയ സമയങ്ങളിൽ ഇത് വളരെ ഉപകാരപ്രദമായ ഒരു ടൂൾ ആണ്.

വികാരങ്ങളെ വേർതിരിച്ച് മനസ്സിലാക്കാൻ നിങ്ങൾക്കുള്ള വാക്കുകളുടെ എണ്ണം കൂടും തോറും നിങ്ങളുടെ തലച്ചോറിന് ആ വ്യത്യസ്ത വികാരങ്ങളെയും തോന്നലുകളെയും അറിയാനുള്ള അവസരങ്ങളും കൂടുന്നു. നിങ്ങൾക്ക് ഒരു വികാരത്തെ വിശേഷിപ്പിക്കാനായി കൃത്യമായ ഒരു വാക്കുണ്ടെങ്കിൽ നിങ്ങളുടെ ശരീരത്തിനും മനസ്സിനുമുള്ള പിരിമുറുക്കം കുറയ്ക്കാനും വികാരങ്ങളെ നന്നായി കൈകാര്യം ചെയ്യാനും നിങ്ങൾക്ക് സാധിക്കും എന്നാണർത്ഥം. പ്രശ്നങ്ങളോട് പ്രതികരിക്കുന്നതിൽ നിങ്ങളുടെ കഴിവ് വർദ്ധിപ്പിക്കാൻ ഇത് സഹായിക്കും. (Feldman Barrett, 2017).

ഇത് വളർത്തിക്കൊണ്ടുവരാൻ കഴിയുന്ന ഒരു കഴിവാണ് എന്നതാണ് ഇതിലെ നല്ല വാർത്ത. നിങ്ങളുടെ വൈകാരിക പദസമ്പത്ത് വളർത്താനുള്ള ചില ആശയങ്ങൾ താഴെ ചേർക്കുന്നു :

- കൃത്യമായി സംസാരിക്കുക. നിങ്ങൾക്ക് ഒരു തോന്നലുണ്ടാകുമ്പോൾ വെറുതെ കൊള്ളാം എന്നോ ഒരു സുഖമില്ലെന്നോ ഒക്കെ പറയാതെ മറ്റു വാക്കുകൾ തിരയുക. വേറെ എങ്ങനെയാണ് നിങ്ങളുടെ ഈ വികാരത്തെ വിശേഷിപ്പിക്കാൻ കഴിയുക? ഇത് പല വികാരങ്ങളുടെ ഒരു സമ്മിശ്രമാണോ? നിങ്ങൾക്ക് എന്തൊക്കെ ശാരീരിക അവസ്ഥകളാണ് ശ്രദ്ധിക്കാൻ കഴിയുന്നത്?
- ഈ വികാരത്തെ വിവരിക്കാൻ ഒരു പേര് മതിയാകില്ല. പല വികാരങ്ങളുടെ ഒരു കൂട്ടമാണോ ഇപ്പോൾ തോന്നുന്നത്? ഉദാഹരണത്തിന്, എനിക്ക് പേടിയും ഒപ്പം ആവേശവും തോന്നുന്നുണ്ടോ?
- ഒരു വികാരത്തിന് പേരിടാനുള്ള ശരിയായ ഒറ്റ വഴിയൊന്നും ഇല്ല. നിങ്ങൾക്കും നിങ്ങളുടെ ചുറ്റുമുള്ളവർക്കും മനസ്സിലാകുന്ന വിവരണങ്ങൾ കണ്ടെത്തുക എന്നതാണ് പ്രധാനം. നിങ്ങൾക്ക് വാക്കുകൾ കിട്ടുന്നില്ലെങ്കിൽ സ്വന്തമായി വാക്കുകൾ ഉണ്ടാക്കുകയോ മറ്റു ഭാഷകളിലെ വാക്കുകൾ ഉപയോഗിക്കുകയോ ഒക്കെ ചെയ്യാം.
- പുതിയ അനുഭവങ്ങൾ അടുത്തറിയുക, അത്തരം അനുഭവങ്ങൾ വിവരിക്കാൻ ശ്രമിക്കുക. ഉദാഹരണത്തിന്, പുതിയതരം ഭക്ഷണം കഴിക്കുകയോ പുതിയ ആളുകളെ കാണുകയോ പുസ്തകങ്ങൾ വായിക്കുകയോ പുതിയ ഇടങ്ങൾ സന്ദർശിക്കുകയോ ഒക്കെ ചെയ്യുക. ഓരോ അനുഭവത്തിലും കാര്യങ്ങളെ പുതിയൊരു രീതിയിൽ കാണാൻ ശ്രമിക്കുക.

- പുതിയ അനുഭവങ്ങൾ വിവരിക്കാൻ ശ്രമിക്കുമ്പോൾ ഓരോ അവസരത്തിൽ നിന്നും പുതിയ വാക്കുകൾ കണ്ടെത്തുക. ഇത് പുസ്തകങ്ങളിൽ നിന്ന് വരണമെന്ന് നിർബന്ധമില്ല. വാക്കുകൾ സംഗീതത്തിൽ നിന്നോ സിനിമയിൽ നിന്നോ നിങ്ങളുടെ വികാരങ്ങളെ വിവരിക്കാൻ കഴിയുന്ന മറ്റേത് ഇടത്ത് നിന്നോ വരാം.
- അനുഭവങ്ങൾ എഴുതി ചേർക്കുകയും നിങ്ങളുടെ തോന്നലുകളെ വിവരിക്കാനുള്ള വഴികൾ വിശദീകരിക്കുകയും ചെയ്യുക. നിങ്ങൾക്ക് വികാരങ്ങൾ വിവരിക്കാൻ വാക്കുകൾ കിട്ടുന്നില്ലെങ്കിൽ ഫീലിംഗ് വീലിന്റെ സഹായത്തോടെ നിങ്ങൾക്ക് നിങ്ങളുടെ വാക്കുകളുടെ എണ്ണം കൂട്ടാം. (Willcox, 1982) തെറാപ്പിയിൽ ഇതേ കാര്യത്തിന് വേണ്ടി ഉപയോഗിക്കുന്ന മികച്ച ഒരു സ്രോതസ്സാണ് ഇത്. ഇതിന്റെ ഒരു കോപ്പി നിങ്ങൾക്ക് നിങ്ങളുടെ ജേർണലിന്റെ കവറിനുള്ളിൽ ഒട്ടിച്ച് വയ്ക്കുകയും വാക്കുകൾ ആവശ്യം വരുമ്പോൾ ഇത് പരിശോധിക്കുകയും ചെയ്യാം. നിങ്ങളുടേതായ വാക്കുകൾ കൂട്ടിച്ചേർക്കുകയുമാകാം.

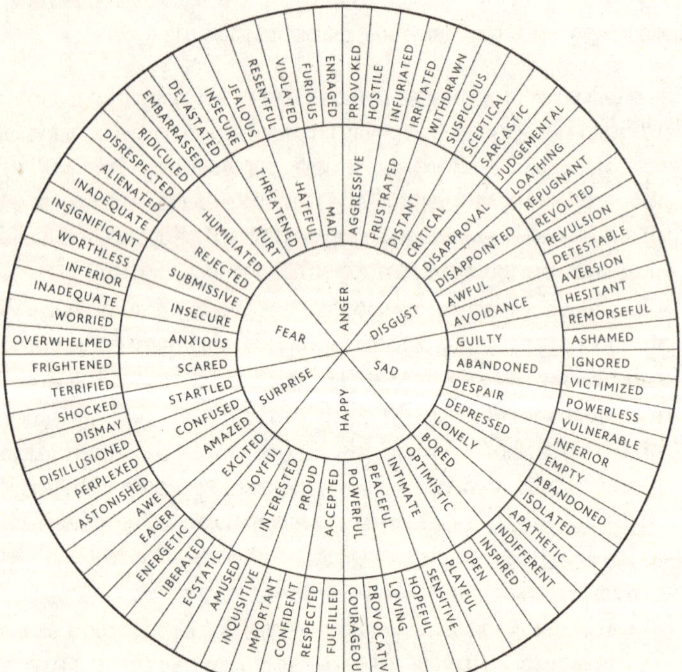

ചിത്രം 7 : നിങ്ങൾക്ക് എങ്ങനെ തോന്നുന്നുവെന്ന് വിവരിക്കുന്നതിന് ശരിയായ വാക്കുകൾ കണ്ടെത്താൻ സഹായിക്കുന്നതിന് ഫീലിംഗ് വീൽ (Willcox, 1982) ഉപയോഗിക്കുക.

നെഗറ്റിവ് വികാരങ്ങളിൽ മാത്രം ശ്രദ്ധിക്കാതിരിക്കുക

നിങ്ങളുടെ അനുഭവങ്ങളും വികാരങ്ങളും മനസ്സിലാക്കാനും പഠിക്കാനും പറ്റിയ മികച്ച ഒരു വഴിയാണ് ജേർണലിങ്. എന്നാൽ അത് ബുദ്ധി മുട്ടുള്ള അനുഭവങ്ങൾക്ക് വേണ്ടി മാത്രം മാറ്റി വെയ്ക്കരുത്. നിങ്ങളുടെ പോസിറ്റിവ് അനുഭവങ്ങളും രേഖപ്പെടുത്താൻ അത് ഉപയോഗിക്കാം. പോസിറ്റിവ് ആയി തോന്നിയ ചെറിയ നിമിഷങ്ങൾ പോലും നിങ്ങൾക്ക് എഴുതിവയ്ക്കാം. ഓരോ പ്രവർത്തിയും തലച്ചോറിൽ ഒരു ന്യൂറൽ പ്രവർത്തിക്ക് കാരണമാകുന്നുണ്ട്. നിങ്ങൾ ഒരു പ്രവർത്തി തുടർച്ചയായി ചെയ്യുമ്പോൾ ആ ന്യൂറൽ മാർഗ്ഗം ശക്തിപ്പെടുകയും നിങ്ങളുടെ തലച്ചോറിന് ആ മാർഗ്ഗം ഉപയോഗിക്കാൻ എളുപ്പമാവുകയും ചെയ്യുന്നു. കൂടുതൽ പോസിറ്റീവ് ചിന്താഗതിയും വികാരങ്ങളും ഓർമ്മകളും വളർത്താൻ നിങ്ങൾ ആഗ്രഹിക്കുന്നുണ്ടെങ്കിൽ ഇതിലൂടെ അത്തരം വികാരങ്ങൾ ഭാവിയിൽ ഓർത്തെടുക്കാൻ നിങ്ങൾക്ക് എളുപ്പമായി മാറും.

അധ്യായ സംഗ്രഹം

- നാം ഉപയോഗിക്കുന്ന ഭാഷയ്ക്ക് നമ്മുടെ ലോകാനുഭവങ്ങളുടെ മേൽ വലിയ സ്വാധീനമുണ്ട്.
- നിങ്ങളുടെ വികാരങ്ങൾ വിശദീകരിക്കാൻ നിങ്ങളുടെ പക്കൽ കൂടുതൽ വാക്കുകൾ ഉള്ളത് നല്ലതാണ്.
- നിങ്ങൾക്ക് വാക്കുകൾ കിട്ടാതെ വന്നാൽ ഫീലിംഗ് വീൽ ഉപയോഗിക്കാവുന്നതാണ്.
- മറ്റുള്ളവർ ഉപയോഗിക്കുന്ന വാക്കുകൾ ശ്രദ്ധിക്കുക, പുസ്തകങ്ങൾ വായിക്കുക, നിങ്ങളുടെ വൈകാരിക പദസമ്പത്ത് വളർത്താനുള്ള വഴികൾ കണ്ടെത്തുക.

13

ഒരാൾക്ക് എങ്ങനെ പിന്തുണ കൊടുക്കാം

മാനസികാരോഗ്യവുമായി മല്ലിടുന്ന ഒരു പ്രിയപ്പെട്ടയാൾ നിങ്ങൾക്കു ണ്ടെങ്കിൽ ഉറപ്പായും നിങ്ങൾക്ക് നിസ്സഹായത തോന്നുന്നുണ്ടാകും. എങ്ങനെ പരിഹാരം കണ്ടെത്താമെന്ന് നിങ്ങൾക്ക് അറിയില്ല, എന്താണ് പറയേണ്ടതെന്ന് നിങ്ങൾക്ക് ഉറപ്പില്ല. അവരുടെ കാര്യങ്ങൾ ശരിയാ കണമെന്ന് നിങ്ങൾക്കുണ്ട്. എന്നാൽ നിങ്ങൾക്ക് ഒന്നും ചെയ്യാൻ കഴിയില്ല. സഹായിക്കണമെന്നുണ്ടെങ്കിലും എന്തുചെയ്യണമെന്നറിയാതെ നിങ്ങൾ ബുദ്ധിമുട്ടുന്നുണ്ടാകും.

നമ്മുടെ അടുത്തുള്ള ഒരാൾ കഷ്ടപ്പെടുമ്പോൾ, അത് മൂലമുണ്ടാകുന്ന സമ്മർദ്ദം ചിലപ്പോൾ അവരുടെ വേദനയെക്കുറിച്ചുള്ള നമ്മുടെ വികാര ങ്ങളിൽ നിന്ന് ഒളിച്ചോടാൻ നമ്മെ പ്രേരിപ്പിച്ചേക്കാം. എന്നാൽ അപ്പോൾ നമുക്ക് ഏറെ നിസ്സഹായത തോന്നും. വളരെ ചെറിയ ഒരു സഹായം പോലും ചെയ്യാൻ കഴിയുന്നില്ലല്ലോ എന്ന് തോന്നും. (Inagaki et al., 2012).

മറ്റൊരാളുടെ മാനസികാരോഗ്യത്തിൽ എങ്ങനെ ഇടപെടണം എന്നതിന് കൃത്യമായ നിയമങ്ങൾ ഒന്നുമില്ലെങ്കിലും സഹായകമാകുന്ന ചില കാര്യങ്ങളുണ്ട്.

1. പ്രശ്നം പരിഹരിക്കാൻ ശ്രമിക്കുമ്പോൾ ഒപ്പം നിൽക്കുക എന്ന ലളിതമായ കാര്യം നാം മറന്നുപോകും. പല ആളുകൾക്കും എന്താണ് ചെയ്യേണ്ടതെന്ന് ആരും പറയുന്നത് ഇഷ്ടമല്ല. എന്നാൽ ആരെങ്കിലുമൊക്കെ അവരെ അന്വേഷിക്കണമെന്നും പരിഗണിക്കണമെന്നും ആഗ്രഹമുണ്ടാകും.
2. നിങ്ങളുടെ പ്രിയപ്പെട്ടവർക്ക് കൃത്യമായ ഒരു രോഗനിർണ്ണയം നടന്നിട്ടുണ്ടെങ്കിൽ ആ രോഗം എങ്ങനെയാണ് അവരെ ബാധിക്കുന്നതെന്ന് നിങ്ങൾക്ക് മനസ്സിലാകും. അവരുടെ പ്രതിബന്ധങ്ങൾ മനസ്സിലാക്കി കൃത്യമായ ഉപദേശം നല്കാൻ നിങ്ങൾക്ക് കഴിയും.

3. നിങ്ങൾ സഹായിക്കാൻ ശ്രമിക്കുന്ന ആളിന് അവരുടെ ആവശ്യങ്ങളെപ്പറ്റി അത്യാവശ്യ ധാരണ ഉണ്ടായിരിക്കു മെന്നത് മറക്കരുത്. എങ്ങനെയാണ് സഹായിക്കേണ്ടത് എന്ന് ചോദിച്ചാൽ ഒരുപക്ഷെ അവർ കൃത്യമായ മറുപടി തന്നേക്കാം. മാത്രമല്ല നിങ്ങൾ അവർ പറയുന്നത് കേൾക്കുന്നു എന്ന അറിവും അവർക്ക് ആശ്വാസം നൽകും.

4. ഒരാളെ പരിപാലിക്കുന്നത് നിങ്ങളുടെ മനസികാരോഗ്യ ത്തെയും ബാധിക്കും. എന്നാൽ നിങ്ങളുടെ മാനസിക നില മോശമായാൽ നിങ്ങൾക്ക് അവരെ സംരക്ഷിക്കാനാകില്ല. നിങ്ങൾ സ്വന്തം ആരോഗ്യം ശ്രദ്ധിക്കുന്നത് ഏറെ പ്രധാനമാണ് – അതിനുവേണ്ടി ചെറിയ കാര്യങ്ങൾ ചെയ്താൽ മതി. അടിസ്ഥാന കാര്യങ്ങൾ ശ്രദ്ധിക്കുക. നിങ്ങളുടെ ഉറക്കം, ദിനചര്യകൾ, പോഷകങ്ങൾ, വ്യായാമം, സാമൂഹിക ബന്ധങ്ങൾ എന്നിവ ശ്രദ്ധിക്കുക.

5. നിങ്ങൾക്ക് വേണ്ടിയും പിന്തുണ കണ്ടെത്തുക. നിങ്ങൾക്ക് വിശ്വാസമുള്ള ഒരാളോ ഒരു സംഘമോ പ്രൊഫഷണൽ സഹായമോ ഒക്കെയാകാം അത്. നിങ്ങളുടെ വികാരങ്ങളെ പ്പറ്റി സംസാരിക്കാൻ സുരക്ഷിതമായ ഇടം ഉണ്ടാവണം. എങ്ങനെ മുന്നോട്ടു പോകാമെന്നും എങ്ങനെ തളർന്നുപോ കാതെ ഇരിക്കാമെന്നും പറഞ്ഞുതരാൻ അവർക്ക് കഴിയും.

6. അതിർത്തികൾ നിർണ്ണയിക്കുക. ഒരാളെ സഹായിക്കുന്ന തിന്റെ അർത്ഥം നിങ്ങളുടെ ജീവിതത്തിന് പ്രാധാന്യ മില്ലെന്നല്ല. നിങ്ങളുടെ മൂല്യങ്ങളെപ്പറ്റി കൃത്യമായ ധാരണ ഉണ്ടാകുന്നത് കാര്യങ്ങൾ ബുദ്ധിമുട്ടാകുമ്പോൾ ഒരു സന്തുലനം കണ്ടെത്താൻ നിങ്ങളെ സഹായിക്കും.

7. ഒരു ക്രൈസിസ് പദ്ധതി ഉണ്ടാക്കുക. നിങ്ങൾ പരിചരിക്കുന്ന ആൾക്ക് സുരക്ഷിതത്വമില്ലാതെ തോന്നിയാൽ ആ സാഹ ചര്യത്തിന് വേണ്ടി ഒരു പ്ലാൻ ഉണ്ടാകുന്നത് പ്രധാനമാണ്. സങ്കീർണ്ണമായ പദ്ധതിയൊന്നും വേണ്ട. കാര്യങ്ങൾ മോശ മാകുന്നതിന്റെ ആദ്യ മുന്നറിയിപ്പുകൾ തിരിച്ചറിയാൻ കഴി യണം. അങ്ങനെയൊരു സാഹചര്യത്തിൽ എല്ലാവരുടെയും സുരക്ഷ ഉറപ്പുവരുത്താൻ എന്ത് ചെയ്യാമെന്ന് ആലോചിക്കുക. ഒരു ലിസ്റ്റ് എഴുതി തയ്യാറാക്കുക. അങ്ങനെ ഒരു സാഹചര്യ ത്തിൽ വിളിക്കേണ്ട നമ്പറുകൾ എഴുതി വയ്ക്കുക.

8. അനുകമ്പയോടെയും കൗതുകത്തോടെയും കേൾക്കുന്നതിന്റെ ശക്തി കുറച്ചു കാണരുത്. അങ്ങനെ ചെയ്യുമ്പോൾ നിങ്ങളുടെ പ്രശ്നങ്ങൾ ഇല്ലാതെയാകില്ല, എന്നാൽ നിങ്ങളുടെ പ്രിയപ്പെട്ടവർക്ക് കരുതലും താൻ ഒറ്റയ്ക്കല്ല എന്ന തോന്നലും

ഉണ്ടാകും. അവരുടെ സൗഖ്യത്തിന്റെ സാദ്ധ്യതകൾ കൂട്ടാൻ ഇത് കാരണമാകും. സാമൂഹിക പിന്തുണ ഒരു ശക്തമായ കാര്യമാണ്. അതിൽ എല്ലാ ഉത്തരങ്ങളും വേണമെന്നില്ല, സഹാനുഭൂതി മാത്രം ഉണ്ടായാൽ മതി.

9. ഒരാളെ പിന്തുണയ്ക്കുക എന്നാൽ വലിയ തീക്ഷ്ണമായ സംഭാഷണങ്ങളിൽ ഏർപ്പെടുക എന്നർത്ഥമില്ല. ചെറിയ ചെറിയ നിമിഷങ്ങളിലെ മാനുഷിക അടുപ്പമാണ് പ്രധാനം. സംസാരിച്ചുകൊണ്ട് നടക്കുന്നത് അസ്വസ്ഥതയുള്ള ആളുകളെ സംസാരിക്കാൻ പ്രേരിപ്പിക്കും. നിങ്ങൾക്ക് ഒന്നും മിണ്ടാതെയുമിരിക്കാം. വെറുതെ, നിശബ്ദമായി പോലും സമയം ചെലവിടുക. എന്നാൽ കൂടെ ഉണ്ടാകുമ്പോൾ അവർക്ക് തനിച്ചല്ല എന്ന് തോന്നും. കരുതൽ മനസ്സിലാകും.

10. ഒരാൾ അവരുടെ പ്രശ്നങ്ങൾ തുറന്നു സംസാരിക്കണമെങ്കിൽ തുറന്ന ചോദ്യങ്ങൾ ചോദിക്കുക. 'യെസ്' 'നോ' ചോദ്യങ്ങൾ ഒഴിവാക്കുക. ഉദാഹരണത്തിന് "ഓക്കേ ആണോ?' എന്നതിന് പകരം 'എന്താണ് ചിന്തിക്കുന്നത്?' എന്ന് ചോദിക്കുക.

11. ശ്രദ്ധിച്ചു കേൾക്കുക. അവർ ചോദിച്ചില്ലെങ്കിൽ ഉപദേശിക്കരുത്. അവർ പറയുന്നത് കേൾക്കുക, ശ്രദ്ധ കൊടുക്കുക. അവർ പറയുന്നത് കേൾക്കുന്നുണ്ടെന്നും അവരെ ബഹുമാനിക്കുന്നുണ്ടെന്നും അവർക്ക് ഉറപ്പുവരട്ടെ.

12. ഒരാൾ നിസ്സഹായതകൾ ചർച്ച ചെയ്യുമ്പോൾ, അവർക്ക് മുന്നിൽ വഴി കാണുന്നില്ല എന്ന തോന്നൽ ഉണ്ടായാൽ, അവരുടെ സുരക്ഷയെ കരുതി പ്രൊഫഷണൽ ഉപദേശം തേടുക.

13. പ്രായോഗിക സഹായങ്ങളുടെ ശക്തി തിരിച്ചറിയുക. മാനസികമോ ശാരീരികമോ ആയ ആരോഗ്യ പ്രശ്നങ്ങൾ നേരിടുന്ന ഒരാൾക്ക് സാധാരണ ദൈനംദിന കാര്യങ്ങൾ ബുദ്ധിമുട്ടായിരിക്കും. ഉദാഹരണത്തിന്, ഒരാൾക്ക് വീട്ടിൽ ഉണ്ടാക്കിയ പോഷകസമ്പുഷ്ടമായ ഭക്ഷണം എല്ലാ ആഴ്ചയും നൽകുന്നത് അവരെ പിന്തുണയ്ക്കാൻ പറ്റിയ നല്ല ഒരു മാർഗ്ഗമാണ്.

14. നിങ്ങളുടെ പ്രിയപ്പെട്ടവർക്ക് മുറിപ്പെടുമെന്ന് തോന്നുന്ന സാഹചര്യങ്ങൾ തിരിച്ചറിയുക. അവരോട് ചോദിച്ച് മനസ്സിലാക്കുക. അവർക്ക് ഏറ്റവും ആവശ്യമുള്ളപ്പോൾ കൂടെ നില്ക്കാൻ ശ്രദ്ധിക്കുക. ഉദാഹരണത്തിന്, പങ്കാളി മരിച്ച ഒരു സുഹൃത്തിന് ആദ്യമായി ഒരു സാമൂഹിക ചടങ്ങിൽ തനിച്ചു പോകേണ്ടതുണ്ടെങ്കിൽ അവരുടെ കൂടെ നിൽക്കുക. സ്നേഹവും കരുണയും കാണിക്കുക. ഇത്തരം സാഹചര്യങ്ങൾ ബുദ്ധിമുട്ടാ

യിരിക്കുക തന്നെ ചെയ്യും, എന്നാൽ ഒറ്റയ്ക്ക് അല്ലെങ്കിൽ അത് നേരിടാൻ കഴിയും.

15. വിഷയം മാറ്റുന്നതിൽ തെറ്റില്ല. ഒരാളുടെ കൂടെ നിൽക്കുക എന്നാൽ എപ്പോഴും അവരുടെ പ്രശ്നങ്ങളിൽ തന്നെ അഭിരമിക്കണമെന്നില്ല. ശ്രദ്ധ മാറ്റി വിടുന്നത് ചിലപ്പോൾ അവർക്ക് ഒറ്റയ്ക്ക് സാധിക്കാത്ത ഒരു കാര്യമായിരിക്കും.

16. അവരുടെ സൗഖ്യത്തെപ്പറ്റി പ്രതീക്ഷകൾ വയ്ക്കാതിരിക്കുക. അതൊരിക്കലും നേർരേഖയിൽ ആയിരിക്കില്ല സംഭവിക്കുന്നത്. നല്ല ദിവസങ്ങളും മോശം ദിവസങ്ങളും ഉണ്ടാകും. ഈ ഉയർച്ച താഴ്ചകൾ അംഗീകരിക്കുകയും മനസ്സിലാക്കുകയും ചെയ്യുന്ന പ്രിയപ്പെട്ടവരാണ് അവരെ സുഖപ്പെടാൻ സഹായിക്കുന്നത്.

17. സത്യസന്ധത കാണിക്കുക. നിങ്ങൾക്ക് സഹായിക്കണമെന്നുണ്ട്, പക്ഷേ എങ്ങനെ എന്നറിയില്ലെങ്കിൽ അത് ഉറക്കെ തുറന്നുപറയുക. സഹായകമല്ലാത്ത എന്തെങ്കിലും പറയുകയോ ചെയ്യുകയോ ചെയ്യുന്നുണ്ടോ എന്ന് ആ വ്യക്തിയോട് തുറന്ന ചോദിക്കുക. ഇത്തരം തുറന്ന ഇടപെടൽ ആളുകളുടെ ആകാംക്ഷകൾ പരിഹരിക്കുകയും ഈ സാഹചര്യം എല്ലാവർക്കും ഗുണകരമാകാൻ സഹായിക്കുകയും ചെയ്യും.

അധ്യായ സംഗ്രഹം

- മാനസിക പ്രശ്നങ്ങളുള്ള ഒരാളെ സഹായിക്കുമ്പോൾ സംഭ്രമവും നിസ്സഹായതയും തോന്നുക സാധാരണമാണ്. നിങ്ങൾക്ക് പ്രശ്നങ്ങൾ പരിഹരിക്കണമെന്നുണ്ട്, പക്ഷേ എങ്ങനെയെന്നറിയില്ല.
- അങ്ങനെ ഒരാളെ സഹായിക്കുന്നത് ശ്രമകരമാണ്, കാരണം തെറ്റായ ഒന്നും പറയാൻ നിങ്ങൾ ആഗ്രഹിക്കുന്നുണ്ടാകില്ല. എന്നാൽ ആളുകളെ അവഗണിക്കരുത്.
- ആളുകളെ പിന്തുണയ്ക്കുമ്പോൾ നിങ്ങൾ എല്ലാ പ്രശ്നങ്ങളും പരിഹരിക്കണം എന്നല്ല അർത്ഥം.
- നിങ്ങൾ തളർന്നു പോകാതിരിക്കാൻ അവനവനെയും സംരക്ഷിക്കുക. നിങ്ങൾക്ക് വേണ്ട പിന്തുണ തേടുകയും കൃത്യമായ അതിർത്തികൾ നിർണ്ണയിക്കുകയും ചെയ്യുക.
- കേൾക്കുന്നതിന്റെ ശക്തിയെ ഒരിക്കലും കുറച്ചുകാണരുത്.

4

ശോകത്തെ കുറിച്ച്

14

ശോകത്തെ മനസ്സിലാക്കാം

പലപ്പോഴും നാം പ്രിയപ്പെട്ട ആരുടെയെങ്കിലും മരണവുമായാണ് വിലാപം നിറഞ്ഞ ശോകത്തെ ചേർത്തുവായിക്കുന്നത്. എന്നാൽ നമുക്ക് മറ്റു സാഹചര്യങ്ങളിലും വിലപിക്കാം. നമുക്ക് പ്രധാനമെന്ന് തോന്നുന്ന കാര്യങ്ങൾ അവസാനിക്കുന്നത് ഒരു സങ്കടമുണ്ടാക്കാം – ആ അവസാനം മരണമാകണമെന്നില്ല.

നമ്മുടെ ജീവിതത്തെ തന്നെ അടിമുടി മാറ്റിയ ഒരു പാൻഡെമിക്ക് നാം എതിരിട്ടതാണ്. അതിനിടെ നമുക്ക് സുഹൃത്തുക്കളെ, കുടുംബാംഗങ്ങളെ, ജോലി, തലമുറകൾ കൊണ്ടുണ്ടാക്കിയ ബിസിനസ്സ് അങ്ങനെ എന്തെല്ലാം നഷ്ടപ്പെട്ടിരിക്കാം. സാമ്പത്തിക ഭദ്രതയും പ്രിയപ്പെട്ടവരുടെ കൂടെയുള്ള സമയവും ഒക്കെ ഇല്ലാതായവരുണ്ട്. ഭാവിയെപ്പറ്റിയുള്ള ഉറപ്പ് നമുക്ക് ഇല്ലാതെയായി. നമ്മെ സഹായിക്കാൻ കൂടെ ആരുണ്ടെന്ന ആകുലതകൾ ഒപ്പമെത്തി. ആളുകൾ അനുഭവിച്ച ഈ വൻനഷ്ടങ്ങൾ ലോകത്തിൽ മാനസികമായ ഒരു സങ്കടകാലം തീർത്തിട്ടുണ്ട്.

നഷ്ടങ്ങൾ നേരിടുന്ന ആർക്കും ഓർക്കാൻ ചില കാര്യങ്ങൾ ഇതാ.

ശോകം സാധാരണമാണ്

ശോകം താങ്ങാൻ കഴിയാത്തതുകൊണ്ട് ജീവിതത്തിൽ പരാജയപ്പെടുന്ന ഒരുപാടുപേരെ ഞാൻ കണ്ടിട്ടുണ്ട്. അവർ തങ്ങളുടെ സ്വഭാവത്തെപ്പറ്റി പൊതുവിലയിരുത്തലുകൾ നടത്തുകയും അവരുടെ ശോകം പരിഹാരം കാണേണ്ട ഒരു പ്രശ്നമാണെന്ന് കരുതുകയും ചെയ്യും. ശോകം മനുഷ്യാനുഭവത്തിന്റെ ഒരു സ്വാഭാവികതയാണ്. നമുക്ക് സ്നേഹവും അടുപ്പവും ഉണ്ടായിരുന്ന ആരെയെങ്കിലുമോ എന്തിനെയെങ്കിലുമോ നഷ്ടപ്പെട്ടപ്പോൾ തോന്നുന്ന ഒരു സ്വാഭാവിക കാര്യമാണ് ശോകം.

ദുഃഖം ശോകത്തിന്റെ ഒരു ഭാഗമാണ്. എന്നാൽ അതിൽ വെറുമൊരു സങ്കടത്തിൽ കൂടുതൽ എന്തോ ഉണ്ട്. ഇല്ലാതായ ആളെ

ഓർത്തുള്ള തീവ്രമായ വിരഹമാണ് അത്. മനുഷ്യരെ മനുഷ്യരാക്കുന്നത് ബന്ധങ്ങളാണല്ലോ. ഞാൻ ഇന്നേ വരെ കണ്ട ആളുകളിൽ എല്ലാം അവരുടെ ജീവിതത്തിലെ ഏറ്റവും അർത്ഥവത്തായ കാര്യം അവരുടെ മനുഷ്യബന്ധങ്ങളാണ്. ഒരു ബന്ധം ഇല്ലാതാകുമ്പോഴും ആ ബന്ധത്തോടുള്ള ആഗ്രഹം ഇല്ലാതാകുന്നില്ല.

നിങ്ങളുടെ ശരീരവും ശോകാവസ്ഥ കടന്നുപോകാറുണ്ട്. മുൻ അധ്യായങ്ങളിൽ ചർച്ച ചെയ്തത് പോലെ നമ്മുടെ തോന്നലുകളും വികാരങ്ങളുമെല്ലാം ശരീരത്തിനുള്ളിലാണ് സംഭവിക്കുന്നത്. ശോകവും വ്യത്യസ്തമല്ല. ഇഷ്ടമുള്ള ഒരാളെ നഷ്ടപ്പെടുന്നത് ശാരീരികവും മാനസികവുമായ ഒരു ഭീഷണിയാണ്. ആ വേദന വൈകാരികവും ശാരീരികവുമായി അറിയാനാകും. നിങ്ങളുടെ പിരിമുറുക്ക പ്രതികരണങ്ങൾ ഉയർന്നിരിക്കും.

ശോകത്തിൽ നമ്മെ സഹായിക്കുന്ന കാര്യങ്ങളെപ്പറ്റി ചർച്ച ചെയ്യുമ്പോൾ നമുക്ക് സഹായം എന്താണെന്ന് മനസ്സിലാക്കാം. നമ്മെ സഹായിക്കുന്ന കാര്യങ്ങൾ നമ്മുടെ വേദന ഇല്ലാതാക്കുകയോ നമ്മെ മറക്കാൻ സഹായിക്കുകയോ ഒന്നും ചെയ്യില്ല. നിങ്ങൾക്ക് തോന്നുന്ന ഈ വികാരങ്ങളുടെ പെരുമഴ സാധാരണമാണ് എന്ന തിരിച്ചറിവ് പോലും സഹായകമാണ്. നിങ്ങളുടെ വേദനയെ സുരക്ഷിതമായും ആരോഗ്യകരമായും മനസ്സിലാക്കാൻ കഴിയുന്നത് പ്രധാനമാണ്.

ശോകം അസഹനീയമായി തോന്നാം. നമ്മുടെ സ്വാഭാവിക മാനുഷിക പ്രതികരണം അതിനെ ബ്ലോക്ക് ചെയ്യുക എന്നതാണ്. ആ വേദനയുടെ ആഴവും പരപ്പും പേടിപ്പിക്കുന്നതാണ്. സാധിക്കുമെങ്കിൽ അതിനെ തള്ളിമാറ്റാൻ നാം ശ്രമിക്കും. എന്നാൽ ഒരു വികാരത്തെ തടഞ്ഞാൽ നാം എല്ലാ വികാരങ്ങളെയും തടയാൻ ശ്രമിക്കും. നമുക്ക് ശൂന്യത തോന്നും. അർത്ഥം കണ്ടെത്താനോ ജീവിതത്തോട് മുമ്പുള്ളതു പോലെ ഇടപെടാനോ കഴിയാതെ വരും.

തിരക്കിട്ട ജോലി ചെയ്തുകൊണ്ടോ മദ്യത്തിൽ മുങ്ങിക്കൊണ്ടോ സംഭവിച്ചതിനെ നിരാകരിച്ചുകൊണ്ടോ ഒക്കെ നാം വേദനകളെ ഉന്തിമാറ്റിയാൽ എല്ലാം ഓക്കേ ആണെന്ന് തോന്നാം. എന്നാൽ എന്തെങ്കിലും ചെറിയ കാര്യമാകും വേദനയുടെ ആ അടപ്പ് തുറക്കുന്നതും വിഷാദത്തിന്റെ ഒരു ലോകം നമ്മുടെ മുന്നിൽ പൊട്ടിത്തെറിക്കുന്നതും. അതിന്റെ നടുക്കം ഇത് സഹിക്കാനാകുമോ എന്ന ചോദ്യത്തിൽ നമ്മെ കൊണ്ടെത്തിക്കും.

പരിഹരിക്കാതെ ശോകത്തിൽ നിന്ന് വിഷാദവും ആത്മഹത്യാ ചിന്തയും അമിത മദ്യപാനവും ഒക്കെ ഉണ്ടാകാറുണ്ട് (Zisook & Lyons, 1990). നമ്മുടെ ശോകത്തെ കണ്ടില്ലെന്ന വയ്ക്കുന്നത് കുറച്ചു നാൾ ഒരു സുരക്ഷയ്ക്കായി തോന്നുമെങ്കിലും ദീർഘകാലത്തിൽ അതിന് വിപരീത ഫലമാകും ഉണ്ടാവുക.

ഇതൊക്കെ പറയാൻ എത്ര എളുപ്പം. എന്നാൽ ഇത് അനുഭവിക്കുന്നത് എത്ര കഠിനമാണ്. നാം വേദനയെ ബ്ലോക്ക് ചെയ്യുന്നത് ഒരു നല്ല കാരണം

കൊണ്ടായിരിക്കും. കടൽ പോലെ പരന്ന ശോകത്തെ വേറെന്ത് ചെയ്യും? അതിന് അവസാനമുണ്ടോ? എങ്ങനെയാണ് അതിനെ നേരിടാൻ കഴിയുക? എന്താണ് പ്രതീക്ഷിക്കേണ്ടത് എന്ന് ഒന്ന് മനസ്സിലാക്കി നോക്കാം. പിന്നീട് ഓരോരോ അനുഭവങ്ങളായി വിശകലനം ചെയ്തുനോക്കാം. ആ ശോകക്കടലിൽ ചെറുതായി ഒന്ന് നീങ്ങാം. അത് നമുക്ക് അറിയാം. ശ്വസിക്കാം. ഒന്ന് മാറി നിന്ന് വിശ്രമിക്കാം. പതിയെ നാം കുറച്ചുകൂടി ആഴത്തിൽ ഇറങ്ങാൻ പഠിക്കും. കാരണം തീരത്തേക്ക് സുരക്ഷിതമായി തിരികെപ്പോകാമെന്ന് അറിയാമല്ലോ. ശോകത്തെ അടുത്തറിയുമ്പോൾ അത് ഇല്ലാതാകുന്നില്ല. എന്നാൽ ഓരോ ദിവസവും അതിനെ നേരിടാനുള്ള ശക്തി നാം ആർജ്ജിക്കുകയാണ് ചെയ്യുന്നത്.

അധ്യായ സംഗ്രഹം

- അർത്ഥവത്തായി തോന്നുന്ന അവസാനങ്ങൾ ദുഃഖത്തിന് കാരണമാകും – മരണം മൂലമല്ല അവസാനം എങ്കിൽ പോലും.
- ശോകം മനുഷ്യജീവിതത്തിലെ ഒരു സ്വാഭാവികതയാണ്.
- ആ വേദന വൈകാരികവും ശാരീരികവുമാകാം.
- സഹായകമായ കാര്യങ്ങൾ ഒരിക്കലും നിങ്ങളുടെ വേദനയെ ഇല്ലാതാക്കുന്നില്ല. വിട്ടുകളയാൻ നിങ്ങളെ പ്രേരിപ്പിക്കുകയുമില്ല.
- ശോകത്തെ പൂർണ്ണമായി ബ്ലോക്ക് ചെയ്യാൻ ശ്രമിച്ചാൽ ഭാവിയിൽ പ്രശ്നങ്ങൾ ഉണ്ടാകും.

15

ശോകത്തിന്റെ വിവിധ ഘട്ടങ്ങൾ

എലിസബത്ത് കുബ്ലെർ റോസ് (1969) വിശദീകരിച്ച ശോകത്തിന്റെ ഘട്ടങ്ങളെപ്പറ്റി നിങ്ങൾ കേട്ടിട്ടുണ്ടാവണം. എന്നാൽ അവ ഘട്ടങ്ങളായോ ഏതെങ്കിലും പ്രത്യേക ക്രമത്തിലോ കൃത്യമായ സമയത്തോ ഒന്നുമായിരിക്കില്ല സംഭവിക്കുന്നത്. എങ്കിലും ആരോഗ്യകരവും സാധാരണവുമായ ശോകാവസ്ഥയിലെ പ്രധാന അനുഭവങ്ങൾ മനസ്സിലാക്കാൻ അവ സഹായകമാണ്. നിങ്ങൾ എങ്ങനെ ശോകം കൈകാര്യം ചെയ്യണം എന്നല്ല ഞാൻ പറയാൻ ഒരുങ്ങുന്നത്. ഏറ്റവും മികച്ച രീതിയിൽ സങ്കടപ്പെടാൻ നിയമാവലികൾ ഒന്നുംതന്നെ ഇല്ല. നിങ്ങളുടെ ശ്രദ്ധയിൽ പെടാൻ സാധ്യതയുള്ള ചില വിശദീകരണങ്ങളാണ് ഇതൊക്കെ. നിങ്ങളുടെ അനുഭവത്തിൽ ഇവയൊക്കെ ശ്രദ്ധയിൽ പെട്ടാൽ ഇത് ശോകാവസ്ഥയിലുള്ള ഒരാൾക്ക് സാധാരണയാണെന്ന തിരിച്ചറിയാൻ നിങ്ങൾക്ക് കഴിയും.

- **ആത്മനിഷേധം**

  ശോകത്തിന്റെ അസഹനീയ വേദന സഹിക്കാനായി പലപ്പോഴും ആത്മനിഷേധവും നടുക്കവും സഹായകമാകും. എന്നാൽ അതിനർത്ഥം ഇത് സംഭവിക്കുന്നുവെന്ന് നാം നിഷേധിക്കുക എന്നല്ല. എന്നാൽ നിങ്ങൾ ഇപ്പോൾ അനുഭവിക്കുന്ന അവസ്ഥയ്ക്കും നിങ്ങളെ കാത്തിരിക്കുന്ന പുതിയ യാഥാർത്ഥ്യത്തിനുമിടയിൽ ഉള്ള ദൂരം നിങ്ങൾ ആഗ്രഹിച്ചാലും ഇല്ലെങ്കിലും നിങ്ങൾ താണ്ടേണ്ടതാണ്. കുറച്ചുസമയം കൊണ്ട് നിങ്ങൾ കാര്യങ്ങളെ അവഗണിക്കുന്നത് നിറുത്തുകയും പുതിയ വികാരങ്ങളെ സ്വീകരിക്കുകയും ചെയ്യും.

- **കോപം**

  കോപം പലപ്പോഴും ഒരുപാട് വേദനയോ ഭയമോ മറയ്ക്കുന്നു. ആ ദേഷ്യത്തെ അറിയാനും പ്രകടിപ്പിക്കാനും നാം സ്വയം അനുമതി

നൽകുമ്പോൾ നമുക്ക് മറ്റു വികാരങ്ങളെയും പരിഗണിക്കാനും അതിനായി പ്രവർത്തിക്കാനും സാധിക്കും. എന്നാൽ പലരെയും പഠിപ്പിച്ചിരിക്കുന്നത് കോപത്തെ പിടിച്ചുനിറുത്താനും കോപം പ്രകടിപ്പിക്കുന്നതിൽ ലജ്ജിക്കാനുമാണ്. അതുകൊണ്ട് നാം കോപത്തെ പിടിച്ചുനിറുത്താൻ ശ്രമിക്കും. എന്നാൽ വെള്ളത്തിനടിയിലെ വായു പോലെ അത് മറ്റേതെങ്കിലും സമയത്തും സ്ഥലത്തും കുമിളച്ചു വരും. ഒരു സുഹൃത്തിനോടോ ഡോക്ടറോടോ കുടുംബാംഗത്തോടോ ഒക്കെയാവും അനവസരത്തിൽ അത് പ്രകടമാവുക.

കോപം നമ്മെ മുന്നോട്ട് പോകാനും എന്തെങ്കിലും ചെയ്യാനും പ്രകോപിപ്പിക്കാനുള്ളതാണ്. നമുക്ക് നിയന്ത്രിക്കാൻ കഴിയാത്ത എന്തിനെയെങ്കിലും പറ്റി നമുക്ക് ദേഷ്യം ഉണ്ടാകുമ്പോൾ ആ ശാരീരിക ആവേശത്തെ അത് രൂപപ്പെടുത്തിയ രീതിയിൽ തന്നെ ഉപയോഗിക്കാൻ ശരീരചലനങ്ങൾ സഹായകമാണ്. ദേഷ്യത്തിൽ നിന്നുണ്ടാകുന്ന ഊർജ്ജം ശാരീരിക ചലനങ്ങളിലൂടെ ചെലവിടാൻ കഴിഞ്ഞാൽ തൽക്കാലത്തേക്കെങ്കിലും ശരീരത്തെ ബേസ് ലൈനിൽ തിരികെയെത്തിക്കാൻ കഴിയും. ശരീരം ഒന്ന് തണുത്താൽ നിങ്ങൾക്ക് ചിന്തകളിലും വികാരങ്ങളിലും ആവശ്യമായ നിയന്ത്രണം കൊണ്ടുവരാനും പ്രശ്നങ്ങൾക്ക് പരിഹാരം ചിന്തിക്കാനുമൊക്കെ കഴിയും. പ്രശ്നങ്ങൾ പരിഹരിക്കാൻ നിങ്ങൾക്ക് വിശ്വാസമുള്ള ഒരു സുഹൃത്തിന്റെയോ മറ്റു പ്രിയപ്പെട്ടവരുടെയോ ഒക്കെ സഹായം തേടാം. എഴുതുന്നതും പ്രയോജനപ്രദമാണ്. ഒറ്റയ്ക്കിരുന്ന് ആലോചിക്കുന്നത് ദേഷ്യവികാരങ്ങളെ കൂടുതൽ തീക്ഷ്ണമാക്കാനും പ്രകോപനങ്ങളിലേയ്ക്ക് നയിക്കാനുമൊക്കെയാണ് കാരണമാവുക എന്ന് പഠനങ്ങളും സൂചിപ്പിക്കുന്നുണ്ട്. (Bushman, 2002).

നിങ്ങളുടെ ദേഷ്യത്തിന്റെ അളവിനെ ശാരീരിക ചലനങ്ങളുടെ സഹായത്തോടെ ഒന്ന് നിയന്ത്രണത്തിലാക്കിയാൽ മാത്രമേ ആഴത്തിലുള്ള റിലാക്സേഷൻ ടെക്നിക്കുകൾ പ്രയോജനം ചെയ്യൂ. എന്നാൽ നിങ്ങൾക്ക് സ്വീകാര്യമായ ഏതെങ്കിലും രീതിയിൽ നിങ്ങളുടെ ദേഷ്യത്തെ നിങ്ങൾ ഒന്ന് കൈപ്പിടിയിലാക്കിയാൽ പിന്നെ ഗൈഡഡ് റിലാക്സേഷനുകൾ ശരീരത്തെയും മനസ്സിനെയും ശാന്തമാക്കാൻ സഹായകമാണ്.

- **വിലപേശൽ**

ഇടയ്ക്കിടെ കടന്നുപോകുന്ന ചില വികാരങ്ങളാണ് ഇവ. 'ഇങ്ങനെയാണെങ്കിൽ...' അല്ലെങ്കിൽ 'ഇത് നടന്നാൽ...' എന്നൊക്കെയുള്ള തരം ചിന്തകൾ. ഇത് നമ്മെ സ്വയം കുറ്റപ്പെടുത്തലിന്റെ ഒരു പാതയിലേക്ക് തള്ളിവിടും. പല സമയത്തും നാം പല തീരുമാനങ്ങൾ എടുത്തിരുന്നെങ്കിൽ ജീവിതം എന്താകുമായിരുന്ന

എന്ന ചിന്തകൾ ഉടലെടുക്കും. ദൈവം ഉണ്ടെന്ന് കരുതുന്നെങ്കിൽ ദൈവവുമായോ അല്ലെങ്കിൽ ലോകവുമായോ നാം വിലപേശൽ തുടങ്ങും. അല്ലെങ്കിൽ ഇപ്പോൾ മുതൽ കാര്യങ്ങൾ വ്യത്യസ്തമായി ചെയ്തുകൊണ്ട് നമ്മുടെ ജീവിതം എങ്ങനെയെങ്കിലും ഒക്കെ മെച്ചപ്പെടുത്താൻ ശ്രമിക്കുകയും നമ്മുടെ മനസ്സിൽ കാര്യങ്ങൾ 'ഓക്കേ' ആക്കാൻ കിണഞ്ഞു പരിശ്രമിക്കുകയും ചെയ്യും. നമുക്ക് എങ്ങനെയെങ്കിലും കാര്യങ്ങൾ പഴയപടി ആയാൽ മതിയെന്നാകും.

- **വിഷാദം**

വിഷാദം എന്ന വാക്ക് കൊണ്ട് ഒരു വേർപാടിന് ശേഷം തോന്നുന്ന തീവ്രമായ നഷ്ടം, തീക്ഷ്ണമായ ദുഃഖം, ശൂന്യത എന്നിവയെയാണ് ഉദ്ദേശിക്കുന്നത്. നഷ്ടപ്പെടലിനോടുള്ള ഒരു സ്വാഭാവിക പ്രതികരണമാണിത്. ഇതിനർത്ഥം മാനസികപ്രശ്നം എന്നല്ല. വിഷാദജനകമായ ഒരു സാഹചര്യത്തോടുള്ള സ്വാഭാവിക പ്രതികരണമാണ് വിഷാദം. ചിലപ്പോൾ നമുക്ക് ചുറ്റുമുള്ള ആളുകൾക്ക് അതിനോട് പേടി തോന്നാം. അതിനെ ചികിത്സിക്കാനോ അത് മറന്നു പുറത്തുവരാനോ ഒക്കെ അവർ പറഞ്ഞുകളയും.

എന്നാൽ വിഷാദത്തെ തിരിച്ചറിയുന്നത് ആരോഗ്യകരമായി ശോകം കൈകാര്യം ചെയ്യുന്നതിന്റെ ഭാഗമാണ്. വേദനയുടെ നമുക്ക് ആശ്വാസം കണ്ടെത്താൻ കഴിയുകയും നാം സാധാരണ ജീവിതത്തിലേയ്ക്ക് തിരികെയെത്താൻ കഠിനമായി പ്രയത്നിക്കുകയും സാധിക്കുന്നത് പോലെ നമ്മുടെ സൗഖ്യം പരിപാലിക്കുകയും ചെയ്യും. ആദ്യത്തെ സെക്ഷനിൽ ചർച്ച ചെയ്ത ടൂളുകൾ ഇവിടെയും ഉപകാരപ്പെടും. എന്നാൽ നമുക്ക് എപ്പോഴും വേദനയെ അവഗണിക്കുകയോ മറക്കുകയോ അടിച്ചമർത്തുകയോ ചെയ്യേണ്ട കാര്യമില്ല. അതേപ്പറ്റി ഞാൻ പിന്നീട് കൂടുതൽ വിശദീകരിക്കാം.

- **സ്വീകരിക്കൽ**

ശോകത്തിന് ആവശ്യമായ സമയവും സ്ഥലവും നൽകുമ്പോൾ നമുക്ക് ജീവിതം തിരിച്ചുപിടിക്കാൻ തോന്നും. ഒരു അവസ്ഥയെ സ്വീകരിക്കുക എന്നാൽ അതിനോട് യോജിക്കുക എന്നോ അതിനെ ഇഷ്ടപ്പെടുക എന്നോ അർത്ഥമില്ല. അത് സത്യമല്ല. ഒരു അവസ്ഥയെ നാം സ്വീകരിക്കുമ്പോൾ പോലും ആ പുതിയ യാഥാർത്ഥ്യം നമുക്ക് ഓക്കേ ആവണമെന്നില്ല. അതല്ല നാം ആഗ്രഹിക്കുന്നത്. എന്നാൽ ഈ പുതിയ യാഥാർത്ഥ്യത്തെ ഉൾക്കൊണ്ടുകൊണ്ട് നമ്മുടെ ആവശ്യങ്ങൾ പരിഗണിക്കുകയും പുതിയ അനുഭവങ്ങളോട് തുറന്നു കാണിക്കുകയും ഒക്കെ ചെയ്യുന്നത് സഹായകമാണ്.

ഒരു അവസ്ഥയെ സ്വീകരിക്കുക എന്നാൽ ശോകാവസ്ഥ തീരുന്നു എന്നും അർത്ഥമില്ല. ഈ പുതിയ ജീവിതത്തിലും നിങ്ങൾ ജീവിക്കാനുള്ള നിമിഷങ്ങൾ കണ്ടെത്തുകയാണ് ചെയ്യുന്നത്. നിങ്ങൾ വീണ്ടും നഷ്ടപ്പെട്ട ആൾക്ക് വേണ്ടി ആഗ്രഹിക്കുകയും വിലപേശുകയും ഒക്കെ ചെയ്യുന്ന സന്ദർഭങ്ങൾ ഉണ്ടാകാം. ഈ അവസ്ഥകളിലൂടെ അങ്ങോട്ടും ഇങ്ങോട്ടും സഞ്ചരിക്കുന്നത് സാധാരണയാണ്. നിങ്ങളുടെ പുതിയ ജീവിതത്തിൽ പ്രതിസന്ധികൾ ഉണ്ടാകുമ്പോൾ ഇത് പ്രതീക്ഷിക്കുകയും വേണം. നിങ്ങൾ സന്തോഷവും സംതൃപ്തിയുമൊക്കെ പുതിയതായി കണ്ടെത്തുമ്പോഴും പെട്ടെന്ന് വേദനയുടെയും ദേഷ്യത്തിന്റെയും ഒരു തിര വന്നു നിങ്ങളെ മൂടാം. അതിനർത്ഥം നിങ്ങൾ തിരിച്ചു പോയി എന്നല്ല. നിങ്ങളുടെ ശോകത്തെ നിങ്ങൾ തെറ്റായി മനസ്സിലാക്കിയതല്ല. ശോകം തിരമാലകൾ പോലെയാണ് വരിക, അത് പലപ്പോഴും പ്രവചനാതീതമാണ്.

അധ്യായ സംഗ്രഹം

- വേർപാടിന്റെ വേദന മറക്കാൻ ആത്മ നിഷേധം നമ്മെ സഹായിക്കും. അത് കഴിയുമ്പോൾ പുതിയ വികാരങ്ങൾ വന്നു തുടങ്ങും.
- നമുക്ക് നിയന്ത്രിക്കാൻ കഴിയാത്ത എന്തിനെയെങ്കിലും പറ്റി ദേഷ്യം തോന്നുമ്പോൾ ശാരീരിക ചലനങ്ങൾ ആ ആവേശത്തെ നിയന്ത്രിക്കാനും ശരീരത്തെ തണുപ്പിക്കാനും സഹായകമാണ്.
- 'അങ്ങനെയായിരുന്നെങ്കിലോ' എന്നോർത്ത് സമയം ചെലവിട്ടത് വളരെ എളുപ്പം അവനവനെ കുറ്റപ്പെടുത്തുന്ന ഒരവസ്ഥയിലേക്ക് നിങ്ങൾ എത്തും.
- വേർപാടിന് ശേഷം വിഷാദം ഉണ്ടാകുന്നത് സ്വാഭാവികമാണ്.
- അത് സ്വീകരിക്കുക എന്നാൽ ആ സാഹചര്യത്തെ ഇഷ്ടപ്പെടുക എന്ന് അർത്ഥമില്ല.

16

വിലാപത്തിന്റെ ആചരണങ്ങൾ

ദുഃഖം എന്ന് നാം പേരിട്ടു വിളിക്കുന്ന ഈ തീക്ഷ്ണവും കുഴങ്ങിയതും കലങ്ങി മറിഞ്ഞതുമായ അനുഭവത്തിലൂടെ നാം എങ്ങനെയാണ് കടന്നുപോവുക?

വില്യം വാർഡൻ (2011) വിലാപത്തിന്റെ നാല് ധർമ്മങ്ങൾ എന്താണെന്ന് അദ്ദേഹം വിശ്വസിക്കുന്നു.

1. നഷ്ടപ്പെടലിനു ശേഷം ഉള്ള പുതിയ യാഥാർത്ഥ്യത്തിൽ ചില സ്വീകാര്യതകൾ കണ്ടെത്തൽ.
2. ശോകത്തിന്റെ വേദനയുമായി മുന്നോട്ടു പോകൽ.
3. പ്രിയപ്പെട്ട ആളെ നഷ്ടപ്പെടുന്ന ആ സാഹചര്യവുമായി പൊരുത്തപ്പെടൽ.
4. ഇപ്പോഴുള്ള ജീവിതവുമായി മുന്നോട്ടു നീങ്ങുമ്പോൾ തന്നെ നഷ്ടപ്പെട്ട പ്രിയപ്പെട്ടവരുമായുള്ള ബന്ധം നിലനിർത്താനുള്ള വഴികൾ കണ്ടെത്തൽ.

ഒരു നഷ്ടത്തിന് ശേഷം ആളുകൾ അവരുടെ സങ്കടത്തെ പല തരത്തിലാണ് കൈകാര്യം ചെയ്യുന്നത്. ചിലർ അവർക്കുണ്ടാകുന്ന വേദനയും വികാരങ്ങളും അറിയുന്നുവെങ്കിൽ മറ്റു ചിലർ തങ്ങളുടെ വികാരങ്ങളിൽ നിന്ന് വഴിതിരിക്കാനുള്ള വഴികളാണ് തിരയുന്നത്. ഇത് രണ്ടും തെറ്റല്ല. സത്യത്തിൽ ഇത് രണ്ടും വേണ്ടതാണ്. ശോകാവസ്ഥയിലൂടെ ഒറ്റയടിക്ക് കടന്നുപോകാൻ കഴിയില്ല. അത്രയധികം വൈകാരിക വേദന വിശ്രമമില്ലാതെ സ്വീകരിക്കാനാകില്ല. എന്നാൽ വിരഹം അനുഭവിക്കാനുള്ള ഇടം കൊടുക്കുന്നില്ലെങ്കിൽ നമുക്ക് അത് കടന്നുപോകാനാകില്ല. അപ്പോൾ വേദന അറിയുകയും ശരീരത്തെയും മനസ്സിനെയും ഇടയ്ക്കിടെ ശ്രദ്ധ തിരിക്കുകയും വൈകാരിക തിരമാലകൾക്കിടയിൽ അവനവനു ഇടവേളകളും ആശ്വാസവും കൊടുക്കുകയും ഒക്കെ ചെയ്യേണ്ട കാര്യങ്ങൾ തന്നെയാണ്. (Stroebe & Schut, 1999).

നിങ്ങൾ അറിഞ്ഞുകൊണ്ട് ഓർമ്മകളിലേക്ക് ഇറങ്ങിയാലും അത് അവിചാരിതമായി ഉയർന്നു വന്നാലും ശരി വികാരങ്ങളുമായി സമയം ചെലവിടുന്നത് ഒരു പ്രധാന കാര്യമാണ്. അപ്പോൾ വികാരങ്ങൾ സംസാരത്തിലൂടെയോ എഴുത്തിലൂടെയോ കരച്ചിലായോ ഒക്കെ പുറത്തുവരും. അതിൽ നിന്ന് പുറത്തുവരണം എന്ന് തോന്നുമ്പോൾ നിങ്ങൾക്ക് ശ്രദ്ധ മറ്റെന്തിലെങ്കിലും ഉറപ്പിക്കാം. വേദന അസഹനീയമാകുമ്പോൾ സെക്ഷൻ മൂന്നിലെ ആശ്വാസം കണ്ടെത്തൽ രീതികൾ ഉപകാരപ്രദമാണ്. എന്നാൽ ഓരോ വ്യക്തിയും ഓരോ ബന്ധവും വ്യത്യസ്തമായത് കൊണ്ട് തന്നെ ഓരോ വിരഹവും വ്യത്യസ്തമാണ്. എല്ലാവർക്കും ഒരേ വഴികൾ സഹായകമാകണമെന്നില്ല. അല്പസമയമാണെങ്കിൽ കൂടി നിങ്ങൾക്ക് ആശ്വാസകരമായ, സുരക്ഷിതമായ എന്തെങ്കിലും ഒരു മാർഗ്ഗം കണ്ടെത്തുക എന്നതാണ് പ്രധാനം. 'എങ്ങനെയെങ്കിലും മുന്നോട്ടു പോകൂ' എന്ന് കരുതുന്നതിലെ ഒരു പ്രശ്നം നഷ്ടത്തിൽ ശ്രദ്ധിക്കാതെ മുന്നോട്ടുപോകാൻ ശ്രമിക്കുന്നത് ഏറെ ശ്രമകരമാണ് എന്നതാണ്. എങ്ങാനും ജോലികൾ കൊണ്ട് നിറഞ്ഞ ഈ മുന്നോട്ടുപോക്കിൽ ഒരു ഇടവേള എടുത്താൽ എല്ലാം തകർന്നുപോകുമോ എന്ന പേടിയുമുണ്ട്. അങ്ങനെ നാം ഒരു ഓട്ടത്തിൽ കുടുങ്ങിപ്പോകുന്നു. ജോലിത്തിരക്ക് വേദനകളെ ഒരു കയ്യകലത്തിൽ നിറുത്തുന്നത് കൊണ്ട് നിങ്ങൾക്ക് വിശ്രമിക്കാൻ കഴിയാതെ വരുന്നു. തീവ്രമായ വേദനയെ അടിച്ചമർത്താൻ ശ്രമിക്കുന്നത് വ്യക്തിക്കും വ്യക്തിബന്ധങ്ങൾക്കും ഹാനികരമായിരിക്കും. നിങ്ങൾ ഒരു വികാരത്തെ അടിച്ചമർത്താൻ ശ്രമിച്ചാൽ അതിൽ മറ്റു വികാരങ്ങളും ഉൾപ്പെടും.

എന്ത് തന്നെയായാലും അനുഭവിക്കുക

വിരഹത്തിലൂടെ കടന്നുപോകുമ്പോൾ അതിൽ ഉൾപ്പെട്ടതെല്ലാം അനുഭവിക്കുന്നതിൽ തെറ്റില്ല. നിങ്ങൾക്ക് നിസ്സഹായത തോന്നാം. ക്രോധം തോന്നാം. അങ്കലാപ്പ് തോന്നാം. സന്തോഷം തോന്നാം. ചിരിക്കാൻ തോന്നിയാൽ ചിരിക്കുക. സൂര്യന്റെ ഇളം ചൂട് ദേഹത്ത് തട്ടുമ്പോൾ സന്തോഷം തോന്നാം. ആരുടെയെങ്കിലും തമാശയിൽ ചെറു ചിരി വരാം. ഇതൊക്കെ സ്വാഭാവികമാണ്. ജീവിക്കുന്നു എന്ന് തോന്നുമ്പോൾ ചിലപ്പോൾ കുറ്റബോധം തോന്നാം. ചെറിയ സന്തോഷങ്ങൾ അനുവദിക്കുന്നതും സങ്കടത്തെ അനുവദിക്കുന്നത് പോലെ തന്നെ പ്രധാനമാണ്. കുറച്ചു സമയം കൊണ്ട് നാം ജീവിതത്തെ നേരിടാനും അതിനർത്ഥം പ്രിയപ്പെട്ടവരെ മറന്നുകളയുകയല്ലെന്നും പഠിക്കും. സ്നേഹവും ആ ബന്ധവും തുടരും.

എല്ലാ ദിവസവും ചെറിയ ചുവടുകൾ മുന്നോട്ട് വയ്ക്കുക

ഏറ്റവും ചെറിയ ചുവടുകൾ മുന്നോട്ടു വയ്ക്കുന്നതിന്റെ ശക്തിയെ

കുറച്ചുകാണരുത്. നിവർന്നു നിന്ന് മുഖം കഴുകുന്നത് ഒരു യുദ്ധമായാണ് എന്നും തോന്നുന്നതെങ്കിൽ ഇപ്പോഴുള്ള ലക്ഷ്യം എന്നും രാവിലെ മുഖം കഴുകുന്നതാണ്. നിങ്ങൾ എവിടെയാണോ അവിടെ നിന്ന് യാത്ര തുടങ്ങുക.

പ്രതീക്ഷകൾ വയ്ക്കരുത്

എന്ത് വികാരം തോന്നണമെന്നോ എങ്ങനെ പെരുമാറണമെന്നോ എത്ര വേഗം മുറിവുണങ്ങണമെന്നോ ഒക്കെ പ്രതീക്ഷകൾ സൂക്ഷിക്കുന്നത് നിങ്ങളുടെ വിരഹത്തെ ഏറെ ബുദ്ധിമുട്ടുള്ളതാക്കി മാറ്റും. വിരഹത്തെ ഒരു മോശം കാര്യമായി കാണുന്ന ചരിത്രമുള്ളത് കൊണ്ടാണ് അത്തരം പ്രതീക്ഷകൾ ഉണ്ടാകുന്നത്. ഈ വിഷയത്തിൽ ഗവേഷണം നടത്തുന്ന വർ നിമിത്തം നമുക്ക് ഇപ്പോൾ വിരഹത്തെപ്പറ്റിയും അതിലൂടെ എങ്ങനെ കടന്നുപോകണം എന്നതിനെപ്പറ്റിയും കൃത്യമായ ധാരണകളുണ്ട്. ഇത്തരം പ്രതീക്ഷകൾ കാരണമാണ് ആളുകൾക്ക് തങ്ങൾക്ക് ഭ്രാന്താവു കയാണെന്നോ തളർന്നുപോവുകയാണെന്നോ തെറ്റിപ്പോവുകയാ ണെന്നോ ഒറ്റയ്ക്കാണെന്നോ ഒക്കെ തോന്നുന്നത്. സത്യത്തിൽ ഈ വികാരങ്ങളുടെ ഉയർച്ചതാഴ്ചകൾ എല്ലാം വിരഹത്തിന്റെ ഭാഗമാണ്. വിരഹ ത്തെപ്പറ്റിയുള്ള ചർച്ചകൾ ഇല്ലാത്തത് കൊണ്ടാണ് പലപ്പോഴും നാം ചെയ്യുന്നത് തെറ്റാണോ എന്ന തോന്നലുണ്ടാകുന്നത്. നിങ്ങളോടും ചുറ്റുമുള്ളവരോടും അനുകമ്പ നിറഞ്ഞ ഒരു സമീപനം വളർത്തിയെടുക്കുക യാണ് ചെയ്യേണ്ടത്. നിങ്ങളുടെ വികാരങ്ങളെ സുരക്ഷിതമായ ഒരിടത്തിൽ പ്രകടിപ്പിക്കാൻ അപ്പോൾ നിങ്ങൾക്ക് സാധിക്കും.

പ്രകടിപ്പിക്കൽ

നിങ്ങളുടെ വികാരങ്ങൾ പ്രകടിപ്പിക്കുന്നത് എപ്പോഴും എളുപ്പമാകണ മെന്നില്ല. ചിലർക്ക് സംസാരിക്കാനുള്ള താൽപ്പര്യം ഉണ്ടാകും. എന്നാൽ ചിലർക്ക് വാക്കുകൾ കിട്ടാതെ അടഞ്ഞ മനസ്സ് ഉണ്ടാകും. നിങ്ങൾക്ക് സംസാരിക്കാൻ തോന്നുന്നെങ്കിൽ വിശ്വാസമുള്ള ആരോടെ ങ്കിലും സംസാരിച്ചുതുടങ്ങുക. നിങ്ങൾ ഒരു ഭാരമാകുമെന്നോ ഒക്കെയുള്ള പേടികൾ നിങ്ങൾക്കുണ്ടെങ്കിൽ അത് തുറന്നുപറയുക. നല്ല സുഹൃത്താ ണെങ്കിൽ അവർക്ക് എന്ത് കഴിയും, കഴിയില്ല എന്ന് തുറന്നു പറയും.

നിങ്ങൾക്ക് സംസാരിക്കാൻ കഴിയുന്നില്ലെങ്കിൽ എഴുതുക. എന്ത് വാക്കുകൾ മനസ്സിൽ വന്നാലും അത് എഴുതുക. നിങ്ങളുടെ വികാരങ്ങളും ചിന്തകളും ഒരു കടലാസ്സിൽ എഴുതാൻ കഴിഞ്ഞാൽ നിങ്ങളുടെ ശരീരത്തിലും മനസ്സിലും നടക്കുന്ന ചിലതൊക്കെ അഴിച്ചെടുക്കാൻ നിങ്ങൾക്ക് കഴിയും. ഇത്തരം വേദനാജനകമായ വികാരങ്ങളിലൂടെ കടന്നുപോകുമ്പോഴാണ് നിങ്ങൾക്ക് വിരഹം തീർക്കാൻ കഴിയുക.

ചിലർ ചിത്രകലയിലൂടെയും സംഗീതത്തിലൂടെയും ചലനത്തിലൂ

ടെയും കവിതയിലൂടെയും ഒക്കെ ആശ്വാസം കാണാറുണ്ട്. നിങ്ങളുടെ വികാരങ്ങളെ സുരക്ഷിതമായി പ്രകടിപ്പിക്കാൻ കഴിയുന്ന ഏതിടവും നല്ലതാണ്. എവിടെ തുടങ്ങണമെന്നറിയില്ലെങ്കിൽ നിങ്ങളിലേക്ക് സ്വാഭാവികമായി വരുന്ന എന്തും പരീക്ഷിക്കു. മുൻപ് ചെയ്തിരുന്ന എന്തെങ്കിലുമോ പരീക്ഷിക്കണമെന്നു തോന്നുന്ന പുതിയ എന്തെങ്കിലുമോ ഒക്കെ ശ്രമിക്കാം.

നിങ്ങൾക്ക് അതിർവരമ്പുകൾ നിർണ്ണയിച്ചു തരാൻ ഒരു തെറാപ്പിസ്റ്റ് ഇല്ലെങ്കിൽ ചില വികാരങ്ങളിലേയ്ക്ക് ഇറങ്ങാനും തിരികെ വരാനും ഇതൊക്കെ സഹായകമാകും. ചിലത് തോന്നാനും ചിലത് മറയ്ക്കാനും സമയമുണ്ട്. നിങ്ങളുടെ ശരീരത്തിനും മനസ്സിനും വിശ്രമവും ആവശ്യമുണ്ട്. ഒരു വികാരത്തെ നിങ്ങൾ അൽപ്പ സമയം പ്രകടിപ്പിക്കാൻ പോകുന്നുവെങ്കിൽ തിരികെ വരാനുള്ള വഴികൾ കൂടി അതിന്റെ കൂടെ ചേർക്കുക.

ജീവിക്കാൻ ഓർക്കുക

ഒരാളെ ഓർക്കുന്നതും അവരില്ലാതെയുള്ള ജീവിതവും ഒക്കെ വേദന തരുന്നുവെങ്കിൽ ഈ രണ്ടനുഭവങ്ങളും പരസ്പരം ഒരു യുദ്ധത്തിലാണെന്നു പറയാം. ജീവിതത്തിന്റെ ആവശ്യങ്ങൾ കൂടി വരുമ്പോഴും ഒരു ഓർമ്മ മതി നിങ്ങൾ തകർന്നുപോകാൻ. കാലം കടന്നുപോകുമ്പോൾ മാറുന്ന ചിലത് ഈ രണ്ടുകാര്യങ്ങൾ കൂടിയാണ്. ചിലപ്പോൾ പല കാര്യങ്ങൾ പരീക്ഷിച്ച് ഒടുവിൽ നിങ്ങൾ ഈ രണ്ടും ഒരുമിച്ചു കൊണ്ടുപോകാനുള്ള വഴികൾ കണ്ടെത്തും. ചിലപ്പോൾ അവരുടെ ജീവിതം ആഘോഷി ക്കാനുള്ള വഴികളാകാം, ചിലപ്പോൾ അവരുമായുള്ള ബന്ധം മുന്നോട്ടു കൊണ്ടുപോകാൻ സഹായിക്കുന്ന ശീലങ്ങളാകാം, നിങ്ങളുടെ ഭാവിയെയും ഭൂതകാലത്തെയും ഒരേപോലെ ആദരിച്ചുകൊണ്ട് എല്ലാ ദിവസവും ജീവിക്കാൻ എടുക്കുന്ന ഉറച്ച തീരുമാനങ്ങളാകാം.

ദുഃഖത്തിൽനിന്ന് മുക്തിനേടുന്ന പ്രവൃത്തി, നിങ്ങളുടെ വേദനയിലേക്ക് കാലെടുത്തുവയ്ക്കുകയും, അത് നിങ്ങളെ കീഴടക്കാൻ അനുവദിക്കുകയും, ആ സമയത്ത് സ്വയം ആശ്വസിപ്പിക്കുകയും പിന്തുണയ്ക്കുകയും, പിന്നീട് അതിൽ നിന്ന് പുറത്തുവന്ന് ജീവിതത്തിലേക്ക് തിരികെ വരികയും, ദുഃഖം മൂലമുണ്ടാകുന്ന ക്ഷീണത്തിനിടയിൽ നിങ്ങളുടെ ശരീരത്തെയും മനസ്സിനെയും വിശ്രമിക്കാനും പോഷിപ്പിക്കാനുമുള്ള വഴികൾ കണ്ടെ ത്തുകയും ചെയ്യുന്നതുപോലെയാണ്. (Samuel, 2017).

മുറിവിനു ചുറ്റുമുള്ള വളർച്ച

ഒരു നഷ്ടത്തിന്റെ ബാക്കിയായി ഉണ്ടാകുന്ന മുറിവ് പരിഹരിക്കാൻ ശ്രമിക്കേണ്ട കാര്യമല്ല. നമുക്ക് ആ ആളെ മറക്കാൻ ആഗ്രഹമില്ല, മറിച്ച് അവരെ ഓർക്കാനും അവരോടുള്ള ബന്ധം തുടരാനുമാണ് ആഗ്രഹം.

അതുകൊണ്ട് തന്നെ ആ മുറിവ് ഇല്ലാതാകേണ്ട ഒന്നല്ല. അതിനു ചുറ്റും നാം ഒരു ജീവിതം വളർത്തുമ്പോഴും അതവിടെ ഉണ്ടാകും. (Rando, 1993). പലർക്കും തെറാപ്പിയിൽ ഗുണകരമായി തോന്നുന്ന ഒരു കാര്യം ഇതാണ്. ആ വ്യക്തി മുമ്പത്തെപ്പോലെ തന്നെ ഇപ്പോഴും നിങ്ങൾക്ക് പ്രധാനപ്പെട്ടതാണ്, അതിനാൽ അവരെ നഷ്ടപ്പെടുന്നതിന്റെ വേദന നിലനിൽക്കുന്നു. എന്നാൽ അവരുടെ ജീവിതത്തെ ആദരിക്കാൻ അർത്ഥവത്തായ വഴികൾ ഇത്തരത്തിൽ നമുക്ക് മുന്നിൽ ഉണ്ടാകും.

നിങ്ങൾക്ക് ആ വ്യക്തിയുമായുള്ള ബന്ധം ഓർക്കാനും ആഘോഷിക്കാനും ഒപ്പം ജീവിതം തുടരാനും നിങ്ങൾ വഴികൾ കണ്ടെത്തും. വേദനയും ആനന്ദവും അതിൽ നിന്നുണ്ടാകുന്ന അർത്ഥവും ഒക്കെ ജീവിതത്തിന്റെ ഭാഗമാണ്. പതിയെ നിങ്ങൾക്ക് അതിജീവിക്കാൻ കഴിയുന്നത് എന്തൊക്കെയെന്നും നിങ്ങൾക്ക് ഏതൊക്കെ അവസ്ഥകളിൽ നിന്ന് സ്വയം സംരക്ഷിക്കാൻ കഴിയുമെന്നും ഒക്കെ മനസ്സിലാക്കുകയും അറിഞ്ഞുകൊണ്ട് നിങ്ങൾ യാത്ര തുടരും.

എപ്പോഴാണ് പ്രൊഫഷണൽ സഹായം തേടേണ്ടത്?

ഒരു കൗൺസിലറുടെയോ തെറാപ്പിസ്റ്റിന്റെയോ സഹായം തേടണമെങ്കിൽ അതിനർത്ഥം നിങ്ങൾക്ക് തെറ്റ് പറ്റിയെന്നല്ല. ചിലപ്പോൾ നമ്മുടെ വിഷമങ്ങളും വേദനകളും കടന്നുപോകാൻ നമുക്ക് സഹായം വേണ്ടിവരും. എന്നാൽ എല്ലാവർക്കും വിശ്വാസത്തോടെ തുറന്ന സംസാരിക്കാൻ കഴിയുന്ന സുഹൃത്തുക്കൾ ഉണ്ടാകണമെന്നില്ല. അങ്ങനെയുള്ള സാഹചര്യത്തിൽ തെറാപ്പി മുറി നിങ്ങൾക്ക് ഒരു ആശ്വാസമായി മാറും. നിങ്ങളുടെ പച്ചയായ വികാരങ്ങളെ സുരക്ഷിതമായി പ്രകടിപ്പിക്കാൻ കഴിയുന്ന ഒരിടം. അവിടെ നിങ്ങളുടെ ഒപ്പം നില്ക്കാൻ പരിശീലനം കിട്ടിയ ഒരാൾ എപ്പോഴും ഉണ്ടാകും.

തെറാപ്പിസ്റ്റിന് നിങ്ങളുടെ പലതരം വികാരങ്ങൾ നിങ്ങൾക്ക് മനസ്സിലാക്കിത്തന്ന് സഹായിക്കാൻ കഴിയും. നിങ്ങൾക്ക് സുരക്ഷിതമായി ഉപയോഗിക്കാൻ കഴിയുന്ന അറിവുകൾ പഠിപ്പിച്ചുതരികയും നിങ്ങളുടെ ദുഃഖത്തെ മനസ്സിലാക്കുകയും തീക്ഷ്ണമായി നിങ്ങളെ കേൾക്കാൻ ശ്രമിക്കുകയും നിങ്ങളെ മുൻവിധിയില്ലാതെ നോക്കുകയും നിങ്ങളുടെ പ്രശ്നങ്ങൾ പരിഹരിക്കാനുള്ള ഉപദേശങ്ങൾ തരികയും ചെയ്യും. ദുഃഖങ്ങൾ കൈകാര്യം ചെയ്യുന്നത് വേദനാജനകമാണെന്ന് അവർക്കറിയാം. അവർ നിങ്ങളുടെ കൂടെ നടക്കുകയും നിങ്ങൾക്ക് വേണ്ടപ്പോൾ വേണ്ട സഹായം തരികയും ചെയ്യും.

അധ്യായ സംഗ്രഹം

- ദുഃഖം നമ്മോട് ആവശ്യപ്പെടുന്നത് നമ്മുടെ വേദനയിലൂടെ കടന്നുപോകാനാണ്.
- പ്രിയപ്പെട്ട ഒരാളില്ലാത്ത ജീവിതവുമായി പൊരുത്ത പ്പെടാൻ സമയമെടുക്കും.
- ആ പ്രിയപ്പെട്ട ആളുടെ അഭാവത്തിലും അവരോടുള്ള ബന്ധം മുന്നോട്ടു കൊണ്ടുപോകാനുള്ള വഴികൾ നാം കണ്ടെത്തേണ്ടി വരും.
- ഒരു പുതിയ യാഥാർത്ഥ്യത്തെ അംഗീകരിക്കുക എന്നതി നർത്ഥം നമുക്ക് പ്രധാനപ്പെട്ട കാര്യങ്ങളുമായി ബന്ധം നിലനിർത്താൻ കഴിയുമെന്നാണ്. നിങ്ങൾക്ക് എന്ത് തോന്നുന്നോ അത് കുഴപ്പമില്ല.
- ചെറിയ കാൽവയ്പുകളും തുടർച്ചയായ പുരോഗതിയെയും ചെറുതായി കാണരുത്.

17

അടിയുറച്ച തൂണുകൾ

ദുഃഖത്തിനിടയിലൂടെ നമ്മുടെ ജീവിതം കെട്ടിപ്പടുക്കുന്നതിനെപ്പറ്റി ഗ്രീഫ് സൈക്കോതെറാപ്പിസ്റ്റ് ജൂലി സാമുവേൽ ചില കാര്യങ്ങൾ പറയുന്നുണ്ട് (2017). അവർ അവയെ 'അടിയുറച്ച തൂണുകൾ' എന്നാണ് വിളിക്കുന്നത്. ഇവ നിർമ്മിക്കാൻ ക്ഷമയും കഠിനാധ്വാനവും വേണം. ഇവ ഓരോന്നിനെയും ഊട്ടിവളർത്തുമ്പോൾ നമുക്ക് ഉറപ്പുള്ള ഒരു ഘടനയാണ് ലഭിക്കുന്നത്. ഈ 'അടിയുറച്ച തൂണുകൾ' ഇവയാണ്.

1. **മരിച്ചയാളുമായുള്ള ബന്ധം**

   ഇഷ്ടമുള്ള ഒരാളെ നഷ്ടപ്പെടുമ്പോൾ അവരുമായുള്ള ബന്ധവും സ്നേഹവും ഇല്ലാതാകുന്നില്ല. ഈ വേർപാടുമായി പൊരുത്തപ്പെടുമ്പോൾ ആ സ്നേഹം അനുഭവിക്കാനുള്ള പുതിയ വഴികൾ കണ്ടെത്തുകയാണ് നിങ്ങൾ ചെയ്യുന്നത്. ഉദാഹരണത്തിന്, നിങ്ങൾക്ക് ഇഷ്ടമുള്ള ഒരിടമോ അവരുടെ ഓർമ്മസ്ഥലമോ സന്ദർശിക്കുന്നത് ആശ്വാസകരമാണ്.

2. **സ്വയവുമായുള്ള ബന്ധം**

   ഈ പുസ്തകത്തിലെ എല്ലാ വിഭാഗത്തിലും ആത്മ-ബോധത്തെപ്പറ്റി സംസാരിക്കുന്നുണ്ട്. വേദനയുമായി ജീവിക്കുമ്പോഴും അത് പ്രധാനമാണ്. നാം എങ്ങനെ പ്രശ്നങ്ങളെ മറികടക്കുന്നു എന്ന് മനസ്സിലാക്കാനും വേണ്ട പിന്തുണ കണ്ടെത്താനും നമ്മുടെ ആരോഗ്യവും സ്വാസ്ഥ്യവും ഒക്കെ പരിപാലിക്കാനും ഒക്കെ നമ്മുടെ ആവശ്യങ്ങളെ കഴിയുന്നത്ര നന്നായി മനസ്സിലാക്കുന്നത് പ്രധാനമാണ്.

3. **ദുഃഖം പ്രകടിപ്പിക്കുക**

   ദുഃഖം പ്രകടിപ്പിക്കാൻ ഒരു ശരിയായ വഴി എന്നൊന്നുമില്ല. നിങ്ങൾക്ക് ശാന്തമായി അത് ചെയ്യാനാണ് താല്പര്യമെങ്കിൽ

അങ്ങനെ, അല്ലെങ്കിൽ സുഹൃത്തുക്കളോടൊപ്പം ഓർമ്മ ദിവസങ്ങൾ ആഘോഷിക്കുക. നിങ്ങൾക്ക് സ്വാഭാവികമായി തോന്നുന്ന രീതിയിൽ വേണം നിങ്ങളുടെ വികാരങ്ങൾ പ്രകടിപ്പിക്കാൻ. നിങ്ങളുടെ വികാരങ്ങൾ താങ്ങാനാകാതെ വരുമ്പോൾ നിങ്ങൾക്ക് സെക്ഷൻ മൂന്നിൽ പറയുന്ന മാർഗ്ഗങ്ങൾ പരിശീലിക്കാവുന്നതാണ്.

4. സമയം

നിങ്ങൾക്ക് കഠിന മനോവേദനയ്ക്ക് വേണ്ടി എത്ര സമയം വേണം എന്ന് പ്രതീക്ഷ വയ്ക്കുന്നത് ഒരു പ്രശ്നമാണ്. എല്ലാം നിങ്ങളെ വേദനിപ്പിക്കുമ്പോൾ ഓരോ ദിവസവും എന്ത് വേണം എന്ന് അന്നന്ന് തീരുമാനിക്കുന്നതാണ് ഉചിതം. നിങ്ങൾക്ക് ഭാവിയെപ്പറ്റി ചിന്തിക്കാനുള്ള കരുത്ത് ഉണ്ടാകുന്നത് വരെ ഓരോ ദിവസവും കടന്നുപോകുന്നതാണ് നല്ലത്. ഇത്ര കാലയളവിൽ ഇങ്ങനെ ചിന്തിക്കാനാകണം എന്നൊക്കെ സമയം നിർണ്ണയിക്കുന്നത് വേദനയും വിഷമവും കൂട്ടുകയേയുള്ളൂ.

5. മനസ്സും ശരീരവും

സെക്ഷൻ ഒന്നിൽ പറയുന്നത് പോലെ, നമ്മുടെ ശാരീരിക അവസ്ഥ, മാനസികാവസ്ഥ, വികാരങ്ങൾ, ചിന്തകൾ, പ്രവർത്തികൾ എന്നിവയൊക്കെ ഇഴ ചേർന്നാണിരിക്കുന്നത്.

മറ്റൊന്നിനെ ബാധിക്കാതെ നമുക്ക് ഒരു കാര്യം മാറ്റാനാകില്ല. നമ്മുടെ അനുഭവത്തിന്റെ ഓരോ ഭാഗവും ശ്രദ്ധിക്കുന്നത് പ്രധാനമാണ്. സ്ഥിരമായി വ്യായാമം ചെയ്യുന്നതും നല്ല ഭക്ഷണം കഴിക്കുന്നതും സാമൂഹിക ബന്ധങ്ങൾ നിലനിറുത്തുന്നതും ഒക്കെ നമ്മുടെ മാനസികാരോഗ്യത്തെ സഹായിക്കും.

6. അതിർവരമ്പുകൾ

ചുറ്റുമുള്ളവർ എല്ലാം കാര്യങ്ങൾ എങ്ങനെ മുന്നോട്ടു കൊണ്ടുപോകണം എന്നതിനെപ്പറ്റി നിറയെ ഉപദേശങ്ങൾ തരുന്നുണ്ടാകും. എപ്പോഴാണ് സാധാരണ ജീവിതത്തിലേയ്ക്ക് തിരികെപ്പോകേണ്ടത് എന്നൊക്കെ അവർക്ക് ചില ധാരണകൾ കാണും. അതിനിടെ നമ്മുടെ അതിർവരമ്പുകൾ നിർണ്ണയിക്കുന്നത് പ്രധാനമാണ്. നമ്മുടെ ആവശ്യങ്ങൾ ശ്രദ്ധിക്കുമ്പോൾ ചിലപ്പോൾ അതിർത്തികൾ തീരുമാനിക്കുകയും നമ്മുടെ താൽപ്പര്യങ്ങൾ സംരക്ഷിക്കുകയും ചെയ്യേണ്ടി വരാം.

7. ഘടന

പ്രവചിക്കാൻ കഴിയുന്നതിന്റെയും ആവേശജനകമായതിന്റെയും ഇടയിലുള്ള ഒരു ബാലൻസ് പ്രധാനമാണെന്ന് ഞാൻ മുൻപ്

പറഞ്ഞിട്ടുണ്ട്. ഒരു നഷ്ടം അനുഭവിച്ചശേഷം മാനസികമായി തളരുമ്പോൾ വേദനിക്കാനായി അൽപ്പസമയം നൽകുന്നത് പ്രധാനമാണ്. എന്നാൽ അതോടൊപ്പം തന്നെ ജീവിതത്തിനു ഒരു ഘടനയും ക്രമവും ഒക്കെ വേണ്ടതാണ്. വ്യായാമം, സാമൂഹിക ജീവിതം എന്നൊക്കെയുള്ള ആരോഗ്യകരമായ ശീലങ്ങളിൽ നിന്ന് വിട്ടുപോകാതിരിക്കാൻ അത് പ്രധാനമാണ്.

8. ശ്രദ്ധ

നമുക്ക് തോന്നുന്ന വികാരങ്ങൾ വിവരിക്കാൻ നമ്മുടെ പക്കൽ വാക്കുകൾ ഇല്ലെങ്കിൽ നമ്മുടെ ശ്രദ്ധ നമ്മുടെ മാനസികലോകത്തെ നിരീക്ഷിക്കാൻ ഉപയോഗിക്കുക. ശരീരത്തിന്റെ തോന്നലുകളെ കാണാൻ ശ്രമിക്കുമ്പോൾ നമുക്ക് വൈകാരികവും ശാരീരികവുമായ മാറ്റങ്ങളെപ്പറ്റി ധാരണയുണ്ടാകും.

അധ്യായ സംഗ്രഹം

- സമയവും പരിശ്രമവും കൊണ്ട് ഒരു നഷ്ടത്തിന് ശേഷം ജീവിതം തിരിച്ചു കൊണ്ടുവരാൻ കഴിയും.
- നിങ്ങൾക്ക് ഇഷ്ടമുള്ള ആളോട് അടുപ്പം തോന്നാനായി പുതിയ വഴികൾ കണ്ടെത്തുക.
- നിങ്ങളുടെ ആവശ്യങ്ങൾ എന്താണെന്ന് ശ്രദ്ധിക്കുക.
- ദുഃഖം പ്രകടിപ്പിക്കാൻ ശരിയായ വഴി എന്നൊന്നും ഇല്ല.
- എത്ര സമയം സങ്കടപ്പെടണം എന്നൊന്നും ചിന്തിക്കുകയോ പ്രതീക്ഷിക്കുകയോ ചെയ്യാതിരിക്കുക.

5

ആത്മ സന്ദേഹ ത്തെപ്പറ്റി

18

വിമർശനങ്ങളും എതിരഭിപ്രായവും എങ്ങനെ നേരിടാം

വിമർശനങ്ങളും എതിരഭിപ്രായങ്ങളും ഏതെങ്കിലും ഒരു സമയത്ത് നേരിട്ടേ മതിയാകൂ. എന്നാൽ നമ്മുടെ ആത്മാഭിമാനം നശിപ്പിക്കാതെ ജീവിതത്തെ പോഷിപ്പിക്കുന്നത് എങ്ങനെയെന്ന് നമ്മെ ആരും പഠിപ്പിച്ചുതരാറില്ല.

വിമർശനങ്ങളും എതിർപ്പുകളും ഉണ്ടാകുമെന്ന പ്രതീക്ഷയിൽ നിന്ന് തന്നെ നമുക്ക് കാര്യങ്ങൾ ചെയ്യാനുള്ള കഴിവ് നഷ്ടപ്പെടാം. വിമർശനത്തെ നേരിടാനുള്ള ആരോഗ്യകരമായ മാർഗ്ഗങ്ങൾ അറിയില്ലെങ്കിൽ അത് നിങ്ങൾക്ക് ഒരു നഷ്ടമായി മാറാം.

മറ്റുള്ളവർ എന്ത് കരുതും എന്നത് പൂർണ്ണമായി മറന്നുകളയാനല്ല ഈ അധ്യായം. സത്യത്തിൽ മറ്റുള്ളവർ എന്ത് കരുതും എന്ന് പരിഗണിക്കുക നമ്മുടെ ജീവിതത്തിൽ ഏറെ പ്രധാനമാണ്. പ്രതീക്ഷകൾക്കൊത്ത് ഉയർന്നില്ല എന്നതിന്റെയും പുറന്തള്ളലിന്റെയും ഒക്കെ ഒരു സൂചനയാണ് വിമർശനം. അത് കൊണ്ട് തന്നെ വിമർശനം വരുമ്പോൾ നിങ്ങൾക്ക് പിരിമുറുക്കം ഉണ്ടാകും. ഇതിനെപ്പറ്റി എന്തെങ്കിലും ചെയ്യാം എന്ന തോന്നലുണ്ടാകും. ചരിത്രപരമായി നോക്കിയാൽ ഒരു സമൂഹത്തിൽ നിന്ന് പുറന്തള്ളപ്പെടുന്നത് നമ്മുടെ നിലനിൽപ്പിനു തന്നെ ഗുരുതരമായ പ്രതിസന്ധിയാണ് പ്രകടിപ്പിക്കുന്നത്. ഇക്കാലത്ത് കാര്യങ്ങൾ ഏറെ വ്യത്യസ്തമാണെങ്കിലും ചില സാമ്യങ്ങളും നമുക്ക് കാണാം. പുറന്തള്ളപ്പെടുന്നതും ഏകാന്തതയും ഒക്കെ നമ്മുടെ ആരോഗ്യത്തിന് ഒരു വലിയ ഭീഷണി തന്നെയാണ്. തലച്ചോർ ഇപ്പോഴും ഒരു വലിയ കൂട്ടത്തിൽ നമ്മെ എങ്ങനെ സുരക്ഷിതരാക്കാം എന്നതിനെപ്പറ്റിയാണ് ചിന്തിക്കുന്നത്.

മറ്റുള്ളവർ നമ്മെപ്പറ്റി എന്ത് വിചാരിക്കും എന്ന് ചിന്തിക്കുന്നത് നാം ജീവിക്കുന്ന സാമൂഹിക സാഹചര്യങ്ങളിൽ തുടരാനും സുരക്ഷിതരായിരിക്കാനും നമ്മെ സഹായിക്കും. നമ്മുടെ വ്യക്തിത്വവും സ്വയാവ

ബോധവും ഒക്കെ നമ്മുടെ അനുഭവങ്ങളിലും ഇടപെടലുകളിലും നിന്ന് മാത്രമല്ല ആളുകൾ നമ്മെപ്പറ്റി എങ്ങനെ ചിന്തിക്കുന്നു എന്ന സങ്കൽപ്പങ്ങളിൽ കൂടിയും ആണ്. ഇതിനെ നമുക്ക് കണ്ണാടി സ്വത്വം എന്ന് വിളിക്കാം. (Cooley, 1902). നിങ്ങൾ എന്നെപ്പറ്റി എന്ത് കരുതുന്നു എന്ന ചിന്ത എന്റെ അടുത്ത പ്രവർത്തിയെ സ്വാധീനിക്കും.

മറ്റുള്ളവർ എന്ത് കരുതും എന്നതിനെപ്പറ്റി ചിന്തിക്കരുത് എന്ന് സ്വയം പറയുമ്പോൾ താൽക്കാലികമായി ഒരു ചെറിയ ആവേശം തോന്നുമെങ്കിലും അത് ദീർഘകാലം നിലനിൽക്കുന്ന ഒന്നല്ല.

ആളുകളെ തൃപ്തിപ്പെടുത്തൽ

ആളുകളെ തൃപ്തിപ്പെടുത്തൽ എന്നാൽ ആളുകളോട് നന്നായി ഇടപെടുക എന്നത് മാത്രമല്ല. എല്ലാവരോടും നന്നായി പെരുമാറണം എന്ന് ആരും നിങ്ങളോട് പറയും. എന്നാൽ സ്ഥിരമായി ആളുകളെ പ്രീതിപ്പെടുത്താൻ മാത്രം ശ്രമിക്കുമ്പോൾ അത് നിങ്ങളുടെ തന്നെ ആരോഗ്യത്തിനും സൗഖ്യത്തിനും കാരണമാകും. നമ്മുടെ ആവശ്യങ്ങളും ഇഷ്ടാനിഷ്ടങ്ങളും പ്രകടിപ്പിക്കാൻ കഴിയാതെ വരികയും അതിർത്തികൾ പാലിക്കാനും നമ്മെ സുരക്ഷിതരാക്കി വയ്ക്കാനും നമുക്ക് കഴിയാതെ പോവുകയും ചെയ്യും. നോ പറയാൻ തോന്നുകയും നോ പറയേണ്ടതുമായ സാഹചര്യങ്ങളിൽ നാം യെസ് പറയും. ആളുകൾ നമ്മെ മുതലെടുക്കുന്നു എന്ന് തോന്നുമ്പോൾ ദേഷ്യം ഉണ്ടാവുകയും എന്നാൽ ആ സാഹചര്യത്തിൽ ഒന്നും പറയാൻ കഴിയാതിരിക്കുകയും ചെയ്യും. മറ്റുള്ളവർക്ക് ഇഷ്ടമാകില്ല എന്ന തോന്നൽ ഒരിക്കലും ഇല്ലാതാകുന്നില്ല. കാരണം നിങ്ങൾക്ക് തെറ്റ് പറ്റാനോ മറ്റൊരാളുടെ അതൃപ്തിക്ക് കാരണമാകാനോ ഒക്കെ കഴിഞ്ഞേക്കാം.

നമ്മുടെ കൂടെയുള്ളവരുടെ അഭിപ്രായം പ്രധാനമാണെങ്കിലും ആളുകളെ പ്രീതിപ്പിക്കുക എന്നത് കുറച്ച് കഠിനമാണ്. നിങ്ങൾക്ക് എതിരഭിപ്രായങ്ങൾ പ്രകടിപ്പിക്കാൻ അനുവാദമില്ലാത്ത സാഹചര്യത്തിലാണ് നിങ്ങൾ വളർന്നതെങ്കിൽ, എതിർപ്പുകളോട് ദേഷ്യവും ക്രോധവുമാണ് മറുപടിയെങ്കിൽ, കുട്ടികളായിരിക്കുമ്പോൾ ആ സാഹചര്യങ്ങളെ അതിജീവിക്കാനാണ് നാം പഠിക്കുക. കുട്ടിക്കാലത്തിലൂടെ നാം പഠിച്ചെടുക്കുന്നത് മറ്റുള്ളവരെ സന്തോഷിപ്പിച്ച് അതിജീവിക്കുക എന്ന കഴിവാണ്. പിന്നീട് മുതിർന്ന പ്രായത്തിലാണ് ഈ അറിവ് നമ്മുടെ ബന്ധങ്ങൾക്ക് വിലങ്ങുതടിയാകുന്നത്. ഓരോ പ്രവർത്തിയും ആളുകൾക്ക് എന്ത് തോന്നുമെന്ന രീതിയിൽ നാം വിലയിരുത്തും. മറ്റുള്ളവർക്ക് നമ്മളിലുള്ള പ്രതീക്ഷകൾ ഇല്ലാതാകും. എതിരെയുള്ള ആൾക്ക് നമ്മെ ഇഷ്ടമാണോ എന്ന പേടിയിൽ നിന്ന് ചിലപ്പോൾ പുതിയ ബന്ധങ്ങളിൽ നിന്ന് നാം മാറിനിൽക്കുക പോലും ചെയ്തേക്കാം.

മറ്റുള്ളവർ അവരുടെ എതിർപ്പുകൾ എപ്പോഴും പ്രകടിപ്പിക്കണമെന്നില്ല. അത്തരം സാഹചര്യത്തിൽ മറ്റുള്ളവരെ പ്രീതിപ്പെടുത്തി

ജീവിക്കുന്നത് ഏറെ കഠിനമായി മാറും. എതിരെയുള്ള ആൾ ഒരു വാക്ക് പോലും പറഞ്ഞില്ലെങ്കിലും നിങ്ങൾക്ക് അവരുടെ അതൃപ്തി ഓർത്ത് പേടിതോന്നും. ആ വിവരം നമുക്ക് കിട്ടുന്നില്ലെങ്കിൽ നമ്മുടെ മനസ്സ് ആ ഉത്തരം പൂരിപ്പിച്ചുകൊണ്ടേയിരിക്കും. മറ്റുള്ളവർ എത്രയധികം തങ്ങളെപ്പറ്റി ചിന്തിക്കുന്നു എന്ന് മനുഷ്യർ അൽപ്പം കൂട്ടിയാണ് കാണുന്നത് എന്ന് സ്പോട്ട് ലൈറ്റ് ഇഫക്റ്റ് എന്ന പഠനം സൂചിപ്പിക്കുന്നുണ്ട്. Thomas Gilovich and Kenneth Savitsky (2000) നമ്മുടെ സ്പോട്ട് ലൈറ്റിന്റെ നടുവിലാണ് നാം ഓരോരുത്തരും ജീവിക്കുന്നത്. മറ്റുള്ളരുടെ ശ്രദ്ധയും അവിടെയാണെന്ന് നമുക്ക് തോന്നാം. എന്നാൽ സത്യത്തിൽ ഓരോരുത്തരും അവരവരുടെ സ്പോട്ട് ലൈറ്റിലാണ് ജീവിക്കുന്നത്. മറ്റുള്ളവർ നമ്മെ മോശമായി വിലയിരുത്തുന്നു എന്ന് നാം കരുതുമ്പോൾ പക്ഷെ അവർ നമ്മെപ്പറ്റി ചിന്തിക്കുന്നുപോലും ഉണ്ടാകണമെന്നില്ല. എന്നാൽ സാമൂഹികമായ പരിഭ്രമങ്ങൾ ഉള്ളയാളുകൾ പൊതുവെ മറ്റുള്ളവർ അവരെ എങ്ങനെ നോക്കിക്കാണുന്നു എന്നതിനെപ്പറ്റിയാവും ചിന്തിക്കുക. (Clark & Wells, 1995). എന്നാൽ ആത്മവിശ്വാസമുള്ള ആളുകൾക്ക് മറ്റുള്ളയാളുകളെപ്പറ്റി അറിയാനാകും ആകാംക്ഷ.

നമ്മുടെ തലച്ചോർ മറ്റുള്ളവർ എന്ത് കരുതും എന്നാണ് എപ്പോഴും ആലോചിക്കുന്നതെങ്കിൽ, അല്ലെങ്കിൽ ആളുകളെ പ്രീതിപ്പെടുത്തുന്ന സ്വഭാവമാണ് നമുക്ക് ഉള്ളതെങ്കിൽ അതുമായി എങ്ങനെ ജീവിക്കും? ആളുകളുടെ വിമർശനവും കുറ്റപ്പെടുത്തലും ഉണ്ടാകുമെന്ന പേടിയുമായി ജീവിക്കേണ്ടിവരുമ്പോൾ എങ്ങനെയാണ് അർത്ഥവത്തായ ബന്ധങ്ങൾ ഉണ്ടാക്കാനാവുക? മറ്റൊരാളുടെ എതിരഭിപ്രായം ഉണ്ടായേക്കും എന്ന തോന്നൽ ഒരാളെ എങ്ങനെയാണ് അവർക്ക് പ്രധാനപ്പെട്ട കാര്യങ്ങൾ ചെയ്യുന്നതിൽ നിന്ന് തടയുക?

വിമർശനങ്ങൾ നേരിടുമ്പോൾ ചെയ്യേണ്ടതെന്ത്?

- വിമർശനങ്ങൾ നേരിടാനുള്ള കഴിവ് വളർത്തിയെടുക്കുന്നത് പ്രധാനമാണ്. നിങ്ങളുടെ ആത്മാഭിമാനം നിലനിറുത്താനും ഈ കഴിവ് നിങ്ങളെ സഹായിക്കും.
- വിമർശനങ്ങളിൽ നിന്ന് പഠിക്കാൻ കഴിയുന്നതിലൂടെയാണ് നിങ്ങൾക്ക് പുരോഗതി പ്രാപിക്കാൻ കഴിയുന്നത്.
- നിങ്ങളുടെ മൂല്യങ്ങളുമായി ചേരാത്ത വിമർശനങ്ങൾ വിട്ടുകളയാനും പഠിക്കേണ്ടതുണ്ട്.
- നിങ്ങൾക്ക് പ്രധാനമായ അഭിപ്രായങ്ങൾ ഏതൊക്കെയാണെന്നതിൽ ഒരു ഉറപ്പ് കണ്ടെത്താനായാൽ നിങ്ങൾക്ക് എപ്പോൾ ആലോചിക്കുകയും പഠിക്കുകയും ചെയ്യണമെന്നും എപ്പോൾ മുന്നോട്ട് നീങ്ങണമെന്നും മനസ്സിലാക്കാനാകും.

ആളുകളെ മനസ്സിലാക്കുക

മറ്റുള്ളവരെ കഠിനമായി വിമർശിക്കുന്ന ആളുകൾ എല്ലാവരും തങ്ങളെയും അതേ കാഠിന്യത്തിൽ വിമർശിക്കുന്നവരായിരിക്കും. തങ്ങളോടും മറ്റുള്ള വരോടും അവർ സംസാരിക്കുന്നത് ഒരേ രീതിയിലായിരിക്കും. അവർ വിമർശിക്കുന്നത് ഒരു മനുഷ്യനെന്ന നിലയിൽ നിങ്ങളുടെ മൂല്യത്തെ ചോദ്യം ചെയ്യാനല്ല, പക്ഷെ വിമർശിക്കൽ അവരുടെ സ്വഭാവമായത് കൊണ്ടാണ്. നിങ്ങളുടെ വളർച്ചയുടെ പാതയിൽ നിങ്ങളെ സഹായിക്കുന്ന ഒന്നല്ല ആ വിമർശനം, മറിച്ച് നിങ്ങളുടെ സ്വഭാവത്തോടുള്ള വ്യക്തിഗത മായ ഒരു ആക്രമണമാണ് അതെങ്കിൽ അതേപ്പറ്റി കാര്യമാക്കേണ്ടതില്ല.

മനുഷ്യർ എന്ന നിലയിൽ നമുക്ക് ഈഗോ അടിസ്ഥാനമാക്കി ചിന്തിക്കുന്ന സ്വഭാവവുമുണ്ട്. നാം സ്വയം തീരുമാനിച്ച മൂല്യങ്ങളും നിയമങ്ങളും മറ്റുള്ളവരും പാലിക്കണമെന്ന് വാശിപിടിക്കാൻ ഇത് കാരണമാകും. ഇതിനർത്ഥം, അവരുടെ വിമർശനവും അവരുടെ ലോക വീക്ഷണത്തിൽ നിന്നാണ് വരുന്നത്. മറ്റുള്ളവരുടെ വ്യത്യസ്തമായ ജീവി താനുഭവങ്ങളും മൂല്യങ്ങളും വ്യക്തിത്വങ്ങളും ഇതിൽ പരിഗണിക്കപ്പെ ടാതെ പോകും.

മറ്റുള്ളവർ വിമർശിക്കുന്നത് അവരുടെ മൂല്യങ്ങളും നിയമങ്ങളും അനുസരിച്ചാണ് എന്ന് മനസ്സിലാക്കുന്നത് സഹായകമാണ്. പ്രത്യേ കിച്ച് നിങ്ങൾ ആളുകളെ പ്രീതിപ്പെടുത്താൻ ശ്രമിക്കുന്ന സ്വഭാവം ഉള്ളയാളാണെങ്കിൽ ഇത് ഏറെ പ്രധാനമാണ്. നമുക്ക് എല്ലാവരുടെയും ആശയങ്ങളും കാഴ്ചപ്പാടുകളും എപ്പോഴും ഉൾപ്പെടുത്താൻ കഴിയില്ല. ഒരു വ്യക്തിയുമായി നമുക്ക് അടുത്ത ബന്ധമുണ്ടെങ്കിൽ അവരുടെ അഭിപ്രായത്തിന് നാം വലിയ വില കൊടുക്കും. അവരിൽ നിന്ന് വരുന്ന വിമർശനം ഏറെ വേദനാജനകമാവുകയും ചെയ്യും. എന്നാൽ അവരുടെ വിമർശനം മനസ്സിലാക്കാനുള്ള കൂടുതൽ അറിവും നമുക്കുണ്ടാകും.

പശ്ചാത്തലമാണ് ഏറ്റവും പ്രധാനം. പക്ഷേ നമുക്ക് എപ്പോഴും പശ്ചാത്തലം അറിയാൻ കഴിയണമെന്നില്ല. നമുക്ക് സന്ദർഭം അറിയി ല്ലെങ്കിൽ വിമർശനത്തെയും പൂർണ്ണമായി അറിയാൻ നമുക്ക് കഴിയില്ല. ഒരാളുടെ ആശയങ്ങൾ അവരുടെ അനുഭവങ്ങളിൽ നിന്നാണല്ലോ ഉണ്ടാകുന്നത്. വിമർശനത്തെ ഒരു വസ്തുതയായി എടുത്ത് അവനവന്റെ മൂല്യത്തെ ചോദ്യം ചെയ്യുവാനാണ് സ്വാഭാവികമായി തോന്നുക.

ആത്മാഭിമാനം വളർത്താം

എല്ലാ വിമർശനവും മോശമല്ല. വിമർശനം ഒരു പ്രത്യേക സ്വഭാവത്തെ പ്പറ്റിയാകുമ്പോൾ നമുക്ക് കുറ്റബോധം തോന്നുകയും ആ ബന്ധത്തിലെ തെറ്റുകൾ തിരുത്താൻ നമുക്ക് പ്രേരണ തോന്നുകയും ചെയ്യും. വിമർശനം നമ്മുടെ വ്യക്തിത്വത്തെ ആക്രമിക്കുമ്പോൾ നമ്മുടെ ആത്മാഭിമാനം തകരുകയും നമുക്ക് നാണക്കേട് തോന്നുകയുമാണ് ചെയ്യുക.

നാണക്കേട് ദേഷ്യവും അറപ്പും പോലെയുള്ള വികാരങ്ങളുമായി കലരുമ്പോൾ ഏറെ വേദനാജനകമാണ്. അത് പൊതുവിടത്ത് തോന്നുന്ന ചമ്മലിനെക്കാൾ ഏറെ വ്യത്യസ്തമാണ്. നാണക്കേട് ഒരു വേദനയാണ്. നമുക്ക് സംസാരിക്കാനോ ചിന്തിക്കാനോ എന്തെങ്കിലും ചെയ്യാനോ പോലും കഴിയാതെ വരുന്നു. നമുക്ക് ഇല്ലാതാകണമെന്നും ഒളിക്കണമെന്നും ഒക്കെ തോന്നും. ആ തോന്നലിന്റെ തീവ്രതയിൽ നിന്ന് തിരിച്ചുവരിക ഏറെ ബുദ്ധിമുട്ടാണ്.

നാണക്കേട് നമ്മുടെ സ്വത്വത്തിലെ ഭീഷണിയോടുള്ള പ്രതികരണങ്ങൾ ഉയർത്തും. നമ്മുടെ വികാരങ്ങൾക്ക് നേരെ ഒരു തീ കൊളുത്തിയത് പോലെയാണ് തോന്നുക. നമുക്ക് ദേഷ്യം വരുന്നതോടൊപ്പം പേടിയും അറപ്പും ഒക്കെ ഒന്നിച്ച് വരും. പിന്നീടാണ് സ്വയം വിമർശിക്കാനും ആക്രമിക്കാനും കുറ്റപ്പെടുത്താനും ഒക്കെയുള്ള തോന്നൽ പടയാളികളെപ്പോലെ ആർത്തുവരിക.

അങ്ങനെ ഒരു തോന്നൽ വരുമ്പോൾ ആദ്യം മനസ്സിൽ വരുന്നത് ഇതെല്ലാം മറച്ചുവയ്ക്കാമെന്ന ചിന്തയാണ്. എന്നാൽ നാണക്കേടിനെ അവഗണിക്കാൻ എളുപ്പമല്ല. അപ്പോൾ നാം ഏറ്റവും അടിപ്പെടുന്ന തരം കാര്യങ്ങളിലേയ്ക്ക് പെട്ടെന്നുള്ള ആശ്വാസം നേടാനായി പോകും.

നാണക്കേടിനെ നേരിടാനുള്ള കഴിവ് നമുക്ക് പഠിക്കാൻ കഴിയും, പക്ഷേ അത് ജീവിതകാലം മുഴുവൻ നീണ്ടുനിൽക്കുന്ന ഒരു പരിശീലനമാണ്. നാണക്കേടിനെ നേരിടാനുള്ള കഴിവ് വളർത്തിയെടുക്കുക എന്നതിനർത്ഥം നിങ്ങൾക്ക് ഇനി ഒരിക്കലും നാണക്കേട് തോന്നില്ല എന്നല്ല. മറിച്ച്, അത്തരം സാഹചര്യങ്ങളിൽ നിന്ന് എണീറ്റ് പൊടി തട്ടി മുന്നോട്ടുപോകുന്നതെങ്ങനെയെന്നാണ് നാം പഠിക്കുന്നത്.

നാണക്കേട് അനുഭവിച്ച ശേഷം നിങ്ങളുടെ ആത്മാഭിമാനം നഷ്ടപ്പെടാതെ തിരിച്ച് വരുന്നതിൽ ചില കാര്യങ്ങൾ ഉൾപ്പെടും.

- നിങ്ങൾക്ക് നാണക്കേട് തോന്നിക്കുന്നത് എന്താണെന്ന് അടുത്തറിയുക. നമ്മുടെ ജീവിതത്തിലെ ചില കാര്യങ്ങളും വസ്തുക്കളും ഒക്കെ നാം ആരാണെന്നതിന്റെ കൂടെ ഭാഗമാണ്. നമ്മുടെ കുടുംബ പശ്ചാത്തലമോ ശരീരഭംഗിയോ ക്രിയാത്മകതയോ ഒക്കെ ഇതിന്റെ ഭാഗമാകാം. നിങ്ങളുടെ ആത്മാഭിമാനവുമായി ചേർന്നുപോകുന്ന എന്തിൽ നിന്നും നിങ്ങൾക്ക് നാണക്കേട് ഉണ്ടാകാം. അവനവനെപ്പറ്റി മൂല്യം തോന്നണമെങ്കിൽ ഒരു മനുഷ്യൻ എന്ന നിലയിൽ നമ്മുടെ മൂല്യം തെറ്റില്ലാതെ ജീവിക്കുന്നതിൽ നിന്നല്ല ഉണ്ടാകുന്നത് എന്ന് തിരിച്ചറിയണം.
- നമ്മുടെ വിമർശനങ്ങളും വിലയിരുത്തലുകളും ശരിയായി വിശകലനം ചെയ്യുന്നത് പ്രധാനമാണ്. മറ്റൊരാളോ നിങ്ങൾ സ്വയമോ വിമർശിക്കുമ്പോൾ ഓർക്കുക, വിമർശനങ്ങളും അഭിപ്രായങ്ങളും യാഥാർത്ഥ്യമല്ല. നമ്മുടെ ലോകവീക്ഷണം മാറ്റാൻ കഴിവുള്ള കഥകളാണ് അവ.

- നിങ്ങളുടെ മൂല്യം മനസ്സിലാക്കുമ്പോൾ അതിൽ നിന്ന് ഇത്തരം ആക്രമണങ്ങളും പേര് വിളികളും ഒക്കെ മാറ്റി നിറുത്തി ചില സ്വഭാവങ്ങളിലും അവയുടെ പരിണിതഫലങ്ങളിലും ശ്രദ്ധ വയ്ക്കേണ്ടതാണ്. തെറ്റുകുറ്റങ്ങളും കുറവുകളും ഒക്കെയാണ് നമ്മെ മനുഷ്യരാക്കുന്നത് എന്ന് മറക്കാതിരിക്കുക. നിങ്ങളുടെ കുറവുകളുമായി സന്ധി ചെയ്യുക. നിങ്ങളുടെ തോൽവിയുടെ മുന്നിൽ പോലും നിങ്ങൾക്ക് സ്വന്തം മൂല്യം നഷ്ടപ്പെട്ടതായി തോന്നില്ല. നിങ്ങൾക്ക് നിങ്ങളുടെ അനുഭവങ്ങളിൽ നിന്ന് പഠിക്കാനും അതിന്റെ ഗുണം അനുഭവിക്കാനും കഴിയും.
- എന്താണ് പറയുന്നത് എന്ന് ശ്രദ്ധിക്കുക. വിമർശനങ്ങൾ വേദനാജനകമാണ്. അപ്പോൾ നമ്മുടെ തലച്ചോറിന് നമ്മുടെ സുരക്ഷ ഉറപ്പിക്കാൻ തോന്നും. വിമർശനങ്ങളെയെല്ലാം അകറ്റി നിറുത്തി എന്നെന്നേയ്ക്കുമായി നമ്മെ സുരക്ഷിതരാക്കി നിറുത്താൻ സഹായിക്കുന്ന പടച്ചട്ടകൾ ഒന്നും ലഭ്യമല്ല. മാത്രമല്ല നിങ്ങളുടെ ഏറ്റവും ശക്തനായ വിമർശകൻ നിങ്ങളുടെ ഉള്ളിൽ തന്നെയാകുമ്പോൾ ഏത് പടച്ചട്ട നിങ്ങളെ രക്ഷിക്കാനാണ്? ഒരു കഠിനമായ വിമർശനം നിങ്ങളെ തകർത്തുകളയും. സ്വാഭാവികമായി അപ്പോൾ അടുത്ത അഞ്ച് മണിക്കൂർ നിങ്ങൾ ഇത് തന്നെ തലയിൽ കൊണ്ട് നടക്കും. ഇതൊരു ഭീഷണിയായത് കൊണ്ട് തലച്ചോറും അത് ശ്രദ്ധിക്കും. ഓരോ തവണ നിങ്ങൾ ഇത് ആലോചിക്കുംതോറും നിങ്ങളുടെ മനസ്സിലെ പിരിമുറുക്കം കൂടും. ഒരു അടി മനസ്സിൽ ഒരു നൂറ് അടിയായി മാറും. സഹായകമായ വിമർശനത്തെപ്പറ്റി ചിന്തിക്കുന്നത് നല്ലതാണ്. നമ്മുടെ പ്രവർത്തി മെച്ചപ്പെടുത്താൻ അത് സഹായിക്കും. എന്നാൽ ഒരു മോശം കമന്റിനെ മനസ്സിലിട്ട് വളർത്തുന്നത് നിങ്ങളുടെ സ്വത്വത്തെ തുടരെ ആക്രമിക്കുന്നത് പോലെയാണ്. അതുകൊണ്ട് യാതൊരു ഗുണവുമില്ല.
- വിമർശനം ഉണ്ടായാൽ സ്വയം ശരിയായ രീതിയിൽ സംസാരിക്കുക. ഈ നാണക്കേട് മറികടന്നു വളരാൻ അത് നിങ്ങളെ സഹായിക്കും. നാണക്കേടിലൂടെ കടന്നുപോകുമ്പോൾ സ്വയം പുച്ഛം തോന്നാം.അതിനെതുടരെഎതിരിടണമെന്നുനിങ്ങൾക്ക്തോന്നാം. അവനവനോട് ബഹുമാനവും കരുണയും കാണിക്കുന്നത് പ്രധാനമാണ്. എന്നാൽ നിങ്ങൾ അത് അർഹിക്കുന്നില്ലെന്ന് നിങ്ങൾക്ക് തോന്നാം. സത്യത്തിൽ വീണുകിടക്കുന്ന ഒരാൾക്ക് എണീക്കാൻ കഴിയണമെങ്കിൽ അയാളെ അടിക്കുന്നത് നിറുത്തണം. വിമർശനങ്ങളിൽ നിന്ന് ഗുണം ലഭിക്കണമെങ്കിൽ ഏത് വിമർശനത്തെ സ്വീകരിച്ച് പഠിക്കാനുള്ള അവസരമായി ഉപയോഗിക്കണമെന്നും ഏത് വിമർശനത്തെ നിങ്ങളുടെ ആത്മാഭിമാനം തകർക്കുന്നത് മാത്രമായി കണ്ടു തള്ളിക്കളയണമെന്നും മനസ്സിലാക്കാൻ കഴിയണം.

- നാണക്കേടിനെപ്പറ്റി സംസാരിക്കുക. നിങ്ങൾക്ക് വിശ്വാസമുള്ള ആരോടെങ്കിലും തുറന്നു സംസാരിക്കുക. നിങ്ങളുടെ അനുഭവങ്ങൾ അനുകമ്പയോടെ കേൾക്കുന്ന ഒരാളോട് പങ്കിടുമ്പോൾ ആ നാണക്കേടിൽ നിന്ന് പുറത്തു കടക്കാൻ നിങ്ങൾക്ക് കഴിയും.

സ്വയം അറിയുക

വിമർശനങ്ങൾ മുന്നിൽ വരുമ്പോൾ നിങ്ങളുടെ ജീവിതം ജീവിക്കുക എന്നാൽ അതിനർത്ഥം എന്താണ്?

- എന്തുകൊണ്ടാണ് ഈ അഭിപ്രായങ്ങൾ നിങ്ങൾക്ക് പ്രധാനമാണെന്ന് മനസ്സിലാക്കുക. ആരുടെ അഭിപ്രായമാണ് നിങ്ങൾക്ക് ഏറെ പ്രധാനം? 'ആര് എന്ത് കരുതുന്നു എന്നത് എനിക്ക് പ്രധാനമില്ല' എന്ന് നിങ്ങൾ പറഞ്ഞാലും അത് ഒരിക്കലും സത്യമല്ലെന്നു മാത്രമല്ല അതിൽ നിങ്ങളുടെ അരക്ഷിതാവസ്ഥകൾ ഒളിഞ്ഞിരിക്കുന്നുമുണ്ട്. അർത്ഥവത്തായ ബന്ധങ്ങളിൽ നിന്ന് അത് നമ്മെ പിന്തിരിപ്പിക്കുന്നു. രണ്ടു ശബ്ദങ്ങൾക്കും വിലയുള്ള ആശയവിനിമയ സാദ്ധ്യതകൾ നിങ്ങൾ അടച്ചുകളയുകയാണ് അവിടെ. എന്നാൽ നിങ്ങൾ വിലമതിക്കേണ്ട അഭിപ്രായങ്ങൾ ചുരുക്കം ആളുകളുടേതായിരിക്കണം. ആരാണ് പ്രധാനം എന്ന് തിരിച്ചറിഞ്ഞാൽ അതിനർത്ഥം അവരെ പ്രീതിപ്പെടുത്തുന്നത് നിങ്ങളുടെ ഉത്തരവാദിത്തമാണ് എന്നല്ല. നിങ്ങൾ അവരുടെ അഭിപ്രായം, അത് പ്രശംസയല്ലെങ്കിൽ പോലും കേൾക്കാൻ തയ്യാറാണ് എന്നാണ് അർത്ഥം. കാരണം അത് സത്യസന്ധമാണെന്നും അവർ നിങ്ങളുടെ നന്മയാണ് കരുതുന്നതെന്നും അതുകൊണ്ട് അവരുടെ അഭിപ്രായം സഹായകമായിരിക്കും എന്നും ഒക്കെയാണ് നാം മനസ്സിലാക്കേണ്ടത്.
- നിങ്ങൾ എന്തുകൊണ്ടാണ് നിങ്ങൾ ചെയ്യുന്ന കാര്യങ്ങൾ ചെയ്യുന്നത്? നിങ്ങൾക്ക് ഏറ്റവും കൂടുതൽ അംഗീകാരം ആവശ്യമുള്ള വ്യക്തി നിങ്ങളാണ്. നമ്മുടെ ജീവിതരീതി നമ്മുടെ മൂല്യങ്ങളുമായും നമുക്ക് ഏറ്റവും പ്രധാനപ്പെട്ട കാര്യങ്ങളുമായും പൊരുത്തപ്പെടുന്നില്ലെങ്കിൽ, ജീവിതം അർത്ഥപൂർണ്ണമോ സംതൃപ്തികരമോ ആയി തോന്നുന്നത് അവസാനിക്കുന്നു. നിങ്ങൾക്ക് എന്ത് തരം ആളായാണ് ജീവിക്കേണ്ടത് എന്നും എങ്ങനെയാണ് ജീവിക്കേണ്ടതെന്നും ലോകത്തിനു എങ്ങനെ ഉപകാരപ്പെടാം എന്നും ഒക്കെ അറിഞ്ഞാൽ ആ വഴിയാണ് നിങ്ങൾ ശ്രദ്ധിക്കേണ്ടത്. നിങ്ങൾ ആരാണെന്നും ആരാകണമെന്നും നിങ്ങൾക്ക് കൃത്യമായ ധാരണയുണ്ടെങ്കിൽ ഏതൊക്കെ വിമർശനം തള്ളണമെന്നും കൊള്ളണമെന്നും അറിയാൻ എളുപ്പമാണ്.

- പരിചിതമായ ഈ വിമർശനങ്ങൾ എവിടെ നിന്നാണ് വരുന്നതെന്നും അവ നമ്മുടെ നന്മയ്ക്ക് ഉതകുന്നതാണോ എന്നറിയുന്നതും പ്രധാനമാണ്. വിമർശനബുദ്ധിയുള്ള ഒരാൾ നിങ്ങളുടെ ജീവിതത്തിൽ ഉണ്ടെങ്കിൽ അവർ സംസാരിക്കുന്നതിനു മുൻപ് തന്നെ അവരുടെ ശബ്ദം നിങ്ങൾക്ക് കേൾക്കാൻ കഴിയും. കുറച്ചുനാൾ കൊണ്ട് അവരുടെ തുടരെയുള്ള വിമർശനം നിങ്ങളുടെ തന്നെ ശബ്ദമായി മാറും. നിങ്ങൾ ഇത്ര കഠിനമായി സ്വയം വിമർശിക്കുന്നത് ഈ പഠനം കാരണമാകാം. നാം നമ്മെപ്പറ്റി ഇങ്ങനെ സംസാരിക്കാൻ പഠിച്ചതാണ് എന്ന് തിരിച്ചറിയുന്നത് നല്ലതാണ്, അപ്പോൾ നമുക്ക് ഉപകാരപ്പെടുന്ന പുതിയ വർത്തമാനങ്ങൾക്കായി സ്വയം പരിശീലിക്കാം.

അധ്യായ സംഗ്രഹം

- വിമർശനങ്ങളെയും വിയോജിപ്പുകളെയും ആരോഗ്യകരമായ രീതിയിൽ നേരിടാൻ പഠിക്കുക എന്നത് വളരെ പ്രധാനപ്പെട്ട ഒരു ജീവിത നൈപുണ്യമാണ്..
- മറ്റുള്ളവർ എന്ത് കരുതും എന്ന് ചിന്തിക്കുന്നത് സ്വാഭാവികമാണ്. ആരെന്ത് വിചാരിച്ചാലും എനിക്ക് പ്രശ്നമല്ല എന്ന് പറയുന്നത് ഒരു ഉത്തരമല്ല.
- ആളുകളെ പ്രീതിപ്പെടുത്തുക എന്നാൽ ആളുകളോട് നന്നായി പെരുമാറുക എന്ന് മാത്രമല്ല അർത്ഥം. നിങ്ങളുടെ ആവശ്യങ്ങൾക്കും മേലെ നിങ്ങൾ മറ്റുള്ളവരെ വയ്ക്കുകയും അവനവന്റെ ആരോഗ്യവും സമാധാനവും ബലി കഴിക്കുകയും ചെയ്യും.
- ചിലർ എന്തുകൊണ്ടാണ് ഏറെ വിമർശിക്കുന്നത് എന്ന് മനസ്സിലാക്കുന്നത് സഹായകമാണ്.
- നിങ്ങളുടെ ആത്മാഭിമാനവും പരിശ്രമവും കൊണ്ട് നാണക്കേടുകളെ മാറ്റിനിറുത്താൻ സാധിക്കുമെന്ന് മാത്രമല്ല അത് നിങ്ങളുടെ ജീവിതം തന്നെ മാറ്റി മറിക്കും.

19

ആത്മവിശ്വാസത്തിന്റെ താക്കോൽ

ഒരു ചെറിയ ഗ്രാമത്തിൽ വളർന്നപ്പോൾ ടീനേജരായ ഞാൻ സ്വയം ആത്മവിശ്വാസമുള്ള ഒരാളാണെന്നാണ് കരുതിയത്. പിന്നീട് ഞാൻ നൂറു മൈൽ ദൂരെയുള്ള സർവ്വകലാശാലയിൽ പഠിക്കാൻ പോയി. എന്നാൽ എന്റെ ആത്മവിശ്വാസം മുഴുവൻ വീട്ടിൽ തന്നെ തങ്ങി. ഞാൻ എളുപ്പം മുറിപ്പെട്ടു. എനിക്ക് എന്നെത്തന്നെ സംശയമാണ്. എങ്ങിനെ എവിടെ ചേരണം എന്ന് എനിക്ക് സംശയമാണ്. പതിയെ സർവ്വകലാശാല ജീവിതം എന്റെ സ്വാഭാവിക ജീവിതമാവുകയും നഷ്ടപ്പെട്ട ആത്മവിശ്വാസം ഞാൻ മെല്ലെ വീണ്ടെടുക്കുകയും ചെയ്തു.

ബിരുദാനന്തരം, ഒരു ആസക്തി വിരുദ്ധ സേവനത്തിൽ ഗവേഷക നായി എനിക്ക് ജോലി ലഭിച്ചു. സർവ്വകലാശാലയുടെ കാര്യങ്ങൾ ചെയ്യാനുള്ള ആത്മവിശ്വാസം മതിയാകാതെ വന്നു. എനിക്ക് ഈ പുതിയ മേഖലയിൽ ആത്മവിശ്വാസം വളർത്തിക്കൊണ്ടു വരേണ്ടതായി വന്നു. എന്റെ ക്ലിനിക്കൽ പരിശീലനം തുടങ്ങിയപ്പോഴും എന്റെ കുട്ടി ജനിച്ച ശേഷം എന്റെ സ്വന്തം പ്രാക്ടീസ് തുടങ്ങിയപ്പോഴും എന്റെ അറിവുകൾ സോഷ്യൽ മീഡിയയിൽ പങ്കിടാൻ തുടങ്ങിയപ്പോഴും എല്ലാം ഈ തോന്നൽ എന്നെ തേടിയെത്തി.

ജീവിതത്തിൽ ഓരോന്നും മാറിമാറി വരുമ്പോൾ, ഒരിക്കൽ ശക്തമായി തോന്നിയ ആത്മവിശ്വാസം പെട്ടെന്ന് കുറയുകയും ബലഹീനത തിരികെ വരികയും ചെയ്യുന്നു. ആത്മവിശ്വാസം നിങ്ങൾക്ക് വേണ്ടി നിങ്ങൾ പണിയുന്ന ഒരു വീട് പോലെയാണ്. പുതിയ എവിടെയെങ്കിലും പോകുമ്പോൾ പുതിയ വീട് കെട്ടേണ്ടി വരും. എന്നാൽ അപ്പോൾ നാം ഒന്നിൽ നിന്ന് തുടങ്ങുകയല്ല. അറിയാത്ത എന്തിലേയ്ക്കെങ്കിലും ഇറങ്ങി നാം പുതിയതായി എന്തെങ്കിലും പരീക്ഷിക്കുമ്പോൾ, തെറ്റ് പറ്റുമ്പോൾ, നിസ്സഹായരാകുമ്പോൾ, അത് കടന്നു വീണ്ടും ആത്മവിശ്വാസം വീണ്ടെടുക്കുമ്പോൾ ഒക്കെ നാം നമുക്ക് ഇതൊക്കെ കടന്നുപോകാനുള്ള ശക്തിയുണ്ടെന്ന് തെളിവ് സഹിതം

മനസ്സിലാക്കി അടുത്ത അധ്യായത്തിലേയ്ക്ക് കടക്കുകയാണ്. വീണ്ടും വീണ്ടും പുതിയ കാര്യങ്ങൾ ചെയ്യാനുള്ള ധൈര്യം നാം കൂടെ കൂട്ടുന്നു. ഓരോ തവണ ഞാൻ വിട്ട് ചാടുന്ന ഒരു ട്രപ്പീസുകളിക്കാരിക്ക് ഈ വിശ്വാസമാണ് വേണ്ടത്. അവർ എപ്പോഴും പൂർണ്ണമായി സുരക്ഷിതയല്ല, എന്നാൽ ഓരോ തവണയും ധൈര്യത്തോടെ ആ റിസ്ക് എടുക്കാമെന്ന ഉറപ്പാണ് അവർക്ക് കിട്ടുന്നത്.

ആത്മവിശ്വാസം വളർത്തണമെങ്കിൽ, അതില്ലാത്ത ഇടത്തേക്ക് പോവുക

ആത്മവിശ്വാസം സുഖമുള്ള ഒരു അവസ്ഥയല്ല. ആത്മവിശ്വാസത്തിന്റെ അർത്ഥം പേടിയില്ലാത്ത ജീവിതമാണെന്ന് പറഞ്ഞാൽ തെറ്റിപ്പോകും. ആത്മവിശ്വാസത്തിന്റെ താക്കോൽ അതിന്റെ നേർ വിപരീതമാണ്. അതിനർത്ഥം പേടിയോടെ നാം നമുക്ക് ശരിയെന്ന തോന്നുന്ന കാര്യങ്ങൾ ചെയ്യുന്നു എന്നാണ്.

എന്തിലെങ്കിലും ആത്മവിശ്വാസം തോന്നുമ്പോൾ നന്നായി തോന്നും. അവിടെത്തന്നെ തുടരാൻ തോന്നും. എന്നാൽ ആത്മവിശ്വാസം ഉള്ളിടത്ത് മാത്രം നാം പോയാൽ അത് വളരില്ല. നന്നായി ചെയ്യാൻ കഴിയുമെന്ന് ഉറപ്പുള്ള കാര്യങ്ങൾ മാത്രം ചെയ്താൽ, പുതിയതിനോട് ഭയമുണ്ടാവുകയും അജ്ഞാതമായവ വളരുകയും ചെയ്യും. നമ്മുടെ നിസ്സഹായതകളുമായി സഹകരിച്ചേ മതിയാകൂ. എങ്കിൽ മാത്രമേ കുറച്ചുകാലം ആത്മവിശ്വാസമില്ലാതെ ജീവിക്കാൻ കഴിയൂ.

അല്പനാൾ ആത്മവിശ്വാസമില്ലാതെ നില്ക്കാൻ തയ്യാറായാൽ മാത്രമേ അത് വളരൂ. പേടിയിലേയ്ക്ക് ഇറങ്ങി അറിയാത്ത കാര്യങ്ങളിൽ നിൽക്കുമ്പോഴാണ് അടിയുറച്ച ആത്മവിശ്വാസം ഉണ്ടാവുക. ആദ്യം ധൈര്യം വരും, പിന്നാലെയാണ് ആത്മവിശ്വാസം വരിക. ഇതിനർത്ഥം എപ്പോഴും വൈകാരിക മുനമ്പുകളിൽ നിന്ന് എടുത്തു ചാടണം എന്നല്ല.

എന്നാൽ അതിനർത്ഥം ഭയം എങ്ങനെയാണ് നമ്മുടെ ഏറ്റവും മികച്ച പ്രകടനം കാഴ്ചവയ്ക്കാൻ സഹായിക്കുന്നതെന്ന് നാം മനസ്സിലാക്കണം, കൂടാതെ ശ്രമിക്കുന്നതിന് മുമ്പ് തന്നെ അത് ഇല്ലാതാക്കേണ്ടി വരാതിരിക്കാൻ ആ ഭയവുമായുള്ള നമ്മുടെ ബന്ധം മാറ്റണം. ഭയം നമ്മോടൊപ്പം കൊണ്ടുപോകാൻ നാം പഠിക്കണം.

ആത്മവിശ്വാസം വളർത്താൻ ഉപയോഗിക്കാവുന്ന ഒരു ലേർണിംഗ് മോഡലാണ് ഓവർലീഫ് (Luckner & Nadler, 1991). നിങ്ങളുടെ ജീവിതത്തിലെ ഏതൊക്കെ ഇടങ്ങളാണ് കംഫർട്ട് സോൺ ആയി മാറിയിരിക്കുന്നത് എന്ന് നോക്കുക. ഏതൊക്കെ ജോലികളാണ് നിങ്ങൾക്ക് ഒരു വെല്ലുവിളിയാകുന്നതെന്നും ഏതൊക്കെയാണ് നിങ്ങൾക്ക് ചെയ്യാൻ കഴിയുന്നതെന്നും ഏതൊക്കെയാണ് നിങ്ങളെ പാനിക്ക് സോണിലേയ്ക്ക് വിടുന്നതെന്നും അറിയാൻ ശ്രമിക്കുക. നിങ്ങളുടെ വെല്ലുവിളികളെ

നിങ്ങൾ നേരിടുമ്പോൾ ധൈര്യം കാണിച്ചുകൊണ്ട് നിങ്ങൾ ആത്മ വിശ്വാസം വളർത്തുകയാണ് ചെയ്യുന്നത്.

ആത്മവിശ്വാസം വളർത്താൻ ശ്രമിക്കുമ്പോൾ നിങ്ങൾ സ്വയം സ്വീകരിക്കുകയും അനുകമ്പയോടെ അവനവനെ നോക്കുകയും പേടിയുടെയും നിസ്സഹായതയുടെയും മൂല്യം അറിയുകയുമാണ് ചെയ്യുന്നത്. ഇത് അത്ര എളുപ്പമല്ലാത്ത ഒരു ബാലൻസിംഗ് ആക്ട് ആണ്. ഈ പുസ്തകത്തിൽ പറയുന്ന അറിവുകൾ ഒക്കെ നിങ്ങൾക്ക് ഉപകാരപ്പെടും. ശ്രമകരമായ കാര്യങ്ങൾ ചെയ്യാനും അസ്വസ്ഥതകൾ സഹിക്കാനും അതിനെല്ലാമിടയിൽ വളരാനുമുള്ള കഴിവാണ് നിങ്ങൾ ഉണ്ടാക്കുന്നത്.

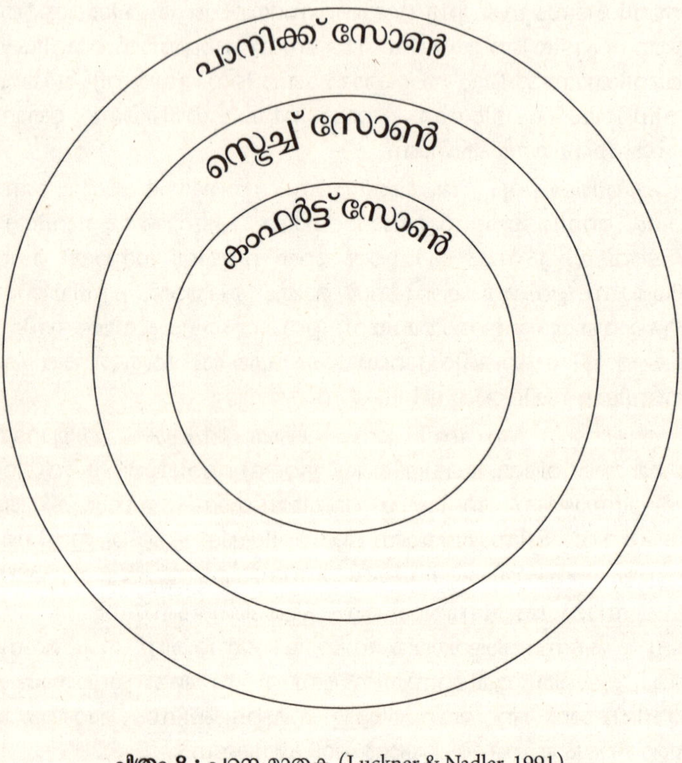

ചിത്രം 8 : പഠന മാതൃക (Luckner & Nadler, 1991).

ഈ സ്ട്രെച്ച് സോണിലേയ്ക്ക് കടക്കാൻ വേണ്ട പ്രധാന കാര്യങ്ങൾ ഇവയാണ് :

- പരിശ്രമിച്ചാൽ മെച്ചപ്പെടാൻ കഴിയുമെന്ന തിരിച്ചറിവ്.
- കുറച്ച നാളത്തെ നിസ്സഹായത സഹിക്കാനുള്ള ഒരുക്കം.

- ജയിച്ചാലും തോറ്റാലും നിങ്ങൾ പൂർണ്ണ സമർപ്പണത്തോടെ ചെയ്യേണ്ടത് ചെയ്യുമെന്ന നിശ്ചയം. ഇതിനർത്ഥം അവനവനോടുള്ള അനുകമ്പ ജീവിതത്തിൽ കൊണ്ടുനടക്കുകയും സ്വന്തം പരിശീലക നാവുകയും ഏറ്റവും ക്രൂരവിമർശകനാകാതിരിക്കുകയും ചെയ്യുക എന്നതാണ്.
- നാണക്കേടിലൂടെ എങ്ങനെ സഞ്ചരിക്കണമെന്ന് അറിയുകയും തോൽവികളിൽ നിന്ന് ഉയിർക്കുകയും നാണക്കേട് ഓർത്തു സ്വപ്നങ്ങൾ മറന്നുകളയാതിരിക്കുകയും ചെയ്യുക. ഇതിനായി സെക്ഷൻ 3 കാണുക.
- ആത്മവിശ്വാസം വളർത്തുമ്പോൾ പേടിയിൽ ജീവിക്കണമെന്നില്ല. എല്ലാ ദിവസവും പേടിയിലേയ്ക്ക് ഇറങ്ങുകയും അതുമായി സമയം ചെലവിടുകയും എന്നാൽ നാളെ വീണ്ടും തുടരാനായി അവനവനെ സുഖപ്പെടാൻ അനുവദിക്കുകയും ചെയ്യുക. പേടിയെപ്പറ്റിയുള്ള സെക്ഷൻ 6 കാണുക.

നിങ്ങളുടെ ആത്മാഭിമാനത്തിനായി പ്രവർത്തിക്കേണ്ടതില്ലാത്തത് എന്തുകൊണ്ട്?

ആത്മാഭിമാനം എന്ന ആശയത്തിലും, നമ്മളിൽത്തന്നെ വിശ്വാസ മുണ്ടെങ്കിൽ, നമുക്ക് മികച്ച പ്രകടനം കാഴ്ചവയ്ക്കാനും നമ്മുടെ ബന്ധങ്ങളും ജീവിതത്തിലെ മൊത്തത്തിലുള്ള സന്തോഷവും മെച്ചപ്പെടുത്താനും കഴിയുമെന്ന ആശയത്തിലും അധിഷ്ഠിതമായ ഒരു വ്യവസായം തന്നെയുണ്ട്.

ആത്മാഭിമാനം എന്നാൽ സ്വയം പോസിറ്റിവ് ആയി വിലയി രുത്തി ആ വിലയിരുത്തലുകൾ വിശ്വസിക്കുക എന്നതാണ് (Harris, 2010). ആരെങ്കിലും നിങ്ങളുടെ ആത്മാഭിമാനം മെച്ചപ്പെടുത്താൻ ശ്രമിക്കുമ്പോൾ അവർ നിങ്ങൾക്ക് നിങ്ങളിൽ ഇഷ്ടമുള്ള കാര്യങ്ങൾ ഓർത്തെടുക്കാൻ പറയും. എങ്ങനെ നിങ്ങൾക്ക് വിജയം കണ്ടെത്താം എന്ന ചോദ്യം ചോദിക്കും. എന്നാൽ 'വിജയം' എന്ന ഈ ആശയത്തോട് എനിക്ക് എതിർപ്പുണ്ട്. വിജയത്തെ നാം ധനം, ജയങ്ങൾ, മറ്റുള്ളവരുടെ പ്രശംസയ്ക്ക് പാത്രമാക്കൽ എന്നിങ്ങനെയുള്ള കാര്യങ്ങളുമായാണ് ബന്ധിപ്പിക്കാറുള്ളത്. അപ്പോൾ നിങ്ങൾ വിജയിക്കുന്നുണ്ടോ എന്ന് എങ്ങനെ അറിയും? നിങ്ങൾ സ്വയം മറ്റുള്ളവരോട് തട്ടിച്ചുനോക്കും. ഒരുപക്ഷെ നിങ്ങൾ ഓൺലൈൻ പോയി ലോകത്തിലെ 4.6 ബില്യൺ ഇന്റർനെറ്റ് ഉപയോക്താക്കളുമായി സ്വയം താരതമ്യം ചെയ്യും. അങ്ങനെ നോക്കുമ്പോൾ നിങ്ങളെക്കാൾ മികച്ച പലരെയും നിങ്ങൾ കാണും. അപ്പോൾ നിങ്ങളുടെ ആത്മാഭിമാനം ഒന്ന് മുറിപ്പെടും. കാരണം നിങ്ങൾ വിജയിച്ചില്ലെന്നു മാത്രമല്ല നിങ്ങൾ സ്വയം ഒരു പരാജയമാണെന്നും നിങ്ങൾക്ക് തോന്നും.

ഓഫ്‌ലൈൻ ആയി നിങ്ങളുടെ സുഹൃത്തുക്കളോടും കുടുംബാംഗങ്ങളോടും ഒന്ന് തുലനം ചെയ്താലോ? അതും ആരോഗ്യകരമായ ബന്ധങ്ങൾക്ക് നല്ലതല്ല. 'വിജയത്തിന്'' ഒരു അളവ് തീരുമാനിച്ചാൽ നിങ്ങൾ സ്വയം താരതമ്യം ചെയ്യുന്ന ആളുകളുമായി ആരോഗ്യകരമായ ബന്ധം തുടരാൻ നിങ്ങൾക്ക് കഴിയില്ല. നിങ്ങളുടെ ജോലി നഷ്ടപ്പെടുകയും സുഹൃത്തിന് പ്രൊമോഷൻ ലഭിക്കുകയും ചെയ്താലോ? സൈക്കോളജി ഗവേഷകർ പറയുന്നത് ഉയർന്ന ആത്മാഭിമാനം മികച്ച വിജയത്തിൽ നിന്നോ മികച്ച ബന്ധങ്ങളിൽ നിന്നോ അല്ല, മറിച്ച് അഹങ്കാരം, അസൂയ, വേർതിരിവ് എന്നീ വികാരങ്ങളുമായാണ് കൂടുതൽ ബന്ധം കാണിക്കുന്നത് എന്നാണ് (Baumeister et al., 2003). ആത്മാഭിമാനം വളർത്താനുള്ള ശ്രമങ്ങളിൽ വിശ്വസിക്കാനുള്ള തെളിവുകളൊന്നും അവർ കണ്ടെത്തിയില്ല.

'വിജയം' ഒരു പ്രധാന ഘടകമായിരിക്കുമ്പോൾ ആത്മാഭിമാനം ഉണ്ടാകണമെന്നില്ല. നിങ്ങൾ ആ സൈക്കോളജിക്കൽ കടം ഒരിക്കലും വീട്ടി തീർക്കില്ല. നിങ്ങൾ അത്ര പോരാ എന്നായിരിക്കും തുടരെ നിങ്ങൾ സ്വയം വിലയിരുത്തുക. നിങ്ങൾ വിജയത്തിന്റെ ഒരു ചക്രത്തിൽ കിടന്ന് കറങ്ങുകയും നിങ്ങൾ പോരാ എന്ന പേടിയിൽ ജീവിക്കുകയും ചെയ്യും.

പോസിറ്റിവ് ചിന്താഗതികളെ മറന്നേക്കൂ

സോഷ്യൽ മീഡിയ തുറന്നാൽ നിങ്ങൾക്ക് ദിവസേനയുള്ള പോസിറ്റീവ് ചിന്ത കാണാതിരിക്കാനാകില്ല. നിങ്ങൾ ചിലത് സ്വയം ആവർത്തിച്ച് പറഞ്ഞാൽ അതായി മാറും എന്നാണ് ഒരു ധാരണ. എന്നാൽ സത്യത്തിൽ കാര്യങ്ങൾ അത്ര ലളിതമല്ല. ഉയർന്ന ആത്മാഭിമാനമുള്ള, ആത്മവിശ്വാസമുള്ളവർ ഇങ്ങനെ ചിലത് ആവർത്തിച്ചാൽ അവർക്ക് അത് ചെറിയ ഗുണങ്ങൾ ചെയ്തേക്കും. എന്നാൽ താഴ്ന്ന ആത്മാഭിമാനമുള്ള ആളുകൾ ഇത്തരം പോസിറ്റീവ് വാചകങ്ങൾ ആവർത്തിച്ചാലും 'ഞാൻ ശക്തനാണ്, എന്നെ എല്ലാവർക്കും ഇഷ്ടമാണ്'' എന്നൊക്കെ എത്ര ആവർത്തി പറഞ്ഞാലും അവർക്ക് മോശമായി മാത്രമേ തോന്നൂ. (Wood et al., 2009).

നമ്മുടെ ഉള്ളിൽ നടക്കുന്ന ഈ സംഭാഷണമാണ് ഇതിന് കാരണം. നിങ്ങൾ ശക്തനാണെന്നും എല്ലാവർക്കും നിങ്ങളോട് സ്നേഹമാണെന്നും എത്ര ഉറക്കെ പറഞ്ഞാലും നിങ്ങൾ അത് വിശ്വസിക്കുന്നില്ലെങ്കിൽ നിങ്ങളുടെ ഉള്ളിലുള്ള വിമർശകൻ എന്തു കൊണ്ട് നിങ്ങൾ ഇതൊന്നുമല്ലെന്ന് കാരണങ്ങൾ നിരത്തും. പിന്നീട് ഉള്ളിൽ ഒരു യുദ്ധമാണ് ഉണ്ടാവുക. നിങ്ങൾ ഈ തോന്നലുകളെ അകറ്റാൻ ശ്രമിക്കുമ്പോഴും ഇവയെല്ലാം കൂടുതൽ കൂടുതലായി അടുത്ത് വരും.

പിന്നെ എന്താണ് ചെയ്യാൻ കഴിയുക? ഞാൻ മുൻപ് പറഞ്ഞ പഠനത്തിൽ കുറഞ്ഞ ആത്മാഭിമാനമുള്ള ആളുകളോട് അവരുടെ നെഗറ്റിവ് തോന്നലുകൾ സാരമില്ല എന്ന് പറഞ്ഞപ്പോൾ അവരുടെ മൂഡ് മെച്ചപ്പെട്ടു. അവർക്ക് വിശ്വാസമില്ലാത്ത ഒരു കാര്യം സ്വയം ബോധ്യപ്പെടുത്തേണ്ട

ഭാരം അവർക്ക് ഇല്ലാതെയായി. ശക്തിയില്ലെന്നു തോന്നുന്ന ദിവസങ്ങളിൽ അത് സ്വയം പറയേണ്ട കാര്യമില്ല. ഇതൊക്കെ മനുഷ്യസഹജമാണ് എന്ന് പറയാം. നമുക്ക് സ്വയം കരുണയോടെയും പ്രോത്സാഹനത്തോടെയും ഇടപെടാം. നമുക്ക് ശക്തിയും ആത്മവിശ്വാസവും തരുന്ന കാര്യങ്ങളിലേക്ക് ശ്രദ്ധ തിരിച്ച് നാം എന്താണ് ആകാൻ ആഗ്രഹിക്കുന്നത് എന്ന് ശ്രദ്ധിക്കാം. നമ്മെപ്പറ്റി പോസിറ്റീവ് ആയ വിശ്വാസങ്ങൾ ഉണ്ടാകുമ്പോൾ അതിന് തെളിവുകൾ സൃഷ്ടിക്കുന്ന പ്രവർത്തികൾ ചെയ്യാം.

ആത്മാഭിമാനം കുറവുള്ളവർക്ക് ഇത്തരം വാക്കുകൾ ആവർത്തിക്കുന്നത് ഗുണം ചെയ്യില്ലെങ്കിലും വാക്കുകൾക്ക് വലിയ വിലയുണ്ട്. തെറ്റുകളും പരാജയങ്ങളും നിങ്ങളെ സ്വയം ആക്രമിക്കുന്ന ഒരവസ്ഥയിലാണ് എത്തിച്ചിരിക്കുന്നതെങ്കിൽ അത് പരിശോധിക്കാതെയിരിക്കരുത്. പ്രൊഫഷണൽ അത്‌ലറ്റുമാർക്ക് പ്രൊഫഷണൽ കോച്ചുകൾ ഉള്ളത് ഇതിനാണ്. ദൈനംദിന ജീവിതത്തിൽ നമുക്ക് കോച്ചുകൾ ഉണ്ടാകില്ല. അപ്പോൾ നാം സ്വയം അതാകേണ്ടതായി വരും.

തോൽവികളോടുള്ള നമ്മുടെ സ്വാഭാവികമായ മറുപടി നമ്മുടെ ചിന്തകളെ ബാധിക്കുകയും നമ്മെ സ്വയം വിമർശനത്തിലേക്ക് ഇട്ട് കൊടുക്കുകയും ചെയ്യും. ഇത് എപ്പോഴും തടയാൻ കഴിയില്ലെങ്കിലും നമുക്ക് ഗുണകരമായ ഒരു വ്യത്യസ്തമായ പ്രതികരണം നല്കാൻ നമുക്ക് കഴിയും. ആത്മവിശ്വാസം വളർത്തണമെങ്കിൽ നിങ്ങൾക്ക് സ്വന്തം വിമർശകരാകുന്നതിനു പകരം സ്വന്തം കോച്ചായി മാറാൻ കഴിയണം. തോൽവികൾ വരുമ്പോൾ എണീറ്റ് പൊടി തട്ടി വീണ്ടും ശ്രമിക്കാൻ കഴിയണം. ഒരു പ്രൊഫഷണൽ കോച്ച് നിങ്ങളെ വാക്കുകൾ കൊണ്ട് തളർത്തുകയോ നിങ്ങൾക്ക് വിശ്വാസം തോന്നാത്ത കാര്യങ്ങൾ ആവർത്തിച്ച് പറയുകയോ ചെയ്യില്ല. അവർ ആത്മാർത്ഥതയും പരിശ്രമവും ഉപാധികളില്ലാത്ത പ്രോത്സാഹനവും പിന്തുണയുമാണ് തരിക. അവർ നിങ്ങളുടെ കൂടെയാണ്, നിങ്ങൾ ജയിച്ചാലും തോറ്റാലും. അവരുടെ മനസ്സിൽ നിങ്ങളുടെ നന്മയാണുള്ളത്. അത് സ്വയം ചെയ്യുക എളുപ്പമല്ല, എന്നാൽ പരിശ്രമിച്ചാൽ മെച്ചപ്പെടുന്ന ഒരു കഴിവാണത്.

ടൂൾ കിറ്റ് : പേടിയുമായുള്ള നിങ്ങളുടെ ബന്ധം മാറ്റി ആത്മവിശ്വാസം വളർത്തുക

നിങ്ങളെ പേടിപ്പിക്കുന്ന എന്തെങ്കിലും കാര്യത്തിൽ ആത്മവിശ്വാസം വളർത്തണമെങ്കിൽ പേടിയെ അകറ്റി നിറുത്താതെ പരിഗണിക്കണം. അതിനായി തീവ്രമായ പേടി തോന്നിപ്പിക്കുന്ന സാഹചര്യങ്ങളിലേക്ക് സ്വയം ഇറങ്ങണം. അത് അത്ര നല്ല ഉപദേശമല്ല. അപ്പോൾ ആദ്യം ചെയ്യേണ്ടത് ചെറുതായി ഒന്ന് കാലുനനയ്ക്കലാണ്. നിങ്ങളുടെ കംഫർട്ട് സോണിൽ നിന്ന് അൽപ്പം ഇറങ്ങിയാൽ അധികം വിഷമങ്ങളില്ലാതെ ആ സ്ട്രെസ് റെസ്പോൺസ് നിങ്ങൾക്ക് അറിയാനാകും.

- നിങ്ങളുടെ ആത്മവിശ്വാസം കൂട്ടാൻ ആഗ്രഹിക്കുന്ന സന്ദർഭം എന്താണെന്ന് എഴുതുക. ഏറ്റവും നിസ്സഹായമായ സാഹചര്യങ്ങൾ ആദ്യം എഴുതുക. പിന്നെ അതിന്റെ പല വകഭേദങ്ങൾ ഓർക്കുക. നിങ്ങൾക്ക് അൽപ്പം ശ്രമിച്ചാൽ ചെയ്യാൻ പറ്റുന്ന കാര്യങ്ങൾ ഓർക്കുക. ഉദാഹരണത്തിന്, സാമൂഹിക സാഹചര്യങ്ങളിൽ എന്റെ ആത്മവിശ്വാസം കൂട്ടണമെങ്കിൽ ഞാൻ ലിസ്റ്റിൽ ആദ്യം എഴുതുക പാർട്ടികൾ ആയിരിക്കും. അവിടെയാണ് എനിക്ക് തീരെ ആത്മ വിശ്വാസം തോന്നാത്തത്. എന്നാൽ എനിക്ക് പരിചയമുള്ള ആളുകളുള്ള പാർട്ടി അൽപ്പം എളുപ്പമാണ്. അതിലും എളുപ്പം അടുത്ത സുഹൃത്തുക്കളുടെ ഒരു ചെറിയ കൂട്ടമാണ്. ഏറ്റവും എളുപ്പം വിശ്വാസ മുള്ള ഒരു സുഹൃത്തിന്റെ കൂടെ ഒരു കഫെയിൽ പോകുന്നതാണ്. നിങ്ങളുടെ ലിസ്റ്റ് തയ്യാറായാൽ ആദ്യം എഴുതിയതിൽ നിന്ന് തുടങ്ങരുത്. നിങ്ങൾക്ക് ബുദ്ധിമുട്ട് തോന്നുന്ന, എന്നാൽ സാധ്യമായ ഒരു കാര്യം തെരഞ്ഞെടുക്കുക. പിന്നീട് ആ പ്രവർത്തി സാധിക്കു ന്നത്ര തവണ ആവർത്തിക്കുക. നിങ്ങളുടെ ആത്മവിശ്വാസം വളരു മ്പോൾ നിങ്ങൾ ലിസ്റ്റിലെ അടുത്ത കാര്യത്തിലേക്ക് കടക്കുക.

പോൾ ഗിൽബർട്ടും ഡെബോറ ലീയും ചേർന്ന് കംപാഷൻ ഫോക്കസ്ഡ് തെറാപ്പിയിൽ (CFT) വികസിപ്പിച്ച ഒരു ടൂളാണ് 'ദി പെർഫെക്ട് നേർച്ചറർ' നിങ്ങളുടെ ആത്മവിശ്വാസം വളർത്തിക്കൊണ്ട് നിങ്ങളുടെ ശ്രദ്ധയെ സഹായകമായ ഒരു ആത്മ ഭാഷണത്തിലേയ്ക്ക് നയിക്കാൻ ഇതിന് സാധിക്കും.

- സുരക്ഷിതമായി തോന്നാൻ നിങ്ങൾക്ക് മനസ്സിൽ കാണാൻ കഴിയുന്ന ഒരു വ്യക്തിയുടെ രൂപമാണ് പെർഫെക്ട് നേർച്ചറർ. നിങ്ങൾക്ക് വേണ്ട സഹായങ്ങൾ തരുന്ന ഒരാൾ. നിങ്ങൾക്ക് ഒരു കോച്ചിന്റെ രൂപമാണ് താല്പര്യമെങ്കിൽ അതാകാം.
  - നിങ്ങളുടെ മനസ്സിൽ ഏറ്റവും മികച്ച ഒരു കോച്ചിന്റെ രൂപം കാണുക (ഇത് ശരിക്കുള്ള ആളോ നിങ്ങളുടെ ഭാവനയിലുള്ള ആളോ ആകാം.)
  - നിങ്ങൾ ഇപ്പോൾ കടന്നുപോകുന്നത് നിങ്ങൾ അവരോടു പറയു ന്നതായി സങ്കൽപ്പിക്കുക. നിങ്ങളുടെ തോന്നലുകളും എന്തൊക്കെ മാറ്റാൻ നിങ്ങൾ ആഗ്രഹിക്കുന്നു എന്നും ഒക്കെ പറയുക.
  - നിങ്ങളുടെ ഏറ്റവും മികച്ച കോച്ച് എങ്ങനെ നിങ്ങളോട് സംസാരിക്കും എന്നത് സങ്കൽപ്പിക്കാൻ കുറച്ചു സമയം ചെല വിടുക. അത് എഴുതി വയ്ക്കുക. നിങ്ങളോട് സംസാരിക്കാനുള്ള വാക്കുകളുടെ സ്വഭാവം നിർണ്ണയിക്കാൻ ഇത് സഹായിക്കും. പതിയെ നിങ്ങളുടെ ആത്മവിശ്വാസം വളരുകയും നിസ്സഹായ തകളെ നേരിടാൻ പഠിക്കുകയും ചെയ്യും.

അധ്യായ സംഗ്രഹം

- ആത്മവിശ്വാസം സ്വീകരിക്കാൻ തയ്യാറായില്ലെങ്കിൽ അത് വളരില്ല.
- ആത്മവിശ്വാസം വളർത്തണമെങ്കിൽ അതില്ലാത്ത ഇടത്തേക്ക് പോവുക. എന്നും നിങ്ങളുടെ ആത്മവിശ്വാസം വളരുന്നത് നിരീക്ഷിക്കുക.
- ആത്മവിശ്വാസം സാഹചര്യങ്ങളെ അടിസ്ഥാനമാക്കിയാണ് വളരുക. നിങ്ങളുടെ ആത്മവിശ്വാസം വളരുമ്പോൾ പേടിയെ നിങ്ങൾക്ക് സഹിക്കാൻ കഴിയുന്നുവെന്ന് നിങ്ങൾ തിരിച്ചറിയും.
- ഏറ്റവും മോശം അവസ്ഥയെപ്പറ്റി ഓർത്ത് നിങ്ങളുടെ സമാധാനം കളയണമെന്നില്ല. ചെറിയ മാറ്റങ്ങളിൽ നിന്ന് തുടങ്ങുക.
- പതിയെ സ്വന്തം കോച്ചാവുക, മോശം വിമർശകരാകാതിരിക്കുക.
- ആത്മവിശ്വാസം വരുന്നതിനു മുൻപ് ധൈര്യം വരും.

20

നിങ്ങൾ നിങ്ങളുടെ തെറ്റുകളുടെ ആകെത്തുകയല്ല

തോൽവിയുമായുള്ള നമ്മുടെ ബന്ധത്തിൽ നിന്നാണ് ആത്മസന്ദേഹം ഉണ്ടാകുന്നത്. നിങ്ങളുടെ തോൽവിയുമായി പൊരുത്തപ്പെട്ടു എന്നല്ല ഞാൻ പറയുന്നത്. അത് ശരിയല്ല. തോൽവി ഒരിക്കലും എളുപ്പമല്ല. ഓരോ തവണയും അത് നിങ്ങളെ കുത്തി മുറിവേല്പിക്കും. നമുക്ക് ജയിക്കണമല്ലോ. നാമെല്ലാവരും അംഗീകരിക്കപ്പെടാൻ ആഗ്രഹിക്കുന്നു, പരാജയം ഒരുപക്ഷേ ഇത്തവണ നമ്മൾ മതിയായിരുന്നില്ല എന്നതിന്റെ സൂചനയാണ്.

തോൽവിയുമായുള്ള നമ്മുടെ ബന്ധം മാത്രമല്ല, മറ്റുള്ളവരുടെ തോൽവികളോടുള്ള നമ്മുടെ പ്രതികരണങ്ങൾ കൂടിയാണ് നാം മാറ്റേണ്ടത്. നിങ്ങൾക്ക് പേടിയോടുള്ള പേടി കൂട്ടിത്തരാൻ ട്വിറ്റർ മാത്രം മതിയാകും. നിങ്ങളുടെ ഒരു ട്വീറ്റിൽ ഒരു തെറ്റ് പറഞ്ഞാൽ നിങ്ങളെ തെറികൊണ്ട് പൊതിയുന്ന ഒരു കൂട്ടം തന്നെ എത്തും. നിങ്ങളുടെ ജീവിതകാലം കൊണ്ട് നിങ്ങൾ എത്തിയ ഇടങ്ങളിൽ നിന്ന് അവർ നിങ്ങളെ താഴെ വലിച്ചിടും. ഭാഷ ഉപയോഗിച്ചതിൽ ചെറിയ തെറ്റുകൾ പറ്റിയത് കൊണ്ട് ഇത് സംഭവിച്ച ഒരുപാട് ആളുകളെ എനിക്കറിയാം. അവരുടെ ഉടൻ തന്നെ മാപ്പു പറയുകയും ചെയ്തതാണ്. സമൂഹം എന്ന നിലയിൽ നാം ആരാണെന്നതിന്റെ ഒരു ഊതിപ്പെരുപ്പിച്ച രൂപമാണ് സോഷ്യൽ മീഡിയ. ഏത് തരം തോൽവിയും ഉണ്ടാക്കുന്ന തീക്ഷ്ണമായ നാണക്കേട് നാം എങ്ങനെയാണ് മനസ്സിലാക്കേണ്ടത്? അവനവനെ രൂക്ഷമായി വിമർശിക്കുന്നവർ മറ്റുള്ളവരോടും അത് തന്നെ ചെയ്യും. തെറ്റുകളും കുറ്റങ്ങളും ഉണ്ടാകുമ്പോൾ നാണക്കേട് ഉണ്ടാകുമെന്നാണ് നാം വിശ്വസിക്കുന്നതെങ്കിൽ നിങ്ങളുടെ ലക്ഷ്യം എന്തായാലും എങ്ങനെ നിങ്ങൾ റിസ്ക് എടുക്കുകയും തെറ്റുകൾ വരുത്തുകയും ചെയ്യും?

ആളുകൾക്ക് എന്റെ തോൽവിയോടുള്ള പ്രതികരണം എന്റെ

വ്യക്തിത്വത്തിന്റെയോ ഒരു മനുഷ്യനെന്ന നിലയിലുള്ള എന്റെ മൂല്യത്തിന്റെയോ ഭാഗമല്ലെന്ന് ഞാൻ തിരിച്ചറിഞ്ഞത് എന്നെ ഏറെ സഹായിച്ചിട്ടുണ്ട്. ആളുകൾ തെറ്റുകൾക്ക് പരസ്പരം ആക്രമിക്കുന്ന സാഹചര്യങ്ങളിൽ തോൽവി സമ്മതിക്കുന്നത് ബുദ്ധിമുട്ടാണ്. തോൽവികളോട് നമുക്ക് എത്ര ദേഷ്യമുണ്ടെങ്കിലും തോൽവിയുമായുള്ള നമ്മുടെ ബന്ധം മാറ്റണമെങ്കിൽ അത് നമ്മിൽ നിന്ന് തന്നെ തുടങ്ങണം. ഓരോ തോൽവിയും വേദനാജനകമാണ്. ചില തോൽവികൾ സുരക്ഷിതമായ ഇടങ്ങളിലാകും ഉണ്ടാകുക. എങ്കിലും നാം അത് ഒഴിവാക്കാൻ ശ്രമിക്കും. കാര്യങ്ങൾ ബുദ്ധിമുട്ടാകുമ്പോൾ നാം വിട്ടുകളയും. എളുപ്പമുള്ള, സുരക്ഷിതമായ വഴികൾ തേടും. ചിലപ്പോൾ തുടങ്ങാൻ തന്നെ വിസമ്മതിക്കും. ഈ ചിന്തകളെല്ലാം നമുക്ക് ഒരു ആശ്വാസം കൊണ്ടുവന്നു തരും. ഹോ, ഇനി അത് നേരിടേണ്ടല്ലോ എന്ന് തോന്നും. പലയാവർത്തി ഇത് ചെയ്യുമ്പോൾ ഇത്തരം കംഫർട്ട് സോണുകളിൽ കുടുങ്ങിക്കിടക്കാൻ നമുക്ക് തോന്നും. അതിന്റെ ആലസ്യവും ഊർജ്ജമില്ലായ്മയും ഒക്കെ നാം സ്വീകരിക്കും.

എന്നാൽ തോൽവിയെ എതിർക്കുന്നതിലൂടെ നാം വളരുകയും പഠിക്കുകയുമാണ് ചെയ്യുന്നത്. അത് എങ്ങനെ സാധ്യമാകും? ബുദ്ധിപരമായി ആളുകളോട് സംസാരിക്കുന്നത് എളുപ്പമാണ്, എന്നാൽ അത് അനുഭവിക്കുകയും വിശ്വസിക്കുകയും ചെയ്യുന്നത് അത്ര എളുപ്പമല്ല. നിങ്ങൾക്ക്വിശ്വസിക്കാൻകഴിയുന്നുണ്ടെങ്കിൽമാത്രമേഎന്തുംപറഞ്ഞിട്ട് കാര്യമുള്ളൂ. വിശ്വാസമാണ് എല്ലാം. അപ്പോൾ നിങ്ങൾക്ക് വിശ്വസിക്കാൻ പറ്റുന്ന കാര്യങ്ങൾ വേണം സ്വയം പറയാൻ. അതുകൊണ്ട് തോൽക്കുന്നത് സാരമില്ല എന്ന് പറഞ്ഞു സ്വയം വിശ്വസിപ്പിക്കുന്നതിൽ കാര്യമില്ല. മറ്റുള്ളവർ എങ്ങനെ പ്രതികരിക്കും എന്നത് നമുക്ക് നിയന്ത്രിക്കാൻ കഴിയില്ല. എപ്പോഴും വിമർശകർ ഉണ്ടായിരിക്കും. നിങ്ങൾ വീഴുമ്പോൾ എല്ലാവരും നിങ്ങളെ സഹായിക്കണമെന്നില്ല. നാം ചെയ്യുന്ന കാര്യങ്ങളിലേയ്ക്ക് പൂർണ്ണമായി സ്വയം അർപ്പിക്കുകയാണ് നമ്മുടെ മുന്നിലുള്ള ഒരേയൊരു മാർഗ്ഗം. തോൽവിയിൽ നിന്ന് തിരിച്ചുവരാൻ മറ്റുള്ളവരെ ആശ്രയിക്കാൻ കഴിയില്ലെന്ന് ഉറപ്പിച്ചുപറയുക. ഉള്ള പിന്തുണകൾ ഉപയോഗിക്കുന്നത് നല്ലത് തന്നേ, എന്നാൽ മറ്റൊരാൾ അവിടെ ഉണ്ടാകും എന്ന് നമുക്ക് ഉറപ്പിച്ചുപറയാൻ കഴിയില്ല. അതുകൊണ്ട് നമ്മുടെ മുറിവുകളെ കരുണയോടെ പരിചരിക്കാനും വീണാൽ എണീറ്റ് പൊടി തട്ടാനും നാം തന്നെ ഉണ്ടാകേണ്ടതുണ്ട്.

പരാജയത്തിൽ നിന്ന് കരകയറാം

1. നിങ്ങളുടെ മനസ്സിൽ എന്താണെന്ന് നിങ്ങളുടെ ശരീരത്തിന്റെ തോന്നലുകളും നിങ്ങളുടെ പ്രവർത്തികളും ഉപയോഗിച്ച് തിരിച്ചറിയാനാകുന്നുണ്ടോ? നിങ്ങളുടെ പ്രിയപ്പെട്ട മനസ്സ് മരവിപ്പിക്കൽ

മാർഗ്ഗങ്ങളൊക്കെ നിങ്ങൾ ചെയ്യുന്നുണ്ടോ? മണിക്കൂറുകളോളം ടിവി, മദ്യം, സോഷ്യൽ മീഡിയ? തോൽവിയുടെ വേദനയാണ് ഉത്തരവാദി. നിങ്ങൾ തുടക്കത്തിൽ ഇത് ശ്രദ്ധിച്ചില്ലെങ്കിലും പതിയെ ഈ ശ്രദ്ധ തിരിക്കൽ സ്വഭാവം നിങ്ങളുടെ ശ്രദ്ധയിൽ പെടും.

2. കുടുങ്ങിയ അവസ്ഥയിൽ നിന്ന് പുറത്തുവരിക. ജിം കാരി മാസ്ക് അഴിക്കുന്ന കഥ ഓർക്കുന്നില്ലേ? ഇപ്പോൾ അതിന് അയാളുടെ മേൽ കുറച്ച് അധികാരം മാത്രമേയുള്ളൂ. അത് മുഖത്ത് ആയിരുന്നപ്പോൾ അതായിരുന്നില്ല അവസ്ഥ. നമുക്ക് സംഭവിക്കുന്ന ഒരു വികാരമായി ഇതിനെ കണ്ടാൽ കുഴപ്പമില്ല, നാം അത് നമ്മുടെ സ്വത്വമായി കാണാതിരുന്നാൽ മതി. നിങ്ങൾക്ക് ഒരു വികാരത്തിന് പേര് നല്കാൻ കഴിഞ്ഞാൽ അതിൽ നിന്ന് അകന്നു നില്ക്കാൻ നിങ്ങളുടെ മനസ്സിന് കഴിവ് ലഭിക്കും. നിങ്ങളുടെ ചിന്തകളുടെ രീതിക്ക് ഒരു പേരിടാൻ കഴിഞ്ഞാൽ ഇതേ ഫലം ഉണ്ടാകും. നിങ്ങളുടെ മനസ്സ് പറയുന്ന കഥ ഒരു വസ്തുതയല്ല ഒരു അഭിപ്രായമോ കഥയോ ആശയമോ ആണ്. അതിൽ നിങ്ങളുടെ ഭൂതത്തിലും ഭാവിയിലും നിന്നുള്ള വിമർശന ശബ്ദങ്ങൾ ഇഴ ചേർന്നിരിക്കും. അതിന് നമുക്ക് ഒരു പേര് കൊടുക്കാനാകും. അതാണ് ഹെൽഗ, നമുക്ക് ഒരു രണ്ടു സെന്റ് കൊടുത്താലോ? സ്വയം വിമർശനത്തിൽ നിന്ന് മുക്തി നേടി ഇതിനെ വസ്തുതയായി കാണണോ അതോ നമ്മുടെ മുന്നിലുള്ള അത്ര സഹായകമല്ലാത്ത സാധ്യതകളിൽ ഒന്ന് മാത്രമാണോ എന്ന് തിരിച്ചറിയാം.

3. വേദന നിറഞ്ഞ വികാരങ്ങളെ മറച്ചു വയ്ക്കാനും നിങ്ങൾക്ക് അതിന്മേൽ പ്രവർത്തിക്കേണ്ട കാര്യമില്ലെന്ന് ഓർമ്മിപ്പിക്കാനു മുള്ള ത്വര ശ്രദ്ധിക്കുക. വികാരങ്ങളോട് പോരാടുന്നത് നിർത്തി, പകരം അവയെ അവയുടെ മുഴുവൻ ശക്തിയും ഉപയോഗിച്ച് നമ്മെ കീഴടക്കാൻ അനുവദിക്കുമ്പോൾ, അത് വേദനാജനകവും പ്രയാസകരവുമാണ്. പക്ഷേ അത് കടന്നുപോകുകയും ചെയ്യും. നാം അതിനെപിടിച്ചുവയ്ക്കാൻനോക്കിയാൽഅതിനുപ്രവർത്തിക്കാനുള്ള ഒരു അവസരം കാത്തിരിക്കും. ഒരു വികാരത്തെ മറച്ചുവയ്ക്കുന്നതിന്റെ എതിരെ അതിനെപ്പറ്റി ആകാംക്ഷ ഉണ്ടാകുന്നതാണ്. അതിലേയ്ക്ക് നീങ്ങുക. ഈ മുഴുവൻ അനുഭവത്തെയും നിരീക്ഷിച്ചുകൊണ്ടു നാലാമത്തെ പോയിന്റിലേയ്ക്ക് പോവുക.

4. നിങ്ങൾക്ക് വേണമെന്ന് തോന്നിയിട്ടുള്ള ആ അടുത്ത സുഹൃത്ത് എങ്ങനെ നിങ്ങളുടെ കൂടെ നിൽക്കുമെന്ന് നിങ്ങൾ കരുതുന്നുവോ അതേ പോലെ സ്വയം ആശ്വസിപ്പിക്കുക. അവനവനോട് ആത്മാർ ത്ഥമായി പരിധിയില്ലാത്ത സ്നേഹവും പിന്തുണയും സ്വയം നൽകുക. “അത് ഏറെ ശ്രമകരമായിരുന്നു, ശരിയാകും” എന്ന് പറയുക. നമ്മുടെ ഏറ്റവും മികച്ച സുഹൃത്തുക്കൾക്ക് അറിയാം പ്രശ്നങ്ങൾ

പരിഹരിക്കാൻ കഴിയുകയൊന്നുമില്ലെന്ന്. എന്നാൽ അവർ ആ സമയമത്രയും ശക്തരായി നമ്മുടെ കൂടെ നിൽക്കും.

5. പഠിക്കുക. ഒരു പ്രൊഫഷണൽ അത്‌ലറ്റിനെ കോച്ച് ചെയ്യുമ്പോൾ അവരുടെ ഓരോ പ്രകടനവും കോച്ച് വിശദമായി പഠിച്ചിട്ടില്ല. അവർ എന്താണ് തെറ്റിയത് എന്ന് മാത്രം നോക്കില്ല. എന്താണ് നന്നായി പോകുന്നതെന്നും പഠിക്കും. അതുകൊണ്ട് വേദന ശമിക്കുമ്പോൾ ആ അനുഭവം എങ്ങനെ സ്വന്തം ഗുണത്തിനാക്കാം? നിങ്ങളുടെ കോച്ചിന് അനുഭവങ്ങളിൽ നിന്ന് പേടിച്ച് സ്വന്തം പാതയിൽ തുടരാം.

6. പ്രധാനമായ കാര്യങ്ങളിലേയ്ക്ക് മടങ്ങാം. തോൽവികൾ മറന്നു കൊണ്ട് എണീറ്റ് നിന്നാൽ നമ്മുടെ മൂല്യങ്ങളുമായി ചേരുന്ന അടുത്ത ജോലി ഉണ്ടാകും. എന്നാൽ തോൽവിയുടെ വേദന ഉള്ളപ്പോൾ ശ്രമിക്കുന്നത് പോലും ശ്രമകരമായിരിക്കും. നമുക്ക് ഒളിച്ചിരിക്കാനാകുംതോന്നുക.നിങ്ങളുടെമൂല്യങ്ങളിലേയ്ക്കുംകാര്യങ്ങളിലേക്കും തിരികെ വന്നു നിങ്ങൾ ആഗ്രഹിക്കുന്ന ജീവിതത്തിനു തകുന്ന തീരുമാനം എടുക്കുക. വേദനയെ മാത്രം ആശ്രയിച്ച തീരുമാനങ്ങൾ എടുക്കാതിരിക്കുക. അത് പറയുമ്പോൾ പോലും തോൽവിയുടെ കൂടെയുണ്ടാകുന്ന വികാരം നമുക്ക് അവഗണിക്കാനാകില്ല. അതുകൊണ്ട് സമയമെടുത്ത് കൊള്ളുക. ഈ അനുഭവത്തിലൂടെ കടന്നു പോകുന്നതും നിങ്ങൾ വീണ്ടും റെഡി ആകുമ്പോൾ പരിശ്രമിക്കുന്നതും എല്ലാം പ്രധാനമാണ്.

മൂല്യങ്ങളെ പറ്റിയുള്ള അധ്യായത്തിൽ ഇത് കൂടുതൽ വിശദമാക്കുന്നുണ്ട്. എന്നാൽ ഇത്തരം സാഹചര്യങ്ങളിൽ നമുക്ക് വർക്ക് ഷീറ്റെടുത്ത് എഴുതി നോക്കാനൊന്നും സമയം കിട്ടില്ല. അപ്പോൾ സ്വയം ചോദിക്കുക, 'ഞാൻ തിരിഞ്ഞ് ആലോചിക്കുമ്പോൾ ഏത് തീരുമാനത്തെയാകും അഭിമാനത്തോടെ ഓർക്കുക? ഒരു വർഷം കഴിഞ്ഞു നോക്കുമ്പോൾ ഏത് പ്രവർത്തിയാകും ഞാൻ നന്ദിയോടെ ഓർക്കുക? ഇതിൽ നിന്ന് എന്ത് പഠിച്ചു കൊണ്ട് എങ്ങനെ മുന്നോട്ട് പോകാം?'

അധ്യായ സംഗ്രഹം

- നമ്മുടെ ആത്മ സന്ദേഹങ്ങൾ തോൽവിയോടുള്ള നമ്മുടെ ബന്ധവുമായി ചേർന്നാണ് ഇരിക്കുന്നത്.
- നിങ്ങളുടെ തോൽവിയോട് മറ്റുള്ളവരുടെ പ്രതികരണം നിങ്ങളുടെ വ്യക്തിത്വത്തെയോ മൂല്യത്തെയോ നിർണ്ണയിക്കുന്നില്ല.
- തോൽവിയുടെ നീറ്റൽ നമ്മുടെ വികാരങ്ങളെ മരവിപ്പിക്കും. നിങ്ങൾ ആദ്യം ശ്രദ്ധിച്ചില്ലെങ്കിലും പതിയെ വികാരങ്ങളെ നാം അകറ്റി നിറുത്തുന്നത് അറിയാനാകും.
- നിങ്ങളുടെ തന്നെ കോച്ച് ആയി മാറുക. തോൽവിയെ പഠിക്കാനുള്ള അവസരമായി കാണുക. നിങ്ങൾക്ക് പ്രധാനപ്പെട്ട ലക്ഷ്യങ്ങൾ മനസ്സിൽ വെച്ച് കൊണ്ട് മുന്നോട്ട് നീങ്ങുക.
- തോൽവിയോടുള്ള വൈകാരിക പ്രതികരണം സങ്കീർണ്ണമായിരിക്കും, അതുകൊണ്ട് സമയമെടുക്കുക.

21

മതിയാവുക

സ്വയം സ്വീകരിക്കുമ്പോൾ പലർക്കും തോന്നുന്ന ഒരു പ്രശ്നം അതിന്റെ ഫലമായി മടിയും ആലസ്യവും വരുമെന്നാണ്. അവനവൻ മതി എന്ന് തോന്നിയാൽ നിങ്ങൾ ആയിരിക്കുന്ന അവസ്ഥയിൽ ഓക്കേ ആയെന്നും അതുകൊണ്ട് നന്നാവുന്ന പ്രചോദനം നിങ്ങൾക്കില്ലെന്നും ഒക്കെയാവും ആളുകൾ കരുതുക. സത്യത്തിൽ അവനവനെ ഉൾക്കൊണ്ടുകൊണ്ട് സ്വയം കരുണയോടെ പ്രവർത്തിക്കുന്നവർക്ക് തോൽവിയെ വലിയ പേടി കാണില്ല. അവർ വീണ്ടും വീണ്ടും പരിശ്രമിക്കുകയും തോറ്റാലും എണീക്കുകയും കൂടുതൽ ആത്മവിശ്വാസം പ്രദർശിപ്പിക്കുകയും ചെയ്യും. (Neff et al., 2005).

അവനവനെ അംഗീകരിക്കുകയും സ്നേഹിക്കുകയും ചെയ്യുമ്പോൾ നാം ലോകത്തോട് ഉദാസീനത കാണിക്കുന്നുവെന്ന് അർത്ഥമില്ല. അതിനർത്ഥം നിങ്ങൾ ബുദ്ധിമുട്ടുകൾ വരുമ്പോൾ തോൽവി സമ്മതിക്കും എന്നല്ല. നിങ്ങളോട് ഉപാധികളില്ലാത്ത സ്നേഹം ഉണ്ടാവുക എന്നാൽ നേർ വിപരീതം പ്രവർത്തിക്കുക എന്നുമുണ്ട്. അതിനർത്ഥം നിങ്ങളുടെ നന്മയെ കരുതി നിങ്ങൾക്ക് ഏറെ ബുദ്ധിമുട്ടുള്ള പാത തെരഞ്ഞെടുക്കേണ്ടി വരുന്നു. നിങ്ങൾ വയ്യാതെ കിടക്കുമ്പോൾ ദയനീയത കാണിക്കാതെ ഉയർന്നു വരാനായി ഉള്ളിലുള്ള ഓരോ ഔൺസ് ശക്തിയും ഉപയോഗിക്കപ്പെടുന്നു.

നിങ്ങൾ ഒരു കാര്യം ചെയ്യാൻ ശ്രമിക്കുമ്പോൾ അത് സ്നേഹവും തൃപ്തിയും നിറഞ്ഞ ഒരിടത്തു നിന്നാവണം. ഒരിക്കലും പേടിയുടെയും ഞെരുക്കത്തിന്റെയും അവസ്ഥയിൽ നിന്നാവരുത്.

സ്വയം സ്വീകരിക്കാൻ നാം ശ്രമിക്കുന്നില്ലെങ്കിൽ തുടരെ സമാശ്വാസം തേടുന്ന ഒരു ജീവിതമാകും നമ്മുടെ മുന്നിലുണ്ടാവുക. അപ്പോൾ പക്ഷേ നമുക്ക് ഹാനികരമായി മാറുന്ന ബന്ധങ്ങളിൽ കുടുങ്ങാനും അവനവനെ വെറുക്കാനും ഒക്കെ സാധ്യതയുണ്ട്.

അവനവനെ സ്വീകരിക്കാൻ എങ്ങനെയാണ് കഴിയുക?

സ്വയം മനസ്സിലാക്കുക

കേൾക്കുമ്പോൾ എളുപ്പമാണെന്ന് തോന്നും. എന്നാൽ പലരും തങ്ങളുടെ ജീവിതത്തിന്റെ മേൽ ചില സ്വഭാവങ്ങൾക്കുള്ള സ്വാധീനം മനസ്സിലാക്കാതെയാണ് ജീവിക്കുന്നത്. സ്വയം സ്വീകരിക്കണമെങ്കിൽ ആദ്യം നാം ആരാണെന്നും ആരാവാനാണ് ആഗ്രഹിക്കുന്നതെന്നും തിരിച്ചറിയണം. ആത്മാവബോധത്തിൽ നിന്നാണ് ഇത് ഉണ്ടാവുക. സ്വയം പരിശോധിക്കുമ്പോഴാണ് ആത്മാവബോധം ഉണ്ടാവുക. ജേർണൽ എഴുതുക, തെറാപ്പിസ്റ്റിനെ കാണുക, അല്ലെങ്കിൽ സുഹൃത്തുക്കളോട് സംസാരിക്കുക. ഇതിൽ നിന്നൊക്കെ നമുക്ക് നമ്മെപ്പറ്റി ചിന്തിക്കാനും നമ്മുടെ അനുഭവങ്ങളിൽ നിന്ന് നാം ആരാണെന്നും എന്തിനാണ് ജീവിക്കുന്നതെന്നും ഒക്കെ കാണാനും കഴിയും. നമ്മുടെ സ്വയം സ്വീകരിക്കലിൽ നമ്മുടെ ആവശ്യങ്ങൾ കേൾക്കാനും അതിനായി പരിശ്രമിക്കാനും കഴിയണം. ശ്രദ്ധിക്കുന്നില്ലെങ്കിൽ ആ ലക്ഷണങ്ങൾ നമുക്ക് മനസ്സിലാകില്ല.

ഈ പ്രക്രിയയ്ക്കിടയിൽ അഭിമാനം തോന്നുന്ന സ്വത്വത്തോട് ശ്രദ്ധ കാണിക്കാനും നാം ചിന്തിക്കാനാഗ്രഹിക്കാത്ത, ഇഷ്ടമില്ലാത്ത, മാറ്റണമെന്ന് ആഗ്രഹിക്കുന്ന കാര്യങ്ങൾ ശ്രദ്ധിക്കാനും കഴിയണം. നമ്മുടെ തന്നെ സ്വത്വത്തിന്റെ ഈ ബുദ്ധിമുട്ടുള്ള വശങ്ങൾ ശ്രദ്ധിക്കുമ്പോൾ അത് ഒരു കരുണയുള്ള നിരീക്ഷകനായി സ്വയം കാണാൻ ശ്രമിക്കുക. ബുദ്ധിമുട്ടുള്ള അവസ്ഥകളെപ്പറ്റി ചിന്തിക്കുമ്പോൾ തീക്ഷ്ണ വികാരങ്ങൾ ഉണ്ടാകുന്നുണ്ടെങ്കിൽ നമുക്ക് തെളിച്ചത്തോടെ ചിന്തിക്കാൻ കഴിയില്ല. അങ്ങനെയുള്ള സാഹചര്യത്തിൽ ഒരു തെറാപ്പിസ്റ്റിന്റെ സഹായം ഉപകാരപ്പെടും.

സ്വയം സ്വീകരിക്കുന്നതിന്റെ ഒരു ചിത്രം സങ്കൽപ്പിക്കുക

ഈ പുസ്തകം അടയ്ക്കുന്ന നിമിഷം മുതൽ ഉപാധികളില്ലാതെ സ്വയം സ്വീകരിക്കാൻ ശ്രമിക്കുക. അത് എങ്ങനെയായിരിക്കും? നിങ്ങൾ വ്യത്യസ്തമായി എന്താവും ചെയ്യുക? നിങ്ങൾ എന്തിനോട് യെസ് എന്നും നോ എന്നും പറയും? നിങ്ങൾ എന്തിനു വേണ്ടി പരിശ്രമിക്കും? എന്ത് വിട്ടുകളയും? എങ്ങനെ സ്വയം സംസാരിക്കും? മറ്റുള്ളവരോട് എങ്ങനെ സംസാരിക്കും?

ഈ ചോദ്യങ്ങൾക്കുള്ള ഉത്തരങ്ങൾ വിശദമായി എഴുതി എങ്ങനെ സ്വയം സ്വീകരിക്കൽ നിങ്ങളുടെ ജീവിതത്തിൽ ഒരു സ്വഭാവ പരിണാമം കൊണ്ടുവരുന്ന എന്നതിന് ഒരു ഉത്തരം കണ്ടെത്തുക. പല മാറ്റങ്ങളിലും ഉള്ളത് പോലെ പ്രവൃത്തി ആദ്യവും വികാരം പിന്നീടുമാണ് എത്തുക. നിങ്ങൾക്ക് മൂല്യമുണ്ടെന്നു തോന്നുന്ന ഒരു ജീവിതം ജീവിക്കുന്നത് ഒരു സ്വഭാവമാക്കുക. ആ ജോലി ഒരിക്കലും ചെയ്തു് തീരുന്നില്ല. നിങ്ങൾ ഒരിക്കലും യാത്ര നിർത്തുന്നില്ല. നിങ്ങൾ എന്നും ഉപാധികളില്ലാതെ സ്വയം സ്വീകരിക്കുകയാണ്.

നിങ്ങളെ പൂർണ്ണമായി സ്വീകരിക്കുക

നിങ്ങളുടെ കൂടെ നിലനിൽക്കുന്ന ഒരു സ്വത്വബോധം ഉണ്ടെങ്കിൽ കൂടി നിങ്ങൾ തുടർച്ചയായി മാറിക്കൊണ്ടിരിക്കുന്ന പലതരം വൈകാരിക അവസ്ഥകളിലൂടെയാണ് കടന്നുപോകുന്നത്. അതൊക്കെ ഓരോ നിമിഷവും മാറിക്കൊണ്ടിരിക്കും. നാം പല വേഷങ്ങളും സ്വഭാവങ്ങളും സാഹചര്യങ്ങൾക്കനുസരിച്ച് സ്വീകരിക്കുകയും പലരും ഇതിനെയൊക്കെ തങ്ങളുടെ സ്വത്വത്തിന്റെ പല ഭാഗങ്ങളായി കാണാറുമുണ്ട്. നമ്മുടെ ആദ്യകാല ജീവിതാനുഭവങ്ങൾ പരിഗണിച്ച് എങ്ങനെയൊക്കെ അത്തരം വൈകാരിക അവസ്ഥകളോട് ലോകം പ്രതികരിച്ചു എന്ന് നോക്കിയാൽ നമ്മുടെ തന്നെ സ്വത്വത്തിന്റെ ചില ഭാഗങ്ങൾ മറ്റുള്ളവയുടെയത്ര ആളുകൾ സ്വീകരിക്കുന്നില്ലെന്ന് കാണാം. നിങ്ങളുടെ വളർച്ചയുടെ സമയത്ത് ദേഷ്യം ആളുകൾ സ്വീകരിച്ചിരുന്നില്ലെങ്കിൽ നിങ്ങൾക്ക് ദേഷ്യം തോന്നുമ്പോൾ സ്വയം അനുകമ്പ കാണിക്കാനോ ഒന്നും കഴിഞ്ഞെന്ന് വരില്ല. അങ്ങനെ വരുമ്പോൾ നിങ്ങളുടെ വികാരങ്ങളെ അടിസ്ഥാനമാക്കിയാവും നിങ്ങൾ സ്വയം സ്വീകരിക്കുക.

ഇത് പരീക്ഷിക്കൂ : എങ്ങനെ നിങ്ങൾ പല വികാരങ്ങളോട് പ്രതികരിക്കുന്നു എന്നതിനെ അടിസ്ഥാനപ്പെടുത്തി നിങ്ങൾക്ക് നിങ്ങളുടെ വികാരങ്ങളോടുള്ള പ്രതികരണം മനസ്സിലാക്കാം. അതിനായി കംപാഷൻ ഫോക്കസ്ഡ് തെറാപ്പിയിൽ നിന്നുള്ള അറിവുകൾ ഉപയോഗിക്കാം (CFT) (Irons & Beaumont, 2017).

ഒരുപാട് വികാരങ്ങൾക്ക് കാരണമായ ഒരു സംഭവം ഓർമ്മിക്കുക. തുടക്കത്തിൽ അധികം പ്രശ്നങ്ങൾ നൽകാത്ത ഓർമ്മകൾ തെരഞ്ഞെടുക്കുക. ഈ വ്യായാമം ചെയ്യുമ്പോൾ നിങ്ങൾ അധികം സംഭ്രമിക്കാത്ത ഓർമ്മകൾ ആദ്യം തെരഞ്ഞെടുക്കുക.

1. സംഭവത്തെപ്പറ്റി നിങ്ങളുടെ ചിന്തകൾ എഴുതുക.
2. അത് നിങ്ങളുടെ മനസ്സിൽ കൊണ്ടുവന്ന വിവിധ വികാരങ്ങൾ എന്തൊക്കെയെന്ന് എഴുതുക, ഉദാഹരണമായി ദേഷ്യം, സങ്കടം, ഉത്കണ്ഠ.
3. നിങ്ങൾ തിരിച്ചറിഞ്ഞ ഓരോ വികാരത്തെയും ഓരോന്നായി എടുത്ത് ആ വികാരവുമായി ബന്ധം സ്ഥാപിക്കാനും താഴെ ചേർക്കുന്ന ചോദ്യങ്ങൾക്ക് ഉത്തരം തേടാനും ശ്രമിക്കുക.

    i. ആ വികാരം നിങ്ങൾക്ക് ശരീരത്തിൽ എവിടെയാണ് അറിയാൻ കഴിയുന്നത്? ആ വികാരം ഉണ്ടെന്ന് നിങ്ങൾ എങ്ങനെയാണ് തിരിച്ചറിഞ്ഞത്?

ii. നിങ്ങളുടെ ഏത് ചിന്തകളാണ് ആ വികാരവുമായി ചേർന്നത്? ആ വികാരത്തിന് സംസാരിക്കാനുള്ള കഴിവുണ്ടായിരുന്നെങ്കിൽ അത് എന്ത് പറയുമായിരുന്നു?
iii. എന്തൊക്കെ തോന്നലുകളാണ് ആ വികാരത്തോട് കൂടെ വന്നത്? ആ വികാരത്തിന് എന്ത് സംഭവിക്കണം എന്ന് തീരുമാനിക്കാനുള്ള കഴിവുണ്ടായിരുന്നെങ്കിൽ അത് നിങ്ങളെ എന്ത് ചെയ്യാൻ പ്രേരിപ്പിക്കുമായിരുന്നു? (ഉദാഹരണത്തിന്, നിങ്ങളുടെ ഉത്കണ്ഠ നിങ്ങളെ ഓടാൻ പ്രേരിപ്പിച്ചേനെ, നിങ്ങളുടെ ദേഷ്യം ആരോടെങ്കിലും ഒച്ചയിടാൻ പ്രേരിപ്പിച്ചേനെ.)
iv. നിങ്ങളുടെ ആ സ്വത്വത്തിന് എന്താണ് വേണ്ടത്? നിങ്ങളുടെ ആ വികാരം ശമിക്കാൻ എന്താണ് ചെയ്യേണ്ടത്?

ഓരോ വികാരങ്ങളെ മുൻനിർത്തിയും ഇത് ചെയ്തു കഴിഞ്ഞാൽ നിങ്ങളുടെ അനുകമ്പ നിറഞ്ഞ സ്വത്വത്തിനു വേണ്ടി ചില ചോദ്യങ്ങൾ ചോദിക്കുക. ആ സ്വത്വത്തിനാണ് അളവില്ലാത്ത സ്നേഹവും സ്വീകാര്യതയുമുള്ളത്.

ഓരോ വികാരത്തെയും മുൻനിർത്തി ഈ വിശകലനം ചെയ്യുമ്പോൾ നിങ്ങളുടെ ഒരു വികാരത്തിൽ നിന്ന് അടുത്തതിലേക്ക് പോകും മുൻപ് അൽപ്പം സമയം നൽകുക. ഓരോ തവണ ഇത് ചെയ്യുമ്പോഴും നിങ്ങൾ ഈ വികാരങ്ങളെ നിയന്ത്രിക്കാനും അവയുടെ പ്രഭാവത്തിൽ പെട്ടുപോകാതെ അവയെ മനസ്സിലാക്കാനുമുള്ള കഴിവാണ് നേടുന്നത്.

കലങ്ങി കിടക്കുന്ന പലതരം വികാരങ്ങളെ മനസ്സിലാക്കാൻ സഹായകമായ ഒരു വ്യായാമമാണിത്. ഇതിലൂടെ നമുക്ക് സ്വീകാര്യമല്ല എന്ന് മുൻപ് തോന്നിയ വികാരങ്ങൾ പോലും സാധാരണമാണെന്ന് നാം തിരിച്ചറിയും. ഓരോ സമീപനവും സാഹചര്യം മനസ്സിലാക്കുന്നതിനുള്ള വ്യത്യസ്ത രീതികളെ പ്രതിനിധീകരിക്കുന്നു, അതിനാൽ അടുത്തതായി ഏത് ദിശയിലേക്ക് പോകണമെന്നതിനെക്കുറിച്ച് നമുക്ക് വ്യത്യസ്ത നിഗമനങ്ങളിൽ എത്തിച്ചേരാം.

സ്വയം-വിമർശനം ഒഴിവാക്കൽ

- നിങ്ങളുടെ സ്വയം വിമർശനം കേട്ടാൽ എങ്ങനെയിരിക്കും? എന്തൊക്കെ വാക്കുകളാണ് നിങ്ങൾ ഉപയോഗിക്കുക?
- നിങ്ങളുടെ ശ്രദ്ധ എന്തിലാണ്?
- നിങ്ങൾ സ്വയം വിമർശിക്കുന്നത് എന്തൊക്കെ കാര്യങ്ങളിലാണ്? നിങ്ങളുടെ രൂപം, പ്രകടനം, സ്വഭാവ സവിശേഷതകൾ, താരതമ്യങ്ങൾ?
- ചിലതരം സ്വയം വിമർശനങ്ങൾ മറ്റുള്ളവയെക്കാൾ ഏറെ ഗുരുതരമാണ്.
- ചിലപ്പോൾ സ്വയം വിമർശനം ഒരു തോൽവിയുടെ മുന്നിൽ നിങ്ങൾ കൊള്ളില്ല എന്ന് പറയുന്ന രീതിയിലെത്താം.

- എന്നാൽ അതിലും മേലെ പോകുമ്പോൾ നിങ്ങൾക്ക് സ്വയം വെറുപ്പും ദേഷ്യവും തോന്നാം. അപ്പോൾ അത് അപകടകരമായി മാറും.

ഇതൊന്ന് പരീക്ഷിക്കൂ : നമ്മുടെ ഉള്ളിലുള്ള വിമർശകരിൽ നിന്ന് അൽപ്പം ദൂരെമാറി നിന്ന് അവരെ നിരീക്ഷിക്കാൻ സഹായിക്കുന്ന ഒരു അഭ്യാസമാണിത്.

നിങ്ങൾ സ്വയം വിമർശിക്കുന്ന പല രീതികൾ മനസ്സിലാക്കിയതിനു ശേഷം ഒരു നിമിഷം ആ വിമർശകൻ നിങ്ങളുടെ ഉള്ളിലല്ല, പുറത്തുള്ള ഒരു വ്യക്തിയാണെന്ന് സങ്കൽപ്പിക്കുക. അവരെ കണ്ടാൽ എങ്ങനെയിരിക്കും? നിങ്ങളോട് സംസാരിക്കുമ്പോൾ അവരുടെ മുഖഭാവവും ശബ്ദവും എങ്ങനെയായിരിക്കും? അവർ പ്രകടിപ്പിക്കുന്ന വികാരങ്ങൾ എന്തൊക്കെയാണ്? അവരുടെ മുന്നിൽ നിൽക്കുമ്പോൾ നിങ്ങൾക്ക് എന്താണ് തോന്നുന്നത്? അവരുടെ ഉദ്ദേശം എന്താണെന്നാണ് നിങ്ങൾ കരുതുന്നത്? ഇത് നിങ്ങളെ സംരക്ഷിക്കാനുള്ള എന്തെങ്കിലും വഴിയാണോ? ഈ ആളുടെ കൂടെ സമയം ചെലവിടണമെന്ന് നിങ്ങൾ കരുതുന്നുണ്ടോ? സന്തോഷകരമായ ഒരു ജീവിതം നയിക്കാൻ നിങ്ങളെ സഹായിക്കുന്ന ആരെങ്കിലുമാണോ ഇത്? ഒടുവിൽ സ്വയം ചോദിക്കുക, ദിവസത്തിന്റെ എല്ലാ മണിക്കൂറും ഈ വിമർശകന്റെ കൂടെ ചെലവിടുന്നതിന്റെ ഫലം എന്താണ്?

നിങ്ങളുടെ അനുകമ്പ നിറഞ്ഞ വശം കണ്ടെത്തുക

നിങ്ങളുടെ ഉള്ളിലെ വിമർശകൻ നിങ്ങളുടെ അടുത്ത സഹയാത്രികനാകുമ്പോൾ അവരെ എടുത്തുമാറ്റുക എളുപ്പമല്ല. തലച്ചോറിലെ ആ പാത നിങ്ങൾക്ക് എളുപ്പം എത്താൻ കഴിയുന്നതാണ്. അതുകൊണ്ട് തന്നെ ആ ശബ്ദം ഇടയ്ക്കിടെ ഉയരും. നമുക്ക് ആരോഗ്യകരമായ പുതിയ ഒരു ശബ്ദം നൽകുക എന്നതാണ് നമുക്ക് ചെയ്യാൻ കഴിയുക. അത് പരിശീലിക്കാം. ഈ വിമർശകനെ കാണാനും അറിയാനും നിങ്ങൾ സമയം കണ്ടെത്തിയിട്ടുണ്ട്. അതേപോലെ നമുക്ക് ഉള്ളിലുള്ള കരുണ നിറഞ്ഞയാളെയും അടുത്തറിയാം. നിങ്ങൾക്ക് നല്ലത് വരണമെന്ന് കരുതുകയും നിങ്ങളുടെ സ്വയം വിമർശനത്തിന്റെ അപകടം തിരിച്ചറിയുകയും ചെയ്യുന്ന ആ വശം അടുത്തറിയാം. വളരാനും നേടാനും ആഗ്രഹിക്കുന്ന ആ ഭാഗം പക്ഷേ നാണക്കേടിനെക്കാൾ സ്നേഹം നിറഞ്ഞതാണ്.

ഈ സ്നേഹം നിറഞ്ഞ വശം എന്താണെന്ന് അറിയാൻ സമയം കണ്ടെത്തുക. ഓർക്കുക, ഇത് പോസിറ്റീവ് ചിന്ത അല്ല. അനുകമ്പയുള്ള ഒരാൾ സത്യസന്ധതയും ദയയും പ്രകടിപ്പിക്കുകയും പിന്തുണയും ഉത്തേ

ജനവും തരികയും നിങ്ങൾക്ക് നല്ലത് വരണമെന്ന് കരുതുകയും ചെയ്യും. മറ്റുള്ളവരോട് കരുണ കാണിക്കുമ്പോൾ നിങ്ങൾ എന്തൊക്കെ വാക്കുകളാണ് ഉപയോഗിക്കുക? നിങ്ങൾ സ്വയം എന്ത് വാക്കുകളാണ് ഉപയോഗിക്കുക? മറ്റൊരാൾ നിങ്ങളോട് കരുണയോടെ പെരുമാറിയത് ഓർക്കുക. അവർ നിങ്ങളെ നോക്കിയതെങ്ങനെയാണ്? എന്താണ് അവർ പറഞ്ഞത്? അപ്പോൾ നിങ്ങൾക്ക് തോന്നിയതെന്താണ്? വേണ്ടപ്പോൾ ആ ശബ്ദം കേൾക്കാൻ കഴിഞ്ഞാൽ നിങ്ങൾക്ക് എന്ത് തോന്നും?

ഇതൊന്ന് പരീക്ഷിക്കൂ : നിങ്ങളുടെ അനുകമ്പ നിറഞ്ഞ വശം ശക്തിപ്പെടുത്താൻ നാം ദിവസവും കുറച്ച് പരിശീലനം നടത്തേണ്ടതുണ്ട്. അവനവനുവേണ്ടി അനുകമ്പ നിറഞ്ഞ ഒരു കത്തെഴുതുക. വിഷമത്തിലൂടെ കടന്നുപോകുന്ന ഒരു പ്രിയസുഹൃത്തിനോട് എന്നപോലെ അവനവനോട് സംസാരിക്കുക. അവരുടെ വിഷമം ദൂരീകരിക്കാനായി നിങ്ങൾ എങ്ങനെയാകും സംസാരിക്കുക? ഈ കത്ത് ആരും വായിക്കണമെന്നില്ല. എന്നാൽ നിങ്ങളുടെ കരുണ നിറഞ്ഞ സ്വത്വവുമായി ഇടപെടുന്നതും ചിന്തിക്കുന്നതും നിങ്ങൾക്ക് ആവശ്യമുള്ളപ്പോൾ ആ മാനസികമസ്സിൽ ഉപയോഗിക്കാൻ നിങ്ങളെ പ്രാപ്തരാക്കും.

അവനവനോടുള്ള അനുകമ്പ കണ്ടെത്താൻ കഴിയാതെ നിങ്ങൾ വിഷമിക്കുകയാണെങ്കിൽ നിങ്ങൾക്ക് അതിരറ്റ സ്നേഹമുള്ള മറ്റൊരാളെ മനസ്സിൽ കണ്ട് അവരോടാണ് പറയുന്നതെന്ന് ഓർക്കുക, അല്ലെങ്കിൽ നിങ്ങളോട് സ്നേഹമുള്ളവർ പണ്ട് പറഞ്ഞ കാര്യങ്ങൾ ഓർമ്മിക്കുക.

അധ്യായ സംഗ്രഹം

- അവനവനെ ഉൾക്കൊള്ളുമ്പോൾ മടിയും അനുനയവും താല്പര്യമില്ലായ്മയും ഉണ്ടാകുമെന്ന തോന്നൽ ഒരു തെറ്റിദ്ധാരണയാണ്.
- അവനവനെ സ്വീകരിക്കുകയും സ്നേഹിക്കുകയും ചെയ്യുന്ന വർ തോൽവികളെ ഭയക്കുകയില്ലെന്ന് മാത്രമല്ല തോറ്റാലും വീണ്ടും പരിശ്രമിക്കും എന്നാണ് പഠനങ്ങൾ സൂചിപ്പി ക്കുന്നത്.
- അവനവനെ സ്വീകരിക്കുക എന്നാൽ വെറുതെ തോൽവി സമ്മതിക്കുക എന്നല്ല അർത്ഥം.
- അവനവനോട് അനുകമ്പയുള്ളപ്പോൾ നിങ്ങളുടെ നന്മ യ്ക്കായി ബുദ്ധിമുട്ടേറിയ പാതകൾ സ്വീകരിക്കുക എന്നാണ് അർത്ഥം.

6

ഭയത്തെക്കുറിച്ച്

22

ഉത്കണ്ഠകൾ ഇല്ലാതാക്കൂ!

എനിക്ക് ഓർമ്മ വെച്ച കാലം മുതൽ എനിക്ക് ഉയരം പേടിയാണ്. വളരുന്ന കാലത്ത് ഞാൻ അപാരം കൂടിയ സ്ഥലങ്ങൾ ഒഴിവാക്കിയിരുന്നു. എന്നാൽ എന്റെ ഭർത്താവിനെ ഞാൻ കണ്ടുമുട്ടിയപ്പോൾ ഞങ്ങൾ ഒന്നിച്ച് ഇറ്റലിയിലേക്ക് യാത്ര പോയി. ഞങ്ങൾ പിസയിലെ ചെരിഞ്ഞ ഗോപുരം നോക്കി നിന്നപ്പോൾ അദ്ദേഹം രണ്ടു ടിക്കറ്റുകൾ പുറത്തെടുത്തു. ഞങ്ങൾ അതിന്റെ മുകളിൽ കയറാൻ പോകുന്നത്രേ. 3.99 ഡിഗ്രി ചെരിഞ്ഞു വീഴുമെന്നു തോന്നുന്ന രീതിയിൽ നിൽക്കുന്ന ആ ഗോപുരം നോക്കി ഞാൻ നെടുവീർപ്പിട്ടു.

എന്റെ ഹൃദയം എന്റെ വാരിയെല്ലിനുള്ളിൽ ഇരുന്ന് മിടിക്കാനും എനിക്ക് അസുഖം വരുമെന്ന് തോന്നാനും തുടങ്ങി. എന്നാൽ ടിക്കറ്റ് എടുത്തത് കൊണ്ട് ഞങ്ങൾ കയറി. പിസാ ഗോപുരത്തിന്റെ മുകളിലെത്താൻ നിങ്ങൾ അതിനുള്ളിലെ ഇടുങ്ങിയ പടിക്കെട്ടുകൾ കയറിയാണ് പോകുന്നത്.

നിങ്ങളുടെ കാൽക്കീഴിൽ ഉള്ള നിലം നേരെയല്ല. കയറുംതോറും നിങ്ങൾക്ക് വീഴാൻ പോകുന്നത് പോലെ തോന്നും. അതാണ് എനിക്ക് അന്ന് തോന്നിയത്. പുറകിൽ കയറുന്ന ആളുകളുടെ കൂട്ടം ഉള്ളത് കൊണ്ട് ഞാൻമുകളിലേയ്ക്ക്കയറി.മുകളിലെത്തിക്കഴിഞ്ഞാൽആചെരിവ്കൂടുതൽ ചെരിഞ്ഞതായി തോന്നും. എല്ലാവരും നേരെ കാഴ്ച കാണാൻ പോയി. എനിക്ക് നിലത്തിരിക്കാനാണ് തോന്നിയത്. ഞാൻ കെട്ടിടത്തിന്റെ അരികിൽ നിന്ന് മാറി വേഗം തന്നെ നിലത്തിരുന്നു. വിശ്രമിക്കാൻ ഇരിക്കുന്നത് പോലെ ഞാൻ തോന്നിച്ചുവെങ്കിലും നാണക്കേടിനോടുള്ള എന്റെ പേടി അപ്പോൾ മരണഭയത്തേക്കാൾ കൂടുതലായിരുന്നു. തീർച്ചയായും, തറയിൽ ഇരിക്കുന്നത് എനിക്ക് സുരക്ഷിതത്വമൊന്നും നൽകിയില്ല. പക്ഷേ അത് യുക്തിയെ അടിസ്ഥാനമാക്കിയുള്ളതായിരുന്നില്ല. എന്റെ തലച്ചോർ എന്റെ ശരീരത്തോട് നിലത്തിരിക്കാൻ പറഞ്ഞുകൊണ്ടേയിരുന്നു. താഴേയ്ക്ക് നോക്കാതിരിക്കാനായി ഞാൻ

അവിടെ കിടന്ന ഒരു കല്ലിൽ തന്നെ നോക്കി. നിലത്തിരിക്കുന്ന എന്റെ ഒരു ചിത്രം മാത്ര്യ എടുത്തു. അതിപ്പോൾ നമുക്ക് തമാശ നിറഞ്ഞ ഒരു ഓർമ്മയാണ്. എന്നാൽ ആ സമയത്തോ? എന്തുകൊണ്ടാണ് എനിക്ക് നിലത്തിരിക്കാൻ തോന്നിയത്?

ഞാൻ കുട്ടിക്കാലം മുതൽ പഠിച്ച എന്റെ ഈ ഫോബിയ കാരണം ടിക്കറ്റ് കണ്ടപ്പോൾ മുതൽ എന്റെ മനസ്സ് ആ ഗോപുരം കയറുന്നത് സങ്കൽപ്പിച്ച് പ്രതികരിക്കാൻ തുടങ്ങി. എന്റെ ഹൃദയം വേഗത്തിൽ മിടിക്കാൻ തുടങ്ങി, എന്റെ ശ്വാസം വേഗത്തിലാവുകയും കൈകൾ വിയർക്കുകയും ചെയ്തു. ചെരിഞ്ഞ ഗോപുരം എന്റെ മരണഭയം കൂട്ടുകയും ചെയ്തു. എന്നാൽ സുരക്ഷിതയാകൂ എന്ന് എന്നോട് പറയുന്ന തലച്ചോ റിന്റെ അലാറം ഒരു പുക അലാറം പോലെയാണ്. അത് എല്ലാ കാര്യങ്ങളും പരിഗണിക്കില്ല. അതിനുള്ള സമയമില്ല. അതിന്റെ ജോലി, അപകടം കണ്ടാൽ ഉടനെ എന്നെ അറിയിക്കുക എന്നതാണ്. ശരീരത്തിൽ കാണുന്ന അപകടസൂചനകൾ അറിഞ്ഞാലുടൻ എന്റെ ചുറ്റുപാടുകളിൽ നിന്നും എന്റെ ഇന്ദ്രിയാനുഭവങ്ങളിൽ നിന്നും എന്റെ ഓർമ്മയിൽ നിന്നും ഒക്കെ കാര്യങ്ങൾ കോർത്തെടുത്ത ഒരു കഥ മെനയും. എവിടെ പുകയുണ്ടാ യാലും ശബ്ദിക്കുന്ന സ്മോക്ക് അലാറം ഒരു ടോസ്റ്റ് കരിഞ്ഞാലും ശബ്ദിക്കുമല്ലോ. തറയിലേക്ക് വീഴാനുള്ള തീവ്രമായ തോന്നൽ എന്റെ തലച്ചോർ എന്റെ ശരീരത്തെ കാര്യമായെടുത്തതിന്റെ ലക്ഷണമാണ്. കണ്ടുനിന്ന ആളുകൾക്ക് അതൊരു തമാശയായി. അസഹനീയമായ പേടി വന്നപ്പോൾ എന്റെ സുരക്ഷ ഉറപ്പിക്കാൻ തോന്നിയ ആദ്യത്തെ കാര്യം ഞാൻ ചെയ്യുകയാണുണ്ടായത്. ആ പേടി പോകണം എന്നായി രുന്നു എന്റെ മനസ്സിൽ.

സുരക്ഷിതത്വത്തിലേയ്ക്ക് എത്തണം എന്ന തോന്നൽ ആരുടേയും കുറ്റമല്ല. തലച്ചോർ നമ്മുടെ സുരക്ഷയ്ക്ക് വേണ്ടി ചെയ്യുന്നതാണിത്. എന്റെ ഈ പ്രവർത്തി എന്റെ സുരക്ഷ ഉറപ്പ് വരുത്തിയില്ലെങ്കിലും എനിക്ക് സുരക്ഷിതത്വം തോന്നാൻ അത് സഹായിച്ചു. ഉത്കണ്ഠ എങ്ങനെ ഒഴിവാക്കാം എന്നതാണ് എന്നോട് ആൾക്കാർ സ്ഥിരമായി ചോദിക്കുന്ന ഒരു ചോദ്യം. അതൊരു സ്വാഭാവിക ചോദ്യമാണ്. ഉത്കണ്ഠ അസ്വസ്ഥ പ്പെടുത്തുന്നതാണ്, ചിലപ്പോൾ അലോസരപ്പെടുത്തുന്നതുമാണ്. നിങ്ങൾക്ക് ആശങ്ക തോന്നുമ്പോൾ നിങ്ങളുടെ ശരീരം കഠിനപ്രയത്ന മാണ് ചെയ്യുന്നത്. അത് ഏറെ തളർത്തുന്ന കാര്യമാണ്. ആർക്കും ഈ അവസ്ഥയിൽ ഇപ്പോഴും ജീവിക്കാൻ ആഗ്രഹമുണ്ടാകില്ല.

പിസാ ഗോപുര സംഭവത്തിൽ എനിക്ക് തെറ്റുപറ്റിയത് ഞാൻ വിശദമാക്കാം. ഞാൻ പേടിയെ പരമാവധി ഒഴിവാക്കാൻ ശ്രമിച്ചു. ഞാൻ തറയോട് ചേർന്ന് പുറത്തേയ്ക്ക് നോക്കാതെ ഇരുന്നു. എന്റെ കണ്ണുകൾ പൂട്ടിയടച്ചു. ഞാൻ അത്ര ഉയരെയല്ല എന്ന് സ്വയം വിശ്വസിപ്പിക്കാനാണ് ഞാൻ ശ്രമിച്ചത്. എന്റെ പേടി എന്നെ വിടുന്നതിനു മുൻപ് ഞാൻ ആ ഗോപുരം വിട്ടു. നിലത്തെ പുല്ലിൽ ചവിട്ടിയപ്പോൾ എന്റെ ശരീരം

ആശ്വസിക്കുകയും സമാധാനിക്കുകയും ചെയ്യൂ. എന്റെ തലച്ചോർ പറഞ്ഞു, 'ഹോ, എന്തൊരു അപകടമാണ് ചെയ്തത്. ഇനി ഒരിക്കലും അത് ചെയ്യണ്ട!' ആ പേടി ഇല്ലാതാക്കാൻ എനിക്ക് സാധിച്ചതൊക്കെ ഞാൻ ചെയ്യൂ. എന്നാൽ പെട്ടെന്ന് ആശ്വാസം കണ്ടെത്താൻ സഹായിക്കുന്ന കാര്യങ്ങൾ എല്ലാം നമ്മെ ഈ അവസ്ഥയിൽ ദീർഘകാലം കെട്ടിയിടുക യാണ് ചെയ്യുന്നത്.

ഇന്നത്തെ എന്റെ അറിവ് എനിക്ക് അന്നുണ്ടായിരുന്നെങ്കിൽ, അന്ന് ഞാൻ ഉയരത്തോടുള്ള പേടി ബോധപൂർവ്വം പരിഹരിക്കാനാണ് ശ്രമിച്ചിരുന്നതെങ്കിൽ ഞാൻ ഇതൊക്കെയാവും ചെയ്യുക. ഞാൻ ടവറിന്റെ മുകളിൽ ചെന്ന് കാണുന്ന ദൃശ്യങ്ങൾ നോക്കിയേനെ. പേടികൾ അപ്പോഴും ഉണ്ടാകുമെങ്കിലും ഞാൻ അതിനെ ഒഴിവാക്കാൻ ശ്രമിക്കുന്നതിനു പകരം ആ പേടിയുണ്ടാകാൻ അനുവദിച്ചേനെ. എന്റെ ശ്വാസഗതി നിയന്ത്രിച്ചുകൊണ്ടും മെല്ലെ ശ്വസിക്കാൻ ശ്രമിച്ചുകൊണ്ടും ഞാൻ ആ അവസ്ഥ കൈകാര്യം ചെയ്യാൻ ശ്രമിച്ചേനെ. ചെറുപ്പത്തിൽ അപകടകരമായ ഉയരത്തിൽ പേടിച്ചത് കൊണ്ട് എന്റെ ഓർമ്മകളാണ് എന്നെ ഇത്തരത്തിൽ പ്രതികരിക്കാൻ പ്രേരിപ്പിക്കുന്നതെന്ന് ഞാൻ സ്വയം പറഞ്ഞേനെ. ഞാൻ സുരക്ഷിതയാണെന്നു ഞാൻ പല വട്ടം സ്വയം പറഞ്ഞേനെ. ഞാൻ എന്തിനവിടെ വന്നു എന്നതിലേക്ക് ശ്രദ്ധ തിരിക്കുകയും മെല്ലെ ശ്വസിക്കുകയും എന്റെ ശരീരം തളരുന്നത് വരെ ശ്വാസം മെല്ലെ എടുക്കുകയും ചെയ്തേനെ. എന്റെ പേടി കുറയുകയും ശരീരം ശാന്തമാവുകയും ചെയ്യുമ്പോൾ മാത്രം താഴെ ഇറങ്ങിയേനെ. പിന്നീട് ഇതേ കാര്യം പല ദിവസങ്ങളിൽ ആവർത്തിച്ച് മെല്ലെ എന്റെ ശരീരത്തിന് അതുമായി പരിചയിക്കാനുള്ള അവസരം കൊടുക്കുകയും എന്റെ പേടിയുടെ കാഠിന്യം കുറയുകയും ചെയ്തേനെ.

രക്ഷപെടാനുള്ള നമ്മുടെ തോന്നലുകളുടെ ഭാഗമാണ് പേടി. അങ്ങേയറ്റം അസുഖകരമായ ഒരു തോന്നലാണത്. ആ അവസ്ഥയിൽ നിന്ന് ഓടിപ്പോകണം, രക്ഷപ്പെടണം എന്ന തോന്നലാവും ഏറ്റവും മുന്നിൽ നിൽക്കുന്നത്. നിങ്ങൾ ഒരു അപകടാവസ്ഥയിലാണെങ്കിൽ നിങ്ങളെ സുരക്ഷിതരാക്കി വയ്ക്കുന്നതിൽ ഏറെ സഹായകമാകുന്ന ഒരു സമ്പ്രദായമാണിത്. നിങ്ങൾ വഴി മുറിച്ചു കടക്കുമ്പോൾ ഒരു ഹോൺ ശബ്ദം കേട്ടാൽ നിങ്ങൾക്ക് ചിന്തിക്കാൻ കഴിയുന്നതിനും മുൻപ് നിങ്ങൾ ഓടി അപ്പുറത്തെത്തിയിട്ടുണ്ടാകും. നിങ്ങളുടെ ശരീരത്തിലൂടെ അഡ്രിനാലിൻ കടന്നുപോകുന്നത് നിങ്ങൾ അറിയും. അതാണ് നിങ്ങളുടെ പേടിയുടെ വേഗം. എന്നാൽ ഇത്ര വേഗത്തിൽ പ്രവർത്തിക്കുന്ന ഒരു സമ്പ്രദായത്തിന് ഏതൊക്കെ സൂചനകളാണ് ശരി, ഏതൊക്കെ അവഗണിക്കാം എന്നൊന്നും ചിന്തിക്കാനുള്ള സമയമില്ല. അതിനു തോന്നുമ്പോഴെ അത് പ്രവർത്തിക്കും. നിങ്ങൾ രക്ഷപെടും. അതിനു തലച്ചോറിന് നന്ദി പറയാം.

എന്നാൽ മറ്റ് ചില സാഹചര്യങ്ങളിൽ നിങ്ങളുടെ ജീവന്

അപകടമില്ലെങ്കിലും തോന്നലുകൾ അങ്ങനെ തന്നെയായിരിക്കും. നിങ്ങളോട് ഒരു മീറ്റിംഗിൽ സംസാരിക്കാൻ പറയുമ്പോൾ നിങ്ങളുടെ ഹൃദയം വേഗത്തിൽ മിടിക്കാൻ തുടങ്ങും. നിങ്ങളുടെ ഹൃദയം നിങ്ങളുടെ ശരീരത്തെ ശ്രദ്ധയോടെ ഇരിക്കാൻ ഒരുക്കുന്നതാകും. എന്നാൽ അതിനെ നിങ്ങൾ പേടിയായി കണക്കാക്കി മുറി വിട്ട് പോകാനുള്ള കാരണങ്ങൾ തിരഞ്ഞാൽ, അത്തരം മീറ്റിംഗുകൾ ഭാവിയിൽ ഒഴിവാക്കിയാൽ, നിങ്ങൾക്കൊരിക്കലും മീറ്റിംഗുകളിൽ സംസാരിക്കുന്ന അനുഭവം കിട്ടില്ല. അതിൽ വിജയിക്കുന്നത് അനുഭവിക്കാനും കഴിയില്ല.

നമുക്ക് വേഗം ആശ്വാസം തരുന്ന കാര്യങ്ങൾ പക്ഷെ നമ്മുടെ പേടിയെ ദീർഘകാലത്തിൽ ഊട്ടിവളർത്തുകയാണ് ചെയ്യുന്നത്. പേടി കൊണ്ട് നാം നോ പറയുമ്പോഴെല്ലാം അത് സുരക്ഷിതമല്ലായിരുന്നു എന്നും നമ്മെക്കൊണ്ട് അത് ചെയ്യാൻ കഴിയില്ലായിരുന്നു എന്നുമാണ് സ്വയം പഠിപ്പിക്കുന്നത്. ഓരോ തവണ നാം ജീവിതത്തിൽ നിന്ന് ഓരോന്ന് മുറിച്ച് മാറ്റുമ്പോഴും ഈ പേടി കൊണ്ട് ജീവിതം ഒന്ന് ചുരുങ്ങും. ഇന്ന് വേഗം പേടി മാറിയാൽ അതിനർത്ഥം ദീർഘകാലത്തിൽ ആ പേടി നമ്മുടെ ജീവിതത്തിന്റെ തീരുമാനങ്ങളിലേയ്ക്ക് കടന്നു എന്നാണ്.

പേടികളെ നിയന്ത്രിക്കാനും തുടച്ചുമാറ്റാനുമുള്ള ശ്രമങ്ങൾ നമ്മുടെ ഓരോ നീക്കത്തെയും നിയന്ത്രിക്കാൻ തുടങ്ങും. നാം കാണുന്ന ഓരോ പുതിയ സന്ദർഭത്തിലും പേടിയുണ്ടാകും. ഓരോ ക്രിയാത്മക അനുഭവത്തിലും ഓരോ പഠന സാഹചര്യത്തിലും പേടിയുണ്ടാകും. അത് അനുഭവിക്കാൻ നമുക്ക് മടിയാണെങ്കിൽ പിന്നെ നമുക്ക് എന്താണ് ബാക്കിയുള്ളത്?

അധ്യായ സംഗ്രഹം

- ഉത്കണ്ഠ ഇല്ലാതാകണമെന്ന് ആഗ്രഹിക്കുന്നത് സ്വാഭാവികമാണ്. അത് അസ്വസ്ഥത നിറഞ്ഞ തോന്നലാണ്.
- പേടിയോട് പൊരുത്തപ്പെടണമെങ്കിൽ നിങ്ങൾ ആദ്യം അത് നേരിടാൻ തയ്യാറാകണം.
- ഒഴിഞ്ഞു മാറുന്നതും സാഹചര്യങ്ങൾ ഒഴിവാക്കുന്നതും തല്ക്കാലം ആശ്വാസം തരുമെങ്കിലും ദീർഘകാലത്തിൽ ഈ ഉത്കണ്ഠയെ ഊട്ടിയുറപ്പിക്കുകയാണ് ചെയ്യുന്നത്.
- പേടിയെ നിയന്ത്രിക്കാനും ഒഴിവാക്കാനുമുള്ള നമ്മുടെ ശ്രമങ്ങൾ നമ്മുടെ ഓരോ നീക്കത്തെയും നിയന്ത്രിക്കുന്ന ഒരു പ്രശ്നമായി മാറുന്നു.
- ഭീഷണിയോടുള്ള ഒരു പ്രതികരണത്തിൽ വേഗം പ്രവർത്തിക്കേണ്ടതുണ്ട്. അതുകൊണ്ട് തന്നെ നിങ്ങൾക്ക് വിശദമായി കാര്യങ്ങൾ ചിന്തിക്കാൻ കഴിയുന്നതിനു മുൻപ് അത് പ്രവർത്തിക്കും.

23

ഉത്കണ്ഠ വർദ്ധിപ്പിക്കുന്ന നമ്മൾ ചെയ്യുന്ന കാര്യങ്ങൾ

നമുക്ക് എന്തിനെയെങ്കിലും പറ്റി ആശങ്കയുള്ളപ്പോൾ മനുഷ്യർ സ്വാഭാവികമായി ചെയ്യുന്നത് ആ അവസ്ഥ ഒഴിവാക്കുക എന്നതാണ്. മാറി നിന്നാൽ തല്ക്കാലം സുരക്ഷിതമാകും എന്ന് നമുക്ക് അറിയാം. എന്നാൽ ഈ ഒഴിവാക്കൽ നമ്മുടെ ഉത്കണ്ഠ നിലനിറുത്തുമെന്നു മാത്രമല്ല കാലക്രമത്തിൽ ഇത് വഷളാവുകയും ചെയ്യും.

നിങ്ങളുടെ തലച്ചോർ ഒരു ശാസ്ത്രജ്ഞനെ പോലെയാണ് പഠിക്കുന്നത്. ഓരോ അനുഭവമുണ്ടാകുമ്പോഴും, അത് പോസിറ്റീവ് ആയാലും നെഗറ്റീവ് ആയാലും അത് ആ അനുഭവം രേഖപ്പെടുത്തി വയ്ക്കും. നിങ്ങൾ പേടിക്കുന്ന കാര്യം ഒഴിവാക്കിയാൽ നിങ്ങൾ സ്വയം നിങ്ങൾക്ക് അതിജീവിക്കാനും രക്ഷപ്പെടാനും കഴിയുമെന്ന് തലച്ചോറിനെ ബോധിപ്പിക്കാനുള്ള അവസരമാണ് ഇല്ലാതാക്കുന്നത്. തലച്ചോറിനോട് ഒരു കാര്യം സുരക്ഷിതമാണെന്ന് പറഞ്ഞാൽ മാത്രം പോരാ, നിങ്ങൾ അത് അനുഭവിക്കുകയും ചെയ്യണം.

നിങ്ങളുടെ തലച്ചോറിനെ നിങ്ങൾ ഇത് വിശ്വസിപ്പിക്കേണ്ടതുണ്ട്. അതിന് ഒരു കാര്യം പല ആവർത്തി ചെയ്യേണ്ടതുണ്ട്. ആവശ്യമുള്ളത്ര സമയം ഇത് ആവർത്തിക്കണം. നിങ്ങൾ ആവർത്തിച്ച് ചെയ്യുന്ന കാര്യങ്ങൾ നിങ്ങളുടെ കംഫർട്ട് സോണായി മാറും. അതുകൊണ്ട് നിങ്ങൾക്ക് എന്തെങ്കിലും കാര്യത്തെപ്പറ്റിയുള്ള ഉത്കണ്ഠ മാറ്റണമെന്നുണ്ടെങ്കിൽ അത് പല ആവർത്തി ചെയ്യുക. ഉത്കണ്ഠയുമായി സമയം ചെലവിട്ടാൽ അത് പതിയെ കുറയുന്നത് കാണാം.

നമ്മെ പേടിപ്പിക്കുന്ന കാര്യങ്ങളെ നേരിടുമ്പോൾ നാം ശക്തരാകുന്നു. അത് നാം തുടരെ തുടരെ ചെയ്യുമ്പോൾ കുറെ സമയം കൊണ്ട് നാം വളരുന്നതായി അറിയാനാകും. അടുത്ത അഞ്ച് വർഷം നിങ്ങളുടെ പേടികൾ മാറ്റി വെച്ച് നിങ്ങൾക്ക് വേണമെന്ന് ആഗ്രഹമുള്ള ജീവിതത്തെ മുൻനിർത്തി തീരുമാനങ്ങൾ എടുത്ത് നോക്കൂ.

പേടിയുടെ അസ്വസ്ഥതയെ നാം പല തരത്തിലാണ് ഒഴിവാക്കുക. ഒരു സാമൂഹിക സാഹചര്യത്തെ ഓർത്ത് ഉത്കണ്ഠ ഉണ്ടെങ്കിൽ നിങ്ങൾ അതിന് പോകില്ല. അല്ലെങ്കിൽ ഒരുപക്ഷെ പോയാൽ, പോകും മുൻപ് നിങ്ങൾ മദ്യപിക്കും. താൽക്കാലികമായി ആ ഉത്കണ്ഠ ഒഴിവാക്കാൻ മദ്യപാനം സഹായിക്കുമെങ്കിലും അടുത്ത സാഹചര്യത്തിലും ഇത് ആവർത്തിക്കാൻ നിങ്ങളെ പ്രേരിപ്പിക്കും. ഈ സ്വഭാവങ്ങൾ താൽക്കാലികമായി ആ ഉത്കണ്ഠ ഒഴിവാക്കും എന്നേയുള്ളൂ. ഭാവിയിൽ നമ്മുടെ ധൈര്യം കൂട്ടുകയൊന്നും ഇത് ചെയ്യില്ല. നേർ വിപരീതം ചെയ്യുകയും ചെയ്യും. ഭാവിയെക്കുറിച്ചുള്ള ഉത്കണ്ഠ മനസ്സിൽ കയറി നാം ഈ ശീലങ്ങൾക്ക് അടിമപ്പെടുകയും ജീവിതം ഏറെ ദുസ്സഹമാവുകയും ചെയ്യും.

ഇത്തരത്തിൽ നമ്മുടെ ഉത്കണ്ഠയെ താൽക്കാലികമായി പരിഹരിക്കുകയും ദീർഘകാലം നമ്മുടെ കൂടെ കുടുങ്ങിപ്പോവുകയും ചെയ്യുന്ന ചില ചിന്തകളുടെ ഉദാഹരണം ഇതാ :

രക്ഷപെടൽ : ഒരു സാമൂഹ്യസാഹചര്യത്തിലോ സൂപ്പർമാർക്കറ്റിലോ ഇടുങ്ങിയ ഇടത്തിലോ ഒക്കെയാവാം ഇത്, നിങ്ങൾക്ക് ഉത്കണ്ഠ തോന്നുമ്പോൾ ആ സാഹചര്യത്തിൽ നിന്ന് എത്രയും വേഗം രക്ഷപ്പെടണം എന്ന തോന്നലാണ് ഉണ്ടാവുക.

ഉത്കണ്ഠ നിറഞ്ഞ ഒഴിവാക്കൽ : നിങ്ങൾ ഒരു സാഹചര്യം ഒഴിവാക്കാനായി ഒരു ക്ഷണത്തോട് നോ പറയുകയോ സാമൂഹിക സാഹചര്യം ഒഴിവാക്കാനായി ഭക്ഷണം ഓർഡർ ചെയ്യുകയോ ഒക്കെ ചെയ്യുമ്പോൾ താൽക്കാലികമായ ഒരു ആശ്വാസമാണ് ലഭിക്കുന്നത്. 'ഹോ, ഇന്നിനി അത് നേരിടേണ്ടല്ലോ' എന്ന തോന്നൽ. എന്നാൽ ദീർഘകാലം ഒന്നിൽ നിന്ന് മാറി നിൽക്കും തോറും ആ പേടി വളരുകയാണ് ചെയ്യുന്നത്. വീണ്ടും ആ പേടി മുഖാമുഖം കാണേണ്ട സാഹചര്യം വരുമ്പോൾ അത് നിങ്ങൾക്ക് സഹിക്കാൻ കഴിയാതെ വരുന്നു.

പരിഹാര നടപടികൾ : കഠിനമായ ഉത്കണ്ഠ നേരിട്ടതിന് ശേഷമാണ് ഇത് സംഭവിക്കുക. ഉദാഹരണത്തിന്, ഒരാൾ ആശുപത്രി സന്ദർശിച്ച ശേഷം അമിതമായി ശരീരം വൃത്തിയാക്കുന്നത് അസുഖം വരുമെന്ന അമിതഭയം കാരണമാകും.

പ്രതീക്ഷ : നിങ്ങൾ പേടിക്കുന്ന ഒരു സാഹചര്യത്തിൽ എന്തൊക്കെ സംഭവിക്കാം എന്നും പലതരം മോശം സാഹചര്യങ്ങൾ സങ്കൽപ്പിച്ച് പ്രതീക്ഷിക്കുകയും ചെയ്യുന്ന ഒരു അവസ്ഥ. നന്നായി ഒരുങ്ങി ഇരുന്നാൽ അത് നമ്മെ സഹായിക്കും എന്നത് കൊണ്ട് ഇതൊരു ഗുണമാണെന്ന് നാം കരുതും. എന്നാൽ ഇതിൽ നിന്ന് അമിതമായ മുന്നൊരുക്കവും കൃത്യമായ പ്ലാനിങ് ഇല്ലാത്ത അനാവശ്യ വേവലാതികളും ഒക്കെയാണ് ഉണ്ടാവുക. ഇതിൽ നിന്ന് ഉത്കണ്ഠ കൂടുകയാണ് ചെയ്യുക.

സ്ഥിതീകരിക്കാൻ ശ്രമിക്കൽ : സംശയവും ഉത്കണ്ഠയും നിറഞ്ഞ സമയങ്ങളിൽ പ്രിയപ്പെട്ട ഒരാളിൽ നിന്ന് എല്ലാം നന്നായിരിക്കുന്നു എന്ന സ്ഥിതീകരണം കിട്ടുന്നത് ആശ്വാസകരമാണ്. ഇഷ്ടമുള്ള ഒരാൾ കഷ്ടപ്പെടുന്നത് കാണാൻ ബുദ്ധിമുട്ടായത് കൊണ്ട് പലപ്പോഴും നമ്മുടെ ഉത്കണ്ഠ ഒഴിവാക്കാൻ സഹായിക്കുന്ന തരത്തിൽ ആശ്വാസം അവർ തരികയും ചെയ്യും. എന്നാൽ കാലക്രമത്തിൽ ഇത് ഒരു ശീലമാവുകയും ഈ വ്യക്തിയുടെ അഭിപ്രായത്തോട് നാം അടിപ്പെടുകയും ചെയ്യും. സ്ഥിരമായി ഇത്തരം ഉറപ്പുകൾ തേടുകയും മറ്റൊരാൾ ഇല്ലാതെ വീട്ടിൽ നിന്ന് ഇറങ്ങാൻ പോലും കഴിയാത്ത സാഹചര്യമുണ്ടാവുകയും ഒക്കെ ചെയ്യുന്നത് ആ ബന്ധം തന്നെ തകർക്കും.

സുരക്ഷാ മാർഗ്ഗങ്ങൾ : സുരക്ഷയുമായി നാം ചേർത്ത് കാണുന്ന കാര്യങ്ങളിൽ വിശ്വസിക്കുന്നത് സാധാരണയാണ്. അതും അമിതമായാൽ പ്രശ്നമാകും. ചിലപ്പോൾ 'വേണ്ടി വന്നെങ്കിലോ' എന്ന് കരുതി കയ്യിലെടുക്കുന്ന മരുന്നുകൾ ഇല്ലാതെ പുറത്തു പോകാൻ കഴിയാതെ വരിക, അല്ലെങ്കിൽ സാമൂഹിക സാഹചര്യങ്ങളിൽ ആളുകളോട് ഇടപെടുന്നത് ഒഴിവാക്കാൻ സദാ ഫോണിൽ നോക്കുക എന്നിങ്ങനെയുള്ള അവസ്ഥകൾ കാണാറുണ്ട്.

അധ്യായ സംഗ്രഹം

- ഒരു കാര്യത്തെപ്പറ്റി ഉത്കണ്ഠ തോന്നുമ്പോൾ സ്വാഭാവികമായ പ്രതികരണം അത് ഒഴിവാക്കുന്നതാണ്.
- എന്നാൽ ഇങ്ങനെ ഒഴിവാക്കുന്നത് ഉത്കണ്ഠ നിലനിറുത്തുകയാണ് ചെയ്യുന്നത്.
- നിങ്ങളുടെ തലച്ചോറിനോട് ഒരു കാര്യം സുരക്ഷിതമാണ് എന്ന് പറഞ്ഞാൽ പോരാ, അത് അനുഭവിച്ചാൽ മാത്രമേ നിങ്ങൾക്ക് അത് വിശ്വസിക്കാൻ കഴിയൂ.
- തലച്ചോറിനെ വിശ്വസിപ്പിക്കണമെങ്കിൽ നിങ്ങൾ ആ കാര്യം പല തവണ ആവർത്തിച്ച് ചെയ്യേണ്ടതുണ്ട്.
- നിങ്ങൾ സ്ഥിരം ചെയ്യുന്ന കാര്യങ്ങൾ നിങ്ങളുടെ കംഫർട്ട് സോണായി മാറും.
- ഉത്കണ്ഠ ഇല്ലാതാകണമെന്നുണ്ടെങ്കിൽ എന്ത് കാര്യവും ആവർത്തിച്ചു ചെയ്യുക.

24

ഇപ്പോൾത്തന്നെ ഉത്കണ്ഠ എങ്ങനെ ശമിപ്പിക്കാം

നിങ്ങൾക്ക് അമിതമായ ഉത്കണ്ഠ ഉണ്ടെങ്കിൽ അതിനെ പരിഹരിക്കാനൊരു പൊടിക്കൈ നിങ്ങൾ പ്രതീക്ഷിക്കുന്നുണ്ടാകും. വേഗം പഠിക്കാനും എന്നാൽ ഉടനടി ഫലം തരികയും ചെയ്യുന്ന ഒന്ന്. തെറാപ്പിയുടെ തുടക്കത്തിൽ പലരും ഇതാണ് അന്വേഷിക്കുന്നത്. അതുകൊണ്ടാണ് ഞാൻ ആളുകളെ വേഗം തന്നെ ഒരു കാര്യം പഠിപ്പിക്കുന്നത്. ഇത് പഠിക്കാൻ എളുപ്പമാണെന്ന് മാത്രമല്ല കുറച്ച് നിമിഷം കൊണ്ട് ഉത്കണ്ഠ കുറയ്ക്കാൻ സഹായിക്കുകയും ചെയ്യും. ഏറ്റവും ചുരുങ്ങിയത് ഉത്കണ്ഠ ഒരു പരിഭ്രമം ആയി മാറാതെ ഇത് സഹായിക്കും.

നിങ്ങളുടെ ഉത്കണ്ഠ കൂടിവരുമ്പോൾ നിങ്ങൾ വേഗത്തിൽ ശ്വാസമെടുക്കാൻ തുടങ്ങും. ഇത് നിങ്ങളുടെ രക്ഷപെടാനുള്ള ത്വരയ്ക്ക് ശരീരം കൂടുതൽ ഓക്സിജൻ തന്നുകൊണ്ട് പ്രതികരിക്കുന്നതാണ്.

നിങ്ങൾക്ക് ശ്വസിക്കാൻ കഴിയുന്നില്ല എന്നൊക്കെ ചിലപ്പോൾ തോന്നും. അതുകൊണ്ട് നിങ്ങൾ വളരെ വേഗം ശ്വസിക്കാൻ തുടങ്ങുകയും ശരീരത്തിൽ ഓക്സിജന്റെ അളവ് കൂട്ടുകയും ചെയ്യും.

നിങ്ങളുടെ ശ്വാസഗതി കുറഞ്ഞാൽ നിങ്ങൾക്ക് ശരീരത്തെ സമാശ്വസിപ്പിക്കാനും അതോടൊപ്പം ശ്വാസം മെല്ലെയാക്കാനും കഴിയും. മാത്രമല്ല, നിങ്ങളുടെ ശ്വസനത്തെക്കാൾ കൂടുതൽ ദൈർഘ്യമുള്ളതോ കൂടുതൽ ശക്തിയുള്ളതോ ആയ രീതിയിൽ നിങ്ങളുടെ ശ്വസനം വർദ്ധിപ്പിക്കാൻ കഴിയുമെങ്കിൽ, അത് നിങ്ങളുടെ ഹൃദയമിടിപ്പ് മന്ദഗതിയിലാക്കും. ഹൃദയമിടിപ്പ് കുറയുമ്പോൾ, ഉത്കണ്ഠ പ്രതികരണവും കുറയുന്നു.

ചില ആളുകൾ ശ്വാസം പുറത്തേക്ക് വിടുമ്പോൾ എണ്ണാൻ ഇഷ്ടപ്പെടുന്നു, ഉദാഹരണത്തിന് 7 വരെ എണ്ണി ശ്വാസം ഉള്ളിലേക്ക് എടുക്കുകയും 11 വരെ എണ്ണി വിടുകയും ചെയ്യുക, അല്ലെങ്കിൽ നിങ്ങൾക്ക് അനുയോജ്യമായ മറ്റേതെങ്കിലും രീതി.

ടൂൾകിറ്റ് : സ്ക്വയർ ബ്രീത്തിങ്

പടം 1. നിങ്ങളുടെ നോട്ടം ചതുരത്തിലുള്ള എന്തിലെങ്കിലും ഉറപ്പിക്കുക. ഒരു ജനാല, ഒരു ഫോട്ടോ, അല്ലെങ്കിൽ ഒരു കമ്പ്യൂട്ടർ സ്ക്രീൻ.

പടം 2. നിങ്ങളുടെ നോട്ടം താഴെ ഇടത്തെ മൂലയിൽ നിന്ന് തുടങ്ങി ശ്വസിച്ചുകൊണ്ട് മുകളിലെ മൂലയിലേക്ക് നോട്ടം എത്തുന്നതിനിടെ നാലു വരെ എണ്ണുക.

പടം 3. നാല് സെക്കൻഡ് ശ്വാസം നിറുത്തുക. കണ്ണുകൾ എതിർ മൂലയിലേക്ക് സഞ്ചരിക്കട്ടെ.

പടം 4. ശ്വാസം പുറത്തേയ്ക്ക് വിടുമ്പോൾ കണ്ണുകൾ എതിർ മൂലയിലേക്ക് സഞ്ചരിക്കുകയും നാലുവരെ എണ്ണുകയും ചെയ്യുക.

പടം 5. നാല് സെക്കൻഡ് ശ്വാസം നിറുത്തി വീണ്ടും താഴെ ഇടതുവശത്തെ മൂലയിലെത്തി വീണ്ടും ആരംഭിക്കുക.

അങ്ങനെ നിങ്ങൾ നാല് സെക്കൻഡ് ശ്വസിക്കുന്നു, നാല് സെക്കൻഡ് ശ്വാസം പിടിച്ചു നിറുത്തുന്നു, അത് തുടരുന്നു. ചതുരാകൃതിയിലുള്ള എന്തിലെങ്കിലും ശ്രദ്ധിക്കുന്നത് നിങ്ങൾക്ക് ഒരു ഗൈഡ് ആയി പ്രവർത്തിക്കുകയും നിങ്ങളുടെ ശ്വാസത്തിൽ ശ്രദ്ധ കേന്ദ്രീകരിക്കാനും നിങ്ങളുടെ ശ്രദ്ധ വഴുതിപ്പോകാനുള്ള അവസരങ്ങൾ കുറയ്ക്കുകയും ചെയ്യും. കുറച്ചു സമയം ഇത് പരീക്ഷിച്ചിട്ടും ഫലം തോന്നുന്നില്ലെങ്കിലും തുടരുക. ശരീരം ഇതിനോട് പ്രതികരിക്കാൻ കുറച്ചു സമയമെടുക്കും.

ഇത് എന്നും, നിങ്ങൾക്ക് ഉത്കണ്ഠ തോന്നാത്തപ്പോഴും പരിശീലിക്കുന്നത് നല്ലതാണ്. എന്തെങ്കിലും ഒരു കാര്യം നന്നായി പരിശീലിക്കുമ്പോൾ അത് പേടി കൊണ്ട് വിഷമിച്ചിരുന്ന സമയത്ത് ഉപയോഗിക്കാൻ എളുപ്പം തോന്നും.

ചലനം

പെട്ടെന്ന് ഫലം തരുന്ന മറ്റൊരു രീതിയാണ് വ്യായാമം. ഇത് പഠിക്കാൻ അധികം പരിശ്രമം ഒന്നും വേണ്ട. നിങ്ങളുടെ ഉത്കണ്ഠ കൂടിവരുമ്പോൾ നിങ്ങളുടെ മസ്സിലുകൾ ഓക്സിജൻ കൊണ്ട് നിറയുകയും അഡ്രിനാലിൻ വേഗം സഞ്ചരിക്കാൻ നിങ്ങളെ ഒരുക്കുകയും ചെയ്യുന്നു. നിങ്ങൾ അപ്പോൾ ചലിക്കുകയും ആ ഊർജ്ജം ചെലവിടുകയും ചെയ്തില്ലെങ്കിൽ നിങ്ങളുടെ ശരീരം ഇന്ധനം നിറഞ്ഞ് പോകാനിടമില്ലാത്ത ഒരു റോക്കറ്റ് പോലെയാകും. അപ്പോഴാണ് വിറയലും വിയർക്കലും വീട്ടിനുള്ളിലൂടെ കൂട്ടിലടച്ച വെരുക് പോലെ നടക്കലും ഉണ്ടാവുന്നത്.

നിങ്ങളുടെ ശരീരം അനുഭവിക്കുന്ന ഭീഷണിയോടുള്ള ഏറ്റവും സ്വാഭാവികമായ പ്രതികരണമാണ് വ്യായാമം. നിങ്ങളുടെ ശരീരം ചലിക്കാൻ തയ്യാറാണ്. അതിനെ അതിന്റെ വഴിക്ക് വിടുക. ആ ഊർജ്ജം കൊണ്ട് നിങ്ങളുടെ ശരീരത്തിന് സ്ട്രസ് ഹോർമോണുകൾ ചെലവഴിച്ച് തിരികെ ബാലൻസ് കണ്ടെത്താൻ കഴിയും. നിങ്ങൾക്ക് പിരിമുറുക്കം കൂടിയ ഒരു ദിവസമാണ് ഉണ്ടായതെങ്കിൽ ഒന്ന് ഓടാൻ പോവുക, അല്ലെങ്കിൽ അര മണിക്കൂർ പഞ്ചിങ് ബാഗിനടുത്ത് ചെലവിടുക. ശരീരം അനങ്ങുന്നത് നിങ്ങളുടെ ശരീരത്തിലെ സ്ട്രസ് കുറയ്ക്കുകയും പിന്നീട് നിങ്ങൾ വിശ്രമിക്കാൻ ഇരിക്കുമ്പോൾ നിങ്ങൾക്ക് ശാന്തത തോന്നുകയും വേഗം നിങ്ങൾ ഉറങ്ങുകയും അതിലൂടെ സ്വാസ്ഥ്യം കണ്ടെത്താൻ കഴിയുകയും ചെയ്യും.

അതോടൊപ്പം വ്യായാമം ഒരു മികച്ച പ്രതിരോധം കൂടിയാണ്. നിങ്ങൾക്ക് ഉത്കണ്ഠ തോന്നാത്ത ദിവസങ്ങളിലും വ്യായാമം ചെയ്യാൻ ശ്രദ്ധിക്കുക. നിങ്ങളുടെ നാളെ മെച്ചപ്പെടുത്താൻ ഇതിലൂടെ കഴിയും. നിങ്ങളുടെ മാനസികാരോഗ്യം നിങ്ങൾക്ക് നന്ദി പറയും.

അധ്യായ സംഗ്രഹം

- നമ്മൾ ഉത്കണ്ഠാകുലരാകുമ്പോൾ, നമ്മുടെ ശ്വസനം വേഗത്തിലാകുകയും ഓരോ ശ്വാസവും ദൈർഘ്യം കുറഞ്ഞതായിത്തീരുകയും ചെയ്യുന്നു.
- ശരീരത്തെ ആശ്വസിപ്പിക്കാനായി മെല്ലെ ആഴത്തിൽ ശ്വാസമെടുക്കുക.
- ഉള്ളിലേയ്ക്ക് എടുക്കുന്നതിലും ഏറെ സമയമെടുത്ത് ശ്വാസം പുറത്തേയ്ക്ക് വിടുക.
- അൽപ്പ സമയം കൊണ്ട് ഉത്കണ്ഠ കുറയുന്നത് അറിയാനാകും.

25

ഉത്കണ്ഠ നിറഞ്ഞ ചിന്തകളെ എന്ത് ചെയ്യണം?

തൊണ്ണൂറുകളിൽ വളർന്ന മറ്റു കുട്ടികളെ പോലെ ഞാനും വെള്ളിയാഴ്ച രാത്രി വൈകി *കാഷ്വാലിറ്റി* എന്ന ടെലിവിഷൻ ഷോ കാണുമായിരുന്നു. ആക്സിഡന്റ് ആൻഡ് എമർജൻസി വകുപ്പിന്റെ പരിപാടിയാണിത്. എനിക്ക് ഇപ്പോൾ ഓർമ്മയുള്ള ഒരേയൊരു എപ്പിസോഡിൽ ഒരു മനുഷ്യൻ ആറാം നിലയിലാണ് താമസിക്കുന്നത്. താഴെ തീപിടുത്തം ഉണ്ടായപ്പോൾ അയാൾ കുടുങ്ങിപ്പോയി. വൈകാതെ ഞാൻ കട്ടിലിൽ കിടന്നുകൊണ്ട് ഈ കാര്യം ഓർക്കുകയാണ്. എന്റെ വീടിന് തീ പിടിച്ചാൽ ഞാൻ എന്ത് ചെയ്യും? *ഇപ്പോൾ തീ ഉണ്ടോ? ഞാൻ എങ്ങനെ അറിയും? ഞാൻ സമയത്ത് ഉണർന്നില്ലെങ്കിൽ? ഉറങ്ങാതിരിക്കാൻ നോക്കാം. കതക് തുറന്നു താഴെ എന്താണെന്ന് നോക്കിയാലോ? ഞാൻ അങ്ങനെ കണ്ണ് തുറന്നു കിടന്ന് പല സാഹചര്യങ്ങൾ തലയിൽ കൊണ്ടുവന്നു. എന്റെ കൂടെ ഉറങ്ങുന്ന അനിയത്തിയെ ഉണർത്തിയാലോ എന്നോർത്തു. കതക് തുറന്നാൽ പുകയാണോ എന്ന് പേടിച്ചു,* ജനൽ തുറന്നു സഹായത്തിനായി കരയുന്നത് സങ്കൽപ്പിച്ചു. എന്റെ ജനാലയിൽ ഇളവെയിൽ തട്ടിയപ്പോൾ തീയാണോ എന്ന് പേടിച്ചു. ഞാൻ അനങ്ങാതെ മിണ്ടാതെ കിടന്നു തീയും പുകയും എന്നെ മൂടാൻ കാത്തു.

ആ രാത്രി എന്റെ വീട്ടിൽ തീ ഉണ്ടാകാൻ സാധ്യതയുണ്ടെന്ന് വിശ്വസിക്കുക മാത്രമല്ല ഞാൻ അത് എന്റെ തലയിൽ തുടരെ തുടരെ കാണുകയും ചെയ്തു. ഓരോ സാഹചര്യത്തെയും ഞാൻ വിശകലനം ചെയ്തു. എന്റെ തലയിൽ ഒരു സിനിമ പോലെ അത് തുടർച്ചയായി കണ്ടു.

വേവലാതി നിറഞ്ഞ ഒരു ചിന്ത മനസ്സിൽ വരുമ്പോൾ അതൊരു കാർ ആക്സിഡന്റ് കടന്നുപോകുന്നത് പോലെയാണ്. അതിലേയ്ക്ക് നോക്കാതിരിക്കാൻ കഴിയില്ല. അപകടം നിറഞ്ഞ ചിന്തകൾ നിങ്ങളുടെ ശ്രദ്ധ അങ്ങനെയാണ് ആകർഷിക്കുന്നത്. നിങ്ങളുടെ തലച്ചോറിന്

കഥകൾ നെയ്യാതിരിക്കാൻ കഴിയില്ല. എന്ത് സംഭവിക്കുമെന്നും ഏറ്റവും മോശം സാഹചര്യത്തിൽ എന്തുണ്ടാകുമെന്നും എങ്ങനെയൊക്കെ ഒരുങ്ങണമെന്നും ഒക്കെ ചിന്തിക്കാതിരിക്കാൻ നിങ്ങൾക്ക് കഴിയില്ല.

മുൻ അധ്യായത്തിൽ വിശദീകരിച്ചത് പോലെ നിങ്ങളുടെ തലച്ചോർ ഒരു സ്മോക്ക് അലാറമായാണ് പ്രവർത്തിക്കുക. ഓരോ തവണയും നിങ്ങളുടെ ചുറ്റുവട്ടത്ത് ഒരു ഭീഷണി തോന്നുമ്പോൾ അലാറം മുഴങ്ങുകയും നിങ്ങളുടെ ശരീരം സുരക്ഷയെപ്പറ്റി ചിന്തിക്കാൻ തുടങ്ങുകയും ചെയ്യും. ഇതാണ് നിങ്ങളുടെ ഫൈറ്റ് ഓർ ഫ്ളൈറ്റ് റെസ്പോൺസ്. നിങ്ങളുടെ ശരീരം ഒന്നെങ്കിൽ ആ ഭീഷണിയെ നേരിടാനോ അല്ലെങ്കിൽ നിങ്ങൾക്ക് സങ്കല്പിക്കാനാകാത്ത വേഗത്തിൽ അവിടെ നിന്ന് രക്ഷപെടാനോ ആവും ശ്രമിക്കുക.

ഒരു തീപിടുത്തം ഉണ്ടാകുമ്പോഴാണ് സ്മോക്ക് അലാറം മുഴങ്ങുക. അത് സുരക്ഷയ്ക്ക് വേണ്ട ഒരു അവശ്യ ഘടകമാണ്. സ്മോക്ക് അലാറം പോലെ തന്നെ ഉത്കണ്ഠയും കാര്യമായ ഭീഷണി ഇല്ലാത്ത സാഹചര്യത്തിലും ഉടലെടുക്കാം. നിങ്ങൾ ടോസ്റ്റ് കരിക്കുമ്പോൾ സ്മോക്ക് അലാറം മുഴങ്ങുന്നത് കൊണ്ട് നിങ്ങൾ ആ അലാറം എടുത്ത് മാറ്റുന്നില്ലല്ലോ. എന്തുകൊണ്ട് അത് സംഭവിക്കുന്നു, എങ്ങനെ അത് പ്രവർത്തിക്കുന്നു എന്നൊക്കെ മനസ്സിലാക്കുമ്പോൾ നിങ്ങൾക്ക് അതുമായി സഹകരിച്ച് പ്രവർത്തിക്കാൻ കഴിയും, ഒരു ജനൽ തുറക്കാൻ കഴിയും. അങ്ങനെയാണ് കാര്യങ്ങളുമായി പൊരുത്തപ്പെടുന്നത്. നമുക്ക് നമ്മുടെ രക്ഷപെടാനുള്ള ആഗ്രഹം ഇല്ലാതാക്കാൻ കഴിയില്ല. എന്നാൽ ആ ത്വര ഉണ്ടാകുന്നത് എങ്ങനെയെന്നും എങ്ങനെയൊക്കെ തെറ്റായ അപായ സൂചനകളിൽ നിന്ന് രക്ഷപെടാമെന്നും മനസ്സിലാക്കുന്നത് പ്രധാനമാണ്.

അകലം പാലിക്കുക

ചിന്തകൾ വസ്തുതകളാണ്. അവ ഊഹങ്ങളും കഥകളും ഓർമ്മകളും ആശയങ്ങളും സിദ്ധാന്തങ്ങളുമാണ്. നിങ്ങളുടെ തലച്ചോറിന്റെ നിർമ്മിതിയാണ് അത്. നിങ്ങൾ അനുഭവിക്കുന്ന വികാരങ്ങൾക്ക് തലച്ചോർ തരുന്ന ഒരു വിശദീകരണമാണ്. ഹോർമോൺ, രക്തസമ്മർദ്ദം, ഹൃദയമിടിപ്പ്, ദഹനം എന്നിങ്ങനെ പല കാരണങ്ങൾ കൊണ്ടുള്ള നമ്മുടെ ശാരീരിക അവസ്ഥയുടെ സ്വാധീനം ഉള്ളത് കൊണ്ട് തന്നെ ഓരോ വികാരവും നിങ്ങളുടെ മുൻ അനുഭവങ്ങളുടെ ഓർമ്മയുമായി ചേർന്ന് നിൽക്കുകയാണ് ചെയ്യുക.

അപ്പോൾ നമ്മുടെ തലയിൽ കയറിവരുന്ന ഈ ഉത്കണ്ഠ നിറഞ്ഞ ചിന്തകളുടെ അർത്ഥം എന്താണ്? അതിനർത്ഥം ആ ചിന്തയുടെയോ മറ്റേത് ചിന്തയുടെയോ ശക്തി നാം എത്രത്തോളം അതിനെ വിശ്വസിക്കുന്നു എന്നതിനെ ആശ്രയിച്ചിരിക്കും എന്നാണ്. നാം എത്രത്തോളം വിശ്വസിക്കുന്നു എന്നത് യാഥാർത്ഥ്യത്തിന്റെ പ്രതിഫലനമാണ്. ചിന്തക

ളൂടെ ഈ ശക്തി ഒന്ന് കുറയ്ക്കാൻ അതിൽ നിന്ന് അൽപ്പം അകലം പാലിക്കുകയാണ് ചെയ്യേണ്ടത്. എങ്ങനെയാണ് നമ്മുടെ തലയുടെ ഉള്ളിലുള്ള ഒന്നിൽ നിന്ന് അകലം പാലിക്കുക?

ചിന്തകളിൽ നിന്ന് പല തരത്തിൽ അകലം പാലിക്കാൻ കഴിയും. നിങ്ങളുടെ ചിന്തകളെ ശ്രദ്ധിച്ചുകൊണ്ട് എന്നാൽ അതിലേയ്ക്ക് അമിതമായി വീണുപോകാതെ സഹായിക്കുന്ന ഒരു രീതിയാണ് മൈൻഡ്ഫുൾനെസ്സ്. നിങ്ങളുടെ മനസ്സിൽ ഉത്കണ്ഠ ഉണ്ടാകുമ്പോൾ സംഭവിക്കാൻ സാധ്യതയുള്ള തോന്നലുകളെപ്പറ്റി അറിവുണ്ടാകുന്നത് സഹായകമാണ്. നിങ്ങളുടെ ചിന്ത തെറ്റാകാൻ സാധ്യതയുണ്ട് എന്ന് തോന്നുകയും അതിനെ കൃത്യമായി തിരിച്ചറിയുകയും ചെയ്താൽ അതിനെ കയ്യകലത്തിൽ നിർത്താൻ കഴിയും. നിങ്ങളുടെ മനസ്സിന് അതൊരു സാധ്യത മാത്രമായി അറിയാൻ കഴിയും. അപ്പോൾ നമുക്ക് മറ്റ് ഉപാധികളും അന്വേഷിക്കാനുള്ള മനസ്സ് ഉണ്ടാകും.

നിങ്ങളുടെ ഉത്കണ്ഠ നിറഞ്ഞ ചിന്തകളിൽ നിന്ന് അകലം പാലിക്കാൻ അകലം നിറഞ്ഞ ഭാഷ ഉപയോഗിക്കുന്നതിലൂടെ സാധിക്കും. ഇതിലൂടെ നിങ്ങൾക്ക് വികാരങ്ങളുടെ തീവ്രത കുറയ്ക്കാൻ കഴിയും. 'ഞാൻ ഇന്ന് സ്റ്റേജിൽ കയറി മണ്ടനാകും' എന്ന് പറയുന്നതിനേക്കാൾ 'ഞാൻ ഒരു മണ്ടനാകുമോ എന്നൊക്കെയാണ് എന്റെ തോന്നൽ. ഇത്തരം തോന്നലുകൾ എനിക്ക് ഉത്കണ്ഠ ഉണ്ടാക്കുന്നു' എന്ന് പറയുക. ഇത്തരത്തിൽ സംസാരിക്കാൻ ശ്രമിക്കുന്നത് ആദ്യമൊക്കെ അരോചകമായി തോന്നാം. എന്നാൽ നിങ്ങളുടെ തോന്നലുകളെ അനുഭവങ്ങളായി മാത്രം കാണാനും നിങ്ങളുടെ സ്വത്വത്തിന്റെ ആകെത്തുകയായി വിലയിരുത്താതിരിക്കാനും ഇത് സഹായിക്കും.

ഇത്തരം ചിന്തകളിൽ നിന്ന് അകലം പാലിക്കാനായി എനിക്ക് ഏറെ ഇഷ്ടമുള്ള മറ്റൊരു വഴി ആ ചിന്തകൾ എഴുതിവയ്ക്കുന്നതാണ്. ഇത് ഉത്കണ്ഠ നിറഞ്ഞ ചിന്തകൾക്ക് വേണ്ടി മാത്രമല്ല. എന്തിൽ നിന്നായാലും അൽപ്പം അകലം പാലിക്കണമെന്നും നിങ്ങളുടെ വൈകാരിക അവസ്ഥയെപ്പറ്റി ഒരു പുതിയ കാഴ്ചപ്പാട് വേണമെന്നും തോന്നുമ്പോൾ അവയെല്ലാം എഴുതി വയ്ക്കുക. മുകളിൽ നിന്ന് എന്തോ നോക്കുന്നതുപോലെ, നിങ്ങളുടെ അനുഭവം മനസ്സിലാക്കാനും പ്രതിഫലിപ്പിക്കാനും പേജിൽ നിങ്ങൾ എഴുതിയത് കാണുന്നത് ഫലപ്രദമായ മാർഗ്ഗമായിരിക്കും.

നിങ്ങൾക്ക് മോശമായ തോന്നലുകൾ ഉണ്ടാക്കുന്ന ചിന്തകളെ തിരിച്ചറിയുക

ഉത്കണ്ഠ തോന്നുമ്പോൾ സാധാരണയായി ഉണ്ടാകുന്ന ചില ചിന്താഗതികളുണ്ട് :

ദുരന്തവൽക്കരണം

നിങ്ങളുടെ മനസ്സ് എന്താണ് സംഭവിക്കാൻ പോകുന്നത് എന്നതിന്റെ ഏറ്റവും മോശം സാഹചര്യം മാത്രം മനസ്സിൽ കാണിച്ചു തരുന്നതിനെയാണ് ദുരന്തവൽക്കരണം എന്ന് വിളിക്കാൻ കഴിയുന്നത്.

നിങ്ങൾ നിങ്ങൾക്ക് ഇഷ്ടമുള്ള പ്രേതസിനിമ മനസ്സിൽ ആവർത്തിച്ച് കാണുന്നത് പോലെയാണിത്. ഇത് ഒരു സാധ്യത മാത്രമാണ്, ഇത് മാത്രമല്ല സാധ്യത. എന്നാൽ നാം അത് മനസ്സിൽ ആവർത്തിച്ച് കാണുമ്പോൾ അതൊരു യാഥാർത്ഥ്യമായി മാറുകയും ഉത്കണ്ഠ ഉയരുകയും ചെയ്യും. മുൻ അധ്യായത്തിൽ പറഞ്ഞത് പോലെ എന്റെ ഉയരത്തോടുള്ള പേടിയും അതിനെ ഞാൻ നേരിട്ട മാർഗ്ഗവും ഓർക്കുക. പിസാ ഗോപുരത്തിന്റെ മുകളിൽ എന്റെ ചിന്ത ഞാൻ മരിക്കാൻ പോകുന്നുവെന്നായിരുന്നു. ഈ ദുരന്ത ചിന്ത എന്റെ മനസ്സിൽ ആവർത്തിച്ചുവന്നു. അതിനർത്ഥം ആ കഥയുടെ ഒരേയൊരു അവസാനം മരണമാണ് എന്നായിരുന്നു. എന്നാൽ സത്യത്തിൽ ഞാൻ നട ഇറങ്ങിപ്പോയി എന്റെ അവധിക്കാലം തുടരുകയാണ് ചെയ്തത്.

വ്യക്തിപരമാക്കൽ

ലോകത്തെപ്പറ്റിയുള്ള ചില ചുരുങ്ങിയ അറിവ് വെച്ച് എല്ലാം അവനവനെപ്പറ്റി ആകുന്നതാണ് ഇത്. ഉദാഹരണത്തിന്, ഞാൻ നടന്നു പോകുമ്പോൾ റോഡിന്റെ അപ്പുറത്ത് എന്റെ സുഹൃത്തിനെ കാണുന്നു എന്ന് കരുതുക. ഞാൻ അവളുടെ പേര് വിളിക്കുകയും കൈ വീശിക്കാണിക്കുകയും ചെയ്യുന്നെങ്കിലും അവൾ തിരികെ കൈ വീശുന്നില്ല. എന്റെ പെട്ടെന്നുള്ള ചിന്ത അവൾക്ക് എന്നോട് വെറുപ്പാണ് എന്നായിരിക്കും. ഞാൻ അവൾക്ക് ഇഷ്ടമില്ലാത്ത എന്തെങ്കിലും പറഞ്ഞിരിക്കും. ഒരു പക്ഷെ ഞങ്ങളുടെ സുഹൃത്തുക്കൾ എല്ലാം എന്നെപ്പറ്റി പറയുകയും എനിക്ക് ഉണ്ടെന്ന് തോന്നിയ സുഹൃത്തുക്കൾ എനിക്കിപ്പോൾ ഇല്ലെന്നു ഞാൻ തിരിച്ചറിയുകയും ഒക്കെ ചെയ്യും.

ഇതെല്ലാം എന്റെ മനസ്സിലെ കഥയുടെ ആയിരം സാധ്യതകളാണ്. എന്റെ മനസ്സ് തന്ന വിശദീകരണങ്ങളാണ് ഇവയെല്ലാം. ഒരുപക്ഷെ അവൾ ഞാൻ വിളിച്ചത് കേട്ടിട്ടുണ്ടാകില്ല. ചിലപ്പോൾ അവൾ കണ്ണട മറന്നിരിക്കും. ചിലപ്പോൾ അവൾ വീട്ടിൽ നിന്ന് വഴക്കിട്ട് വന്നത് കൊണ്ട് വഴിയിൽ വെച്ച് കരയുമെന്നു പേടിച്ച് ആളുകളെ ഒഴിവാക്കുന്നതായിരിക്കും. ചിലപ്പോൾ അവൾ ദിവാസ്വപ്നത്തിലായിരിക്കും. അങ്ങനെ എന്തെല്ലാം. എല്ലാം വ്യക്തിപരമാക്കി എടുത്താൽ അതും ഭീഷണികളെ മുൻനിറുത്തിയ ചിന്തയാണ്. എന്നാൽ എന്റെ സുഹൃത്തുക്കൾക്ക് പെട്ടെന്ന് എന്നോട് വെറുപ്പ് തോന്നിയാൽ അത് ഞാൻ ശ്രദ്ധിക്കണം.

മനസ്സിന്റെ ഫിൽറ്റർ

നമുക്ക് മോശമായി തോന്നുന്ന കാര്യങ്ങളിൽ മുറുകെപ്പിടിച്ചു കൊണ്ട് മറ്റു കാര്യങ്ങൾ അവഗണിക്കാനുള്ള ഒരു രീതിയുണ്ട്. നിങ്ങൾ സോഷ്യൽ മീഡിയയിൽ എന്തെങ്കിലും പോസ്റ്റ് ചെയ്തു നിങ്ങൾക്ക് അൻപത് കമന്റ് കിട്ടി. നാൽപ്പത്തി ഒൻപത് കമന്റും നിങ്ങളെ അനുമോദിക്കുന്ന പോസിറ്റീവ് കമന്റുകളാണ്. എന്നാൽ ഒരു നെഗറ്റീവ് കമന്റ് നിങ്ങൾക്ക് സ്വതവേ ഉള്ള ഒരു പേടിയെയാണ് ചൂണ്ടിക്കാണിക്കുന്നത്. മറ്റു പോസിറ്റീവ് കമന്റുകളെ അവഗണിച്ച് ആ നെഗറ്റീവ് കമന്റിൽ മാത്രം ശ്രദ്ധിക്കാൻ തോന്നിക്കുന്നത് ഒരു മെന്റൽ ഫിൽട്ടറാണ്. പിസാ ഗോപുരത്തിൽ വെച്ച് അത് നൂറ്റാണ്ടുകൾ നില നിന്നുവെന്നത് മറന്നുകൊണ്ട് ഞാൻ മരണഭയം പൂണ്ടത് ഇതിനൊരു ഉദാഹരണമാണ്. ആ ഗോപുരത്തിന്റെ സുരക്ഷ ഉറപ്പിക്കാൻ ഒരു വലിയ സംഘം ആളുകളുണ്ട് എന്നതും ഞാൻ മറന്നുപോയിരുന്നു.

തലച്ചോറിന്റെ ജോലി നമ്മുടെ സുരക്ഷ ഉറപ്പാക്കലായത് കൊണ്ടാണ് അത് ഭീഷണികളെ ശ്രദ്ധിക്കുന്നത്. നമുക്ക് സ്ട്രെസ്സോ ഉത്കണ്ഠയോ ഉണ്ടെങ്കിൽ തലച്ചോർ അത് കുറച്ചുകൂടി കണിശമായി ചെയ്യും. ശരീരത്തിൽ നിന്ന് ചില പ്രശ്നങ്ങളുണ്ട് എന്ന സൂചന കിട്ടിയാൽ അത് നിങ്ങളുടെ ചുറ്റുപാടിലും ഓർമ്മയിലും ഒക്കെ കാരണങ്ങൾ തിരയും. അപ്പോഴാണ് ഈ മെന്റൽ ഫിൽറ്റർ പ്രവർത്തിക്കുക. നിങ്ങളുടെ തലച്ചോർ നിങ്ങളുടെ ഉത്കണ്ഠയുടെ കാരണങ്ങൾ തിരയാനുള്ള ശ്രമത്തിലാണ്. എന്നാൽ ഈ മെന്റൽ ഫിൽറ്റർ പ്രവർത്തിക്കുന്നത് കണ്ടാൽ നമുക്ക് ആ ധാരണയിലെ തെറ്റുകൾ തിരിച്ചറിയാനും മറ്റു വിവരങ്ങൾക്കായി അന്വേഷണം നടത്താനും തോന്നും.

അമിത സാമാന്യവൽക്കരണം

ഒരു അനുഭവമെടുത്ത് അതിനെ എല്ലാ അനുഭവങ്ങളുമായി കൂട്ടി വയ്ക്കുന്നതാണ് അമിത സാമാന്യവൽക്കരണം. നിങ്ങൾ ഒരു ജോലിയുടെ ഇന്റർവ്യൂവിനു പോയി പരാജയപ്പെട്ടാൽ ഉടനെ ഇനി ജോലികൾക്ക് അപേക്ഷിച്ചിട്ട് എന്ത് കാര്യം? എന്ന് ചിന്തിക്കാറുണ്ടോ? അത് സാമാന്യവൽക്കരണമാണ്. അല്ലെങ്കിൽ ഒരു ബന്ധം തകർന്നാൽ ഉടനെ ഇനി പ്രേമിക്കുകയേയില്ല എന്ന് തീരുമാനിക്കുന്നത് ഒക്കെ ഇതിന് ഉദാഹരണമാണ്.

അമിത സാമാന്യവൽക്കരണം ഉത്കണ്ഠ വർദ്ധിപ്പിക്കുന്നത് ഇങ്ങനെയൊക്കെയാണ്. ഒരു പ്രശ്നത്തെ അത് ഊതിപെരുപ്പിച്ച് ഒരു ജീവന്മരണ പ്രശ്നമാക്കി മാറ്റുന്നു. മാത്രമല്ല ഈ സാഹചര്യം ഭാവിയിൽ ഒഴിവാക്കാൻ പ്രേരിപ്പിക്കുകയും അതിലൂടെ ഉത്കണ്ഠ കൂട്ടുകയും അത്തരം സാഹചര്യങ്ങൾ നേരിടുന്നത് ഏറെ സങ്കീർണ്ണമാവുകയും ചെയ്യും.

പേരിടുക

സാമാന്യവൽക്കരണത്തോട്ട സമാനമാണ് ഈ പേരിടൽ. ഇതിൽ ഒരു സംഭവത്തെ മാത്രം മുൻനിർത്തി നിങ്ങളെപ്പറ്റി സ്വയം ഒരു വിലയിരുത്തൽ നടത്തുകയാണ് ചെയ്യുന്നത്. നിങ്ങളുടെ ജീവിതത്തിൽ ഉത്കണ്ഠ ഉണ്ടായിട്ടുണ്ടെന്നിരിക്കട്ടെ. അപ്പോൾ മുതൽ നിങ്ങൾ സ്വയം ഒരു ഉത്കണ്ഠാകുലനായാണ് ചിത്രീകരിക്കുന്നതെങ്കിൽ നിങ്ങളുടെ സ്വത്വത്തെപ്പറ്റി നിങ്ങൾ അങ്ങനെ ഒരു ചിത്രം രൂപപ്പെടുത്തുകയും അത് നിങ്ങളുടെ ഭാവിയിലെ സ്വഭാവത്തെയും വികാരവിചാരങ്ങളെയും ബാധിക്കുകയും ചെയ്യും. ഓരോ വികാരവും വിചാരവും സ്വഭാവവും താൽക്കാലികമാണ്. അവയൊന്നും നമ്മുടെ സ്ഥിരമായ രീതികളാകണമെന്നില്ല.

അതുകൊണ്ട്, നിങ്ങൾ സ്വയം ഒരു പ്രത്യേക തരം വ്യക്തിയായി കരുതുന്നതായി കാണുമ്പോൾ, അത് അവഗണിക്കരുത്. അങ്ങനെ അവഗണിച്ചാൽ അത് നിങ്ങളുടെ വൈകാരികലോകത്തെ ബാധിക്കാം. അതിനുപകരം നിങ്ങളുടെ അനുഭവങ്ങളുടെ പ്രത്യേകതകളെ താൽക്കാലികമായി കരുതി അകലം പാലിക്കുക. നിങ്ങൾ ആ അനുഭവങ്ങളിലൂടെ കടന്നുപോകുന്നു എന്ന് മാത്രം കരുതുക. ഉത്കണ്ഠ കുറയ്ക്കുന്നതിലും ബുദ്ധിമുട്ടാണ് ഉത്കണ്ഠ സ്വത്വമായി കണ്ട ഒരാളുടെ സ്വഭാവം മാറ്റുന്നത്.

വസ്തുതകൾ പരിശോധിക്കുക

ഏതൊരു ചിന്തയുടെയും ശക്തി, അത് യാഥാർത്ഥ്യത്തിന്റെ പ്രതിഫലനമാണെന്ന് നാം എത്രത്തോളം കൃത്യമായി വിശ്വസിക്കുന്നു എന്നതിലാണ് സ്ഥിതിചെയ്യുന്നത്, അതിനാൽ 'വെല്ലുവിളി നിറഞ്ഞ ചിന്തകൾ' പലർക്കും സഹായകരമായ ഒരു പ്രക്രിയയായിരിക്കാം. ഒരു ചിന്ത നിങ്ങളെ വെല്ലുവിളിക്കുന്നത് പലപ്പോഴും നല്ലതായിരിക്കും. ഒരു ചിന്ത നിങ്ങൾക്ക് അലോസരം കൊണ്ടുവരുന്നെങ്കിൽ അത് ശരിക്കുള്ള വാർത്തയാണോ, അതേപ്പറ്റി ആകുലപ്പെടേണ്ട കാര്യമുണ്ടോ എന്ന് ഉറപ്പിക്കുന്നത് പ്രധാനമാണ്. ഇതൊരു ലളിതമായ കാര്യമാണ്. തുടക്കത്തിൽ ഒരു സംഭവം നടന്നുകഴിഞ്ഞാൽ അതേപ്പറ്റി സംസാരിക്കുന്നത് എളുപ്പമാണെന്ന് നിങ്ങൾക്ക് തോന്നും. ഉത്കണ്ഠ നിറഞ്ഞ ചിന്തകൾ ഉണ്ടാകുമ്പോൾ ഇത് പരീക്ഷിക്കാവുന്നതാണ്.

1. നിങ്ങളുടെ ഉത്കണ്ഠ നിറഞ്ഞ ചിന്ത എഴുതുക.
2. നിങ്ങളുടെ പേജിന്റെ നടുക്ക് ഒരു വര വരച്ച് പേജിനെ വിഭജിക്കുക. ഒരു വക്കീൽ എല്ലാ വശവും തട്ടിച്ചു നോക്കുന്നത് പോലെ നിങ്ങളുടെ മുന്നിൽ ഉള്ള എല്ലാ തെളിവുകളും നിരത്തുക. കോടതിയിൽ തെളിയുന്ന തെളിവുകൾക്ക് മാത്രമാണ് മൂല്യമുള്ളത്.
3. രണ്ടാമത്തെ കോളത്തിൽ ഈ ചിന്ത ഒരു യാഥാർത്ഥ്യമല്ല എന്നതിനുള്ള തെളിവുകൾ നിരത്തുക.

4. നിങ്ങളുടെ ഉത്കണ്ഠ വസ്തുനിഷ്ഠമല്ല എന്ന് തോന്നിയാൽ ആ സാഹചര്യത്തെപ്പറ്റി മറ്റു തരത്തിൽ ചിന്തിക്കാൻ തുടങ്ങാം.

ഈ ലളിതമായ അഭ്യാസത്തിലൂടെ നിങ്ങൾക്ക് നിങ്ങളുടെ തുടക്കത്തിലുള്ള ചിന്തയിൽ നിന്ന് പുറത്തു കടക്കാനും മുന്നിലുള്ള മറ്റു വിശദീകരണങ്ങൾക്ക് ശ്രദ്ധ കൊടുക്കാനും കഴിയും.

എന്നാൽ ഇതിലൂടെ വെറുതെ ഒരു വാഗ്വാദം മാത്രമാണ് ഉണ്ടാകുന്നതെങ്കിൽ ഈ രീതി പ്രയോജനപ്പെടില്ല. അങ്ങനെ തോന്നിയാൽ ഈ അഭ്യാസം തുടരാതെ നിങ്ങളെ ആ ചിന്തയിൽ നിന്ന് മാറ്റി നിറുത്താൻ സഹായിക്കുന്ന മറ്റ് മാർഗ്ഗങ്ങൾ തേടുക.

ശ്രദ്ധാകേന്ദ്രം

2010-ലെ പുതുവർഷമാണ്. ഞാൻ ഒരു നീല സൂട്ട് ഇട്ടുകൊണ്ട് കണ്ണടച്ച് നിൽക്കുകയാണ്. എന്റെ ദീർഘശ്വാസം കണ്ടാൽ ഇത് അന്ത്യശ്വാസമാണെന്ന് തോന്നും. എനിക്ക് വയ്യെന്ന് തോന്നുന്നു. ഞാൻ എന്റെ കയ്യിലെ വിയർപ്പ് ഉടുപ്പിൽ തുടച്ചു. ഞാൻ കണ്ണ് തുറന്നപ്പോൾ മാത്യു ചിരിച്ചുകൊണ്ട് നിൽപ്പാണ്.

'റെഡിയാണോ?' ഒരു വിടർന്ന ചിരി.

ഞാൻ തിരിച്ച് ചിരിച്ചില്ല.

'അല്ല', ഞാൻ ഒന്ന് കൂടി ശ്വസിച്ചുകൊണ്ട് പറഞ്ഞു. എന്റെ തോളുകൾ വിറങ്ങലിച്ചു നിൽക്കുകയാണ്. *എന്തിനാണ് ഞാൻ ഇതിനു സമ്മതിച്ചത്?* ഞങ്ങൾ സിഡ്നി ഹാർബർ പാലത്തിന്റെ അടിയിലേക്കുള്ള വാതിലിനു നേരെ നടന്നു. എനിക്കിത് ചെയ്യാൻ കഴിയുമെന്ന് ഞാൻ സ്വയം പറഞ്ഞു. ഞങ്ങൾ ഇടുങ്ങിയ ഒരു ലോഹ പാതയിലൂടെ നടന്നു, എനിക്ക് നിലം കാണാം. എന്റെ മനസ്സിൽ കുറെ ചീത്തവിളികൾ ഉയർന്നു. ഞാൻ രണ്ടു വശത്തുമുള്ള ലോഹ പിടിയിൽ ഇറുക്കെ പിടിച്ചു. എനിക്ക് കരയാൻ തോന്നി. ഞാൻ ഓക്കേ ആണോ എന്ന് ചോദിക്കുകയും മുന്നോട്ട് നടക്കാൻ പറയുകയുമൊക്കെ ചെയ്യുന്നുണ്ട് മാത്യു. അവന്റെ വാക്കുകൾ ഒരു തീപ്പെട്ടി കൊളുത്തിയത് പോലെ ഞാൻ ചീറ്റി.

'നടക്കുന്നത് കാണാൻ വയ്യേ! ഇത് ആരുടെ പ്ലാനാണ്? എനിക്ക് ഇത് ഇഷ്ടമല്ല.' പെട്ടെന്ന് ഞാൻ പാലത്തിന്റെ തുടക്കത്തിൽ തന്നെയാണെന്ന് തിരിച്ചറിഞ്ഞതും കാര്യങ്ങൾ വഷളായി. പാളത്തിലേക്ക് കയറിയതും എന്റെ കാലിലെ മസ്സിലുകൾ വിറയ്ക്കാൻ തുടങ്ങി. എനിക്ക് വേദന തോന്നി. ഞാൻ കരച്ചിലിനും മുരളലിനും ഇടയിലുള്ള ഒച്ചകൾ കേൾപ്പിക്കുന്നത് ഞാൻ അറിഞ്ഞു. തിരിച്ചു പോകില്ലെന്ന് അറിഞ്ഞത് കൊണ്ട് ഞാൻ ഒരു കാലിനു മുന്നിൽ അടുത്ത കാൽ വെച്ചു. പാലത്തിന്റെ മുകളിൽ 134 മീറ്റർ ഉയരെ എത്തിയപ്പോൾ ഞങ്ങളുടെ ഗൈഡ് തിരിഞ്ഞുനിന്നു.

'അയാൾ എന്തിനാ നിൽക്കുന്നത്?' ഞാൻ പിറുപിറുത്തു.

അയാൾ കാഴ്ചയെപ്പറ്റി എന്തോ പറഞ്ഞു. എനിക്ക് അതിലൊന്നും താൽപ്പര്യമില്ല. അയാൾ ഞങ്ങളോട് തിരിഞ്ഞ് നോക്കാൻ പറഞ്ഞു. എനിക്ക് ആ ലോഹ കമ്പിയിൽ നിന്ന് കയ്യെടുക്കാൻ തോന്നിയില്ല. പൂർണ്ണമായും തിരിയാൻ വേണ്ടി ഞാൻ കമ്പികൾ ഒരു നിമിഷം ഉപേക്ഷിച്ചു, പിന്നെ വീണ്ടും അവ പിടിക്കും.

അപ്പോഴാണ് ഞാൻ ഒരു മോതിരം കയ്യിൽ പിടിച്ച് മാത്യു മുട്ടുകുത്തി നിൽക്കുന്നത് കണ്ടത്.

ഒഴുകാൻ തയ്യാറായി, കണ്ണുനീർ ഇതിനകം അവിടെ ഉണ്ടായിരുന്നു. ഒരു സെക്കൻഡ് ഞാൻ പിടി വിട്ട് തിരിഞ്ഞ ശേഷം വീണ്ടും അവയെ ഇറുക്കെ പിടിച്ചു.

ഞങ്ങളുടെ ഈ സന്തോഷം നിറഞ്ഞ മനോഹര നിമിഷം മുഴുവൻ ഞാൻ ആ കൈപ്പിടിയിൽ ഇറുകെ പിടിച്ചാണ് നിന്നത്. ആളുകൾ കയ്യടിച്ചു. ഞങ്ങൾ മുന്നോട്ട് നടന്നു പാലം കടന്നു. ഒരു നിമിഷം കഴിഞ്ഞാണ് ഞങ്ങൾ സംസാരിച്ചത്. ഇത് എങ്ങനെ ചെയ്തുവെന്നു ഞാൻ ചോദിച്ചു. പാലത്തിന്റെ നടുവിലേക്ക് നടക്കുന്നതിനിടെ മാത്യു വിശദീകരിച്ചു. ഞാൻ ചിരിച്ചുകൊണ്ട് തല കുലുക്കി. സിഡ്നിയിൽ ജീവിക്കുന്ന ഞങ്ങളുടെ കുടുംബാംഗങ്ങൾ ഞങ്ങളുടെ കൂടെ വന്നിട്ടുണ്ടെന്നും അവർ എതിർവശത്തുള്ള റെസ്റ്റോറന്റിൽ കാത്തുനിൽക്കുന്നുണ്ടെന്നും പറഞ്ഞു. ഞാൻ നോക്കിയപ്പോൾ അവർ കൈ വീശുന്നത് കണ്ടു. ഞാൻ തിരികെ കൈ വീശി. എതിർ കയ്യിൽ ആ മോതിരം ഉയർത്തി പിടിച്ചു. അപ്പോഴാണ് ഞാൻ ലോഹ കമ്പിയിൽ നിന്ന് പിടിവിട്ടു എന്നത് ശ്രദ്ധിച്ചത്. തിരികെപ്പോയ വഴിയത്രയും ഞാൻ പിടിക്കാതെയാണ് നടന്നത്.

ഓരോ ദിവസത്തിന്റെ ഓരോ സെക്കന്റിലും നമ്മുടെ തലച്ചോർ വിവരങ്ങൾ ശേഖരിക്കുന്നുണ്ട്. നമ്മുടെ ചുറ്റുമുള്ള ലോകം എണ്ണിയാൽ തീരാത്തത്ര വിവരങ്ങളാണ് നൽകുന്നത്. നിങ്ങളുടെ തലച്ചോർ എല്ലാം പ്രോസസ് ചെയ്യാൻ ശ്രമിച്ചാൽ നിങ്ങൾക്ക് ജീവിക്കാനാകില്ല. അപ്പോൾ തലച്ചോർ എന്തിൽ ശ്രദ്ധിക്കണമെന്ന് ചില തെരഞ്ഞെടുപ്പുകൾ നടത്തും. നമ്മുടെ ശ്രദ്ധ ഒരു സ്പോട്ട്‌ലൈറ്റ് പോലെയാണ്. നമുക്ക് ആ സ്പോട്ട്‌ലൈറ്റിന്റെ നിയന്ത്രണം ഉണ്ടെങ്കിലും നമുക്ക് സ്റ്റേജിൽ വരുന്ന അഭിനേതാക്കളുടെ കാര്യത്തിൽ നിയന്ത്രണമില്ല. അവർ എത്ര നേരം അവിടെ നിൽക്കുമെന്നോ എന്ത് പറയുമെന്നോ എപ്പോൾ പോകുമെന്നോ നമുക്ക് തീരുമാനിക്കാനാകില്ല. നമുക്ക് ആകെ കഴിയുന്നത് ഒന്നോ രണ്ടോ പേരിലേക്ക് സ്പോട്ട്‌ലൈറ്റ് ചുരുക്കുക എന്നതാണ്. നമ്മുടെ ശ്രദ്ധ മോശം കാര്യങ്ങളിലേക്കും ഉത്കണ്ഠ നിറഞ്ഞ ഓർമ്മകളിലേയ്ക്കും നിങ്ങൾ തോൽക്കുന്നതേപ്പറ്റിയുള്ള ചിത്രങ്ങളിലേയ്ക്കും ഒക്കെയാണെങ്കിൽ അവർ തലച്ചോറിലേക്ക് കാര്യങ്ങൾ മോശമാണ് എന്ന സന്ദേശമാകും

അയക്കുക. എന്നാൽ നിങ്ങളുടെ ശ്രദ്ധയുടെ സ്പോട്ട്ലൈറ്റിനെ നിങ്ങൾ മറ്റുചിന്തകളിലേക്ക് തിരിക്കുകയും മറ്റൊരു കഥ പറയുകയും ചെയ്താൽ അത് നിങ്ങളുടെ ശരീരത്തിന്റെ പ്രതികരണവും മാറ്റും. നിങ്ങൾ അതിൽ ശ്രദ്ധിക്കുമ്പോൾ മറ്റു ചിന്തകൾ പോകുന്നില്ല. അവ അപ്പോഴും തങ്ങൾക്ക് സ്പോട്ട്ലൈറ്റ് കിട്ടുന്നത് കാത്തുനിൽക്കും. എന്നാൽ സ്പോട്ട്ലൈറ്റ് ഇല്ലെങ്കിൽ നിങ്ങളുടെ വൈകാരിക അവസ്ഥയുടെ മേൽ അവയ്ക്ക് വലിയ നിയന്ത്രണമുണ്ടാകില്ല.

എന്റെ എൻഗേജ്മെന്റിന്റെ കഥ അൽപ്പം തീക്ഷ്ണമായ കഥയാണെങ്കിലും ഇത് നമ്മുടെ ശ്രദ്ധയെപ്പറ്റി പറയാൻ സഹായിക്കുന്ന മികച്ച ഒരു അനുഭവമാണ്. ആ പാലത്തിന്റെ ഏറ്റവും മുകളിൽ ഞാൻ ചിന്തിച്ചത് എങ്ങനെ ഞാൻ അന്ന് മരിക്കും എന്നാണ്. എന്നാൽ താഴെ എത്തിയപ്പോൾ എന്റെ ശ്രദ്ധ ജീവിതത്തിലായി മാറി.

ദൈനംദിന ചിന്തകളുടെ ഭാരം കുറയ്ക്കാൻ എന്നും കല്യാണ ആലോചനകൾ ഒന്നും ഉണ്ടാകില്ല. എന്നാൽ നിങ്ങളുടെ ശ്രദ്ധയുടെ വെളിച്ചം തിരിച്ചുവിടാനുള്ള ശക്തി ഉപയോഗപ്പെടുത്തുന്നത് ഒരു ശക്തമായ ഉപകരണമാണ്. ചിന്തകളെ മറയ്ക്കുകയല്ല ഇതിൽ ചെയ്യുന്നത്. നിങ്ങൾ ഒരു ചിന്തയെ നിങ്ങളുടെ മനസ്സിൽ നിന്ന് മാറ്റാൻ ശ്രമിക്കും തോറും ആ ചിന്ത കൂടുതലായി കയറി വരികയാണ് ചെയ്യുക. അങ്ങനെയാണ് ആളുകൾ അപകടകരമായ ചിന്തയുടെ കുടുക്കിൽ പെട്ട് പോകുന്നത്. നിങ്ങൾ ചിന്തിക്കാൻ ആഗ്രഹിക്കുന്നില്ലെങ്കിൽ നിങ്ങൾ അത് തന്നെ ചിന്തിക്കും. ഈ ചിന്ത വേണ്ട എന്ന് കരുതുമ്പോൾ നിങ്ങൾ അതിലേയ്ക്ക് ശ്രദ്ധാകേന്ദ്രം തിരിക്കുകയാണ് ചെയ്യുന്നത്. നിങ്ങൾ ആ കേന്ദ്രത്തെ മറ്റു ചിന്തകളിലേക്ക് തിരിക്കുമ്പോൾ ആ ചിന്തകൾ സ്റ്റേജിൽ തന്നെ തുടരും. നിങ്ങൾക്ക് അവയുടെ സാന്നിധ്യം അറിയാം. എന്നാൽ അവരല്ല ആ ഷോയുടെ സ്റ്റാർ അപ്പോൾ.

അത്തരം ഉത്കണ്ഠ നിറഞ്ഞ ചിന്തകൾ മനസ്സിൽ വരുമ്പോൾ നിങ്ങൾക്ക് അവയുടെ മേൽ സ്പോട്ട്ലൈറ്റ് ഇടാനും പേടിപ്പിക്കുന്ന ആ ചിന്തയെപ്പറ്റി ഓർക്കാനും ഒക്കെ കഴിയും. അപ്പോഴാണ് ശരീരം പ്രതികരിക്കുന്നത്. അത് മാത്രമല്ല ഓരോ തവണ ഏറ്റവും മോശം കാര്യങ്ങൾ നിങ്ങൾ മനസ്സിൽ സങ്കല്പിക്കുമ്പോൾ നിങ്ങൾ തലച്ചോറിന് നിങ്ങളുടെ ചിന്തകളുടെ ഒരു സ്വഭാവവും ലോകത്തിൽ അതെങ്ങനെ പ്രവർത്തിക്കുന്നു എന്ന രൂപവുമാണ് നൽകുന്നത്. അത് നിങ്ങൾ ആവർത്തിക്കുംതോറും നിങ്ങളുടെ തലച്ചോറിന് ആ ഓർമ്മ പുനരാവിഷ്കരിക്കുന്നത് എളുപ്പമായി മാറും.

നിങ്ങളുടെ ശ്രദ്ധയുടെ സ്പോട്ട്ലൈറ്റ് എവിടെയാണെന്നത് നിങ്ങളുടെ അനുഭവത്തെ രൂപപ്പെടുത്തും. അപ്പോൾ ആ സ്പോട്ട്ലൈറ്റിന്റെ നിയന്ത്രണം കയ്യിലെടുക്കുന്നത് നിങ്ങളുടെ വൈകാരിക ലോകത്തിന്റെ ഭാവിയുടെ കൂടി പ്രശ്നമാണ്.

സ്റ്റേജിൽ മറ്റ് നടീനടന്മാർ ഇല്ലെങ്കിലോ? വേവലാതികൾ മാത്രമാണ് മനസ്സിലുള്ളതെങ്കിൽ നാം എങ്ങനെ ചിന്തിക്കണം?

എന്തിലാണ് ശ്രദ്ധിക്കേണ്ടത് – പുതിയ ഒരു സംഭാഷണം

ഉത്കണ്ഠ ഒരു ഭീഷണിയെ ചുറ്റിയാണ് ഉണ്ടാകുന്നത്. അതുമായി സമയം ചെലവിടുമ്പോൾ അവ നിങ്ങളുടെ ശരീരത്തിലേയ്ക്കും തലച്ചോറിലേയ്ക്കും ഭീഷണിയുടെ പ്രതിരോധമാണ് നിറയ്ക്കുന്നത്. ആ തോന്നൽ കുറയ്ക്കണമെങ്കിൽ സമാധാനം തോന്നിപ്പിക്കുന്ന ഒരു ചിന്താസരണി നാം വളർത്തിയെടുക്കേണ്ടതുണ്ട്.

എന്റെ മകന് രണ്ടര വയസിൽ ഒരു ഓപ്പറേഷൻ ഉണ്ടായപ്പോൾ അവന്റെ മുഖത്തെ നീര് കാരണം അവന്റെ കണ്ണുകൾ അടഞ്ഞുപോയി. ഉറക്കം തെളിഞ്ഞപ്പോൾ അവനു കണ്ണ് തുറക്കാൻ കഴിഞ്ഞില്ല. അവനു ചുറ്റുമുള്ള ആശുപത്രി ശബ്ദങ്ങൾ കേൾക്കാൻ കഴിഞ്ഞു. ബീപ്പ് ചെയ്യുന്ന യന്ത്രങ്ങൾ, കാലൊച്ച, പരിചയമില്ലാത്ത ശബ്ദങ്ങൾ. അവന്റെ പേടിയിൽ നിന്ന് അവൻ എനിക്ക് വേണ്ടി കരഞ്ഞു. ഞാൻ അവിടെ എത്തി അവനെ പിടിച്ച് അവനോട് മിണ്ടുന്നതു വരെ അവന് ആശ്വസിക്കാൻ കഴിഞ്ഞില്ല. അവന്റെ കാഴ്ച തിരികെ കൊണ്ടുവരാൻ എനിക്ക് കഴിഞ്ഞില്ല. അവന്റെ വേദന ശമിപ്പിക്കാനും. എന്റെ കയ്യിൽ ഇതെല്ലാം എടുത്ത് മാറ്റാൻ ഒരു മന്ത്രവും ഉണ്ടായിരുന്നില്ല. ഞാൻ അവന്റെ ചെവിയിൽ മെല്ലെ സംസാരിക്കുകയും ഞാൻ അവിടെ ഉണ്ടെന്നും അവൻ സുരക്ഷിതമാണെന്നും പറയുകയും ചെയ്തു. അവന്റെ കൂടെയുള്ള ആൾ ഒപ്പമുണ്ടെന്നും എവിടെയും പോകുന്നില്ലെന്നും പറഞ്ഞു. അപ്പോൾ മുതൽ ഈ പേടിപ്പിക്കുന്ന സാഹചര്യം കടന്നുപോകാൻ അവൻ കാണിച്ച ധൈര്യം അത്ഭുതകരമാണ്. അടുത്ത കുറച്ചു ദിവസങ്ങൾ അവന്റെ കണ്ണുകൾ അടഞ്ഞുതന്നെ ഇരുന്നെങ്കിലും അവൻ ജീവിതം തുടർന്നു. പാവകളുടെ കൂടെ കളിച്ചു. എല്ലാം ശരിയാകാഞ്ഞപ്പോൾ പോലും ഞാൻ കാണിച്ച അനുകമ്പയാണ് അവനെ മുന്നോട്ട് നയിച്ചത്.

നമുക്ക് കനിവും അനുകമ്പയും ലഭിക്കുമ്പോൾ നമ്മുടെ പേടികൾ കുറയുകയും സുരക്ഷ തോന്നുകയും ചെയ്യും. ഇത് സംഭവിക്കുന്നത് നമ്മിൽ നിന്നോ മറ്റെവിടെ നിന്നെങ്കിലുമോ കാരുണ്യം വരുമ്പോഴാണ്. നിങ്ങൾ സ്വയം സംസാരിക്കുന്ന രീതി മാറ്റിയാൽ അത് നിങ്ങളുടെ തലച്ചോറിന്റെ കെമിസ്ട്രിയെ തന്നെ മാറ്റും. ഒപ്പം നിങ്ങളുടെ വൈകാരിക നിലയെയും.

ഇത് എളുപ്പമല്ല. ഒരു ദിവസത്തെ കാരുണ്യം കൊണ്ട് ഒരു ജീവിതകാലം നിങ്ങൾ നടത്തിയ സ്വയം വിമർശനവും ആക്രമണവും ഇല്ലാതാകില്ല. എന്നാൽ ഇത് ജീവിതം മാറ്റിമറിക്കും. ഓർക്കുക, കരുണ കാണിക്കൽ എളുപ്പമല്ല. പേടിക്കേണ്ട എന്ന് പറയുന്നതല്ല കരുണ. നിങ്ങളെ പിന്തുണച്ച്, പ്രോത്സാഹിപ്പിച്ച് നിങ്ങൾക്ക് ഇത് കഴിയുമെന്ന് ഓർമ്മിപ്പിക്കുന്ന ഒരു കോച്ചിന്റെ ശബ്ദമാണ് അത്.

എനിക്ക് ഏറെ പ്രിയപ്പെട്ട ഒരു ചോദ്യമുണ്ട്. ഞാൻ എന്റെ സുഹൃത്തിനെ കോച്ച് ചെയ്യുകയാണെങ്കിൽ ഞാൻ എന്ത് പറയും? അത് എങ്ങനെ പറയും? നിങ്ങളെ രക്ഷിക്കാൻ ഓടിയെത്തുന്ന ആളല്ല മികച്ച കോച്ച്. അയാൾ നിങ്ങളോട് സത്യസന്ധമായി സംസാരിക്കുകയും നിങ്ങളോട് ഉള്ളിലെ ശക്തി കണ്ടെടുക്കാൻ പറയുകയും ബുദ്ധിമുട്ടേറിയ നിമിഷങ്ങൾ കടന്നു ശക്തി പ്രാപിക്കാൻ പറയുകയും ചെയ്യും.

പുനർനിർമ്മാണം

ക്ലിനിക്കൽ പരിശീലനത്തിന്റെ ഒടുവിൽ എനിക്ക് ഒരു വൈവ പരീക്ഷ ഉണ്ടായിരുന്നു. ഇത് ഒരു അഭിമുഖം പോലെയുള്ള ഒരു പരീക്ഷയാണ്. നിങ്ങൾ ഒരു വിദഗ്ധ പാനലിന്റെ മുന്നിൽ ഇരുന്ന് നിങ്ങളുടെ ഗവേഷണ ത്തെപ്പറ്റി ഉത്തരങ്ങൾ പറയണം. എന്റെ പരീക്ഷയുടെ ദിവസം ഞാൻ സർവ്വകലാശാലയുടെ കാത്തിരിപ്പ് മുറിയിൽ എത്തി. എന്റെ ഹൃദയ മിടിപ്പ് കേട്ടുകൊണ്ട് അവിടെ ഇരുന്നപ്പോൾ എന്റെ കൂടെയുള്ള ഒരാൾ കരഞ്ഞുകൊണ്ട് അവിടെയെത്തി. അവരുടെ കരച്ചിൽ കണ്ട കൂടെയുള്ള ഒരു സ്റ്റാഫ് അവളുടെ തോളിൽ കൈ വെച്ച് അവളെ പുറത്തേയ്ക്ക് കൊണ്ടു പോയി. അവിടെ ഉണ്ടായിരുന്ന എല്ലാവരും പേടിയോടെ അത് നോക്കി. ഞങ്ങൾ എല്ലാവരും അസ്വസ്ഥരായി. ഞാൻ എണീറ്റ് നടക്കാൻ തുടങ്ങി. ഒരു അധ്യാപകൻ എനിക്ക് ഗുഡ് ലക്ക് പറഞ്ഞു. പിന്നീട് അദ്ദേഹം ഞാൻ കേട്ടിട്ടുള്ളതിൽ ഏറ്റവും മികച്ച ഉപദേശം എനിക്ക് തന്നു.

അദ്ദേഹം എന്നോട് പരീക്ഷ ആസ്വദിക്കാൻ പറഞ്ഞു. എനിക്ക് അറിയുന്നതെല്ലാം കാണിക്കാൻ കഴിയുന്ന ഒരവസരമാണ് ഇതെന്നും ഈ സമയത്ത് മാത്രമേ ആരെങ്കിലും എന്റെ തീസിസ് മുഴുവൻ വായിക്കു എന്നും അതിൽ താൽപ്പര്യം കാണിക്കു എന്നും അതുകൊണ്ട് ഞാൻ ആ അവസരം ആസ്വദിക്കണമെന്നും പറഞ്ഞു. ഞാൻ ചിരിച്ചുകൊണ്ട് തിരിച്ചുപോയി. എന്റെ മുഴുവൻ അനുഭവത്തെയാണ് അദ്ദേഹം തിരുത്തി എഴുതിയത്. ഞാൻ നേരിടാൻ പോകുന്ന ആ പിരിമുറുക്കം നിറഞ്ഞ സാഹചര്യത്തിൽ ഒന്നും തന്നെ മാറിയില്ല. എന്നാൽ ഞാൻ ധൈര്യവും ആനന്ദവും ആവേശവും നിറഞ്ഞ ഒരു അനുഭവത്തിലേക്കാണ് പിന്നീട് ചെന്നത്.

എന്റെ വൈവ പരീക്ഷ ഒരു ഭീഷണിയിൽ നിന്ന് ഒരു ആസ്വാദ്യ കരമായ വെല്ലുവിളിയായത് പോലെ ഇതേ രീതിയിൽ നിങ്ങളുടെ മുന്നിലുള്ള ഭീഷണിയായി തോന്നുന്ന കാര്യങ്ങളെയും നിങ്ങൾക്ക് മാറ്റി എഴുതാം.ഇങ്ങനെമാറ്റിചിന്തിക്കുമ്പോൾനിങ്ങൾആസാഹചര്യത്തിലുള്ള സാധ്യതകളെ കാണാതെ പോവുകയല്ല ചെയ്യുന്നത്. എനിക്ക് അപ്പോഴും തോൽക്കാനുള്ള സാധ്യതയുണ്ടായിരുന്നു. എന്നാൽ ഞാൻ അതിൽ ശ്രദ്ധിച്ചിരുന്നെങ്കിൽ എന്റെ പിരിമുറുക്കം ഏറെ കൂടുതലാകുമായിരുന്നു. എനിക്ക് പരീക്ഷയിൽ പങ്കെടുക്കാൻ ബുദ്ധിമുട്ടാവുകയും ചെയ്തേനെ.

ഇങ്ങനെ മാറ്റി ചിന്തിക്കുമ്പോൾ നിങ്ങൾ ആ സാഹചര്യത്തെ നിങ്ങൾക്ക് സഹിക്കാൻ കഴിയുന്ന ഒരു അവസ്ഥയിലേയ്ക്ക് മാറ്റി എഴുതുകയാണ് ചെയ്യുന്നത്. നമുക്ക് ശ്രദ്ധാപൂർവ്വം ഒരു കാര്യം ചെയ്യാൻ കഴിയും. വെറുതെ പൊരുതുന്നതിനേക്കാൾ ശ്രദ്ധയോടെ പൊരുതാം. അടുത്ത പടി അറിഞ്ഞാൽ നിങ്ങൾക്ക് ഇത് കൃത്യമായി മനസ്സിലാകും.

മൂല്യങ്ങളും സ്വത്വവും അറിയുക

ഉത്കണ്ഠ നിറഞ്ഞ ചിന്തകൾ ഉണ്ടാകുമ്പോൾ നമുക്ക് പ്രധാനമായ കാര്യങ്ങളെയും ചിന്തകളെയും വേദിയിലെത്തിക്കുന്നത് പ്രധാനമാണ്. ചില തീരുമാനങ്ങൾ നാം പേടിയുടെ അടിസ്ഥാനത്തിലാണ് ചെയ്യുക. നിങ്ങളുടെ ജീവിതം ഒരു സംഘർഷത്തിലാണെങ്കിൽ അപ്പോഴാണ് നമ്മുടെ ചിന്തകൾ ഏറെ അമൂല്യമാകുന്നത്. എന്നാൽ ജീവിതം ധനികമാകും തോറും നാം നമ്മുടെ തീരുമാനങ്ങൾ നമ്മുടെ മൂല്യങ്ങളെ ആശ്രയിച്ചായിരിക്കും എടുക്കുക.

ഇത് എനിക്ക് എന്ത് കൊണ്ട് പ്രധാനമാണ്? എന്ന ചോദ്യം ഇവിടെ സഹായകമാണ്. ഒരു വർഷം കഴിഞ്ഞ് ഞാൻ ഈ നിമിഷത്തിലേയ്ക്ക് തിരിഞ്ഞു നോക്കുമ്പോൾ എന്ത് പ്രവർത്തിയും പ്രതികരണവുമാണ് എനിക്ക് അഭിമാനവും നന്ദിയും തോന്നിക്കുക? ഈ സാഹചര്യത്തിൽ എന്ത് തരം വ്യക്തിയാകാനാണ് ഞാൻ ആഗ്രഹിക്കുന്നത്? ഞാൻ എന്തിനു വേണ്ടിയാണ് നില കൊള്ളേണ്ടത്?

നിങ്ങളുടെ മൂല്യങ്ങൾ നിങ്ങളുടെ വ്യക്തിത്വത്തിന്റെ കൂടെ ഭാഗമാണ്. നിങ്ങൾക്ക് സാഹസികനാകണോ ആരോഗ്യവാനാകണോ അതോ സൗഹൃദം നിറഞ്ഞ ആളാകണോ എന്നൊക്കെ ചിന്തിച്ചാൽ നിങ്ങളുടെ ഈ ഉത്കണ്ഠ നിറഞ്ഞ ചിന്തകൾക്ക് പകരം മറ്റു ചിന്തകൾ കണ്ടെത്താൻ കഴിയും. ഒരു സംഭാഷണം തുടങ്ങാൻ നിങ്ങൾക്ക് ഉത്കണ്ഠ ഉണ്ടെങ്കിലും നിങ്ങൾ സ്വയം സൗഹൃദം നിറഞ്ഞ ഒരാളാകാനാണ് ആഗ്രഹിക്കുന്നതെങ്കിൽ അതിൽ നിന്ന് സാമൂഹിക സാഹചര്യങ്ങളിൽ എങ്ങനെ ഇടപെടണം എന്ന് നിങ്ങൾക്ക് ഒരു ധാരണയുണ്ടാകും. ഈ സംഭാഷണം ഒഴിവാക്കാൻ നിങ്ങളുടെ ഉത്കണ്ഠ നിങ്ങളോട് പറയുമ്പോൾ പോലും മറ്റൊരു തീരുമാനം എടുക്കാൻ നിങ്ങൾക്ക് പ്രേരണ തോന്നും. ഒരുപക്ഷെ എന്റെ വ്യക്തിത്വത്തിന് കുറച്ച് ധൈര്യം വേണമെന്നാണ് ഞാൻ കരുതുന്നതെങ്കിൽ ആ സാഹചര്യത്തിൽ എങ്ങനെ പ്രതികരിക്കണമെന്ന് അന്വേഷിക്കാം. ധൈര്യത്തോടെ ആണെങ്കിൽ എന്റെ അടുത്ത തീരുമാനം എന്തായിരിക്കും? അടുത്ത വർഷം ഞാൻ തിരിഞ്ഞു നോക്കുമ്പോൾ എനിക്ക് അഭിമാനം തോന്നണമെങ്കിൽ ഞാൻ എന്ത് രീതിയിൽ പ്രതികരിക്കണം?

അധ്യായ സംഗ്രഹം

- തിരിച്ചറിഞ്ഞാലുടൻ ഉത്കണ്ഠ നിറഞ്ഞ ചിന്തകളിൽ നിന്ന് ഒന്ന് മാറി നിൽക്കുക.
- നിങ്ങളുടെ ഉത്കണ്ഠ നിറഞ്ഞ ചിന്തകൾക്ക് ശ്രദ്ധ വേണമെങ്കിലും നിങ്ങളുടെ ശ്രദ്ധയുടെ സ്പോട്ട്ലൈറ്റ് നിങ്ങളുടെ നിയന്ത്രണത്തിലായിരിക്കണം.
- നമ്മുടെ പേടിയുടെ കാഠിന്യം കുറയ്ക്കാൻ കരുണ നിറഞ്ഞ സമീപനത്തിന്കഴിയും. ചിലപ്പോൾആ കാരുണ്യം നമ്മുടെ ഉള്ളിൽ നിന്ന് തന്നെയാകും വരുന്നത്.
- ഒരു ഭീഷണിയെ ഒരു വെല്ലുവിളിയായി തിരുത്തിയെഴുതുന്നത് നമ്മോട് ധൈര്യമായിരിക്കാനാണ് പറയുന്നത്.
- നിങ്ങളുടെ മൂല്യങ്ങൾക്കനുസൃതമായി പ്രവർത്തിക്കുക, അതുവഴി ഭയത്തെയല്ല, ഏറ്റവും പ്രധാനപ്പെട്ടതിനെ അടിസ്ഥാനമാക്കി നിങ്ങളുടെ തീരുമാനങ്ങൾ എടുക്കുക.

26

അനിവാര്യമായതിനെക്കുറിച്ചുള്ള ഭയം

മരണഭയമാണ് ഏറ്റവും വലിയ ഭയം. ഓരോ മനുഷ്യനും ഒഴിവാക്കാനാകാത്ത ഈ യാഥാർത്ഥ്യത്തിലേക്കാണ് നടന്നടുക്കുന്നത്. എപ്പോഴാണ് എങ്ങനെയാണ് എന്നൊന്നും അറിയില്ലെങ്കിലും ഓരോ മനുഷ്യനും അതിലേക്കാണ് നടക്കുന്നത്. അറിയുന്നതിനെയും അറിയാത്തതിനെയും പേടിക്കുന്നത് നമ്മുടെ സമാധാനവും സംതൃപ്തിയുമാണ് ഇല്ലാതാക്കുന്നത്.

നമ്മുടെ മരണത്തെപ്പറ്റി ചിന്തിക്കുന്നത് തന്നെ നമ്മെ ഉടനടി അശക്തരും ഭീരുക്കളുമാക്കി മാറ്റും. അതേ സമയം ഇത് ജീവിതത്തിന്റെ അർത്ഥമില്ലായ്മയെ ഓർമ്മിപ്പിക്കുകയും ചെയ്യും.

ചിലർക്ക് മരണ ഭയം അവരുടെ ജീവിതത്തെ നേരിട്ട് ബാധിക്കുകയും ഓരോ നിമിഷവും മരണത്തെപ്പറ്റി ആകുലപ്പെടാൻ കാരണമാവുകയും ചെയ്യും. എന്നാൽ മറ്റു ചിലർക്ക് ഇത് അപ്രതീക്ഷിതമായ രീതിയിൽ മറ്റു ചില ചെറിയ പേടികളുടെയും ആരോഗ്യഭീതികളുടെയും ഒക്കെ രൂപത്തിലാണ് പ്രത്യക്ഷപ്പെടുക. ഇതിനെല്ലാം നമ്മുടെ ജീവിതത്തിന്റെ ഗുണമേന്മയെ ബാധിക്കാനും നശിപ്പിക്കാനുമൊക്കെയുള്ള കഴിവുണ്ട്. മരണഭയം മറ്റു തരം മാനസികാരോഗ്യപ്രശ്നങ്ങൾക്ക് കരണമാകുന്നുവെന്നും പഠനങ്ങൾ സൂചിപ്പിക്കുന്നുണ്ട്. (Iverach et al., 2014). ആരോഗ്യത്തെപ്പറ്റിയുള്ള ആകുലതകൾ നമ്മുടെ ഉള്ളിൽ അസുഖങ്ങളെയും ആശുപത്രികളെയും പറ്റിയും വേദന കൊണ്ട് മരിക്കുന്നതിനെപ്പറ്റിയും ഉള്ള പേടികൾ നിറയ്ക്കും. പാനിക്ക് അറ്റാക്കുകൾ ഉള്ളവർ വേഗത്തിൽ ഹൃദയം മിടിക്കുന്നതിനെ ഒരു ഹൃദയാഘാതത്തോട് ഉപമിക്കുകയും പാനിക്ക് അറ്റാക്ക് വരുമ്പോൾ അവർ മരിക്കാൻ പോവുകയാണെന്ന് കരുതുകയും ചെയ്യും. പലതരം പ്രത്യേക ഫോബിയകളും, അത് ഉയരമോ പാമ്പുകളെയോ രക്തത്തെയോ ഒക്കെ പേടിക്കുന്നതാകാം, അവയെല്ലാം ഇതിനോട് അടുത്താൽ മരണം എന്ന തോന്നലിൽ നിന്നാണ് ഉണ്ടാകുന്നത്.

മരണം എന്ന സാധ്യത നമ്മുടെ കൂടെ സ്ഥിരം ഉണ്ടെങ്കിലും നമുക്ക് സദാ മരണഭയത്തിൽ ജീവിക്കാൻ കഴിയില്ല. അതുകൊണ്ട്

നാം നമ്മുടെ ജീവിതത്തിൽ നിന്ന് ആ പേടി എടുത്തുമാറ്റാൻ സഹായിക്കുന്ന സുരക്ഷാസ്വഭാവങ്ങൾ നിറയ്ക്കും. നാം എന്തുതരം റിസ്ക് എടുക്കുന്നതിനും എതിരെ എതിർപ്പുകൾ വെച്ചാലും പ്രശസ്തിയിലൂടെയോ പണത്തിലൂടെയോ അമർത്യരാകാൻ നാം ശ്രമിച്ചുകൊണ്ടിരിക്കും. ഒരുപക്ഷെ മറ്റുള്ളവരുമായുള്ള ബന്ധവും എങ്ങനെ അവരാൽ ഓർമ്മിക്കപ്പെടണം എന്ന തോന്നലും ഒക്കെയാവും ഇതിൽ കാണാൻ കഴിയുക. നമ്മെ കുറ്റം പറയാൻ കഴിയുമോ? ഇർവിൻ യാലോം എന്ന സ്റ്റാൻഫോർഡ് സൈക്യാട്രി പ്രൊഫസർ തന്റെ *സ്റ്റേറിങ് അറ്റ് ദ സൺ* എന്ന പുസ്തകത്തിൽ ഇങ്ങനെ പറയുന്നു, "മരണത്തെ അറിഞ്ഞുകൊണ്ട് ഓരോ നിമിഷവും ജീവിക്കാൻ കഴിയില്ല. സൂര്യനെ മുഖാമുഖം നോക്കുന്നത് പോലെയാണ്, അത് സഹിക്കുന്നതിനു പരിധിയുണ്ട്."

മരണത്തിന്റെ ശാരീരികത നമ്മെ നശിപ്പിക്കുമെങ്കിലും മരണമെന്ന ആശയമാണ് നമ്മെ രക്ഷിക്കുന്നതെന്നും അദ്ദേഹം പറയുന്നുണ്ട്. ഈ അർത്ഥത്തിൽ മരണത്തെപ്പറ്റിയുള്ള മനുഷ്യന്റെ ഉത്കണ്ഠ എടുത്ത് മാറ്റേണ്ട ഒരു അലോസരമല്ല. മരണം എന്ന ബോധത്തെ എതിരിടുന്നത് ജീവിതത്തിൽ പുതിയ അർത്ഥം കണ്ടെത്താൻ നമ്മെ സഹായിക്കും. നാമെല്ലാം മരിക്കുമെന്നും ജീവിതത്തിന് പുതിയ അർത്ഥം നൽകാമെന്നും ഒക്കെയുള്ള തോന്നലുകൾ എങ്ങനെ ജീവിക്കണമെന്ന് സൂക്ഷിച്ച് തെരഞ്ഞെടുക്കാൻ നമ്മെ പഠിപ്പിക്കുന്നു. അതേ അർത്ഥത്തിൽ മരണത്തിന് നാം കൊടുക്കുന്ന അർത്ഥമാണ് നമ്മുടെ ഇന്നത്തെ സ്വാസ്ഥ്യത്തിന്റെ കാരണം. (Neimeyer, 2005).

സ്തനാർബുദ രോഗികളുടെ ഇടയിലുള്ള എന്റെ ഗവേഷണത്തിൽ ഞാൻ മനസ്സിലാക്കിയതും മരണത്തെ മുഖാമുഖം കണ്ടത് അവരിൽ പലരുടെയും ജീവിതത്തിൽ പോസിറ്റീവ് ആയ മാറ്റങ്ങൾ കൊണ്ടുവന്നു എന്നാണ്. ചുരുങ്ങിയ സമയത്ത് എന്ത് അർത്ഥം കൊണ്ടുവരാൻ കഴിയുമെന്ന് വിശകലനം ചെയ്തത് അവരുടെ ജീവിതത്തെ മാറ്റിയെന്നാണ് അവർ പറഞ്ഞത്. ട്രോമായുടെ അളവ് കൂടുംതോറും ട്രോമാനന്തര വളർച്ചയും പോസിറ്റീവ് മാറ്റങ്ങളും കൂടുകയാണ് ചെയ്തത്.

എന്നാൽ നമുക്ക് പ്രധാനപ്പെട്ടത് എന്താണെന്ന് തിരിച്ചറിയാൻ മരണത്തെ നേരിൽ കാണേണ്ട കാര്യമില്ല. അക്സപ്റ്റൻസ് ആൻഡ് കമ്മിറ്റ്മെന്റ് തെറാപ്പിയിൽ (ACT) നമ്മുടെ തന്നെ മരിച്ചടക്കലിനെ സങ്കല്പിച്ചുകൊണ്ടോ നമ്മുടെ മരിച്ചുപോയ പ്രിയപ്പെട്ടവരെ ഓർത്തുകൊണ്ടോ ഒക്കെ ഇത് പരീക്ഷിക്കാറുണ്ട്. ഈ വ്യായാമങ്ങളിലൂടെ എല്ലാം അവസാനിക്കും എന്ന് പേടിച്ചുകൊണ്ടല്ല, എല്ലാം അവസാനിക്കുമെന്ന് ഓർമ്മിച്ചുകൊണ്ട് ജീവിക്കാനാണ് പ്രേരിപ്പിക്കുന്നത്. നിങ്ങൾക്ക് ജീവിതത്തിൽ എന്ത് വേണമെന്ന് മുഖാമുഖം കാണുന്നത് മാറ്റങ്ങൾക്ക് കാരണമാകാം.

ഇത് വേദനാജനകമായ ചിന്തയാണെങ്കിലും അതിൽ വിഷമിക്കാതെ നമ്മുടെ തീരുമാനങ്ങളെ രൂപപ്പെടുത്താൻ അത് ഉപയോഗിക്കാം.

ഉദാഹരണത്തിന് നിങ്ങളുടെ ജീവിതം നിങ്ങൾക്ക് ഏറ്റവും പ്രധാനപ്പെട്ട കാര്യങ്ങളുടെ അടിസ്ഥാനത്തിൽ നിങ്ങൾ ജീവിക്കുന്നുവെന്ന് കരുതുക. അത് എങ്ങനെയാണെന്ന് സങ്കൽപ്പിച്ചു നോക്കുക. നിങ്ങൾ തെരഞ്ഞെടുക്കുന്ന അർത്ഥവും ലക്ഷ്യവും കൊണ്ട് നിങ്ങൾ ജീവിച്ചാൽ എന്നും നിങ്ങൾ എങ്ങനെയാകും പെരുമാറുക? എന്തിന് വേണ്ടിയാകും നിങ്ങൾ കഠിനമായി പരിശ്രമിക്കുക? എന്താണ് നിങ്ങൾ വേണ്ടെന്ന് വയ്ക്കുക? പൂർത്തിയാക്കാൻ കഴിഞ്ഞില്ലെങ്കിൽ കൂടി എന്താണ് നിങ്ങൾ തുടങ്ങിവയ്ക്കുക?

നമ്മുടെ മരണത്തെപ്പറ്റി ചിന്തിക്കുമ്പോൾ പ്രധാനപ്പെട്ട കാര്യങ്ങളെപ്പറ്റി ചിന്തിക്കാൻ കഴിയും. സംഭവിക്കുമെന്ന് ഉറപ്പുള്ളത് കൊണ്ട് തന്നെ മരണഭയം ഇല്ലാതാക്കാൻ കഴിയില്ല. ആ പേടി മനസ്സിലാക്കാവുന്നതാണ്. മരണം ഒരു യാഥാർത്ഥ്യമാണ്. എന്നാൽ നമ്മുടെ അയഥാർത്ഥമായ വിശ്വാസങ്ങളാണ് ഈ പേടിയെ മോശമാക്കുന്നത്. മാത്രമല്ല ഇത് സാധാരണജീവിതത്തെ ബാധിക്കുകയും ചെയ്യും. 'ഞാനില്ലെങ്കിൽ എന്റെ കുടുംബം തകരും' എന്നോ 'മരണത്തിന്റെ വേദന ഭീകരമായിരിക്കും' എന്നോ ഒക്കെയുള്ള ചിന്തകളും കഠിനമാണ്.

ഉടനെ ഒന്നും അതുണ്ടാകില്ല എന്ന ചിന്തയിലൂടെയാണ് പലരും ആ ഭയത്തെ നേരിടുന്നത്. ഇത് പലപ്പോഴും നല്ല ഉദ്ദേശത്തിലാണെങ്കിലും അത് ഉപകാരപ്പെടില്ല. കാരണം ഇത് സംഭവിക്കുമെന്നും അതിന് മുൻപ് മുന്നറിയിപ്പുകൾ കാണില്ലെന്നും നമുക്ക് അറിയാം. മരണഭയം ഒഴിവാക്കാൻ ശ്രമിക്കുമ്പോൾ തന്നെ ജീവിതം നൈമിഷികമാണെന്ന് ഓർമ്മിപ്പിക്കുന്ന ഏതെങ്കിലും തിരിച്ചറിവ് മതി ആ ഭയം തിരികെയെത്താൻ.

മരണത്തിന്റെയാഥാർത്ഥ്യത്തെജീവിതത്തിന്റെഭാഗമായിസ്വീകരിക്കാനും അറിയാനും കഴിയുന്നതാണ് പ്രധാനം. ചിലർക്ക് ഇതാണ് ജീവിതത്തിനു അർത്ഥം നൽകുന്നത്. എന്നാൽ വേറെ ചിലർക്ക് സുരക്ഷിതരായി ജീവിച്ചാൽ ഇതേപ്പറ്റി ചിന്തിക്കാതെ കഴിയാനാകും. മരണവുമായി എന്തും ചെയ്യുന്നത് നാം ഒഴിവാക്കും. മരണത്തെപ്പറ്റി സംസാരിക്കുന്നതും മരണം കാണുന്നതും നാം ഒഴിവാക്കും. അതൊക്കെ നമ്മുടെ മുന്നിൽ അപകടസൂചനകളായി മാറുകയും റിസ്കിനെപ്പറ്റിയുള്ള നമ്മുടെ കണക്കുകൂട്ടൽ നമ്മുടെ ഉത്കണ്ഠ ഉയർത്തുകയും ചെയ്യും.

ഇത് സംഭവിക്കുമ്പോൾ ജീവിതത്തിൽ പലതരം ഫോബിയകൾ ഉണ്ടാകാനുള്ള സാധ്യതയുണ്ട്. എന്നാൽ ഈ മരണഭയത്തെ നാം പരിഗണിക്കുന്നില്ലെങ്കിൽ ഒരു ഫോബിയ ശമിക്കുമ്പോൾ അടുത്തത് ഉണ്ടാകാനാണ് സാധ്യത. ഏറ്റവും മോശമായതിനെ പേടിച്ചാണ് നാം ജീവിക്കുന്നതെങ്കിൽ എന്താണ് ചെയ്യാൻ കഴിയുക? ദൈനംദിന ജീവിതം മരണഭയമില്ലാതെ കഴിയണമെങ്കിൽ മരണത്തെ ജീവിതത്തിന്റെ ഭാഗമായി സ്വീകരിക്കാനുള്ള മാർഗ്ഗങ്ങൾ കണ്ടെത്തണം. സ്വീകരിക്കുക എന്നാൽ മരണം ആഗ്രഹിക്കുക എന്നല്ല. നമുക്ക് നിയന്ത്രിക്കാൻ

കഴിയാത്ത യാഥാർത്ഥ്യങ്ങളെ ഓർത്ത് വേവലാതിപ്പെടുന്നത് നിർത്തുകയാണ് വേണ്ടത്.

മരണത്തെ സ്വീകരിക്കുക എന്നാൽ ജീവിതം ഉപേക്ഷിക്കുക എന്നർത്ഥമില്ല. നേർ വിപരീതമാണുതാനും. മരണത്തെ സ്വീകരിക്കുമ്പോഴാണ് ജീവിതത്തിന് അർത്ഥമുണ്ടാകുന്നത്. തിരിച്ച്, അർത്ഥവത്തായ ജീവിതം ജീവിക്കുമ്പോഴാണ് നമുക്ക് മരണത്തെ ജീവിതത്തിന്റെ ഭാഗമായി സ്വീകരിക്കാൻ കഴിയുന്നത്. നമ്മുടെ ജീവിതരീതി തന്നെ മാറ്റാൻ അതിനു കഴിയും. നമ്മുടെ മൂല്യങ്ങളിലും അർത്ഥത്തിലും ഊന്നി ജീവിക്കാൻ നമുക്ക് കഴിയും. നമ്മുടെ ജീവിതത്തിനു പ്രധാനമായ കാര്യങ്ങളിൽ ശ്രദ്ധിച്ച് ലക്ഷ്യബോധത്തോടെ ജീവിക്കാൻ നമുക്ക് കഴിയും.

നമുക്ക് പ്രിയപ്പെട്ട ഒരാളുടെ വേർപാടിന്റെ വേദന നമ്മെയും സ്വന്തം മരണത്തെപ്പറ്റി ചിന്തിപ്പിക്കും.

അവർക്ക് അപ്രതീക്ഷിതമായി മരിക്കാമെങ്കിലും എനിക്കും അതുണ്ടാകും. ഇത് എന്റെ ജീവിതത്തിൽ എന്താണ് അർത്ഥമാക്കുന്നത്? ഇതിന്റെ ഇന്നത്തെ അർത്ഥം എന്താണ്?

മരണവുമായുള്ള ബന്ധം മാറ്റുക

ആളുകൾ മരണത്തെ സ്വീകരിക്കുന്നത് പല രീതിയിലാണ്. ഒരു ഗവേഷണത്തിൽ സൂചിപ്പിക്കുന്ന ചില കാര്യങ്ങൾ താഴെ ചേർക്കുന്നു. Gesser, Wong and Reker (1988).

- **സ്വീകരിക്കൽ :** മരണാനന്തരജീവിതവും സ്വർഗ്ഗം എന്ന സങ്കൽപ്പവും ഒക്കെ ഒരാളെ സ്വന്തം മരണം സ്വീകരിക്കാൻ പ്രേരിപ്പിക്കുന്നു.
- **ഒഴിഞ്ഞു മാറ്റം :** ജീവിതത്തിൽ ഒരുപാട് വേദനകൾ സഹിക്കുന്ന ആളുകൾക്ക് മരണം ആ സഹനത്തിൽ നിന്നുള്ള ഒരു ഒഴിഞ്ഞു മാറ്റമായാണ് അനുഭവപ്പെടുക.
- **പക്ഷപാതമില്ലാതെ സ്വീകരിക്കൽ :** മരണത്തെ ആഗ്രഹിക്കുകയോ വേദനയിൽ നിന്നുള്ള ഒളിച്ചോട്ടമായി കാണുകയോ ചെയ്യാതെ നമുക്ക് നിയന്ത്രണമില്ലാത്ത ഒരു സ്വാഭാവികതയായി സ്വീകരിക്കാനും കഴിയും.

ഇതൊന്നു പരീക്ഷിക്കൂ. ACT-യിൽ പലപ്പോഴും സ്വന്തം ചരമക്കുറിപ്പ് എഴുതാൻ പറയാറുണ്ട്. നിങ്ങളുടെ കല്ലറയിൽ കുറിക്കാൻ എന്തെങ്കിലും എഴുതിയാൽ നിങ്ങൾ എന്താകും പറയുക? മറ്റുള്ളവർ അല്ല, നിങ്ങൾ എന്തിനു വേണ്ടി നിലകൊള്ളുന്നു എന്ന് ചിന്തിക്കാനാണ് പറയുന്നത്. ഇന്ന്

മുതൽ നിങ്ങൾ ജീവിക്കാനാഗ്രഹിക്കുന്ന അർത്ഥം എന്താണ്? (Hayes, 2005).

ഈ അഭ്യാസങ്ങൾ നിങ്ങൾക്ക് ബുദ്ധിമുട്ടാണെങ്കിൽ ഒരു തെറാപ്പിസ്റ്റിന്റെ സഹായം അഭികാമ്യമാണ്.

മരണഭയം മോശമാക്കുന്ന നിങ്ങളുടെ ചിന്തകളും വിശ്വാസങ്ങളും പഠിക്കുക. മരണത്തെപ്പറ്റി നമുക്ക് പല വിശ്വാസങ്ങളും കാണും. അത് ചിലപ്പോഴൊക്കെ ഗുണവും ദോഷവുമായി മാറും. ഒരു ഉദാഹരണം മരണം നീതികേടാണെന്നും അത് ഉണ്ടാകരുതെന്നുമുള്ള ചിന്തയാണ്. അത്തരമൊരു വിശ്വാസം ഉണ്ടാകുമ്പോൾ ഉത്കണ്ഠ കൂട്ടുകയും മരണത്തെപ്പറ്റിയുള്ള ചിന്തകൾ ഉണ്ടാകുമ്പോൾ നമ്മുടെ അനുഭവം മോശമാകുകയും ചെയ്യും. ഇത്തരം വിശ്വാസങ്ങളെ ചോദ്യം ചെയ്യാൻ കഴിയുന്നത് നല്ലതാണ്. എന്നാൽ ഇതിലെ വൈകാരികത കാരണം ചിലപ്പോൾ വിശ്വാസമുള്ള ആരുടെയെങ്കിലും സഹായത്തോടെ ഇത് ചെയ്യുന്നതാകും നല്ലത്. ഇത് ഒരു സുഹൃത്തോ തെറാപ്പിസ്റ്റോ ആകാം.

ടൂൾകിറ്റ് : മരണത്തെക്കുറിച്ചുള്ള നമ്മുടെ ഭയം പരിഹരിക്കാൻ എഴുതുന്നു

നമ്മുടെ പേടികളെ മനസ്സിലാക്കാൻ എഴുത്ത് ഉപകാരപ്പെടും. നമ്മുടെ ചിന്തകളും കണ്ടെത്തലുകളുമായുള്ള ബന്ധം വിടാതെ അവയെ മനസ്സിലാക്കാൻ എഴുത്തിലൂടെ കഴിയും. എപ്പോൾ വേണമെങ്കിലും എഴുതി നിറുത്തി നിങ്ങൾക്ക് പോകാം. മരണഭയത്തെ അഭിമുഖീകരിക്കുന്നത് എളുപ്പമല്ല. അവിടെയാണ് പരിശീലനം സിദ്ധിച്ച ഒരു തെറാപ്പിസ്റ്റ് നിങ്ങളെ സഹായിക്കുക. അത്തരം സഹായങ്ങൾ തേടാൻ കഴിയുന്നില്ലെങ്കിൽ വിശ്വാസമുള്ള ഒരു സുഹൃത്തോ പ്രിയപ്പെട്ടയാളോ മതി. ഇത് എല്ലാവരും നേരിടുന്ന ഒരു പേടിയുമാണല്ലോ. നിങ്ങൾക്ക് ജേർണലിങ്ങിൽ, സംഭാഷണത്തിൽ അല്ലെങ്കിൽ തെറാപ്പിയിൽ ഉപയോഗിക്കാൻ കഴിയുന്ന ചില ചോദ്യങ്ങൾ ഇതാ :

- മരണത്തെപ്പറ്റി നിങ്ങളുടെ പേടികൾ എന്തൊക്കെയാണ്? അത് നിത്യജീവിതത്തിൽ എങ്ങനെയാണ് പ്രത്യക്ഷപ്പെടുന്നത്?
- മറ്റുള്ളവരുടേതിൽ നിന്ന് വ്യത്യസ്തമായി മരണത്തെപ്പറ്റി എന്ത് വിശ്വാസങ്ങളാണ് നിങ്ങൾക്കുള്ളത്?
- ഈ വ്യത്യാസങ്ങൾ എന്താണ് സൂചിപ്പിക്കുന്നത്?
- നഷ്ടത്തിന്റേതായ മുൻ അനുഭവങ്ങൾ മരണത്തെയും ജീവിതത്തെയും പറ്റിയുള്ള നിങ്ങളുടെ തോന്നലുകളെയും വിശ്വാസങ്ങളെയും എങ്ങനെയാണ് രൂപപ്പെടുത്തിയത്?

- മരണത്തിൽ നിന്ന് സുരക്ഷിതത്വം നേടാനായി നിങ്ങൾ എന്താണ് ചെയ്യാറുള്ളത്?
- നിങ്ങളുടെ ജീവിതം എന്ത് പ്രതിനിധീകരിക്കണം എന്നാണ് നിങ്ങൾ കരുതുന്നത്?
- നിങ്ങളുടെ ഭൂമിയിലെ സമയം അടയാളപ്പെടുത്താൻ എന്ത് അവശേഷിപ്പിക്കാനാണ് നിങ്ങൾ ആഗ്രഹിക്കുന്നത്?
- ആ അർത്ഥം എന്ത് തെരഞ്ഞെടുപ്പുകളും പ്രവർത്തികളുമായി നിങ്ങളുടെ ജീവിതത്തിന്റെ അടുത്ത അധ്യായത്തിൽ മാറണമെന്നാണ് നിങ്ങൾ കരുതുന്നത്?
- ഭാവിയിൽ നിങ്ങൾ മരണത്തോടടുക്കുമ്പോൾ ഈ അധ്യായം കാണുകയാണെന്ന് കരുതുക. ഒരു ചിരിയോടെ തൃപ്തിയോടെ തിരിഞ്ഞു നോക്കണമെങ്കിൽ ദൈനംദിന ജീവിതത്തിൽ എന്തൊക്കെ ചെയ്യണം?
- നിങ്ങളുടെ ജീവിതത്തിന്റെ അടുത്ത അധ്യായം അർത്ഥവും ലക്ഷ്യവും നിറഞ്ഞതാണെങ്കിൽ അതിൽ എന്തൊക്കെ ഉണ്ടാകും?
- മരണത്തെപ്പറ്റിയുള്ള നിങ്ങളുടെ ബോധം നിങ്ങളുടെ ജീവിതത്തെ ദ്യോതിപ്പിക്കുമെങ്കിൽ അതെങ്ങനെയായിരിക്കും?

അധ്യായ സംഗ്രഹം

- നമ്മുടെ മരണഭയം അറിയാവുന്നതിനെയും അറിയാത്ത തിനെയും പറ്റിയുള്ള പേടിയാണ്.
- ചിലയാളുകൾക്ക് മരണത്തെ അടുത്ത് കാണുമ്പോൾ പോസിറ്റീവ് ആയ മാറ്റങ്ങളും വളർച്ചയും ജീവിതത്തിൽ ഉണ്ടാകും.
- മരണത്തെ സ്വീകരിക്കുക എന്നാൽ ജീവിതം ഉപേക്ഷി ക്കുക എന്നല്ല അർത്ഥം. നേർ വിപരീതമാണ്.
- മരണത്തെ സ്വീകരിക്കുമ്പോൾ ജീവിതത്തിന് അർത്ഥം കൈവരുന്നു.

7

പിരിമുറുക്കം

27

പിരിമുറുക്കവും ഉത്കണ്ഠയും രണ്ടാണോ?

ഒരേതരം അനുഭവങ്ങളെ സൂചിപ്പിക്കാൻ പിരിമുറുക്കം എന്നും ഉത്കണ്ഠ എന്നും ഉപയോഗിച്ച് കാണാറുണ്ട്. പിരിമുറുക്കം കൂടിയത് കൊണ്ട് അവരുടെ ഉത്കണ്ഠ വഷളായി എന്നൊക്കെ ആളുകൾ പറഞ്ഞു കാണാം. അല്ലെങ്കിൽ നേരെ തിരിച്ച്. ആളുകൾ പലരും പലതരം അനുഭവങ്ങൾ വിവരിക്കാനായി ഈ വാക്കുകൾ മറിച്ചും തിരിച്ചും ഉപയോഗിക്കുന്നത് കാണാം. ആളുകൾക്ക് ജോലിയിലെ ഡെഡ്‌ലൈനുകൾ ഓർത്ത് പിരിമുറുക്കമുണ്ടാകാം. കുളിമുറിയിൽ ഒരു എട്ടുകാലിയെക്കണ്ട് ഉത്കണ്ഠ ഉണ്ടാകാം. പോസ്റ്റ് ഓഫീസിലെ ഒരു ക്യൂവിൽ നിന്ന് വൈകുമ്പോൾ നിങ്ങൾക്ക് പിരിമുറുക്കമുണ്ടാകാം. എന്നാൽ നിങ്ങളുടെ ജോലി പോയി വാടക കൊടുക്കാൻ പണമില്ലാതെ നിൽക്കുമ്പോഴും നിങ്ങൾ പിരിമുറുക്കം എന്ന് തന്നെ പറയാം. ഈ രണ്ടിനെയും മറ്റൊരാൾ ഉത്കണ്ഠ എന്നാകും വിളിക്കുക.

എന്നാൽ ഈ പുസ്തകത്തിൽ രണ്ടിനും വേറെ വേറെ ഭാഗങ്ങൾ നൽകിയിരിക്കുന്നത് നിങ്ങൾ ശ്രദ്ധിച്ചിരിക്കും. വികാരങ്ങൾ ഉൽപ്പാദിപ്പിക്കുന്നത് പോലെ തന്നെയാണ് നാം പിരിമുറുക്കം എന്ന് വിളിക്കുന്ന അനുഭവത്തെ തലച്ചോർ സൃഷ്ടിക്കുന്നത്. (Feldman Barrett, 2017). പുറം ലോകത്തിന്റെ ആവശ്യങ്ങളെപ്പറ്റി തുടരെ സൂചനകൾ സ്വീകരിച്ച് എത്ര ശ്രമം വേണമെന്ന് നിർണ്ണയിച്ചാണ് തലച്ചോർ തീരുമാനങ്ങൾ എടുക്കുക. ശരീരം ഉൽപ്പാദിപ്പിക്കുന്ന ഊർജ്ജം കണക്കിലെടുത്ത് ഒന്നും പാഴാകുന്നില്ലെന്ന ഉറപ്പിലാണ് അത് പ്രവർത്തിക്കുക. നമ്മുടെ മാനസികാവസ്ഥയും പുറത്തെ അവസ്ഥയും തമ്മിൽ ചേരുമ്പോൾ നമുക്ക് പോസിറ്റീവ് ആയാണ് തോന്നുക, അതിൽ അൽപ്പം പിരിമുറുക്കം ഉണ്ടെങ്കിൽ കൂടി. ഉദാഹരണത്തിന് ഒരു വലിയ സ്പോർട്സ് മത്സരത്തിന് മുൻപ് നിങ്ങൾക്കത് തോന്നാം. എന്നാൽ ഉള്ളിലെ അന്തരീക്ഷം പുറത്തുള്ളതുമായി ചേരുന്നില്ലെങ്കിൽ നാം അതിനെ നെഗറ്റീവ് ആയാണ് വ്യാഖ്യാനിക്കുക. ഏറെ ക്ഷീണിച്ചെങ്കിലും ഉറക്കം കിട്ടിയില്ലെങ്കിൽ, അല്ലെങ്കിൽ പിരിമുറുക്കം കൂടിയത് കൊണ്ട് പരീക്ഷയിലോ ജോലി ഇന്റർവ്യൂ

വിലോ നിങ്ങൾക്ക് ശ്രദ്ധിക്കാൻ കഴിഞ്ഞില്ലെങ്കിൽ. അത്തരം സാഹചര്യങ്ങളിൽ നമ്മുടെ വിലയിരുത്തൽ ഈ സാഹചര്യങ്ങളുമായി നാം ചേരുന്നില്ല എന്നാകും.

പിരിമുറുക്കവും ഉത്കണ്ഠയും രണ്ടും സൂക്ഷ്മ ശ്രദ്ധ ഉണ്ടാക്കും. എന്നാൽ ഈ പുസ്തകത്തിൽ ഉത്കണ്ഠയുടെ കൂടെ പേടിയും അമിതമായ വേവലാതികളും ചേർത്ത് വെച്ചിരിക്കുന്നത് കാണാം.

അതിന് വിപരീതമായി നിങ്ങൾ പോസ്റ്റ് ഓഫീസിൽ ലൈനിൽ നിൽക്കുമ്പോൾ തോന്നുന്ന പിരിമുറുക്കത്തിന്റെ അർത്ഥം വേറെയാണ്. അവിടെ നിങ്ങൾക്ക് പിരിമുറുക്കം തോന്നുന്നത് നിങ്ങൾക്ക് അന്ന് ഏറെ കാര്യങ്ങൾ ചെയ്യാനുള്ളത് കൊണ്ടാണ്. ആ പിരിമുറുക്കം നിങ്ങളുടെ ശ്രദ്ധ കൂട്ടുകയും ലൈനിൽ തുടരണോ അതോ മറ്റേതെങ്കിലും കാര്യം ചെയ്യാൻ പോകണോ എന്നൊക്കെ തീരുമാനിക്കാൻ നിങ്ങളെ പ്രേരിപ്പിക്കും.

എന്നാൽ ആ തോന്നൽ ഉത്കണ്ഠയായിരുന്നെങ്കിൽ നിങ്ങൾ അതേപ്പറ്റി വേവലാതിപ്പെടുകയും കൂടുതൽ ഭീതിദമോ അപകടകരമോ ആയ എന്തെങ്കിലും സംഭവിക്കുമെന്ന് പ്രതീക്ഷിക്കുകയും ചെയ്തേനെ.

അതായത് പിരിമുറുക്കത്തിന്റെയും ഉത്കണ്ഠയുടെയും രീതികൾ ഒന്നാണെങ്കിലും നാം അതിനെ പല രീതിയിലാണ് വിലയിരുത്തുന്നത്. നാം കട്ടിലിൽ കിടക്കുമ്പോൾ താഴെ ചില്ലുകൾ പൊട്ടുന്ന ഒച്ച കേട്ടാൽ നിങ്ങളുടെ പിരിമുറുക്കം കൂടുകയും എന്നാൽ ആ തോന്നലിനെ നിങ്ങൾ ഉത്കണ്ഠയും പേടിയുമായി മനസ്സിലാക്കുകയും ചെയ്യും. നിങ്ങൾക്ക് ഓടാനോ എതിർക്കാനോ ഉള്ള തോന്നലുണ്ടാകും. എന്നാൽ നിങ്ങൾക്ക് ജോലി നഷ്ടപ്പെടുകയോ നിങ്ങൾ ജോലിയും പേരന്റിംഗും ഒന്നിച്ചു കൊണ്ടു പോകാൻ ബുദ്ധിമുട്ടുകയോ ചെയ്യുമ്പോൾ നിങ്ങളുടെ പിരിമുറുക്കത്തോടുള്ള പ്രതികരണം വേറെയായിരിക്കും. അത്തരം കാര്യങ്ങളെ നാം തൊട്ടടുത്തുള്ള അപകടമായി കാണില്ല. ഓടി രക്ഷപെടാൻ കഴിയില്ല.

സ്ട്രെസ് റെസ്പോൺസിനെ നാം ഫൈറ്റ് അല്ലെങ്കിൽ ഫ്ളൈറ്റ് എന്ന് മനസ്സിലാക്കിയാലും യഥാർത്ഥത്തിൽ അതിൽ ചില വ്യത്യാസങ്ങളുണ്ട്. ഉണ്ടാകുന്ന ഹോർമോൺ അളവിലും കാർഡിയോ വാസ്കുലാർ മാറ്റങ്ങളും മറ്റു ശാരീരിക പ്രതികരണങ്ങളിലും ഒക്കെ പല തരം മാറ്റങ്ങളും മാനസിക അനുഭവങ്ങളും സ്വഭാവ ചോദനകളും ഉണ്ടാകും.

നമ്മുടെ തലച്ചോർ എന്തെങ്കിലും ചെയ്യാൻ നമ്മെ പാകപ്പെടുത്തുമ്പോൾ പിരിമുറുക്കം ഉണ്ടാകും. രാവിലെ നേരത്തെ ഉണരുക, ജോലിയിൽ ഒരു പ്രസന്റേഷൻ ചെയ്യുക, വണ്ടി ഓടിക്കുക തുടങ്ങി ഓരോ കാര്യത്തിലും ജാഗ്രത പാലിക്കാൻ തലച്ചോർ പറയുകയും നിങ്ങൾ നിങ്ങളുടെ ചുറ്റുപാടിനോട് പ്രതികരിക്കാൻ തയ്യാറാണെന്ന് ഉറപ്പ് വരുത്തുകയും ചെയ്യും. പ്രശ്നഭരിതമായ സ്ട്രെസ് ഹോർമോണായ കോർട്ടിസോൾ പക്ഷെ നിങ്ങളുടെ രക്തത്തിലേക്ക് ഗ്ലൂക്കോസിന്റെ രൂപത്തിൽ നിങ്ങൾക്ക് പ്രവർത്തിക്കാനുള്ള ഊർജ്ജമാണ് നൽകുന്നത്. നിങ്ങളുടെ ശ്വാസകോശവും ഹൃദയവും ആവശ്യമായ ഓക്സിജനും ഷുഗറും പ്രധാന മസിലു

കൾക്കും തലച്ചോറിനും എത്തിക്കാനായി പ്രവർത്തിക്കാൻ തുടങ്ങും. അഡ്രിനാലിനും കോർട്ടിസോളും ചേർന്ന് നിങ്ങളുടെ മസ്സിലുകൾ ആ ഊർജ്ജം പ്രയോജനപ്പെടുത്തുന്നുവെന്ന് ഉറപ്പിക്കും. നിങ്ങൾ ഏത് പ്രതിബന്ധവും നേരിടാൻ തയ്യാറാകും. ഇത് നിങ്ങളുടെ ശരീരം ഏറ്റവും മികച്ച നിലയിൽ പ്രവർത്തിക്കുന്നതാണ്. നിങ്ങളുടെ ഇന്ദ്രിയങ്ങൾ മികച്ച നിലയിൽ പ്രവർത്തിക്കുകയും തലച്ചോർ അതിവേഗം വിവരങ്ങൾ പ്രോസസ് ചെയ്യുകയും ചെയ്യുന്നു.

നിങ്ങളുടെ തലച്ചോർ ഈ വിവരങ്ങൾ നൽകുമ്പോൾ അത് വിശ്രമത്തിന്റെയും പോഷകത്തിന്റെയും രൂപത്തിൽ എന്തെങ്കിലുമൊക്കെ തിരിച്ചും പ്രതീക്ഷിക്കും. എന്നാൽ നിങ്ങൾ തിരിച്ചൊന്നും കൊടുക്കുന്നില്ലെങ്കിൽ അവിടെ ഒരു പ്രശ്നമുണ്ടാകും. അത് തുടർച്ചയായി സംഭവിച്ചാൽ നിങ്ങളുടെ ശരീരത്തിന്റെ ഊർജ്ജസ്രോതസുകൾ വളരാതെയാകും. നിങ്ങൾക്ക് ആവശ്യത്തിന് ഉറക്കമോ പോഷകം നിറഞ്ഞ ഭക്ഷണമോ കിട്ടാതെ വരികയോ നിങ്ങളുടെ പങ്കാളിയോട് സ്ഥിരമായി വഴക്കിടുകയോ ഒക്കെ ചെയ്യുമ്പോൾ ഈ കുറവുകൾ വലുതാകും. കുറച്ച കാലം കൊണ്ട് ഈ ശരീരം ശക്തി ക്ഷയിച്ച് പ്രതിരോധിക്കാനാകാതെ അസുഖങ്ങൾക്ക് പാത്രമാകും.

നിങ്ങളുടെ നിലനിൽപ്പിനു ഭീഷണി നേരിടുമ്പോൾ ആ അനുഭവം ഒരു പ്രതിരോധമോ ഒരു ഓടി രക്ഷപെടലോ ആയിരിക്കും. എന്നാൽ ഒരു പിരിമുറുക്കം നിറഞ്ഞ അവസ്ഥ നിങ്ങൾ പെട്ടെന്നുള്ള ഒരു ഭീഷണിയായി മാറുന്നില്ലെങ്കിൽ നിങ്ങൾ ഒരു പ്രതിരോധമാകും അനുഭവിക്കുക. നിങ്ങൾ ഒരു അപകടമെന്ന പോലെയാണ് അതിലേയ്ക്ക് എത്തുക. എന്നാൽ തോന്നലുകൾ പലപ്പോഴും തീവ്രമായ പേടിയും അനങ്ങാനുള്ള ത്വരയും ഒക്കെയായാണ് കാണുക.

പിരിമുറുക്കം നിറഞ്ഞ എന്തോ വരുന്നുണ്ടെന്നും നാം എന്തൊക്കെയോ ചെയ്യേണ്ടതുണ്ടെന്നും മുൻകൂട്ടി കാണാൻ കഴിയുന്നതാണ് ആന്റിസിപ്പേറ്ററി സ്ട്രെസ്. നിങ്ങൾക്ക് അടുത്ത ആഴ്ച സംഭവിക്കാൻ പോകുന്ന ജോലിയുടെ ഇന്റർവ്യൂ ഓർത്ത് ടെൻഷൻ ഉണ്ടാകും. അതുകൊണ്ട് തന്നെ നിങ്ങൾ അത് മുൻകൂട്ടി കാണാൻ ശ്രമിക്കും. നമുക്ക് നേരിടാൻ കഴിയാത്ത ഒരു വെല്ലുവിളി മുന്നിൽ കാണുമ്പോൾ നമുക്ക് ഉത്കണ്ഠ ഉണ്ടാകുകയും ആ പിരിമുറുക്കത്തിന്റെ ശാരീരികവും മാനസികവുമായ അസ്വസ്ഥതകൾ അറിയുകയും ചെയ്യും. ശാരീരികമായ ഒരു ഭീഷണി നിമിത്തം സ്ട്രെസ് ഉണ്ടാകുമ്പോൾ ശരീരം അനങ്ങാൻ പ്രേരിപ്പിക്കപ്പെടുകയും ശരീരം വേഗം സുരക്ഷയിലേയ്ക്ക് നീങ്ങാൻ ശ്രമിക്കുകയും ചെയ്യും. എന്നാൽ മാനസിക കാരണങ്ങൾ കൊണ്ട് പിരിമുറുക്കം അനുഭവിക്കുമ്പോൾ ഉണ്ടാകുന്ന ശാരീരിക ഉണർവ് ചെറിയ കാലയളവിലേക്കുള്ളതല്ല. അതിൽ നിന്ന് ശാന്തമാവുകയും എളുപ്പമല്ല. അപ്പോഴാണ് നമ്മുടെ ശാരീരിക മാനസിക ആരോഗ്യവും പെരുമാറ്റവും ഒക്കെ പ്രശ്നത്തിലാകുന്നത്. (Sapolsky, 2017).

അധ്യായ സംഗ്രഹം

- പിരിമുറുക്കം, ഉത്കണ്ഠ എന്നീ വാക്കുകൾ പരസ്പരം മാറ്റിയും മറിച്ചും ഉപയോഗിക്കാറുണ്ട്.
- നമ്മുടെ സാഹചര്യത്തിന്റെ ആവശ്യങ്ങൾ നിറവേറുമ്പോൾ അതിൽ പിരിമുറുക്കം ഉണ്ടെങ്കിൽ കൂടി നമുക്ക് നന്നായി തോന്നും.
- പിരിമുറുക്കം തോന്നുമ്പോൾ തലച്ചോർ എന്തിനോ വേണ്ടി നമ്മെ ഒരുക്കുകയാണ്.
- നിങ്ങളുടെ ശ്രദ്ധയും പ്രതികരണവും മെച്ചപ്പെടുത്താനായി തലച്ചോർ ഊർജ്ജം ശരീരത്തിലേയ്ക്ക് നൽകും.
- ഉത്കണ്ഠയെ നമ്മൾ പലപ്പോഴും ഭയത്തെ അടിസ്ഥാനമാക്കിയുള്ള പ്രതികരണമായിട്ടാണ് കരുതുന്നത്. എന്നാൽ നിങ്ങളുടെ ആവശ്യങ്ങൾ നിറവേറ്റുന്നതിനനുസരിച്ച് നിങ്ങളുടെ ആകെയുള്ള സമ്മർദ്ദ പ്രതികരണത്തിൽ മാറ്റം വരുത്താൻ കഴിയുന്ന ഒരു മാർഗ്ഗമാണിത്.

28

സമ്മർദ്ദം കുറയ്ക്കുന്നത് ഏക പരിഹാരമല്ലാത്തത് എന്തുകൊണ്ട്?

സാധിക്കുന്നിടത്തൊക്കെ പിരിമുറുക്കം കുറയ്ക്കുന്നത് ഒരു നല്ല ആശയമാണ്. ഇത് ആളുകൾ സ്ഥിരമായി നൽകുന്ന ഒരു ഉപദേശവുമാണ്. എന്നാൽ എനിക്ക് അതിൽ ചില പ്രശ്നങ്ങൾ തോന്നാറുണ്ട്. പിരിമുറുക്കം എന്നത് ആർക്ക് എന്ത് ചെയ്യണമെന്ന് വലിയ ധാരണയില്ലാത്ത ഒരു സംഗതിയാണ്. മാത്രമല്ല ചില പിരിമുറുക്കങ്ങൾ ഒഴിവാക്കാനാവുകയുമില്ല.

ജീവിതത്തിലെ ചില പിരിമുറുക്കങ്ങൾ നാം തെരഞ്ഞെടുക്കുന്നതുമാണ്. ഉദാഹരണത്തിന് ഒരു സ്പോർട്സ് മത്സരമോ നിങ്ങളുടെ വിവാഹമോ പോലെയുള്ള കാര്യങ്ങളിൽ പിരിമുറുക്കം സ്വാഭാവികമായി ഉണ്ടാകും. നാം നേരിടുന്ന ചില തീക്ഷ്ണമായ അവസ്ഥകൾ നമുക്ക് ഒഴിവാക്കാൻ കഴിയില്ല. ഒരു ബോക്സർ റിങ്ങിൽ പ്രവേശിക്കുന്നതോ ബയോപ്സിയുടെ റിസൾട്ട് വാങ്ങാൻ ആശുപത്രിയിൽ പോകുന്നതോ ഒക്കെ ഓർത്തുനോക്കുക. നിങ്ങളുടെ സമ്പാദ്യം നോക്കി നിങ്ങൾക്ക് നിങ്ങളുടെ വീട് നഷ്ടപ്പെട്ടുമെന്ന് തിരിച്ചറിയുന്നത് ഓർത്തു നോക്കുക. ഈ അവസരങ്ങളിലൊക്കെ വലിയ പിരിമുറുക്കമാണ് ഉണ്ടാവുക. അപ്പോൾ ആരോഗ്യകരമായി അതിനെ നേരിടാനുള്ള ടൂളുകൾ അത്യാവശ്യമാണ്.

നമ്മൾ മനുഷ്യർക്ക് സ്ട്രെസുമായി ഒരു സ്നേഹ-ദ്വേഷ ബന്ധമാണുള്ളത്. നമുക്ക് ഒരു ഹൊറർ സിനിമയുടെ ത്രില്ലോ ഒരു റോളർ കോസ്റ്ററിന്റെ വേഗമോ ഒക്കെ ഇഷ്ടമാണ്. നാം അറിഞ്ഞുകൊണ്ടാണ് ഇതൊക്കെ തെരഞ്ഞെടുക്കുന്നത്. വലിയ ആവേശത്തോടെയാണ് നാം അതിന്റെ സ്ട്രെസ് കാത്തിരിക്കുന്നത്. നമ്മുടെ നിയന്ത്രണം വിട്ടത് പോലെ തോന്നുമെങ്കിലും ഇതൊരു നിമിഷത്തേക്ക് മാത്രമാണെന്നും നമുക്ക് അറിയാം. നമുക്ക് പേടി തോന്നുമെങ്കിലും ആ പേടിയുടെ കഥ പറയാൻ നാമുണ്ടാകുമെന്നും നമുക്ക് അറിയാം. എപ്പോൾ വേണമെങ്കിലും ഈ അനുഭവം നിറുത്തി വയ്ക്കാനുള്ള നിയന്ത്രണം നമ്മുടെ പക്കലുണ്ട്.

സ്ട്രസ് തീരെ ഇല്ലെങ്കിൽ ജീവിതം ബോറടിയാണ്. ആവശ്യത്തിന് സ്ട്രസ് ഉണ്ടെങ്കിൽ ജീവിതം രസകരവും ആവേശകരവുമാണ്. എന്നാൽ സ്ട്രസ് കൂടിയാൽ ഇതെല്ലാം തകിടം മറിയുകയും ചെയ്യും. (Sapolsky, 2017). സാഹസങ്ങളും അവയുടെ പ്രവചനാത്മകതയും തമ്മിൽ ഒരു ലയം വേണം.

എല്ലാ വികാരങ്ങളും മോശമല്ല എന്നത് പോലെ തന്നെ എല്ലാ സ്ട്രസും മോശമല്ല. എല്ലാം ഒരു പ്രശ്നമോ പോരായ്മയോ അല്ല. നമുക്ക് എന്താണ് ആവശ്യം എന്ന് മനസ്സിലാക്കി തരുന്ന സൂചനകൾ കൂടിയാണ് സ്ട്രസ്.

സ്ട്രസിന് ചെറിയ ചില പോസിറ്റീവ് ഫലങ്ങൾ കൂടിയുണ്ട്. അഡ്രിനാലിൻ പുറത്തുവരുന്നത് നമ്മുടെ ശരീരത്തിലെ ബാക്റ്റീരിയൽ വൈറൽ അണുബാധകളെ പൊരുതാൻ ഉപകാരപ്പെടും. ഇത് ഹൃദയ മിടിപ്പ് കൂട്ടുകയും ചിന്തമൂർച്ചപ്പെടുത്തുകയും കാഴ്ചമെച്ചപ്പെടുത്തുകയും ചെയ്യും. നിങ്ങളുടെ ശ്രദ്ധ കൂട്ടുകയും ചുറ്റുപാടുകൾ നിരീക്ഷിക്കാൻ പ്രേരിപ്പിക്കുകയും നിങ്ങളുടെ ആവശ്യങ്ങൾ നിറവേറ്റാൻ സഹായിക്കുകയും ഒക്കെ ചെയ്യും.

സ്ട്രസ് ഒരു കാലഹരണപ്പെട്ട സുരക്ഷാ രീതിയാണെന്ന് ഒരു പൊതുധാരണയുണ്ട്. ഇതിന്റെ ഫലമായുള്ള മിടിക്കുന്ന ഹൃദയവും വിയർക്കുന്ന ഉള്ളം കയ്യും ഒക്കെ അറിഞ്ഞു തുടങ്ങുമ്പോൾ നാം നമ്മുടെ ശരീരത്തെ അറിയുന്നു. അത് വേഗം അവസാനിപ്പിക്കേണ്ട ഒരു പ്രശ്ന മാണെന്ന് നാം കരുതുന്നു. എന്നാൽ കഥ അത്ര കറുപ്പിലും വെളുപ്പിലുമല്ല ഉള്ളത്. സ്ട്രസ് എപ്പോഴും ഹാനികരമല്ല. നമ്മുടെ ലക്ഷ്യം അത് ഇല്ലാതാക്കലുമല്ല.

സ്ട്രസ്സിന്റെ മോശം വശങ്ങളെപ്പറ്റി നമുക്ക് ശാസ്ത്രീയമായ അറിവുണ്ട്. എന്നാൽ അതിന്റെ പ്രവർത്തന രീതിയെപ്പറ്റിയും നമുക്ക് അറിയാം. അതിനെ നമ്മുടെ ഗുണത്തിനായി ഉപയോഗിക്കാനും നമുക്ക് കഴിയും.

നിങ്ങളുടെ സ്കൂളിലെ ഒരു പ്രസന്റേഷന് മുൻപ് നിങ്ങൾക്ക് സ്ട്രസ് തോന്നുമ്പോൾ നിങ്ങളുടെ ശരീരം നിങ്ങളെ നന്നായി ആ ജോലി ചെയ്യാൻ ഒരുക്കുകയാണ്. അത്തരം സന്ദർഭങ്ങളിൽ അമിതമായി ആശ്വസിച്ച് ഇരിക്കേണ്ട കാര്യമില്ല. നാം ശ്രദ്ധയോടെ ചിന്തിച്ചുകൊണ്ടാണ് ഇരിക്കേണ്ടത്. അപ്പോഴാണ് നാം ലക്ഷ്യമിടുന്ന കാര്യങ്ങൾ നേടാൻ നമുക്ക് കഴിയുക. ആ സ്ട്രസ് വല്ലാതെ കൂടി നമ്മുടെ പ്രവർത്തികളെ ബാധിക്കുകയോ നമുക്ക് ഓടി രക്ഷപെടണമെന്ന തോന്നൽ ഉണ്ടാവുകയോ ഒക്കെ ചെയ്യുമ്പോഴാണ് അതൊരു പ്രശ്നമാകുന്നത്. ആവശ്യ മില്ലാത്തപ്പോൾ എങ്ങനെ നിങ്ങളുടെ സ്ട്രസ് കുറയ്ക്കാം എന്ന് പഠിക്കുന്നത് പോലെ പ്രധാനമാണ് ആവശ്യമുള്ളപ്പോൾ എങ്ങനെ അത് നമുക്ക് പ്രയോജനപ്പെടുന്ന രീതിയിൽ ഉപയോഗിക്കാം എന്നറിയുന്നതും. അതാണ് ആരോഗ്യകരമായ സ്ട്രസ് മാനേജ്മെന്റിന്റെ അടിസ്ഥാനം.

അർത്ഥവത്തായ ഒരു ജീവിതത്തിൽ നിന്ന് നമുക്ക് സ്ട്രെസിനെ എടുത്ത് കളയാനാകില്ല. നിങ്ങളുടെ മൂല്യങ്ങൾ എന്തായാലും നിങ്ങൾ എന്തിനു വേണ്ടി പ്രവർത്തിച്ചാലും ആ ജോലി ചെയ്യുമ്പോൾ നിങ്ങൾക്കുണ്ടാകുന്ന സ്ട്രെസ് ആണ് നിങ്ങളുടെ വിജയത്തിലേക്ക് നിങ്ങളെ എത്തിക്കുന്നത്. നിങ്ങൾക്ക് പ്രധാനമായ കാര്യങ്ങളാണ് പൊതുവെ നിങ്ങൾക്ക് സ്ട്രെസും തരുന്നത്. ഒരു കാര്യം പ്രധാനമെങ്കിൽ അതിന് വേണ്ടി പ്രവർത്തിക്കേണ്ടി വരും. സ്ട്രെസ് അനുഭവിക്കുന്നത് പ്രശ്നങ്ങളുടെ സൂചന മാത്രമല്ല. അതിനർത്ഥം നമുക്ക് പ്രധാനമായ ഒരു ജീവിതം അർത്ഥവത്തായി ജീവിക്കാനായി നാം ശ്രമിക്കുന്നു എന്ന് കൂടിയാണ്. സ്ട്രെസ് നമുക്ക് ഏറ്റവും പ്രധാനമായ ഒരു അവസ്ഥയാണ്.

അധ്യായ സംഗ്രഹം

- സ്ട്രെസ് എപ്പോഴും ഒരു ശത്രുവല്ല. അത് നമ്മുടെ ഏറ്റവും പ്രധാനപ്പെട്ട ഒരു ശക്തി കൂടിയാണ്.
- ഒരു സ്ട്രെസ് കാലം കഴിഞ്ഞു തിരിച്ച് വരാൻ കഴിയുന്നത് അത് ഒഴിവാക്കാൻ ശ്രമിക്കുന്നതിലും പ്രധാനമാണ്.
- നിങ്ങൾക്ക് പ്രധാനപ്പെട്ട കാര്യങ്ങൾക്ക് വേണ്ടി പ്രവർത്തിക്കാൻ സഹായിക്കുന്ന കാര്യം കൂടിയാണ് സ്ട്രെസ്. എന്നാൽ നമുക്ക് എപ്പോഴും സ്ട്രെസ് നിറഞ്ഞ അവസ്ഥയിൽ ജീവിക്കാൻ കഴിയില്ല.
- സുഖകരമായ ഒരു ജീവിതത്തിനു സ്ട്രെസ് പ്രധാനമാണ്. എന്നാൽ അത് അധികമായാൽ ഗുണകരമാകില്ല.

29

നല്ല സ്ട്രെസ് മോശമാകുമ്പോൾ

ചെറിയ സമയത്തേയ്ക്കാണ് സ്ട്രെസ് റെസ്പോൺസ് നന്നായി പ്രവർത്തിക്കുന്നത്. നമ്മുടെ സാഹചര്യങ്ങൾ സ്ഥിരമായി പിരിമുറുക്കത്തിന് കാരണമാവുകയും ആ അവസ്ഥ മാറ്റാൻ നമുക്ക് കഴിയാതെ വരികയും ചെയ്യുമ്പോൾ, അല്ലെങ്കിൽ ഈ സ്ട്രെസ് എങ്ങനെ കുറയ്ക്കണമെന്ന് നിശ്ചയമില്ലാതെ നമ്മുടെ ശരീരം കുഴങ്ങുമ്പോൾ ഒക്കെ നാം എന്ത് ചെയ്യും? സെക്കൻഡ് ഗിയറിൽ വേഗത്തിൽ ഓടിച്ച് പോകുന്നത് സങ്കൽപ്പിക്കുക. ഒരു അപകടം സംഭവിക്കുന്നത് വരെ കുറച്ച് സമയമാണ് നിങ്ങൾക്ക് ഇങ്ങനെ മുന്നോട്ട് പോകാൻ കഴിയുക.

ദീർഘകാലം പിരിമുറുക്കം സഹിക്കുമ്പോൾ നമ്മുടെ തലച്ചോർ അധികം ഊർജ്ജം ആവശ്യമില്ലാത്ത ശീലങ്ങളും സ്വഭാവങ്ങളും തിരക്കാൻ തുടങ്ങും. നമ്മുടെ തോന്നലുകളെ നിയന്ത്രിക്കാനും വിവരങ്ങൾ ഓർത്തു വയ്ക്കാനും തീരുമാനങ്ങൾ എടുക്കാനുമൊക്കെയുള്ള കഴിവിനെ ഇത് ബാധിക്കും. കുറച്ച് കാലം കൊണ്ട് നമ്മുടെ പ്രതിരോധ സംവിധാനം തകരും. ചെറിയ കാലയളവിൽ ആണെങ്കിൽ നമ്മുടെ പ്രതിരോധം വളർത്താനായി ശരീരം അഡ്രിനാലിൻ ഉത്പാദിപ്പിക്കും. എന്നാൽ ദീർഘകാലത്തിൽ കൂടുതൽ അളവിൽ അഡ്രിനാലിൻ ഉണ്ടാവുകയും കോർട്ടിസോളിന്റെ അസ്വാഭാവികമായ രീതികൾ ഉണ്ടാവുകയും ഒക്കെ ചെയ്യുന്നത് നമ്മുടെ ആയുസ്സിനെ തന്നെ ബാധിക്കും. (Kumari et al., 2011). അഡ്രിനാലിൻ തുടർച്ചയായി നമ്മുടെ പ്രതിരോധ സംവിധാനത്തെ ഉയർത്തി നിറുത്തുമ്പോൾ ആ അഡ്രിനാലിൻ ഇല്ലാതാകുമ്പോൾ നമ്മുടെ പ്രതിരോധ ശേഷിയും കുറയും. ഇതുകൊണ്ടാണ് മാസങ്ങളോളം കഠിനമായി ജോലി ചെയ്ത ആളുകൾ ഒടുവിൽ ഒരു അവധിക്കാലം ആഘോഷിക്കാൻ തീരുമാനിക്കുമ്പോൾ അസുഖം വന്നു വീഴുന്നത്. അമിതമായി ദീർഘകാലം സ്ട്രെസ് അനുഭവിക്കുന്നതിനെയാണ് ബേർണ് ഔട്ട് എന്ന് വിളിക്കുന്നത്. എന്നാൽ ശമ്പളമുള്ള ജോലിയിൽ നിന്ന് മാത്രമല്ല നമുക്ക് ഇത് അനുഭവിക്കാൻ കഴിയുന്നത്. ഏത് തരം ശുശ്രൂഷാ ജോലിയോ പേരന്റിങ്ങോ വാളണ്ടിയറിങ്ങോ ചെയ്യുമ്പോഴും ഈ അവസ്ഥ ഉണ്ടാകാം.

വൈകാരികമായി മടുത്ത അവസ്ഥകളെ ആളുകൾ പലപ്പോഴും ഇന്ധനം തീർന്നു ഇനി ഊർജ്ജം ഇല്ല എന്ന അവസ്ഥയിലാണ് വിവരിക്കാറുള്ളത്. മറ്റുള്ളവരിൽ നിന്ന് വിട്ടുപോയതൊന്നും അവരുടെ ശ്രദ്ധയിൽ പെടണമെന്നില്ല. ജോലിയിൽ നിന്നോ ജീവിതത്തിൽ നിന്നോ മുൻപുണ്ടായ സംതൃപ്തി ലഭിക്കുന്നില്ലെന്ന് അവർ പറയാറുണ്ട്. നമ്മുടെ ഹ്രസ്വകാല സമ്മർദ്ദ പ്രതികരണം ദീർഘനേരം ആവർത്തിച്ച് പ്രവർത്തനക്ഷമമാകുമ്പോഴും, അതിനിടയിൽ വിശ്രമിക്കാനും സുഖം പ്രാപിക്കാനും മതിയായ അവസരം ലഭിക്കാതെ വരുമ്പോഴും ബേൺ ഔട്ട് സംഭവിക്കുന്നു. വ്യക്തിയും താഴെ പറയുന്ന കാര്യങ്ങളുമായി ഒരു വലിയ വേർതിരിവ് ഉണ്ടാകാറുണ്ട്.

1. **നിയന്ത്രണം** – നിങ്ങൾ നേരിടുന്ന ഒരു സാഹചര്യത്തിൽ ആവശ്യമായ കാര്യങ്ങൾ ഇല്ലാത്ത ഒരു അവസ്ഥയിൽ ജീവിക്കേണ്ടി വരിക.
2. **ഫലം** – ഇത് ജോലിയെ സംബന്ധിച്ച് പണമാകാം. എന്നാൽ അതിൽ സാമൂഹികമായ സ്വീകാര്യതയോ നിങ്ങളുടെ മൂല്യത്തെ അംഗീകരിക്കലോ ഒക്കെ ആകാം.
3. **സമുദായം** – പോസിറ്റീവ് ആയ മനുഷ്യ സമ്പർക്കം ഇല്ലാതെ ആളുകളുമായുള്ള ബന്ധമോ അടുപ്പമോ ഇല്ലാതെയിരിക്കൽ.
4. **ന്യായം** – തുല്യത ഇല്ലെന്ന തോന്നൽ. ചില ആളുകൾക്ക് അവരുടെആവശ്യങ്ങൾകൃത്യമായിനടപ്പിലാവുകയുംഎന്നാൽ ചിലർക്ക് കാര്യങ്ങൾ കൂടുതൽ ശ്രമകരമാവുകയും ചെയ്യാറുണ്ട്.
5. **മൂല്യങ്ങൾ** – നിങ്ങൾ നേരിടുന്ന വെല്ലുവിളികൾ നിങ്ങളുടെ സ്വകാര്യ മൂല്യങ്ങളുടെ വിരുദ്ധമായി നിൽക്കൽ.

കൃത്യമായി പറയാം. ഇങ്ങനെ കത്തിത്തീർന്നു പോകൽ ഗുരുതരമായ ഒരു ആരോഗ്യപ്രശ്നമാണ്. ഈ അവസ്ഥ അനുഭവിക്കുന്നു എന്ന് തോന്നുന്ന ആളുകൾ ഉടനടി സഹായം തേടേണ്ടതുണ്ട്. എന്നാൽ നാം കാര്യങ്ങളെ ശരിയായി മനസ്സിലാക്കുകയും വേണം. ചില കാര്യങ്ങളോട് നിങ്ങൾക്ക് നോ പറയാം. അൻപത് മണിക്കൂർ ജോലി ചെയ്യുമ്പോൾ മറ്റൊരു ജോലിയോട് പറ്റില്ലെന്ന് പറയാം. എന്നാൽ ചില കാര്യങ്ങൾ ഒഴിവാക്കാൻ ആകില്ല. അസുഖങ്ങളോ പണത്തിന്റെ ഞെരുക്കമോ ബന്ധങ്ങൾ മുറിയുന്നതോ ഒക്കെ.

രണ്ടറ്റം കൂട്ടിമുട്ടിക്കാനും കുട്ടികളെ വളർത്താനുമൊക്കെയായി നിങ്ങൾ രണ്ടു ജോലികൾ ചെയ്യുമ്പോൾ, അതിനിടയിൽ ഒരു നല്ല മാതാവോ പിതാവോ ആകാൻ ശ്രമിക്കുമ്പോൾ രാവിലെ എണീറ്റ് ധ്യാനിച്ചും യോഗ ചെയ്തും ഒക്കെ ജീവിതത്തിൽ നിന്ന് പിരിമുറുക്കം എടുത്ത് മാറ്റാനൊന്നും നിങ്ങൾക്ക് പറ്റില്ല. എന്നാൽ ഈ കത്തി തീരുന്ന അവസ്ഥ നിങ്ങൾ പരിഹരിക്കുന്നത് ഒരു ഹോളിഡേ ഫോട്ടോ പോലെ ആകണമെന്നില്ല. വലിയ ആവശ്യങ്ങളും അതിനോട് അനുബന്ധിച്ച

പിരിമുറുക്കവും ഒക്കെ വരുമ്പോൾ നിങ്ങളുടെ ആരോഗ്യമൊക്കെ ഒന്നുലയും. എല്ലാം പരിഹരിക്കാൻ ഒറ്റമൂലികളില്ല. ഒരാൾക്ക് ഗുണമായി തോന്നിയ ഒരു കാര്യം മറ്റൊരാളെ സഹായിക്കണമെന്നുമില്ല.

പിരിമുറുക്കം കുറയ്ക്കാൻ കഴിയാതെ വരുമ്പോൾ, നാം അമിതമായി പരിശ്രമിക്കുമ്പോൾ ഒക്കെ ഈ പിരിമുറുക്കം ഗുരുതരമാകും. ഗുരുതരമായ പിരിമുറുക്കവും പലരിലും പല രീതിയിലാണ് കാണുക. എന്നാൽ ഞാൻ ചില കാര്യങ്ങൾ താഴെ ചേർക്കാം.

ഗുരുതരമായ പിരിമുറുക്കത്തിന്റെ സൂചനകൾ :

- സ്ഥിരമായി അസ്വസ്ഥമായ ഉറക്കം.
- വിശപ്പില്ലായ്മ.
- ബന്ധങ്ങൾ തകർക്കുന്ന തരത്തിൽ തുടരെ ഉണ്ടാകുന്ന ദേഷ്യം.
- ജോലികളിൽ ശ്രദ്ധ കേന്ദ്രീകരിക്കാൻ കഴിയാതെ വരിക.
- മട്ടത്താൽ പോലും വിശ്രമിക്കാൻ കഴിയാത്ത അവസ്ഥ.
- സ്ഥിരമായി വരുന്ന തലവേദനയും ക്ഷീണവും.
- മസ്സിൽ വേദന, ടെൻഷൻ.
- വയറ്റിലെ പ്രശ്നങ്ങൾ.
- ലൈംഗിക പ്രശ്നങ്ങൾ.
- അമിതമായ പുകവലി, മദ്യപാനം, ഭക്ഷണശീലം.
- സാധാരണയായുള്ള പിരിമുറുക്കം കുറഞ്ഞ സാഹചര്യങ്ങളിൽ പോലും സഹിക്കാനാകാതെയാവുകയും അത്തരം സാഹചര്യങ്ങൾ ഒഴിവാക്കാൻ ശ്രമിക്കുകയും ചെയ്യുന്നത്.

ഇത് പരീക്ഷിക്കു : നിങ്ങൾ ഈ അവസ്ഥയിലാണെന്ന് തോന്നിയാൽ ഈ ചോദ്യങ്ങൾക്ക് ഉത്തരം കണ്ടെത്താൻ ശ്രമിക്കു. നിങ്ങളുടെ ഉത്തരങ്ങളുമായി ഇരുന്ന് അവ എന്താണ് അർത്ഥമാക്കുന്നതെന്ന് ചിന്തിക്കു. ഇവ പഠനങ്ങളിലൂടെ സ്ഥിതീകരിച്ച അളവുകോലുകളാണ്. (Kristensen et al., 2005 and Maslach et al., 1996) എന്നാൽ നിങ്ങളുടെ അനുഭവങ്ങൾ നിങ്ങൾക്കാണ് നന്നായി അറിയാവുന്നത്. നിങ്ങളുടെ ഇപ്പോഴുള്ള സാഹചര്യം എങ്ങനെയാണ് നിങ്ങളുടെ ആരോഗ്യത്തെ ബാധിക്കുന്നതെന്നും എങ്ങനെ കാര്യങ്ങൾ മാറേണ്ടതുണ്ടെന്നും ചിന്തിക്കുക.

- എപ്പോഴൊക്കെയാണ് നിങ്ങൾക്ക് വൈകാരികമായി തളർന്നു പോകുന്നതായി തോന്നുന്നത്?
- രാവിലെ എണീക്കുമ്പോൾ ചെയ്യേണ്ട കാര്യങ്ങളോർത്ത് നിങ്ങൾ തളരാറുണ്ടോ?
- നിങ്ങൾക്ക് സമയം കിട്ടുമ്പോൾ ആ സമയം ആസ്വദിക്കാനുള്ള ഊർജ്ജം ഉണ്ടാകാറുണ്ടോ?

- എപ്പോഴും അസുഖങ്ങൾ ഉണ്ടാകാറുണ്ടോ?
- പ്രശ്നങ്ങൾ ഉണ്ടാകുമ്പോഴേ അത് പരിഹരിക്കാൻ കഴിയാറുണ്ടോ?
- നിങ്ങളുടെ പരിശ്രമങ്ങളും ലക്ഷ്യങ്ങളും ആവശ്യമാണെന്ന് നിങ്ങൾക്ക് തോന്നാറുണ്ടോ?

ശരീരത്തിന്റെയും തലച്ചോറിന്റെയും ഇടയിലെ ആശയ വിനിമയം രണ്ടു തരത്തിലാണ് സംഭവിക്കുന്നത്. ഇതിനർത്ഥം നിങ്ങളുടെ ശരീരം ദീർഘ കാലം പിരിമുറുക്കത്തിൽ ആണെങ്കിൽ ആ സന്ദേശം നിങ്ങളുടെ ശരീരത്തെ നിയന്ത്രിക്കാൻ ശ്രമിക്കുന്ന തലച്ചോറിലും എത്തും. അത് കൊണ്ടാണ് സ്ട്രെസ് മാനസിക-ശാരീരിക ആരോഗ്യത്തിന് ഹാനികരമാകുന്നത്. ഇത് നിങ്ങളുടെ എല്ലാ ഭാഗങ്ങളെയും ബാധിക്കും. (McEwen & Gianaros, 2010).

സ്ട്രെസ് കൈകാര്യം ചെയ്യാൻ ശ്രമിക്കുകയും ആരോഗ്യം സംരക്ഷിക്കുകയും ചെയ്യാൻ ശ്രമിക്കുമ്പോൾ വിശ്രമിക്കാനും ഊർജ്ജം വീണ്ടെടുക്കാനും നാം ശ്രദ്ധിക്കേണ്ടതുണ്ട്. നമ്മുടെമേൽ ഉള്ള ആവശ്യങ്ങൾ കൂടുമ്പോൾ അതിനൊപ്പം വിശ്രമവും അത്യാവശ്യമാണ്. കൂടുതൽ സ്ട്രെസ് ഉണ്ടാകുംതോറും അത് കുറയ്ക്കാനുള്ള മാർഗ്ഗങ്ങളും കണ്ടെത്തിയാൽ മാത്രമേ നമുക്ക് ആവശ്യങ്ങൾക്കൊത്ത് ഉയരാൻ കഴിയൂ.

ചില ചെറിയ മാറ്റങ്ങൾ കൊണ്ട് നമുക്ക് ശരീരത്തിൽ പിരിമുറുക്കത്തിനുള്ള സ്വാധീനം കുറയ്ക്കാൻ കഴിയും. അത് നമുക്ക് അടുത്ത അധ്യായത്തിൽ ചർച്ച ചെയ്യാം.

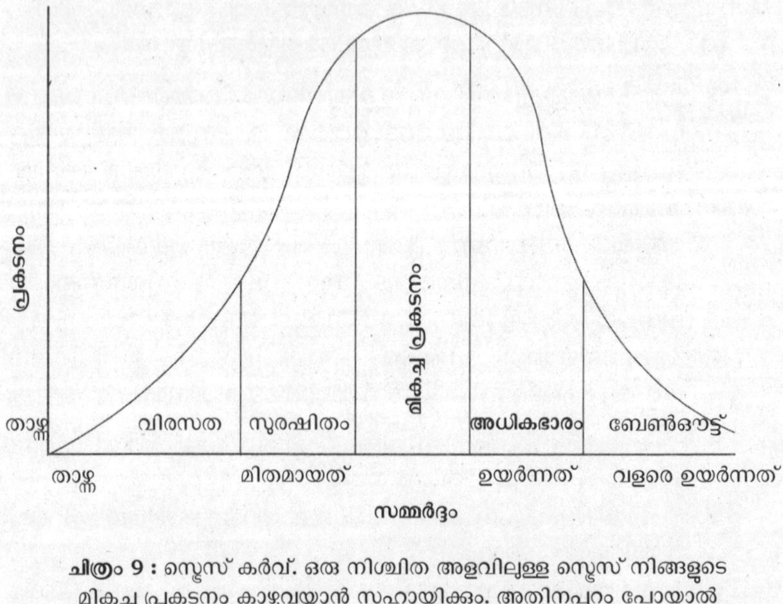

ചിത്രം 9 : സ്ട്രെസ് കർവ്. ഒരു നിശ്ചിത അളവിലുള്ള സ്ട്രെസ് നിങ്ങളുടെ മികച്ച പ്രകടനം കാഴ്ചവയ്ക്കാൻ സഹായിക്കും. അതിനപ്പുറം പോയാൽ നിങ്ങളുടെ പ്രകടനം കുറയും.

അധ്യായ സംഗ്രഹം

- ചെറിയ കാലയളവിൽ സ്ട്രെസ് നല്ലതാണ്.
- ഗുരുതരമായ സ്ട്രെസ് സെക്കൻഡ് ഗിയറിൽ വണ്ടി ഓടിക്കുന്നത് പോലെയാണ്. അധികം വൈകാതെ അപകടമുണ്ടാകും.
- ജോലിയിൽ മാത്രമല്ല ഊർജ്ജം കത്തി തീരുന്ന അവസ്ഥ ഉണ്ടാകുന്നത്.
- എല്ലാത്തിനും ഒരു പരിഹാരമല്ല ഉള്ളത്. ഒരാൾക്ക് നന്നായി ഫലിച്ച ഒരു കാര്യം മറ്റൊരാൾക്ക് ശരിയാകണമെന്നില്ല.
- തളരുന്നു എന്ന് തോന്നുമ്പോൾ ശരീരം പറയുന്നത് കേൾക്കുകയും അത് ആവശ്യപ്പെടുന്നത് ചെയ്യുകയും വേണം.

30

പിരിമുറുക്കത്തെ പ്രയോജനപ്പെടുത്താം

പേടിയെപ്പറ്റി മുൻപ് ചർച്ച ചെയ്ത അധ്യായത്തിൽ ഞാൻ ശരീരത്തെയും മനസ്സിനെയും ശാന്തമാക്കാൻ ശ്വാസഗതി നിയന്ത്രിക്കുന്നതിനെപ്പറ്റി ചർച്ച ചെയ്തിരുന്നു. അവയെല്ലാം പിരിമുറുക്കം കുറയ്ക്കാനും സഹായകമാണ്. ഞങ്ങളുടെ ശ്വാസഗതിക്ക് നിങ്ങളുടെ ഹൃദയമിടിപ്പിനെയും നിങ്ങളുടെ പിരിമുറുക്കത്തെയും സമാധാനത്തെയും ഒക്കെ നിയന്ത്രിക്കാൻ കഴിയും. ശ്വസിക്കുമ്പോൾ ഡയഫ്രം അനങ്ങുകയും ഹൃദയത്തിന് വികസിക്കാൻ കൂടുതൽ സ്ഥലം ലഭിക്കുകയും രക്തം ഒഴുകുന്ന അളവ് കുറയുകയും ഒക്കെ ചെയ്യും. തലച്ചോറിന് ഇതേപ്പറ്റി അറിവ് കിട്ടുമ്പോൾ ഹൃദയത്തിന്റെ വേഗം കൂട്ടാനുള്ള സിഗ്നൽ അയക്കുന്നത് അതിന്റെ ജോലിയാണ്.

എന്നാൽ ശ്വാസം പുറത്തേയ്ക്ക് വിടുമ്പോൾ ഹൃദയത്തിനു ലഭ്യമായ സ്ഥലം ചുരുങ്ങുകയും രക്തം വേഗം സഞ്ചരിക്കുകയും ചെയ്യും. ഇക്കാരണത്താൽ, നിങ്ങളുടെ തലച്ചോറ് നിങ്ങളുടെ ഹൃദയമിടിപ്പ് മന്ദഗതിയിലാക്കാൻ സിഗ്നലുകൾ അയയ്ക്കുന്നു.

- പുറത്തേയ്ക്ക് ശ്വസിക്കുന്നത് അകത്തേയ്ക്ക് ശ്വാസമെടുക്കുന്നതിനേക്കാൾ മെല്ലെയാകുമ്പോൾ ഹൃദയം മിടിക്കുന്നത് പതിയെയാവുകയും ശരീരം ശാന്തമാവുകയും ചെയ്യും.
- ഉള്ളിലേയ്ക്കുള്ള ശ്വാസത്തിന്റെ നീളം കൂടുമ്പോൾ നാം കൂടുതൽ ശ്രദ്ധയും ഉണർവ്വും ഉള്ളവരായി മാറും.

നിങ്ങളുടെ സ്ട്രെസ് റെസ്പോൺസിനെ കുറയ്ക്കാനുള്ള ഏറ്റവും എളുപ്പമുള്ള വഴി അതുകൊണ്ട് തന്നെ പുറത്തേയ്ക്കുള്ള ശ്വാസത്തിന്റെ നീളം കൂട്ടുന്നതാണ്.

നിങ്ങൾക്ക് അമിതമായ ടെൻഷൻ തോന്നുമ്പോൾ ചെയ്യേണ്ടത് കുഴങ്ങിമറിഞ്ഞ ഒരു മാനസികാവസ്ഥയിൽ നിന്ന് എത്രയും വേഗം ശാന്തമായ ഒരു ധ്യാനാവസ്ഥയിൽ എത്താൻ കഴിയുക എന്നതാണ്.

അപ്പോൾ ലോകം നമ്മോടു ശ്രദ്ധയോടെ, പിരിമുറുക്കത്തോടെ ഇരിക്കാനാവും ആവശ്യപ്പെടുക. നിങ്ങൾ ഇത്തരം ശ്വാസ നിയന്ത്രണങ്ങൾ ചെയ്യുമ്പോൾ നിങ്ങളുടെ മനസ്സിന് തെളിച്ചത്തോടെ ചിന്തിക്കാനുള്ള കഴിവ് വർദ്ധിക്കുന്നതും കൃത്യമായ പ്രശ്നപരിഹാരം ചെയ്യാൻ കഴിയുന്നതും ശ്രദ്ധിക്കാനാകും. എങ്ങനെ നോക്കുമ്പോൾ പ്രശ്നങ്ങളെ ഇല്ലാതാക്കാനും ഏറ്റവും ഉദാത്തമായ ആശ്വാസം കണ്ടെത്താനുമല്ല മറിച്ച് നിങ്ങൾക്ക് സാധിക്കുന്ന രീതിയിലുള്ള ഒരു സമാധാനം നിങ്ങളുടെ സ്ട്രെസ് റെസ്പോൺസുകളുടെ ഇടയിൽ കണ്ടെത്താനും അതേ പിരിമുറുക്കത്തിന്റെ മോശം വശങ്ങൾ കുറച്ചുകൊണ്ടുവരാനും കഴിയുക എന്നതാണ് ചെയ്യേണ്ടത്.

ശ്വാസഗതി പഠിക്കുന്നതിനോ ധ്യാനം പരീക്ഷിക്കുന്നതിനോ ഒക്കെ താല്പര്യമുണ്ടെങ്കിൽ ഈ അഗാധമായ റിലാക്സേഷൻ പരിശീലിക്കുന്നത് ഗുണകരമാണ്. നിങ്ങളുടെ പക്കൽ ഏറെ സമയമുള്ളപ്പോഴാണ് ഇതൊക്കെ പരിശീലിക്കാൻ കഴിയുക. അപ്പോൾ നിങ്ങൾക്ക് ശ്വാസഗതിയൊക്കെ നിയന്ത്രിച്ച് റിലാക്സ് ചെയ്യാൻ ശ്രമിക്കാവുന്നതാണ്. എന്നാൽ ഒരു സമയത്ത് ഒരു സ്ട്രെസ് കൈകാര്യം ചെയ്യണം എന്ന അവസ്ഥയുണ്ടെങ്കിൽ ഈ ശ്വാസരീതി പെട്ടെന്നൊരു ഫലം കാണാൻ ഏറെ ഗുണകരമാണ്.

വീട്ടിൽ ഒരു തീപിടുത്തം ഉണ്ടായാൽ എന്ത് ചെയ്യുമെന്ന് ഒന്ന് കിടന്നുകൊണ്ട് ആലോചിച്ചാൽ പല മാതാപിതാക്കൾക്കും മനസ്സിലാക്കാൻ കഴിയും. നിങ്ങൾ ഓരോ സാഹചര്യത്തിലും എത്രയും വേഗം നിങ്ങളുടെ കുട്ടികളെയെല്ലാം എങ്ങനെ സുരക്ഷിതരാക്കാം എന്ന് ചിന്തിക്കും. ഒരു ഫൈറ്റ് അല്ലെങ്കിൽ ഫ്ളൈറ്റ് മോഡിൽ ആളുകളെ സംരക്ഷിക്കുക എന്ന വികാരത്തെ എങ്ങനെ ഉൾക്കൊള്ളിക്കാനാകും? പൊരുതുക അല്ലെങ്കിൽ ഓടുക എന്നതിൽ എല്ലാം ഉൾപ്പെടുന്നില്ല. മറ്റുള്ളവരെ സംരക്ഷിക്കുക എന്ന തോന്നൽ നമുക്ക് രക്ഷപ്പെടണം എന്ന തോന്നലിന്റെ കൂടെയുള്ള ഒരു വികാരമാണ്. ചിലതരം പിരിമുറുക്കം നിറഞ്ഞ സാഹചര്യങ്ങളിൽ നാം വളരെ സെൽഫിഷ് ആയി പെരുമാറുമെങ്കിലും മറ്റു ചില സാഹചര്യങ്ങളിൽ നാം മറ്റുള്ളവരോട് കരുതൽ കാണിക്കുന്നവരായി മാറും.

സ്ട്രെസ് ഉള്ള സമയത്ത് മറ്റുള്ളവരോട് കരുതൽ കാണിക്കുന്നത് നമ്മുടെ തലച്ചോറിന്റെ കെമിസ്ട്രിയെ തന്നെ പ്രതീക്ഷയും ധൈര്യവും ജനിപ്പിക്കുന്ന രീതിയിലേക്ക് മാറ്റുമെന്നാണ് ഗവേഷണം സൂചിപ്പിക്കുന്നത്. (Inagaki et al., 2012). ദീർഘകാലമായുള്ള കഠിന പിരിമുറുക്കത്തിന്റെയും ട്രോമായുടെയും ഒക്കെ ഗുരുതര ഫലങ്ങളിൽ നിന്ന് നമുക്ക് അത് സംരക്ഷണവും തരും. അത് നമ്മുടെ അതിജീവനത്തിന്റെ ഒരു സ്രോതസ്സായി മാറും. (McGonigal, 2012). സ്ട്രെസ് റെസ്പോൺസിനെ ഇത്തരത്തിൽ പരിപാലിക്കുന്നത് ഒരുപക്ഷേ നമ്മുടെ കുട്ടികൾക്ക് വേണ്ടിയൊക്കെ രൂപപ്പെട്ടതാകാം, എന്നാൽ അതേ സ്ട്രെസ് റെസ്പോൺസ് നമുക്ക് നാം നേരിടുന്ന മറ്റു സാഹചര്യങ്ങളിലും ഉപയോഗപ്പെടുത്താം. മറ്റുള്ളവരുമായുള്ള ബന്ധം സ്ട്രെസ്സിൽ നിന്ന് രക്ഷപെടാൻ നമ്മെ സഹായിക്കും.

സാമൂഹികമായി ഒറ്റപ്പെടുന്നത് ശരീരത്തെയും മനസ്സിനെയും വലിയ സ്ട്രെസിലേയ്ക്ക് നയിക്കും. നമുക്ക് സ്നേഹമുള്ള ആളുകളെ നേരിട്ട് കാണുകയും ആ ബന്ധങ്ങളിൽ പൂർണ്ണമായി ഇടപെടുകയും ചെയ്യുന്നത് ദീർഘകാലത്തെയും ഇടക്കാലത്തെയും പിരിമുറുക്കത്തെ ഇല്ലാതാക്കും.

ലക്ഷ്യങ്ങൾ

സ്വയം മെച്ചപ്പെടുത്തൽ ഒരു വ്യവസായമായിരിക്കുന്ന ഈ സാഹചര്യത്തിൽ ഏറ്റവും മികച്ചതായി ആൾക്കൂട്ടത്തിൽ നിന്ന് വേറിട്ട് നിൽക്കുന്നത് പ്രധാനമാണ്. പുതിയ ആളുകളെ പരിചയപ്പെടുമ്പോൾ ആദ്യം കേൾക്കുന്നത് 'എന്ത് ചെയ്യുന്നു?' എന്ന ചോദ്യമായിരിക്കും. ന്യായമായ ഒരു ചോദ്യമാണത്. നമ്മുടെ തൊഴിലിനെയാണ് അത് ലക്ഷ്യമിടുന്നത്. ജീവിതലക്ഷ്യങ്ങൾ പലപ്പോഴും ഒരു മത്സരത്തിന്റെ രീതിയിലാണ് അവതരിക്കുക. എല്ലാവരും തങ്ങൾ ലക്ഷ്യങ്ങൾ നേടിയെന്ന് സ്ഥാപിക്കാനുള്ള ഒരു പരിശ്രമത്തിലാണ്. അനിതരസാധാരണമായെങ്കിൽ മാത്രം സാധിക്കുന്ന ഒന്നാണ് സന്തോഷം എന്ന് പലരും വിശ്വസിക്കുന്നുണ്ട്. പല ആളുകളും അങ്ങേയറ്റം തളർന്നും മാനസിക വ്യഥകൾ അനുഭവിച്ച ശേഷവും മാത്രമാണ് തങ്ങളുടെ ധാരണകൾ തിരുത്തിയത്.

എന്നാൽ ശാസ്ത്രം ഇന്ന് ഈ തെറ്റ് തിരുത്തുന്നുണ്ട്. സ്വയം കേന്ദ്രീകരിച്ചുള്ള ലക്ഷ്യങ്ങൾക്ക് വേണ്ടി പ്രവർത്തിക്കുന്നവർ പലരും വിഷാദം, ഉത്കണ്ഠ, ഏകാന്തത എന്നീ പ്രശ്നങ്ങളിൽപ്പെട്ട് കഷ്ടപ്പെടാറുണ്ട്. എന്നാൽ തങ്ങളുടെ സ്വത്വത്തേക്കാൾ വലിയ കാര്യങ്ങളിൽ നിന്ന് പ്രതീക്ഷയും നന്ദിയും പ്രചോദനവും ഒക്കെ കണ്ടെത്താൻ ശ്രമിക്കുന്നവർക്ക് മികച്ച സൗഖ്യവും ജീവിതത്തിൽ സംതൃപ്തിയും ലഭിച്ചതായി കണ്ടെത്തിയിട്ടുണ്ട്. (Crocker et al., 2009). തീർച്ചയായും നമ്മുടെയെല്ലാം ജീവിതത്തിൽ അവനവനെ ശ്രദ്ധിക്കേണ്ട സമയങ്ങളും അവനവനെക്കാൾ വലിയ ലക്ഷ്യങ്ങൾ കണ്ടെത്തേണ്ട അവസ്ഥകളും ഉണ്ടാകാറുണ്ട്. നമുക്ക് ഈ രണ്ടു മാനസികാവസ്ഥകൾക്കിടയിൽ സഞ്ചരിക്കാനുള്ള കഴിവുണ്ട് എന്നതും പ്രധാനമാണ്. നമ്മുടെ തെരഞ്ഞെടുക്കലുകൾ എങ്ങനെ വലിയ ഒരു ലക്ഷ്യത്തിലേക്ക് എത്തുന്നു എന്ന് ചിന്തിക്കുന്നത് സ്ട്രെസിനെ നമ്മൾ അനുഭവിക്കുന്നതിൽ വലിയ വ്യത്യാസങ്ങൾ കൊണ്ടുവരാറുണ്ട്. നമ്മുടെ ചെറുതും വലുതുമായ പ്രവർത്തികളിൽ ശ്രദ്ധിക്കുമ്പോൾ മറ്റുള്ളവരെ സഹായിക്കാൻ കഴിയുകയും നമ്മുടെ സ്ട്രെസ് റെസ്പോൺസ് മെച്ചപ്പെടുകയും ചെയ്യുന്നത് ബുദ്ധിമുട്ടുള്ള സന്ദർഭങ്ങളിൽ പോലും കാണാൻ കഴിയും. (Abelson et al., 2014).

അപ്പോൾ യഥാർത്ഥ ലോകത്തിൽ ഇതിന്റെ അർത്ഥമെന്താണ്? പിരിമുറുക്കം നിറഞ്ഞ സന്ദർഭങ്ങളിൽ നമ്മുടെ മൂല്യങ്ങളിലൂന്നി മറ്റുള്ളവരുടെ ജീവിതത്തിൽ മാറ്റങ്ങൾ കൊണ്ടുവരാൻ ശ്രമിച്ചാൽ ആ

പിരിമുറുക്കവുമായി വേഗം നമുക്ക് പൊരുത്തപ്പെടാൻ കഴിയും. നമുക്ക് പരിശ്രമിക്കാനും സ്ട്രസ് ഒഴിവാക്കാനും കഴിയുന്ന തരത്തിൽ നമ്മുടെ ശ്രമത്തിന്റെ അർത്ഥം മാറ്റാൻ നമുക്ക് കഴിയും. ഈ പരീക്ഷ നമ്മുടെ മൂല്യം തെളിയിക്കുന്നതിനെപ്പറ്റി അല്ലാത്തതുകൊണ്ട് അത് ഒരു ഭീഷണിയല്ലാതെയായി മാറും. നമ്മുടെ മൂല്യം ഒരു വ്യത്യാസമുണ്ടാക്കാൻ നാം കാണിക്കുന്ന ശ്രമങ്ങളുടെ ഭാഗമായി മാറും.

ഇത് പരീക്ഷിക്കൂ : അവനവനിൽ നിന്ന് വലിയ ഒന്നിലേക്ക് എങ്ങനെ ശ്രദ്ധ തിരിക്കാം

നിങ്ങൾ സ്ട്രസ് അനുഭവിക്കുമ്പോൾ നിങ്ങൾക്ക് ഓടിപ്പോകാൻ തോന്നുന്നുണ്ടോ? ഈ ചോദ്യങ്ങൾ സ്വയം ചോദിക്കുക :

- ഈ ലക്ഷ്യം എന്റെ മൂല്യങ്ങളുമായി ചേരുന്നത് എങ്ങനെ?
- എനിക്ക് എന്ത് നൽകാനാണ് തോന്നുന്നത്?
- ഞാൻ ചെയ്യുന്ന കാര്യം കൊണ്ട് മറ്റുള്ളവരുടെ ജീവിതത്തിൽ എന്ത് മാറ്റമാണ് വരിക?
- ഇതിനിടെ എന്തിനു വേണ്ടി നിലകൊള്ളാനാണ് ഞാൻ ആഗ്രഹിക്കുന്നത്? എന്റെ ഈ പരിശ്രമങ്ങളുടെ അർത്ഥം എന്താണ്?

ടൂൾ കിറ്റ് : സ്ട്രസ് പരിഹരിക്കാനുള്ള ധ്യാനം

ധ്യാനം ഒരു വിശ്വാസ സമ്പ്രദായമോ പുതുയുഗ ഫാഷനോ അല്ല. അതൊരു ടെക്നിക്ക് ആണ്. തലച്ചോറിലും നമ്മുടെ ജീവിതത്തിന്റെ ഗുണത്തിലും ഒക്കെ ശക്തമായ ഫലം കാണുന്നതായാണ് ശാസ്ത്രം പറയുന്നത്. ഇതേപ്പറ്റി കൂടുതൽ പഠനങ്ങൾ വരുന്നുണ്ട് എങ്കിലും തലച്ചോറിന്റെ ഘടനയെ മാറ്റി സ്ട്രസ് കുറച്ച് വികാരങ്ങൾ നിയന്ത്രിക്കാൻ കഴിയുമെന്ന് പറയാനാകും.

നിങ്ങൾ സ്ട്രസ്സിൽ ആണെങ്കിൽ വിശ്രമിക്കാൻ സമയം കിട്ടില്ല. ആഴത്തിലുള്ള വിശ്രമവും ആശ്വാസവും തരുന്ന ഒരു ധ്യാന രീതിയാണ് യോഗ നിദ്ര. ഗൈഡഡ് മെഡിറ്റേഷൻ ഓഡിയോ ഉപയോഗിച്ച് ശ്വാസത്തിലും ശരീരത്തിലെ പല ഭാഗങ്ങളിലും ഒക്കെ ശ്രദ്ധ കൊടുത്തുകൊണ്ട് ചെയ്യുന്ന ഒരു ധ്യാനരീതിയാണ് ഇത്. ഈ ധ്യാനം സ്ട്രസ് കുറയ്ക്കുമെന്നും (Borchardt et al., 2012) ഉറക്കം മെച്ചപ്പെടുത്തുമെന്നും (Amita et al., 2009) സ്വാസ്ഥ്യം വർദ്ധിപ്പിക്കുമെന്നുമൊക്കെ ഗവേഷകർ അടുത്തകാലത്ത് കണ്ടെത്തിയിട്ടുണ്ട്. പല ഗൈഡഡ് മെഡിറ്റേഷനുകളും ശരാശരി മുപ്പത് മിനിട്ട് ആണ്. എന്നാൽ അടുത്ത കാലത്തെ പഠനങ്ങൾ

പറയുന്നത് 11 മിനിറ്റ് ഉള്ള ചെറിയ ഡോസിലെ യോഗനിദ്ര പോലും സഹായകമാണ് എന്നാണ്. (Moszeik et al., 2020).

നിങ്ങളുടെ ആവശ്യം കൂടുതലും സമയം കുറഞ്ഞുമിരിക്കുമ്പോൾ ചെറിയ ഇടവേളകളിൽ യോഗനിദ്ര ചെയ്യുന്നത് പത്തുമിനിറ്റ് സോഷ്യൽ മീഡിയ സ്ക്രോൾ ചെയ്യുന്നതിലും ഗുണകരമായിരിക്കും.

ധ്യാനം ഒരു ചികിത്സാരീതിയല്ല. വ്യായാമം പോലെ മറ്റൊരു ശക്തമായ ടൂളാണ് ധ്യാനവും. പലതരം ധ്യാനങ്ങളുണ്ട്. ഇതിൽ ഗവേഷണങ്ങളിലൂടെ പഠിച്ചിട്ടുള്ള ചില രീതികൾ താഴെ ചേർക്കുന്നു :

- മൈൻഡ്ഫുൾനെസ്സ് ധ്യാനം. ഇതാണ് പല സൈക്കോളജിക്കൽ തെറാപ്പികളിലും ഉപയോഗിക്കുന്ന ഒരു രീതിയാണ്. ഇപ്പോഴുള്ള നിമിഷത്തിൽ ശ്രദ്ധ കൊടുത്തുകൊണ്ട് തോന്നലുകളെ മുൻവിധിയില്ലാതെ അവിടെ കുടുങ്ങിപ്പോകാതെയുള്ള ധ്യാനം. സ്ട്രസും വൈകാരിക സമ്മർദ്ദവും ഒക്കെ നിയന്ത്രിക്കാൻ പറ്റിയ നല്ലൊരു മാർഗ്ഗമാണത്. അത് നിങ്ങളുടെ മനസ്സിനെ ഭൂതകാലത്തെയും ഭാവികാലത്തെയും പറ്റിയുള്ള ചിന്തകളിൽ നിന്ന് വലിച്ചുകൊണ്ട് വന്നു മുൻവിധികളില്ലാതെ അനുഭവങ്ങളെ നോക്കിക്കാണാൻ പ്രേരിപ്പിക്കുന്നു.
- ചിത്രങ്ങളോ മന്ത്രങ്ങളോ നിങ്ങളുടെ ശ്രദ്ധ കേന്ദ്രീകരിക്കാൻ സഹായിക്കുന്ന മറ്റു വസ്തുക്കളോ ഉപയോഗിച്ചുകൊണ്ടുള്ള ധ്യാനം.
- അനുകമ്പയും ദയയും വളർത്തിയെടുക്കാൻ സഹായിക്കുന്ന ഗൈഡഡ് ധ്യാനങ്ങൾ.

മൈൻഡ്ഫുൾ ആവുക എന്നാൽ ചുറ്റും മെഴുകുതിരി കത്തിച്ചുകൊണ്ട് ദിവസം മുഴുവൻ ധ്യാനിക്കുക എന്നർത്ഥമില്ല. മൈൻഡ്ഫുൾ ആകുമ്പോൾ ആ നിമിഷത്തിൽ ശ്രദ്ധിച്ചുകൊണ്ട് ഉണ്ടാകുന്ന തോന്നലുകളെ നിരീക്ഷിക്കാനും എന്നാൽ അതിൽ കുടുങ്ങിപ്പോകുകയോ അതിനെ ഒഴിവാക്കാൻ പരിശ്രമിക്കുകയോ ഒക്കെ ചെയ്യാതിരിക്കുകയുമാണ്. മുൻവിധി ഇല്ലാതെ അനുഭവങ്ങൾ സ്വീകരിക്കാനും അവയ്ക്ക് അർത്ഥം കൽപ്പിച്ചുകൊടുക്കാതിരിക്കാനുമാണ് കഴിയേണ്ടത്. ധ്യാനത്തിലൂടെ നിങ്ങൾക്ക് മൈൻഡ്ഫുൾനെസ്സ് പരിശീലിക്കാം. ഡ്രൈവിങ് പഠനത്തിന്റെ അവസാനം ഡ്രൈവ് ചെയ്യുന്നത് സ്വാഭാവികമാകുന്നത് പോലെയാണ് ധ്യാനത്തിലൂടെ മൈൻഡ്ഫുൾനെസ്സ് പരിശീലിക്കുന്നത്.

നിങ്ങൾ ധ്യാനിക്കുന്ന ആളാണെങ്കിൽ ആ കഴിവുകൾ നിങ്ങൾക്ക് ദൈനംദിന പ്രവർത്തികളിൽ കൊണ്ടുവരാനും കൂടുതൽ മൈൻഡ്ഫുൾ ആകാനും കഴിയും. മൈൻഡ്ഫുൾനെസ്സ് പ്രാവർത്തികമാക്കാൻ സഹായകമായ ചില വഴികൾ ഇതാ :

മൈൻഡ്ഫുൾ നടത്തം

- നടക്കുമ്പോൾ നിങ്ങളുടെ കാലിലെ തോന്നലുകൾ ശ്രദ്ധിക്കുക. അവ നിലത്ത് എത്തുമ്പോൾ എന്താണ് തോന്നുന്നത്? തറയിൽ നിന്ന് ഉയർന്ന് നടക്കുമ്പോൾ കാലിന്റെ ചലനം എങ്ങനെയാണ്? അത് എത്ര സമയമാണ് തറയിൽ ചെലവിടുന്നത്?
- നടക്കുമ്പോൾ നിങ്ങളുടെ കൈകളുടെ ചലനങ്ങൾ ശ്രദ്ധിക്കുക. അത് മാറ്റാൻ ശ്രമിക്കാതെ വെറുതെ ശ്രദ്ധിക്കുക.
- നിങ്ങളുടെ ശരീരം എങ്ങനെ നിങ്ങളെ മുന്നോട്ട് നയിക്കാൻ സഹായിക്കുന്നു എന്നതിനെപ്പറ്റിയുള്ള നിങ്ങളുടെ ബോധം വർദ്ധിപ്പിക്കുക. ഇതിനായി ഏതൊക്കെ ശരീരഭാഗങ്ങൾ ഉപയോഗിക്കുന്നുവെന്നും ഏതൊക്കെ ആ നടത്താതെ സ്വീകരിക്കാതെ നിൽക്കുന്നുവെന്നും പഠിക്കുക.
- ചുറ്റുമുള്ള ശബ്ദങ്ങളിലേയ്ക്ക് ശ്രദ്ധ തിരിക്കുക. നിങ്ങൾ സ്ഥിരം ശ്രദ്ധിക്കാത്ത ശബ്ദങ്ങളെ മുൻവിധികളില്ലാതെ നിരീക്ഷിക്കുക.
- ഓരോ തവണ നിങ്ങളുടെ മനസ്സ് വ്യതിചലിക്കുമ്പോഴും ഒരു പുതിയ കഥ പറയാൻ തുടങ്ങുമ്പോഴും മെല്ലെ നിങ്ങളുടെ ശ്രദ്ധയെ ഈ നടത്തിലേയ്ക്ക് തിരികെ കൊണ്ടുവരിക.
- നടക്കുന്നതിനിടെ പറ്റുന്ന എല്ലാ കാര്യങ്ങളും ശ്രദ്ധിക്കുക. നിറങ്ങൾ, വരകൾ, പ്രതലങ്ങൾ, നിങ്ങളുടെ നോട്ടത്തിന്റെ സഞ്ചാരപഥം.
- ശ്വസിക്കുമ്പോൾ നിങ്ങളുടെ ശ്രദ്ധ വായുവിന്റെ താപത്തിലും ഉള്ള മണങ്ങളിലോ മണമില്ലായ്മയിലോ ഒക്കെ ആയിരിക്കട്ടെ.

മൈൻഡ്ഫുൾ കുളി

നമ്മളിൽ പലരും രാവിലെ കുളിക്കുമ്പോഴാണ് അന്നത്തെ കാര്യങ്ങൾ ഓർക്കുന്നതും എല്ലാത്തിനെയും പറ്റി വേവലാതിപ്പെടുന്നതും ഈ കുളി കഴിഞ്ഞാൽ ഓടിത്തുടങ്ങണമല്ലോ എന്നോർക്കുന്നതും ഒക്കെ. എന്നാൽ ആ കുറച്ച് നിമിഷങ്ങൾ മൈൻഡ്ഫുൾനെസ്സ് പരിശീലിക്കാനുള്ള നല്ല ഒരു അവസരമാണ്. ദിവസത്തിന്റെ മറ്റു സമയങ്ങളിൽ നിന്ന് വ്യത്യസ്തമായി ധാരാളം ഇന്ദ്രിയാനുഭവങ്ങൾ കുളിയിൽ ഉണ്ട്. ചില ആളുകൾക്ക് ഷവറിനടിയിൽ നിൽക്കുമ്പോൾ അവനവന്റെ ചിന്തകളെ നിയന്ത്രിക്കാൻ കഴിയാറുണ്ട്.

- നിങ്ങളുടെ ശ്രദ്ധയെ ശരീരത്തിൽ വന്നു വീഴുന്ന വെള്ളത്തിലേക്ക് തിരിക്കുക. അത് നിങ്ങളിൽ വന്നു വീഴുമ്പോൾ ഏത് ശരീര ഭാഗമാണ് നനയാത്തത്?
- ജലത്തിന്റെ താപം ശ്രദ്ധിക്കുക.
- സോപ്പിന്റെയോ ഷാംപൂവിന്റെയോ മണങ്ങൾ ശ്രദ്ധിക്കുക.

- കണ്ണുകളടച്ച് ശബ്ദം കേൾക്കുക.
- ആവിയും ജലവും ഒക്കെ പല പ്രതലങ്ങളിൽ വന്നുവീഴുന്നത് ശ്രദ്ധിക്കുക.
- അവിടെ നിൽക്കുമ്പോൾ ശരീരത്തിൽ തോന്നുന്ന അനുഭവങ്ങൾ ശ്രദ്ധിക്കുക.

മൈൻഡ്ഫുൾ ആയ പല്ല് തേക്കൽ

- നിങ്ങളുടെ ശ്രദ്ധയെ രുചിയിലേയ്ക്ക് കൊണ്ടുവരിക.
- ടൂത്ത്ബ്രഷ് ചലിക്കുന്നതിന്റെ തോന്നൽ ശ്രദ്ധിക്കുക.
- നിങ്ങളുടെ കൈയ്യുടെ ചലനവും നിങ്ങളുടെ പിടുത്തത്തിന്റെ മുറുക്കവും ശ്രദ്ധിക്കുക.
- പല്ലുതേക്കുന്നതിന്റെയും വെള്ളം ഒഴുകുന്നതിന്റെയും ഒച്ച കേൾക്കുക.
- വായ കഴുകുമ്പോൾ ഉള്ള തോന്നലുകൾ ശ്രദ്ധിക്കുക.
- ഓരോ തവണ മനസ്സ് അലയുമ്പോഴും മെല്ലെ നിങ്ങളുടെ ശ്രദ്ധയെ പല തോന്നലുകളിലേയ്ക്ക് തിരിച്ചുവിടുക.
- പുതിയ ഒരു കാര്യം ചെയ്യുന്ന കൗതുകത്തോടെ ഇത് എന്നും ചെയ്യുക.

ഏത് ദൈനംദിന പ്രവർത്തിയും നിങ്ങൾക്ക് ഇങ്ങനെ ചെയ്യാം. അത് നീന്തലോ ഓട്ടമോ കാപ്പി കുടിക്കുന്നതോ തുണി മടക്കുന്നതോ ഒക്കെയാകാം. ഒരു സാധാരണ ദൈനംദിന പ്രവർത്തി എടുത്ത് അതിന്റെ മനസ്സ് നിറച്ചുകൊണ്ട് ചെയ്യുക.

നിങ്ങളുടെ മനസ്സ് വ്യതിചലിക്കുന്നത് ശ്രദ്ധിച്ചാൽ അതിൽ തെറ്റൊന്നുമില്ല. ഓരോ മനസ്സും ഇങ്ങനെ ചുറ്റി നടന്നു ലോകത്തെ അറിയുകയാണ്. മൈൻഡ്ഫുൾനെസ്സ് എന്നാൽ മുറിയാത്ത ശ്രദ്ധ എന്നല്ല അർത്ഥം. നിങ്ങളുടെ മനസ്സിന്റെ മാറ്റങ്ങളെയും അതിന് ശ്രദ്ധ തിരിക്കാനുള്ള കഴിവിനെയും ഒക്കെ ശ്രദ്ധിക്കുക.

അത്ഭുതം

ധ്യാനംപോലെ തന്നെ നമ്മുടെ ചിന്തകളെ സ്വാധീനിക്കുന്ന ഒരു അനുഭവമാണ് അത്ഭുതം. നമ്മുടെ പരിജ്ഞാനത്തിന് വെളിയിലുള്ള ഒന്നിനെ നേരിടുമ്പോൾ ഉണ്ടാകുന്ന അനുഭൂതിയാണ് അത്. സൗന്ദര്യത്തിന്റെയോ പ്രകൃതിയുടെയോ കഴിവിന്റെയോ ഒക്കെ മുന്നിൽ അത് നമുക്ക് തോന്നാം. അത്തരം നിമിഷങ്ങളിൽ ഈ പുതിയ അനുഭവം ഉൾക്കൊള്ളാനായി നാം നമ്മുടെ അനുഭവലോകത്തെ പുതുക്കാറുണ്ട്. ഒരു ശക്തനായ നേതാവിനെ കാണുമ്പോൾ, രാത്രി ആകാശത്തെ നക്ഷത്രങ്ങളെ കാണുമ്പോൾ ജനനത്തെപ്പറ്റി ചിന്തിക്കുമ്പോഴൊക്കെ ഈ അത്ഭുതം

തോന്നാം. ഒരു കുഞ്ഞു ജനിക്കുന്നത് കാണുന്നത് പോലെ ചില കാര്യങ്ങൾ ജീവിതത്തിൽ ഒരിക്കൽ മാത്രം അനുഭവിക്കാനാകുന്നതാണ്. എന്നാൽ ചില അനുഭവങ്ങൾ തുടരെ ഉണ്ടാകാം. കാട്ടിലൂടെ ഒരു നടത്തം, കടലിൽ നോക്കിയിരിക്കുന്നത്, ഒരു ശക്തനായ ഗായകനെ കേൾക്കുന്നത് ഒക്കെ.

സൈക്കോളജി ഗവേഷണം ഇത് അധികം പഠിച്ചിട്ടില്ലെങ്കിലും നമുക്ക് ആളുകൾ തങ്ങളുടെ ദൈനംദിന ജീവിതത്തിൽ നിന്ന് മാറി വലിയ ചില കാര്യങ്ങളിൽ ആശ്വാസം കണ്ടെത്തുന്നത് കാണാം. എന്നാൽ പോസിറ്റീവ് സൈക്കോളജിയുടെ വരവോടു പോസിറ്റീവ് വികാരങ്ങളുടെ ഗുണത്തെപ്പറ്റി പഠനങ്ങൾ നടന്നിട്ടുണ്ട്. (Frederickson, 2003).

അത്ഭുതത്തിനും നന്ദിക്കും ഇടയിൽ ചില ബന്ധമുണ്ടെങ്കിലും അതിന് ഗവേഷണഫലം ഇല്ല. ആളുകൾ തങ്ങൾക്ക് അത്ഭുതം തോന്നിയ കാര്യങ്ങളെപ്പറ്റി പറയുമ്പോൾ അവർ ചെറുതായി മാറുന്നതും എന്താണ് പ്രധാനമെന്ന് തിരിച്ചറിയുന്നതും ഞാൻ കണ്ടിട്ടുണ്ട്. ജീവിച്ചിരിക്കുന്നതിലെ അത്ഭുതവും നന്ദിയും കാണാം. നിങ്ങൾ അതിനായി തായ്‌ലൻഡിലെ ബീച്ചിലോ നയാഗ്ര വെള്ളച്ചാട്ടത്തിന്റെ അടുത്തോ താമസിക്കണമെന്നുള്ള ചില ആശയങ്ങൾ അറിഞ്ഞാൽ മതി. പല സ്വയം സഹായ ഗുരുക്കളും നിങ്ങളുടെ ജനനത്തിന്റെ സാധ്യത 400 ട്രില്യണിൽ ഒന്നാണെന്ന് പറയാറുണ്ട്. അത് മനസ്സിലാക്കാൻ ബുദ്ധിമുട്ടാണെന്ന് മാത്രമല്ല നമ്മുടെ ഭാഗ്യത്തിൽ ശ്രദ്ധ കൊടുത്തുകൊണ്ട് മുന്നോട്ട് പോകാൻ നമ്മെ പ്രേരിപ്പിക്കും.

നമ്മെക്കാൾ വലുതായ എന്തോ എന്ന തോന്നലാണ് ഈ ആശയങ്ങൾ കൊണ്ടുവരുന്നത്. നിങ്ങളുടെ സ്ട്രെസ് കുറയ്ക്കാനും സമാധാനിക്കാനും ഈ ലോകത്തിൽ നിങ്ങൾ എത്ര ചെറുതാണ് എന്ന തോന്നൽ സഹായിക്കും. സ്ട്രെസ് അനുഭവിക്കുമ്പോൾ നിങ്ങളെ അത്ഭുതപ്പെടുത്തിയ എന്തെങ്കിലും മനസ്സിലേക്ക് കൊണ്ടുവരിക, അത് പ്രകൃതിയോ മൃഗങ്ങളോ നിങ്ങൾ കണ്ട കലാപ്രകടനങ്ങളോ നക്ഷത്രങ്ങളോ ഒക്കെയാകാം. ഈ അനുഭവങ്ങൾ രേഖപ്പെടുത്താൻ ഒരുപക്ഷെ ജേർണലിങ്ങിലൂടെ ഒക്കെ നിങ്ങൾക്ക് കഴിഞ്ഞാൽ നിങ്ങൾക്ക് ആ ഓർമ്മകളിലേക്ക് പിന്നീട് തിരിച്ചുപോകാൻ കഴിയും.

അധ്യായ സംഗ്രഹം

- നിങ്ങളുടെ ശ്വാസഗതി പോലെ ലളിതമായ എന്തെങ്കിലുമൊന്ന് മാറ്റുന്നത് നിങ്ങളുടെ സ്ട്രെസ്സിനെ ബാധിക്കും.
- ധ്യാനത്തിന് സ്ട്രെസ് നിയന്ത്രിക്കാൻ കഴിവുണ്ടെന്നാണ് ഗവേഷണങ്ങൾ പറയുന്നത്.
- മറ്റുള്ളവരോടുള്ള ബന്ധം സ്ട്രെസ് നിയന്ത്രിക്കാൻ സഹായിക്കും. സാമൂഹികമായ ഒറ്റപ്പെടൽ ശരീരത്തെയും മനസ്സിനെയും വലിയ പിരിമുറുക്കത്തിലാക്കും.
- മത്സരത്തേക്കാൾ ചേർന്ന് പ്രവർത്തിക്കുമ്പോഴാണ് സ്ട്രെസ് നിറഞ്ഞ സാഹചര്യത്തിൽ പൊരുതാനുള്ള ആവേശം നൽകുക.
- അത്ഭുതത്തോടെ നിങ്ങളുടെ ചിന്താഗതി മാറ്റാൻ സഹായിക്കുന്ന അനുഭവങ്ങൾ തിരയുക.

31

ഏറ്റവും പ്രധാനപ്പെട്ട സമയത്ത് നേരിടുക

സ്ട്രെസ് മോശമാണെന്നും അത് ഒഴിവാക്കണമെന്നും വിശ്രമിക്കണമെന്നും ഒക്കെ നാം ധാരാളം കേട്ടിരിക്കുമല്ലോ. എന്നാൽ സ്ട്രെസിന് കാരണമാകുന്ന ഒഴിവാക്കാനാകാത്ത സാഹചര്യങ്ങളിൽ എന്ത് ചെയ്യണം? എങ്ങനെയാണ് ഒരു പരീക്ഷയോ ഇന്റർവ്യൂവോ നേരിടുക? ഇത്തരം നിമിഷങ്ങളിൽ എങ്ങനെ പിടിച്ചുനില്ക്കും? അമിതമായ പ്രെഷർ ഉള്ള സാഹചര്യത്തിൽ റിലാക്സ് എങ്ങനെ ചെയ്യാമെന്ന പഠനഫലങ്ങൾ ഉപകരിക്കും. നിങ്ങൾക്ക് പക്ഷെ നിങ്ങളുടെ പരീക്ഷ തുടങ്ങുമ്പോഴേ യോഗനിദ്ര ചെയ്യാനൊന്നും പറ്റില്ലല്ലോ. ഇത്തരം സാഹചര്യങ്ങളിൽ സ്ട്രെസ് നിറഞ്ഞ സാഹചര്യങ്ങളിൽ പ്രവർത്തിക്കാൻ സഹായിക്കുന്ന ചില കാര്യങ്ങൾ വേണം. വിട്ടുവീഴ്ച ചെയ്യാൻ പറ്റാത്ത ഉയർന്ന സമ്മർദ്ദ സാഹചര്യങ്ങളുടെ ആവശ്യങ്ങൾ എങ്ങനെ മുൻകൈയെടുത്ത് കൈകാര്യം ചെയ്യണമെന്ന് നാം അറിഞ്ഞിരിക്കണം.

ഇത്തരം പ്രെഷർ കൂടുതലുള്ള സാഹചര്യങ്ങളിലാണ് സ്ട്രെസ് നമ്മുടെ ഗുണത്തിനായി പ്രവർത്തിക്കുന്നത്. ആ സ്ട്രെസ്സിനെ എടുത്ത് മാറ്റി നിങ്ങൾ പോകുന്ന ഇന്റർവ്യൂവിലേയ്ക്ക് വീട്ടിലെ സോഫയിലേക്ക് പോകുന്ന ലാഘവത്തിൽ പോവുകയല്ല വേണ്ടത്. ഈ പ്രെഷറിൽ തളർന്നു പോകാതെ അതിനെ നിങ്ങളുടെ പ്രകടനത്തിന്റെ ഗുണത്തിലേയ്ക്ക് ഉപയോഗിക്കുകയാണ് വേണ്ടത്.

മാനസികാവസ്ഥ – സമ്മർദ്ദവുമായുള്ള നിങ്ങളുടെ പുതിയ ബന്ധം

പിരിമുറുക്കത്തെപ്പറ്റി ചിന്തിക്കുന്നത് നമ്മുടെ പ്രകടനത്തെ ബാധിക്കുമെന്നാണ് പഠനങ്ങൾ പറയുന്നത്. സ്ട്രെസ് റെസ്പോൺസിനെ ഒരു പ്രശ്നമായി കാണാതെ ഒരു സമ്പത്തായി കണ്ടാൽ ആ വികാരങ്ങളെ ഒഴിവാക്കാൻ ശ്രമിക്കുന്ന ഊർജ്ജം കൂടി നിങ്ങളുടെ ഗുണത്തിന് ഉപയോഗിക്കാം. എങ്ങനെ ചെയ്യുമ്പോൾ നിങ്ങൾക്ക് സ്ട്രെസിനെ ഓർത്തുള്ള സ്ട്രെസ് കുറയുകയും ആത്മവിശ്വാസം കൂടുകയും നന്നായി പ്രവർത്തിക്കാൻ

കഴിയുകയും ചെയ്യും. ഈ ചിന്താഗതിയിലെ മാറ്റമാണ് 'എത്ര സ്ട്രെസ് ഉണ്ടെങ്കിലും നന്നായി ചെയ്യാൻ ശ്രമിക്കുക' എന്നതിൽ നിന്ന് 'സ്ട്രെസിന്റെ ലക്ഷണം കാണുമ്പോൾ ആ ഊർജ്ജത്തെ നിങ്ങളുടെ നല്ലതിന് ഉപയോഗിക്കുക' എന്നതിലേക്ക് എത്തിക്കുക. ഇങ്ങനെ ചെയ്യുമ്പോൾ സ്ട്രെസ്സിൽ നിന്ന് നിങ്ങൾ തളരില്ല എന്നും കാണാൻ കഴിയും. (Strack & Esteves, 2014).

ഒരു വലിയ സംഭവത്തിന് മുൻപുള്ള സ്ട്രെസ് കുറയ്ക്കാൻ ശ്രമിക്കുമ്പോൾ നാം സ്ട്രെസ്സിനെ പരിഹരിക്കേണ്ട ഒരു പ്രശ്നമായാണ് കാണുന്നത്. എന്നാൽ നിങ്ങൾ എവിടെയെങ്കിലും പോകുമ്പോൾ സ്ട്രെസ് തല പൊക്കിയാൽ അതിനെ കൂടെ കൂട്ടുക. അത് നിങ്ങൾക്ക് ശ്രദ്ധയും ഊർജ്ജവും കൃത്യമായി മുന്നോട്ട് പോകാനുള്ള ഊർജ്ജവും തരട്ടെ. പ്രഷറിൽ ജോലി ചെയ്യാനാണ് നിങ്ങൾക്ക് കഴിയുന്നതെങ്കിൽ അത് ചെയ്യുക. അത് നിങ്ങൾ മനസ്സിലാക്കുമ്പോൾ ഈ സ്ട്രെസ് സൂചനകൾ നിങ്ങൾക്ക് ഒരു പ്രശ്നമായി തോന്നാതെ വരും. ഗവേഷണം പറയുന്നത് ഒരാളുടെ ജോലി പ്രഷറിൽ മെച്ചപ്പെട്ടും എന്ന് പറയുമ്പോൾ അവരുടെ പ്രകടനം 33 ശതമാനം കൂടുതൽ മെച്ചപ്പെടുന്നു എന്നാണ്. (Jamieson et al., 2018).

മോശം ഭാഷ

നമ്മുടെ മാനസികാവസ്ഥ മാറ്റാനുള്ള ഒരു നല്ല വഴി നമ്മൾ ഉപയോഗിക്കുന്ന ഭാഷയാണ്. നാം ഉപയോഗിക്കുന്ന വാക്കുകൾ ഒരു സാഹചര്യത്തിന്റെ അർത്ഥവും അതിനോടുള്ള നമ്മുടെ സമീപനവും മാറ്റും. നിങ്ങൾ ഒരു പ്രൊഫഷണൽ അത്‌ലറ്റ് ആണെങ്കിൽ നിങ്ങൾ ലോക്കർ മുറി വിടും മുൻപ് നിങ്ങളുടെ കോച്ച് നിങ്ങളോട് 'നീ തോൽക്കും' എന്ന് പറഞ്ഞുവെന്നു കരുതുക. നിങ്ങളുടെ സ്ട്രെസ് കൂടുമെന്ന് മാത്രമല്ല തുടർന്നുള്ള നിങ്ങളുടെ ചിന്തകൾ ആ സ്ട്രെസ്സിനെ ഒരു പാനിക്ക് ആക്കി മാറ്റുകയും ചെയ്യും.

സോഷ്യൽ മീഡിയയിൽ നിറയെ എന്നും നിങ്ങൾക്ക് ഉപയോഗിക്കാവുന്ന വാചകങ്ങൾ കാണാം. ചിലതെങ്കിലും ശരിയായ ആളുടെ അടുത്ത് ശരിയായ സമയത്ത് ചെന്നാൽ ഗുണം ചെയ്യാറുണ്ട്. എന്താണ് അതിന്റെ പ്രയോജനം?

ചിലതൊക്കെ ജീവിതത്തിൽ നിന്ന് എന്ത് ഒഴിവാക്കണം എന്നാകും പറയുക. എന്ത് ചെയ്യരുത് എന്ന് പറയുന്നതിൽ പക്ഷെ ഒരു പ്രശ്നമുണ്ട്. നമുക്ക് ഉള്ള സ്പോട്ട്‌ലൈറ്റ് ചെയ്യാൻ പാടില്ലാത്ത ഒന്നിൽ ശ്രദ്ധിച്ചാൽ പിന്നെ ചെയ്യേണ്ട കാര്യങ്ങൾക്ക് ആവശ്യമുള്ള ശ്രദ്ധ ബാക്കി കാണില്ല. എന്നാൽ മറ്റ് ചില വാചകങ്ങൾ പോസിറ്റീവ് ആകുന്നതിനെപ്പറ്റി ആയിരിക്കും. നിങ്ങൾ അതിൽ വിശ്വസിച്ചാൽ മാത്രമാണ് അത് ഫലം ചെയ്യുക. 'പോസിറ്റീവ് ആയിരിക്കൂ' എന്നോ 'നിങ്ങൾ നന്നായി പ്രവർത്തിക്കുന്നു' എന്നോ ഒക്കെ പറയുന്നത് വളരെ അവ്യക്തവും നിങ്ങളുടെ

മുന്നിലുള്ള പ്രതിബന്ധത്തെ എങ്ങനെ നേരിടണമെന്ന് നിങ്ങളെ പഠിപ്പിക്കാത്ത ഉപദേശവുമാണ്.

ലോകത്തിലെ പല പ്രധാന അത്‌ലറ്റ്മാരുടെയും ഒപ്പം പ്രവർത്തിക്കുന്ന ഒരു പെർഫോമൻസ് കോച്ച് ആണ് ഡോക്ടർ ഡേവ് അൽറെഡ്. അങ്ങേയറ്റം കഠിനമായ, പൊതുജനത്തിന് മുന്നിലുള്ള പ്രഷർ കൈകാര്യം ചെയ്തുകൊണ്ട് എങ്ങനെ മികച്ച പ്രകടനം നടത്താം എന്നാണ് അദ്ദേഹം പഠിപ്പിക്കുന്നത്. തന്റെ അത്‌ലറ്റ്മാർക്ക് വേണ്ടി ഇത്തരം വാചകങ്ങൾ തെരഞ്ഞെടുക്കുമ്പോൾ വെറും വാചകങ്ങൾക്ക് പകരം ആ കളിക്കാരന് വിശ്വസിക്കാൻ കഴിയുന്ന കാര്യങ്ങൾ തെരഞ്ഞെടുക്കാൻ അദ്ദേഹം ശ്രദ്ധിക്കാറുണ്ട്. എന്തിൽ ശ്രദ്ധിക്കണമെന്നും എങ്ങനെ മുന്നോട്ട് പോകണമെന്നും പറയുന്ന വാചകങ്ങളാണ് പ്രധാനം. 'എങ്ങനെ' എന്നതിൽ നിന്ന് തുടങ്ങണം എന്നാണ് അൽറെഡ് പറയുന്നത്. പിന്നീട് എന്താണ് പ്രക്രിയ എന്ന് വിശദീകരിക്കുക. ഒടുവിൽ നിങ്ങളുടെ ശ്രമത്തിനു ചേരുന്ന വൈകാരിക അവസ്ഥ തെരഞ്ഞെടുക്കുക. സ്ട്രെസ് കൂടി നിന്ന് നിങ്ങളുടെ ശ്രദ്ധയും പ്രകടനവും തകർക്കാൻ ശ്രമിക്കുമ്പോൾ ഇത്തരം വാചകങ്ങൾ നമ്മുടെ ചിന്തയെയും വികാരങ്ങളെയും പ്രവർത്തികളെയും സഹായിക്കുന്നത് കാണാം. നിങ്ങളുടെ മുന്നിലുള്ള തടസ്സങ്ങളാണ് നിങ്ങൾക്ക് വേണ്ട വാചകങ്ങൾ തീരുമാനിക്കേണ്ടത്. അത് ലഘുവും ലളിതവും കൃത്യവും പഠിപ്പിക്കുന്ന തരത്തിലുള്ളതുമായിരിക്കാൻ മാത്രം ശ്രദ്ധിക്കുക.

പുനഃക്രമീകരണം

മാറ്റി എഴുതുന്നതിനെപ്പറ്റി നാം മുൻപും പറഞ്ഞിട്ടുണ്ടെങ്കിലും അത് ഈ അധ്യായത്തിൽ വളരെ സഹായകമാണ്. ഭാഷയുടെയും സങ്കല്പത്തിന്റെയും ശക്തി ഉപയോഗിച്ച് നിങ്ങൾ ഒരു സന്ദർഭത്തെ മനസ്സിലാക്കുന്നതിൽ മാറ്റം കൊണ്ടുവരികയാണ് ഇതിലൂടെ ചെയ്യുന്നത്. നിങ്ങൾക്ക് വിശ്വാസമില്ലാത്ത ഒന്നും നിങ്ങൾ സ്വയം വിശ്വസിപ്പിക്കാൻ ശ്രമിക്കുന്നില്ല. നിങ്ങളുടെ നോട്ടം മാറ്റുക മാത്രമാണ് നിങ്ങൾ ചെയ്യുന്നത്. പുതിയ ഒരു ദൃഷ്ടികോണിലൂടെ നോക്കുമ്പോൾ ഒരു അനുഭവത്തിനു പുതിയ അർത്ഥം ലഭിക്കുമല്ലോ. അതിലൂടെ നിങ്ങളുടെ വൈകാരിക അവസ്ഥയും മാറും. പേടിയെപ്പറ്റി പറഞ്ഞപ്പോൾ നാം ഉത്കണ്ഠയെ ആവേശമാക്കി മാറ്റുന്നതിനെപ്പറ്റി സംസാരിച്ചിരുന്നു. ഈ സാഹചര്യത്തിലും നമുക്ക് സ്ട്രെസ് നിറഞ്ഞ തോന്നലുകളെ ഉറച്ച വിശ്വാസമാണ് ഭീഷണിയെ വെല്ലുവിളിയായും ഒക്കെ കാണാം. ഇത്തരം ചില വാക്കുകൾ മാറ്റുമ്പോൾ അർത്ഥവും മാറുകയും യാഥാർത്ഥ്യത്തെപ്പറ്റി നുണകൾ ഒന്നും പറയാതെ തന്നെ നമ്മുടെ സാഹചര്യങ്ങളെ അറിയാൻ നമുക്ക് കഴിയുകയും ചെയ്യുന്നു. ചില വാക്കുകൾ മാറ്റി ഉപയോഗിക്കുമ്പോൾ നാം ആ വികാരങ്ങളെ വെറുപ്പോടെ തള്ളിമാറ്റുന്നതിനു പകരം സ്വീകരിക്കുകയാണ് ചെയ്യുന്നത്.

ശ്രദ്ധ

ഉയർന്ന സ്ട്രെസ് ഉള്ള സന്ദർഭങ്ങളിൽ നമുക്ക് ഒരു തരം ടണൽ കാഴ്ച്ചയാണ് ലഭിക്കുന്നത്. ഇത് സ്വാഭാവികമാണ്. പ്രാധാന്യമുള്ളതിൽ തന്നെ ശ്രദ്ധ ഉറപ്പിക്കാൻ ഇത് സഹായിക്കും. എന്നാൽ ഇത്തരം തോന്നലുകൾ കൂടുതലാകുമ്പോൾ ശരീരത്തെയും മനസ്സിനെയും ഒന്ന് ശാന്തമാക്കാൻ ചില കാര്യങ്ങൾ സഹായിക്കും. ആ ടണൽ നോട്ടത്തിൽ നിന്ന് മാറി ഒരു പക്ഷിയെപ്പോലെ മുകളിൽ നിന്ന് നിരീക്ഷിക്കുന്നത് മനസ്സിനെ ആശ്വസിപ്പിക്കും. അതിനർത്ഥം നിങ്ങൾ മാറിപ്പോവുക എന്നല്ല, നിങ്ങളുടെ നോട്ടത്തെ വിസ്താരപ്പെടുത്തി ചുറ്റുമുള്ളത് കൂടി കാണുക. ഈ നോട്ടം നമ്മുടെ ഓട്ടോണോമിക് നേർവസ് സിസ്റ്റത്തിന്റെ ഭാഗമാണ്. ഇത്തരത്തിൽ നോക്കുമ്പോൾ അത് തലച്ചോറിലെ സ്ട്രെസ്, ശ്രദ്ധ എന്നിവയെ ബാധിക്കുന്ന ഇടങ്ങളിലാണ് എത്തിക്കുക. കൂടുതലായി ഉയർന്ന സ്ട്രെസ് ഉള്ള ജോലികളിൽ സുഖകരമായി പ്രവർത്തിക്കാൻ സഹായിക്കുന്ന ഒരു ടെക്നിക്ക് ആണ് ഇതെന്നാണ് ഗവേഷകർ പറയുന്നത്. Huberman (2021). അമിതമായ പ്രഷർ ഉള്ള സാഹചര്യങ്ങളിൽ നമ്മുടെ സ്ട്രെസ് റെസ്പോൺസ് നമുക്ക് വേണ്ടതാണ്. അത് ഒഴിവാക്കുകയല്ല വേണ്ടത്. നമുക്ക് നമ്മുടെ മനസ്സ് അതുമായി പൊരുത്തപ്പെട്ടാൽ മാത്രം മതി.

തോൽവി

പ്രഷർ കൂടുന്നത് അതിൽ നിന്ന് നമുക്ക് നഷ്ടപ്പെടാൻ ഉള്ളത് കൊണ്ടാണ്. നമ്മുടെ തോൽവിക്ക് വലിയ ഫലങ്ങളുണ്ടെന്ന് നാം കരുതുന്നുണ്ട്. ഒരു തോൽവിയെ ഒരു വലിയ ഭീഷണിയായി കണ്ടാൽ തലച്ചോറിന് ആ സാഹചര്യം ഒഴിവാക്കാനാകും തോന്നുക. ഒരു തോൽവിക്ക് ശേഷം അവനവനെ ആക്രമിക്കുന്ന സ്വഭാവമുണ്ടെങ്കിൽ തോൽക്കാൻ ചെറിയ സാധ്യത തോന്നുമ്പോൾ തന്നെ സ്ട്രെസ് റെസ്പോൺസ് കൂടാറുണ്ട്.

നമ്മുടെ ശ്രദ്ധയ്ക്ക് പരിമിതികളുണ്ട്. സ്ട്രെസ് നിറഞ്ഞ സാഹചര്യങ്ങളിൽ പണിയെടുക്കണമെങ്കിൽ നാം ആ സ്പോട്ട്ലൈറ്റിന്റെ നിയന്ത്രണം കയ്യിലെടുക്കുകയും ആ വെല്ലുവിളി നേരിടാൻ സഹായിക്കുന്നതിലേയ്ക്ക് ശ്രദ്ധ തിരിക്കുകയും ചെയ്യണം. തോൽവിയോടുള്ള പേടി മറികടക്കണമെങ്കിൽ എന്തൊക്കെ തെറ്റിപ്പോകാം എന്ന് ചിന്തിക്കുന്നതിനു പകരം ആ പ്രവർത്തിയിൽ ശ്രദ്ധിക്കുകയും ഫലത്തെക്കുറിച്ച് വേവലാതിപ്പെടാനുള്ള ഇടം കൊടുക്കാതിരിക്കുകയും ചെയ്യണം.

സാധിക്കുമെങ്കിൽ മുൻപ് തന്നെ പരിശീലനം നടത്തുന്നത് സഹായകമാണ്. ഒരു പ്രക്രിയയുമായി പൊരുത്തപ്പെടണമെങ്കിൽ എന്തിൽ ശ്രദ്ധിക്കണമെന്നും എന്ത് പ്രതീക്ഷിക്കണമെന്നും ഒക്കെ മുൻപേ സങ്കല്പിക്കുന്നതും ഒരുങ്ങുന്നതും നല്ലതാണ്. നിങ്ങളുടെ പ്രക്രിയ നന്നായി പരീക്ഷിച്ചതാണെങ്കിൽ നിങ്ങൾക്ക് സ്വയം ഒരു വിശ്വാസം തോന്നും.

നിങ്ങൾ നേരിടുന്ന വെല്ലുവിളികൾക്ക് അനുസരിച്ച് ഇതേ രീതിയിൽ നിങ്ങൾക്ക് നിങ്ങളുടെ തോൽവിയെപ്പറ്റിയുള്ള ധാരണ മാറ്റാൻ കഴിയും.

ഇതൊന്ന് പരീക്ഷിക്കൂ : ജേർണലിംഗിലൂടെ ഈ വിഷയം പര്യവേക്ഷണം ചെയ്യാൻ നിങ്ങൾ ആഗ്രഹിക്കുന്നുവെങ്കിൽ, നിങ്ങളെ സഹായിക്കുന്ന ചില നിർദ്ദേശങ്ങൾ ഇതാ. കണ്ടെത്തി നോക്കൂ.

- നിങ്ങൾ തോൽവികളോട് എങ്ങനെയാണ് പ്രതികരിക്കുന്നത്?
- നിങ്ങൾ അവയെ നിഷേധിച്ച് വേഗം മുന്നോട്ട് പോകാറുണ്ടോ? അത് സംഭവിച്ചെന്ന് പോലും മറക്കാറുണ്ടോ?
- നിങ്ങൾ സ്വയം ആക്രമിക്കുകയും വിമർശിക്കുകയും ഒക്കെ ചെയ്യാറുണ്ടോ?
- നിങ്ങളുടെ ജീവിതം ബുദ്ധിമുട്ടായതിനു നിങ്ങൾ ലോകത്തെ പഴി ചാരാറുണ്ടോ? തോൽവികളിലൂടെ എങ്ങനെ കടന്നുപോകണമെന്ന് നമ്മോട് ആരും പറഞ്ഞുതരാറില്ല.

തോൽവികളും തെറ്റുകളും ഒക്കെ നമ്മുടെ സ്വത്വത്തിന്റെയും മൂല്യത്തിന്റെയും ഒക്കെ ഭാഗമാണെന്ന് കരുതുമ്പോൾ വളരെ ചെറിയ തോൽവി പോലും നാണക്കേട് തോന്നിക്കുകയും എല്ലാം ഇട്ടെറിഞ്ഞു ഒളിക്കാനും ആ വേദന മറയ്ക്കാനുമൊക്കെ തോന്നിക്കുകയും ചെയ്യും. ഇത് പെർഫെക്ഷനിസ്റ്റ് ആയ ആളുകൾക്ക് ധാരാളമായി സംഭവിക്കാറുണ്ട്. മറ്റുള്ളവരുടെ കണ്ണിൽ മതിയാകാനും പെർഫെക്റ്റ് ആകാനുമുള്ള ഒരു ശ്രദ്ധയുണ്ട്. അതിൽ പരാജയപ്പെട്ടാൽ നിങ്ങൾ പരാജയമായി മാറി. തോറ്റാൽ പിന്നെ സ്വയം തോൽവിയായി മാറി. ഇതിലെ തോൽവി എത്ര ചെറിയതായാലും ഇതാണ് അവസ്ഥ.

എന്നാൽ നാം തോൽവികളോട് പ്രതികരിക്കുമ്പോൾ നമ്മുടെ വ്യക്തിത്വത്തെ അക്രമിക്കാതെ ആ സന്ദർഭത്തിന്റെ പ്രത്യേകതകൾ ശ്രദ്ധിക്കുകയും തോൽവി മാനുഷികമായ ഒരു കാര്യമായി കാണുകയും ഒക്കെ ചെയ്താൽ ഉണ്ടാകുന്ന വൈകാരികഫലം വ്യത്യസ്തമാണ്. ഒരു തെറ്റിനെപ്പറ്റിയോ ഒരു തീരുമാനത്തെപ്പറ്റിയോ ഒക്കെ കുറ്റബോധം തോന്നുന്നത് നമ്മെ എവിടെ തെറ്റി എന്ന് ആത്മാർഥമായി വിശകലനം ചെയ്യാൻ പ്രേരിപ്പിക്കാമെങ്കിലും സ്ഥിരമൊരു തോൽവിയായി എന്ന് തോന്നുന്നത് പ്രശ്നമാണ്. ഒരു വ്യക്തിയെ ആക്രമിക്കുന്നതിന് പകരം ഒരു സ്വഭാവത്തിലാണ് ശ്രദ്ധിക്കേണ്ടത്.

നിങ്ങൾ നിങ്ങളുടെ പ്രവർത്തികളുടെ ഉത്തരവാദിത്തം അപ്പോഴും ഏൽക്കേണ്ടതുണ്ട്. അവനവനോട് കാരുണ്യം ഉണ്ടായാൽ അതിനർത്ഥം നിങ്ങൾ അതിന്റെ ഉത്തരവാദിത്തത്തിൽ നിന്ന് ഒഴിവായി എന്നല്ല. ഒരു തെറ്റ് സംഭവിച്ചത് ഒരു ഒറ്റപ്പെട്ട സംഭവമാണ് അതിൽ നിന്ന്

പഠിച്ചുകൊണ്ട് നിങ്ങളുടെ മൂല്യങ്ങളിലേയ്ക്ക് വഴി തിരിക്കുകയുമാണ് ചെയ്യേണ്ടത്. ഈ പാതയിൽ നിങ്ങൾക്ക് തുടരെ ഉണ്ടാകുന്ന തെറ്റുകളിൽ നിന്ന് പഠിക്കാനും വളരാനും കഴിയും. എന്നാൽ നാണക്കേട് നിങ്ങളെ തളർത്തി ഒന്നും ചെയ്യാനാകാത്ത അവസ്ഥയിലേയ്ക്ക് തള്ളിയിടുകയാണ് ചെയ്യുന്നത്.

തോൽവികൾ ബുദ്ധിമുട്ടാണ്, അത് നമ്മുടെ സ്ട്രെസ് റെസ്പോൺസ് വളർത്തും. സ്ട്രെസ് ഉള്ള സമയത്ത് നമ്മുടെ നെഗറ്റീവ് വിശ്വാസങ്ങൾ വളരും. (Osmo et al., 2018). 'ഞാൻ ഒരു തോൽവിയാണ്, സമ്പൂർണ്ണ പരാജയമാണ്, എനിക്ക് വിലയില്ല, ഞാൻ ഒന്നുമല്ല' എന്നൊക്കെയുള്ള തോന്നലുകൾ നാം വളർത്താൻ തുടങ്ങും. ഇത്തരം ചിന്തകളും അതിന്റെ കൂടെ വരുന്ന നാണക്കേടുമൊക്കെ നമ്മെ ഒറ്റയ്ക്കായതായി തോന്നിക്കാൻ ശക്തിയുള്ളവയാണ്. ഇത്തരം വിചാരങ്ങളെ നാം യാഥാർത്ഥ്യങ്ങളായി കാണാൻ തുടങ്ങും. ഇത് നമുക്ക് മാത്രമാണ് സംഭവിച്ചത് എന്ന തോന്നലിൽ നിന്ന് നാം നമ്മുടെ വികാരങ്ങൾ മറച്ചുവയ്ക്കും. എന്നാൽ ഭൂമിയിലെ ഏഴ ബില്യൺ മനുഷ്യരിൽ ഏതാണ്ട് പതിനഞ്ചോ ഇരുപതോ സാധാരണയായി കാണുന്ന നെഗറ്റീവ് വിശ്വാസങ്ങൾ മാത്രമേ ഉള്ളൂ. ഇതിനർത്ഥം നാം തനിച്ചല്ല എന്നാണ്. മനുഷ്യർ എന്ന നിലയിൽ നമുക്ക് സ്നേഹത്തിനു അർഹരാണെന്ന് തോന്നേണ്ടത് ഒരു ആവശ്യമാണ്. എല്ലാവരും സുരക്ഷിതമായ ഒരു കൂട്ടമാണ് ആഗ്രഹിക്കുന്നത്.

തോൽവിയുടെ കൂടെ നമുക്ക് നാണക്കേട് തോന്നുമ്പോൾ നമ്മുടെ സ്വീകാര്യതയും അതോടൊപ്പം നിലനിൽപ്പും ഭീഷണിയിലാണെന്നാണ് നാം കരുതുന്നത്. ഈ ചിന്തകൊണ്ട് ഒരു പ്രശ്നം പരിഹരിക്കാൻ പോലും നമുക്ക് തോന്നാറില്ല.

ലോകത്തിലേയ്ക്ക് ഇറങ്ങിച്ചെന്ന് റിസ്കുകൾ എടുക്കുകയും നമ്മെ നാണക്കേടിന് പാത്രമാക്കാൻ അനുവദിക്കുകയും ഒക്കെ ചെയ്യുമ്പോൾ ആ നാണക്കേട് കടന്നു മുന്നോട്ടു പോകാനുള്ള കഴിവാണ് നാം നേടുന്നത്. നമുക്ക് എല്ലാവർക്കും തിരിച്ചു പോയി തോൽവികളിൽ നിന്ന് പഠിക്കാനും മനുഷ്യൻ എന്ന നിലയിലെ നമ്മുടെ വില ചോദ്യം ചെയ്യാതിരിക്കാനുമുള്ള ഇടങ്ങളാണ് വേണ്ടത്. ആ സുരക്ഷിതമായ ഇടം നമ്മുടെ മനസ്സാണ്. നമുക്ക് ഇഷ്ടമുള്ള ഒരാൾ സഹിക്കുമ്പോൾ നാം അവരോട് കരുണ കാണിക്കുന്നു. അവർക്ക് അതാണ് വേണ്ടതെന്ന് നമുക്കറിയാം. നാം തളരുമ്പോൾ നമുക്കും അത് തന്നെയാണ് വേണ്ടത്. എന്നാൽ നാം എങ്ങനെയാണ് അവനവനോട് സ്നേഹമുള്ള ആളുകളായി മാറുന്നത്? എങ്ങനെയാണ് നാം കേൾക്കാനാഗ്രഹിക്കുന്ന ശബ്ദം അവനവനിൽ നിന്ന് കേൾക്കുന്നത്?

നാണക്കേടിനെ അതിജീവിക്കൽ

ഒരു തോൽവി ഉണ്ടാകുമ്പോൾ അതോർത്ത് നാണക്കേട് അനുഭവിക്കു

മ്പോൾ ചിന്തയിൽ ഒരു വലിയ പിഴവാണ് ഉണ്ടാകുന്നത്. നാം ഒരു സംഭവവും തെരഞ്ഞെടുപ്പും അല്ലെങ്കിൽ ഒരു സ്വഭാവരീതിയും ഒക്കെ നോക്കി നാം ആരാണ് എന്നതിനെപ്പറ്റിയും നമ്മുടെ മൂല്യത്തെപ്പറ്റിയും ചില വിലയിരുത്തലുകൾ നടത്തുന്നു. ഒരു ചെറിയ വിവരം മാത്രം ഉപയോഗിച്ചാണ് ഒരാളെപ്പറ്റി ഇങ്ങനെയൊരു വിലയിരുത്തൽ നടത്തുന്നത്. അതിൽ നിങ്ങൾ നിങ്ങളുടെ ശക്തികളും ശക്തിക്കുറവുകളും താല്പര്യങ്ങളുമൊന്നും പരിഗണിക്കുന്നില്ല. ഇത് സ്നേഹമുള്ള ഒരാളോട് നാം ചെയ്യാൻ പാടില്ലാത്ത കാര്യമാണ്. നിങ്ങൾക്ക് ഉപാധികളില്ലാതെ സ്നേഹമുള്ള ഒരാൾ ഒരു തെറ്റ് ചെയ്യുമ്പോൾ നിങ്ങൾക്ക് അവർ ഒരു വ്യക്തി പോലുമല്ല എന്ന് വിലയിരുത്താറില്ലല്ലോ? അവർ ആ അനുഭവത്തിൽ നിന്ന് പേടിച്ച് മുന്നോട്ട് പോകണമെന്നും അവർ ആരായി മാറണം എന്നതിലേക്ക് അവരെ എത്തിക്കുന്ന തീരുമാനങ്ങൾ എടുക്കണമെന്നും ഒക്കെയാവും നിങ്ങളുടെ ആഗ്രഹം. അവർക്ക് ഏറ്റവും നല്ലത് വരണമെന്നുള്ള ആഗ്രഹം ഉള്ള നിങ്ങൾ ഒരിക്കലും അവരെ വാക്കുകൾ കൊണ്ട് വേദനിപ്പിക്കില്ല.

ടൂൾ കിറ്റ് : നാണക്കേടിനെ അതിജീവിക്കുക

നാണക്കേട് വളരെ തീവ്രവും അങ്ങേയറ്റം വേദനാജനകവുമാകാം. തോൽവിയുടെ കൂടെ ഉണ്ടാകുന്ന നാണക്കേടിനെ അതിജീവിക്കാൻ സഹായിക്കുന്ന ചില കാര്യങ്ങൾ ഇവിടെ ചേർക്കാം.

- നിങ്ങളുടെ ഭാഷ ശ്രദ്ധയോടെ ഉപയോഗിക്കുക. 'ഞാൻ...' എന്ന് തുടങ്ങുന്ന വാക്കുകൾ നിങ്ങളുടെ സ്വഭാവത്തെ ആക്രമിക്കുന്നതാകരുത്. നിങ്ങളുടെ മൂല്യം ഈ നാണക്കേടിൽ കൂട്ടിക്കെട്ടരുത്.
- എന്ത് സംഭവിച്ചു എന്ന് ചിന്തിക്കുമ്പോൾ നിങ്ങൾ തെറ്റാണെന്നു കരുതുന്ന സ്വഭാവമെന്താണെന്ന് കൃത്യമായി പറയുക. ഒരു സ്വഭാവമോ ഒരു കൂട്ടം സ്വഭാവങ്ങളോ നിങ്ങൾ എന്ന വ്യക്തിയുടെ ആകെത്തുകയല്ല.
- ഈ തോന്നലിൽ നിങ്ങൾ തനിച്ചല്ല എന്നറിയുക. ഒരു തോൽവിക്ക് ശേഷം നാണക്കേട് തോന്നുന്നത് സ്വാഭാവികമാണ്. അവനവനെ കുറ്റപ്പെടുത്തുന്ന ചിന്തകളും സ്വാഭാവികമാണ്. അത്തരം ചിന്തകൾ ലോകത്തിൽ എല്ലാവർക്കും ഉണ്ടാകുമെങ്കിലും അത് ശരിയാകണമെന്നില്ല.
- ഈ തോന്നൽ തീവ്രവും വേദനാജനകവുമാണെങ്കിലും അത് താൽക്കാലികമാണെന്ന് അറിയുക. നമുക്ക് ആശ്വാസം കണ്ടെത്താനും ആ വികാരം നമ്മെ കടന്നുപോകാനും അനുവദിക്കാവുന്നതാണ്.

- ഈ സാഹചര്യത്തിൽ നിങ്ങൾക്ക് ഇഷ്ടമുള്ള ഒരാളായിരുന്നെങ്കിൽ നിങ്ങൾ എങ്ങനെയാകും സംസാരിക്കുക?
- ആത്മാർത്ഥത കാണിച്ചുകൊണ്ട് എങ്ങനെയാണ് നിങ്ങൾക്ക് അവരോട് സ്നേഹം കാണിക്കാൻ കഴിയുക? എങ്ങനെയാണ് അവരുടെ പ്രവർത്തികളുടെ ഉത്തരവാദിത്തം ഏറ്റെടുക്കാൻ അവരെ പ്രേരിപ്പിക്കുക?
- നിങ്ങൾക്ക് വിശ്വാസമുള്ള ആരോടെങ്കിലും സംസാരിക്കുക. നാണക്കേട് മറച്ചുവയ്ക്കുന്നത് അതിനെ മുന്നോട്ട് കൊണ്ടുപോകും. അത് പങ്കിടുമ്പോൾ അതൊരു സാധാരണ മാനുഷിക അനുഭവമായി മനസ്സിലാവുകയും തോൽവിക്ക് ശേഷം നാണക്കേട് സ്വാഭാവികമാണെന്ന് തിരിച്ചറിയുകയും ചെയ്യും. നല്ല സുഹൃത്തുക്കൾ നമ്മുടെ തെറ്റുകൾക്ക് ഉടമസ്ഥത എടുക്കാൻ പറയും. അവർ ആത്മാർത്ഥതയായി മറുപടി പറയുകയും അതിനൊപ്പം നമ്മെ സ്വീകരിക്കുകയും ചെയ്യും.
- ഈ സാഹചര്യത്തിൽ എങ്ങനെ പ്രതികരിക്കുന്നതാണ് നിങ്ങൾ ആകാനാഗ്രഹിക്കുന്ന വ്യക്തിക്ക് ചേരുന്നത്? എങ്ങനെയാണ് ഇപ്പോഴുള്ള അവസ്ഥയിൽ നിന്ന് നിങ്ങൾക്ക് അഭിമാനവും നന്ദിയും തോന്നുന്ന ഒരാളിലേയ്ക്ക് നിങ്ങൾക്ക് വളരാനാവുക?

അധ്യായ സംഗ്രഹം

- നാം സ്ട്രെസ്സിന്റെ ഫലങ്ങളെപ്പറ്റി ചിന്തിക്കുന്നത് സമ്മർദ്ദം ഉണ്ടാകുമ്പോൾ എങ്ങനെ നാം പ്രവർത്തിക്കുമെന്ന് നമുക്ക് മനസ്സിലാക്കിത്തരും.
- സ്ട്രെസ്സിനെ ഒരു സ്വത്തായി കണ്ടാൽ നിങ്ങൾ ആ വികാരങ്ങൾ ഇല്ലാതാക്കാൻ ശ്രമിക്കുന്നത് നിറുത്തും. പകരം നിങ്ങൾ ചെയ്യേണ്ട കാര്യങ്ങളിൽ ശ്രദ്ധിക്കാൻ നിങ്ങൾക്ക് കഴിയും.
- പ്രവർത്തനം മികച്ചതാക്കാനുള്ള വാചകങ്ങൾ സൂക്ഷിക്കുക. എന്താണ് ചെയ്യരുതാത്തത് എന്നതിനേക്കാൾ എന്താണ് ചെയ്യേണ്ടത് എന്നതിൽ ശ്രദ്ധിക്കുക.
- നിങ്ങളുടെ സ്ട്രെസ് ലെവൽ ശരിയാക്കാനായി നിങ്ങളുടെ ശ്രദ്ധ ശരിയാക്കുക.
- തോൽവിയുമായുള്ള നിങ്ങളുടെ ബന്ധം മെച്ചപ്പെടുത്തുകയും നാണക്കേടിനെ അതിജീവിച്ചുകൊണ്ട് കഠിനമായ പിരിമുറുക്കമുള്ള സാഹചര്യങ്ങളെ നേരിടാനുള്ള ശക്തി ഉണ്ടാക്കിയെടുക്കുക.

8

സാർത്ഥക ജീവിതം

32

'എനിക്ക് സന്തോഷമായിരുന്നാൽ മതി' എന്നതിലെ പ്രശ്നം

തെറാപ്പിയിൽ നാം മുന്നോട്ടുള്ള ഒരു വഴി കണ്ടെത്തുമ്പോൾ 'എനിക്ക് സന്തോഷമായിരുന്നാൽ മതി' എന്ന് സ്ഥിരം കേൾക്കാറുണ്ട്.

എന്നാൽ സന്തോഷം എന്ന ആശയം ഇപ്പോൾ കുറേക്കാലമായി തുടർച്ചയായ ആനന്ദവും ജീവിതത്തിലെ സംതൃപ്തിയും എന്നതായി മാറിയിട്ടുണ്ട്. സോഷ്യൽ മീഡിയയിൽ 'ബീ പോസിറ്റീവ്, സ്റ്റേ ഹാപ്പി, ജീവിതത്തിൽ നിന്ന് നെഗറ്റിവിറ്റി എടുത്ത് കളയൂ' എന്നൊക്കെയുള്ള വാചകങ്ങൾ സ്ഥിരമായി കാണാം.

സന്തോഷമാണ് വേണ്ടതെന്നും അതിന് വെളിയിലുള്ളത് എന്തും ഒരു മാനസിക പ്രശ്നമാണെന്നും നിങ്ങൾക്ക് തോന്നാം. നമുക്ക് ധനം സമ്പാദിക്കാനായാൽ സന്തോഷം വരുമെന്നും ഒരു ധാരണയുണ്ട്.

എന്നാൽ തുടർച്ചയായി സന്തോഷത്തിൽ ജീവിക്കുന്നത് മനുഷ്യർക്ക് കഴിയുന്ന കാര്യമല്ല. നാം നിലനിൽപ്പിന്റെ വെല്ലുവിളിയുമായി പ്രതികരിച്ച് ജീവിക്കേണ്ടവരാണ്. വികാരങ്ങൾ നമ്മുടെ ശാരീരിക അവസ്ഥയുടെയും പ്രവർത്തികളുടെയും വിശ്വാസങ്ങളുടെയും ചുറ്റുമുള്ള കാര്യങ്ങളുടെ ഒക്കെ പ്രതിഫലനമാണ്. അക്കാര്യങ്ങളൊക്കെ തുടർച്ചയായി മാറിക്കൊണ്ടിരിക്കുകയാണ്. അതുകൊണ്ട് സാധാരണമായ അവസ്ഥയും സ്ഥിരമായി മാറിക്കൊണ്ടിരിക്കുന്ന ഒന്നാണ്. *ദി ഹാപ്പിനെസ് ട്രാപ്പ്* എന്ന പുസ്തകത്തിൽ റസ് ഹാരിസ് വികാരങ്ങളെ കാലാവസ്ഥയോട് ഉപമിക്കുന്നുണ്ട്. അവ തുടർച്ചയായി മാറിക്കൊണ്ടാണ് ഇരിക്കുന്നത്. ചിലപ്പോഴൊക്കെ അത് നമുക്ക് പ്രവചിക്കാനാകും, ചിലപ്പോൾ പെട്ടെന്ന് അപ്രതീക്ഷിതമായ മാറ്റങ്ങൾ ഉണ്ടാകും. വികാരങ്ങൾ പലപ്പോഴും നമ്മുടെ അനുഭവങ്ങളുടെ ഭാഗമാണ്. എന്നാൽ കാലാവസ്ഥ പോലെ ചില നിമിഷങ്ങൾ സുഖകരവും ചിലത് ദുസ്സഹവുമാണ്. ചില സമയത്ത് നമുക്ക് എളുപ്പത്തിൽ വിശദീകരിക്കാൻ

കഴിയുന്ന ഒന്നും ഉണ്ടാകില്ല. മനുഷ്യ അനുഭവങ്ങളെ ഈ രീതിയിൽ കാണാനും തിരിച്ചറിയാനും കഴിയുമ്പോൾ സന്തോഷം എന്ന പേരിൽ നമുക്ക് വിലക്കപ്പെടുന്നതൊന്നും നിലനിൽക്കില്ലെന്നും തിരിച്ചറിയും. സന്തോഷം എന്നാൽ സുഖകരമല്ലാത്ത വികാരങ്ങളുടെ അസാന്നിധ്യ മായാണ് നാം കരുതുന്നതെങ്കിൽ പ്രത്യേകിച്ചും.

നമുക്ക് സന്തോഷവും സംതൃപ്തിയും നിറഞ്ഞ ഒരു ജീവിതം ജീവിക്കു മ്പോഴും മനുഷ്യൻ എന്ന നിലയിലെ എല്ലാ വികാരങ്ങളും അനുഭവിക്കാൻ കഴിയും. സന്തോഷം എന്നാൽ തുടർച്ചയായ പോസിറ്റിവിറ്റി ആണെന്ന് കരുതിയാൽ അൽപ്പം വിഷമം തോന്നിയാൽ തോറ്റുപോയി എന്ന് കരുതാൻ നമുക്ക് തോന്നും. എവിടെയോ എന്തോ പിശകിയെന്നും നമുക്ക് മാനസികമായ എന്തോ പ്രശ്നമുണ്ടെന്നും തോന്നും. എങ്ങനെ ചിന്തിക്കു മ്പോൾ ഇരുണ്ട കാർമേഘം കൂടുതൽ കറുക്കും. നാം മനുഷ്യരായത് കൊണ്ടും ജീവിതം ബുദ്ധിമുട്ടുള്ളത് കൊണ്ടുമാണ് നമുക്ക് ചിലപ്പോൾ സന്തോഷം തോന്നാത്തത്.

നമുക്ക് ഏറ്റവും കൂടുതൽ സന്തോഷം തരുന്ന കാര്യങ്ങൾ സന്തോഷം മാത്രമല്ല കൊണ്ടുവരുന്നത്. അതിന്റെ ഏറ്റവും മികച്ച ഉദാഹരണം നമ്മുടെ ജീവിതത്തിൽ ഉള്ള മനുഷ്യരാണ്. നിങ്ങളുടെ കുടുംബം നിങ്ങൾക്ക് എത്ര പ്രധാനമാണെങ്കിലും ചിലപ്പോൾ നിങ്ങളെ വിഷമിപ്പിക്കാറുണ്ട്. മാതാപിതാക്കൾക്ക് തങ്ങളുടെ റോളിൽ സ്നേഹവും ആനന്ദവും ഒക്കെ തോന്നാറുണ്ട്. എന്നാൽ ഇടയ്ക്കൊക്കെ വലിയ വേദനയും നാണക്കേടും തോന്നാറുണ്ട്. ഒരു വലിയ ബൊക്കെയിലെ ചില പൂക്കൾ മാത്രമാണ് സന്തോഷം. ഒന്നില്ലാതെ മറ്റൊന്നില്ല. വികാരങ്ങൾ ഒരു വലിയ കൂട്ടം പൂക്കളാണ്.

എന്തുകൊണ്ട് അർത്ഥം പ്രധാനമാകുന്നു

ജീവിതത്തിൽ ഒരു നഷ്ടബോധം തോന്നുമ്പോഴാണ് ചിലയാളുകൾ തെറാപ്പി സ്വീകരിക്കുന്നത്. എന്താണ് പ്രശ്നമെന്ന് അവർക്ക് പറയാൻ കഴിഞ്ഞില്ലെങ്കിലും എന്തോ പ്രശ്നമുണ്ടെന്ന് അവർക്ക് തോന്നും. എന്തിനെ യെങ്കിലും പറ്റി ആവേശം കൊള്ളാനോ സന്തോഷത്തോടെ എന്തെങ്കിലു മൊക്കെ ചെയ്യാനോ ഒക്കെ അവർക്ക് ബുദ്ധിമുട്ടാണ്. കൃത്യമായ ഒരു പ്രശ്നം ഇല്ലാതെ അവർക്ക് ആ പ്രശ്നം പരിഹരിക്കണോ ഒരു ദിശ കണ്ടെ ത്താനോ കഴിയില്ല. ഏത് ലക്ഷ്യമാണ് പ്രധാനമെന്ന് അവർക്ക് അറിയില്ല.

പല സാഹചര്യങ്ങളിലും ഇത് തങ്ങളുടെ അടിസ്ഥാന മൂല്യങ്ങളിൽ നിന്ന് ബന്ധം വിച്ഛേദിക്കുന്നതുമായി ചേർത്തുവയ്ക്കാൻ കഴിയും. ജീവിതം അവരെ അവർക്ക് പ്രധാനപ്പെട്ട കാര്യങ്ങളിൽ നിന്ന് വലിച്ചുമാറ്റിയി രിക്കുന്നു. നിങ്ങളുടെ മൂല്യങ്ങളെപ്പറ്റി തെളിച്ചമുണ്ടായാൽ നിങ്ങൾക്ക് പലതും ചെയ്യാൻ കഴിയും. അത് നിങ്ങൾക്ക് ഏത് ദിശയിൽ പോകണ

മെന്ന പറഞ്ഞു തരും, എന്ത് ലക്ഷ്യമാണ് നിങ്ങൾക്ക് പ്രയോജനപ്പെടുക എന്നും തൃപ്തി തരികയെന്നും പറഞ്ഞുതരും. നിങ്ങളുടെ ജീവിതത്തിലെ വേദന നിറഞ്ഞ നിമിഷങ്ങളെ അതിജീവിക്കാൻ സഹായിക്കുകയും ദുർഘടങ്ങൾ ഉള്ളപ്പോൾ പോലും നിങ്ങൾ ശരിയായ പാതയിലാണെന്ന് മനസ്സിലാക്കിത്തരികയും ചെയ്യും.

എന്താണ് മൂല്യങ്ങൾ?

മൂല്യങ്ങൾ ലക്ഷ്യങ്ങളല്ല. നിങ്ങൾക്ക് പ്രവർത്തിക്കാൻ കഴിയുന്ന ഉറപ്പുള്ള, നിശ്ചിതമായ ഒന്നാണ് ലക്ഷ്യം. അത് നേടിക്കഴിഞ്ഞാൽ അതാണ് അതിന്റെ അവസാനം. പിന്നെ നിങ്ങൾക്ക് അടുത്ത ലക്ഷ്യം കണ്ടെത്തേണ്ടിവരും. ഒരു പരീക്ഷ ജയിക്കുന്നത് ഒരു ലക്ഷ്യമാകാം, നിങ്ങളുടെ ലിസ്റ്റിൽ ഉള്ള ജോലികൾ തീർക്കുന്നതോ ഒരു മത്സരത്തിൽ പങ്കെടുക്കുന്നതോ ഒക്കെ ലക്ഷ്യങ്ങളാണ്.

എന്നാൽ മൂല്യങ്ങൾ ചെയ്ത് തീർക്കേണ്ട ചില പ്രവർത്തികളല്ല. എങ്ങനെ നിങ്ങളുടെ ജീവിതം ജീവിക്കാൻ നിങ്ങൾ ആഗ്രഹിക്കുന്നു, എന്തുതരം വ്യതിയാകാൻ നിങ്ങൾ ആഗ്രഹിക്കുന്നു, എന്ത് അടിസ്ഥാന തത്വങ്ങൾക്ക് വേണ്ടി നിലകൊള്ളാൻ നിങ്ങൾ ശ്രമിക്കുന്നു എന്നൊക്കെയുള്ള ചില ആശയങ്ങളാണ് മൂല്യങ്ങൾ.

ജീവിതം പരിപൂർണ്ണമായ ഒരു യാത്രയായിരുന്നെങ്കിൽ നിങ്ങൾ തെരഞ്ഞെടുക്കുന്ന പാതയാണ് മൂല്യം. ആ പാത ഒരിക്കലും അവസാനിക്കുന്നില്ല. നിങ്ങളുടെ യാത്ര സാധ്യമാക്കുന്ന ഒരു വഴി മാത്രമാണ് അത്. നിങ്ങളുടെ മൂല്യങ്ങളുമായി ചേർന്ന് സഞ്ചരിക്കുമ്പോൾ നിങ്ങൾ ആ പാതയോട് ചേർന്നാണ് നടക്കുന്നത്. ചിലപ്പോൾ ചാടിക്കടക്കേണ്ടതായ പ്രതിബന്ധങ്ങൾ ആ പാതയിൽ കണ്ടേക്കാം. അതൊക്കെ ഈ പാത തെരഞ്ഞെടുക്കുമ്പോൾ നിങ്ങൾ സ്വീകരിക്കുന്ന ചില ലക്ഷ്യങ്ങളാണ്. ചില പ്രശ്നങ്ങൾ വളരെ വലുതായിരിക്കും, അത് അതിജീവിക്കാൻ കഴിയുമോ എന്ന് നിങ്ങൾക്ക് ഉറപ്പ കാണില്ല. എന്നാൽ നിങ്ങൾ നിങ്ങളുടെ കഴിവിന്റെ പരമാവധി ശ്രമിക്കുന്നത് ഈ പാതയിൽ തുടരുന്നത് നിങ്ങൾക്ക് പ്രധാനമായത് കൊണ്ടാണ്.

വേറെ പലതരം പ്രതിബന്ധങ്ങളുള്ള പല പാതകളുണ്ട്. എന്നാൽ ഈ വഴിയിൽ ഉറച്ചു നിന്ന് എന്ത് വന്നാലും നേരിടാൻ ശ്രമിക്കുന്നത് ആ പ്രവർത്തികൾക്ക് എല്ലാം അർത്ഥവും ലക്ഷ്യവും നൽകുന്നു. ഈ വഴി തെരഞ്ഞെടുത്ത മനസ്സ് നിങ്ങൾക്ക് പ്രതിബന്ധങ്ങൾ നേരിടാനും ഇതേവരെ പരിശ്രമിക്കാത്ത കാര്യങ്ങൾ ചെയ്യാനും ഒക്കെയുള്ള ശക്തി തരും. നിങ്ങളുടെ ജീവിതത്തിലെ പല പരീക്ഷകളും നേരിടാൻ നിങ്ങൾ കഠിനമായി പരിശ്രമിക്കും, കാരണം നിങ്ങളുടെ മൂല്യങ്ങളിൽ ഒന്ന് ഒരുപക്ഷെ ജീവിതാവസാനം വരെയുള്ള പഠനവും വളർച്ചയുമാകാം. നിങ്ങൾ ചെയ്യുന്ന പ്രവർത്തികൾ, അവയോടുള്ള നിങ്ങളുടെ സമീപനം,

നിങ്ങൾ അത് ചെയ്യാനുള്ള കാരണം എന്നിവയൊക്കെ മൂല്യങ്ങളാണ്. അത് നിങ്ങൾ ആരാണ്, ആരല്ല എന്നൊന്നും പറയുന്നില്ല. നിങ്ങൾക്ക് എന്തുണ്ട്, നിങ്ങൾ എന്ത് നേടി, എന്ത് പൂർത്തിയാക്കി എന്നും അത് പറയില്ല.

ചിലപ്പോൾ നാം നമ്മുടെ മൂല്യങ്ങളിൽ നിന്ന് വ്യതിചലിക്കാറുണ്ട്. ജീവിതത്തിൽ പല ദിശകളിൽ നാം പോകേണ്ടിവരുന്നത് കൊണ്ടാണ് ഇത്. അല്ലെങ്കിൽ നമ്മുടെ മൂല്യങ്ങളെപ്പറ്റി ഒരുപക്ഷെ നമുക്ക് കൃത്യമായ ധാരണ ഉണ്ടായിരുന്നിരിക്കില്ല. ജീവിതത്തിലൂടെ നടന്ന പക്വത നേടുമ്പോൾ ഒരുപക്ഷെ നമ്മുടെ മൂല്യങ്ങൾ മാറാം. നാം സ്വാതന്ത്ര്യം നേടുകയും വീട്ടിൽ നിന്ന് മാറുകയും പരിചയപ്പെടുന്ന വ്യക്തികളിൽ നിന്നെല്ലാം പഠിക്കുകയും ലോകത്തെപ്പറ്റി അറിയുകയും മക്കളെ വളർത്തുകയോ വളർത്തിയിരിക്കുകയോ ഒക്കെ ചെയ്യും. ഈ ലിസ്റ്റ് തുടരും. ഇക്കാരണം കൊണ്ട് തന്നെ കൃത്യമായ ഇടവേളകളിൽ എന്താണ് പ്രധാനമെന്ന് വിലയിരുത്തുന്നത് നന്നായിരിക്കും.

അപ്പോൾ ദിശ മാറ്റേണ്ട സാഹചര്യങ്ങളിൽ ബോധപൂർവ്വം തീരുമാനങ്ങൾ എടുക്കാനും നമ്മുടെ ജീവിതത്തിന് അർത്ഥം തരുന്ന പാതയോട് ചേർന്ന് സഞ്ചരിക്കുന്നെന്ന് ഉറപ്പു വരുത്തുകയും ചെയ്യാൻ കഴിയും.

നമ്മുടെ മൂല്യങ്ങളെപ്പറ്റി തെളിച്ചമില്ലാത്തപ്പോൾ എന്ത് ചെയ്യണം എന്ന തോന്നലിൽ നിന്നാവും നാം ലക്ഷ്യങ്ങൾ ഉണ്ടാക്കുന്നത്. ഇതിൽ മറ്റുള്ളവരുടെ പ്രതീക്ഷകളും ഉണ്ടാകും. ഈ ലക്ഷ്യം നേടിയാൽ മതിയാകുമെന്നും പിന്നെ നമുക്ക് സന്തോഷത്തോടെ വിശ്രമിക്കാം എന്നുമൊക്കെ തോന്നും. എന്നാൽ ഇതിലെ ഒരു പ്രശ്നം ഏതൊക്കെ സാഹചര്യങ്ങളിൽ നിങ്ങൾക്ക് സന്തോഷവും സംതൃപ്തിയും കണ്ടെത്താനാകും എന്നതിന് നിങ്ങൾ കൃത്യമായ ചട്ടക്കൂടുകൾ ഉണ്ടാക്കുന്നു എന്നാണ്. ജീവിത സംതൃപ്തിയെയും സന്തോഷത്തെയും നിങ്ങൾ ഒരു ഭാവിയിലാണ് സങ്കൽപ്പിക്കുന്നത്. (Clear, 2018).

നിങ്ങൾ ജീവിതത്തിൽ ലക്ഷ്യങ്ങൾ വയ്ക്കരുത് എന്നല്ല ഞാൻ പറയുന്നത്. എന്നാൽ എന്തിനെങ്കിലും വേണ്ടി പ്രവർത്തിക്കുമ്പോൾ എന്തിനാണ് നിങ്ങൾ പ്രവർത്തിക്കുന്നത് എന്ന ബോധ്യം വേണം. ജീവിതത്തിലെ നല്ല കാര്യങ്ങൾ എല്ലാം ഈ ലക്ഷ്യം പൂർത്തിയായാൽ മാത്രമല്ല ഉള്ളതെന്നും ഈ ലക്ഷ്യത്തിലേക്കുള്ള പാതയിൽ അതൊക്കെ ഉണ്ടെന്നും തിരിച്ചറിയുന്നത് പ്രധാനമാണ്. ഭാവിയിൽ കാര്യങ്ങൾ മെച്ചപ്പെടുമെന്ന് പ്രതീക്ഷിക്കുന്നതിനേക്കാൾ ഇപ്പോൾ ജീവിതത്തിൽ എന്താണ് അർത്ഥവും ലക്ഷ്യവും തരുന്നതെന്ന് അറിയുകയും നിങ്ങൾക്ക് പ്രധാനമായതിനോട് ചേർന്ന് ജീവിക്കുകയും ചെയ്യുക. മാറ്റത്തിന്റെ ദിശയിൽ നിങ്ങൾക്ക് സഞ്ചരിക്കാൻ കഴിയുകയും നിങ്ങളുടെ സർവ്വശക്തിയും കൊണ്ട് നിങ്ങൾക്ക് പലതും നേടാൻ കഴിയുകയും ചെയ്യും. എന്നാൽ നിങ്ങൾ അർത്ഥവത്തായ ജീവിതമുണ്ടാകാനായി കാത്തിരിക്കുകയല്ല, നിങ്ങളുടെ ഇപ്പോഴുള്ള ജീവിതം അർത്ഥവത്താണ്.

അധ്യായ സംഗ്രഹം

- സന്തോഷം ആണ് ലക്ഷ്യം എന്നും അതിന് വെളിയിലുള്ളതെല്ലാം ഒരു മാനസികാരോഗ്യ പ്രശ്നമാണെന്നുമാണ് പലപ്പോഴും നാം കേൾക്കുന്നത്.
- നാം മനുഷ്യരായത് കൊണ്ടും ജീവിതം ശ്രമകരമായത് കൊണ്ടും ചിലപ്പോൾ നാം സന്തുഷ്ടരായിരിക്കില്ല.
- സന്തോഷം നിറഞ്ഞ വികാരങ്ങൾ മാത്രമല്ല ജീവിതത്തെ അർത്ഥവത്താക്കുന്നത്. അതിൽ സന്തോഷം, ആനന്ദം, സ്നേഹം, പേടി, നാണക്കേട്, വേദന എന്നിങ്ങനെ പലതും ഉൾപ്പെടും.
- നമ്മുടെ സ്വകാര്യമായ മൂല്യങ്ങളെക്കുറിച്ച് വ്യക്തത നേടുന്നത് നമ്മുടെ ജീവിതത്തിന് അർത്ഥവും ലക്ഷ്യവും നൽകുന്ന ലക്ഷ്യങ്ങൾ സജ്ജീകരിക്കാൻ സഹായിക്കും.
- നമ്മുടെ മൂല്യങ്ങളെ ഉയർത്തിപ്പിടിക്കുമ്പോൾ നമുക്ക് ജീവിതത്തിലെ വേദന നിറഞ്ഞ അവസ്ഥകളും കടന്നു ശരിയായ പാതയിലാണെന്ന ബോധ്യവുമായി മുന്നോട്ട് പോകാൻ കഴിയും.

33

എന്താണ് പ്രധാനമെന്ന് കണ്ടെത്തൽ

നിങ്ങളുടെ മൂല്യങ്ങൾ കണ്ടെത്താൻ സഹായിക്കുന്ന ചില ലളിതമായ വ്യായാമങ്ങളുണ്ട്. നാം ജീവിതത്തിന്റെ ഏത് അവസ്ഥയിലാണെന്നും എന്താണ് നേരിടുന്നതെന്നും അനുസരിച്ച് മൂല്യങ്ങൾക്ക് മാറ്റം വരാം. മൂല്യങ്ങൾ മാത്രമല്ല നമ്മുടെ പ്രവർത്തികളും അവയ്ക്ക് മൂല്യങ്ങളോടുള്ള ബന്ധവും ഒക്കെ മാറും. ജീവിതത്തിൽ പ്രതിസന്ധികൾ ഉണ്ടാകുമ്പോൾ ചിലപ്പോൾ പ്രധാനമായതിൽ നിന്ന് വ്യതിചലിക്കേണ്ടി വരും. അത് കൊണ്ട് തന്നെ ഇടയ്ക്കിടെ ചില വിലയിരുത്തലുകൾ നടത്താൻ സമയം കണ്ടെത്തുന്നത് പ്രധാനമാണ്. ഒരേ സമയം കോമ്പസും ഭൂപടവും കൈയ്യിൽ വെച്ച് നോക്കുകയാണ് അപ്പോൾ ചെയ്യുന്നത്. ഞാൻ ഏത് ദിശയിലാണ് പോകുന്നത്? ഈ ദിശയിലാണോ ഞാൻ പോകേണ്ടത്? അല്ലെങ്കിൽ ഞാൻ എങ്ങനെയാണ് എന്റെ പാത എനിക്ക് പ്രധാനമായ മൂല്യങ്ങളിലേയ്ക്ക് തിരിക്കുന്നത്?

ചിത്രം 10 : മൂല്യങ്ങൾ – നിങ്ങൾക്ക് പ്രധാനമായ മൂല്യങ്ങൾക്ക് ചുറ്റും ഒരു വൃത്തം വരയ്ക്കുക.

ആവേശം കരുണ ആത്മാർത്ഥത പരിചരണം

വിശ്വാസം നീതി അനുകമ്പ ആശ്രയം

ശക്തി വിശ്വാസ്യത നിലനിൽക്കൽ വഴക്കം

ഉത്കർഷേച്ഛ തുറന്ന മനസ്സ് ധൈര്യം

കൗതുകം വിധേയത്വം നന്ദി ആത്മീയത

ആത്മാവബോധം സ്വീകരിക്കൽ ക്ഷമ

ധീരത ക്രിയാത്മകത വിശ്വസനീയത

സുസ്ഥിരത സ്വാതന്ത്ര്യം സാഹസികത

മനസ്സിലാക്കൽ ആർജ്ജവം ബന്ധം സ്നേഹം

സ്ഥൈര്യം വ്യവസായ വൈശിഷ്ട്യം ബഹുമാനം

ചിത്രം 11 : ഈ ചാർട്ടിൽ മൂല്യങ്ങളും ലക്ഷ്യങ്ങളും തമ്മിലുള്ള ചില മാറ്റങ്ങളും ഇവ തമ്മിൽ ചേരുന്നതെങ്ങനെയെന്നും ഇവയെ എങ്ങനെ ദൈനംദിന പ്രവർത്തികളാക്കി മനസ്സിലാക്കാമെന്നും കാണാം.

മൂല്യങ്ങൾ	ലക്ഷ്യങ്ങൾ	ദൈനംദിന പെരുമാറ്റങ്ങൾ
ജീവിതകാലം മുഴുവനുള്ള പഠനം, കൗതുകം, സ്വകാര്യ വളർച്ച	വിദ്യാഭ്യാസം തുടരാനുള്ള കോഴ്സുകൾ	വായന, പഠനം, പരീക്ഷകൾ എഴുതൽ, മറ്റ് തരത്തിൽ പഠനം പ്രോത്സാഹിപ്പിക്കുന്ന പ്രവർത്തികൾ
മറ്റുള്ളവരോടുള്ള സ്നേഹവും കരുണയും	പ്രിയപ്പെട്ടവർക്ക് പ്രധാനമായ ദിവസങ്ങൾ ഓർക്കുന്നത്, ബന്ധുക്കളെ ഇടയ്ക്കൊക്കെ സന്ദർശിക്കുന്നത്	സ്നേഹവും കരുണയും ചെറിയ രീതികളിൽ എല്ലാ ദിവസവും പ്രകടിപ്പിക്കുന്നത്. ജന്മദിനങ്ങളും ആനിവേഴ്സറികളും എഴുതി വയ്ക്കുന്നത്. പ്രിയപ്പെട്ടവരുടെ കൂടെ ചെലവിടാൻ സമയം കണ്ടെത്തുന്നത്. വയസ്സായ അയൽവാസികളെ സഹായിക്കുന്നത്.

ടൂൾ കിറ്റ് : മൂല്യങ്ങൾ പരിശോധിക്കാം

ഈ ഉദാഹരണങ്ങൾ ഒരു തുടക്കം മാത്രമാണ്. ഓരോ മൂല്യത്തിനും അനുസരിച്ച് നിങ്ങൾക്ക് ചേരുന്ന ലക്ഷ്യങ്ങൾ കണ്ടെത്തുക. താഴെ കൊടുത്തിരിക്കുന്ന ചോദ്യങ്ങൾ സഹായകമായിരിക്കും.

- ജീവിതത്തിന്റെ ഈ സാഹചര്യത്തിൽ എന്ത് തരം വ്യക്തിയാകാനാണ് നിങ്ങൾ ആഗ്രഹിക്കുന്നത്?
- എന്തിനു വേണ്ടി നിലകൊള്ളാനാണ് നിങ്ങൾ ആഗ്രഹിക്കുന്നത്?
- നിങ്ങളുടെ പ്രയത്നത്തിന്റെ ഫലം എന്താകണമെന്നാണ് നിങ്ങൾ കരുതുന്നത്?
- എന്ത് സംഭാവനയാണ് നിങ്ങൾ നൽകാനാഗ്രഹിക്കുന്നത്?
- നിങ്ങളുടെ ജീവിതത്തിന്റെ ഈ മേഖലയിൽ എന്ത് ഗുണമാണ് നിങ്ങൾ പ്രതീക്ഷിക്കുന്നത്?

ബന്ധങ്ങൾ	ആരോഗ്യം	ക്രിയാത്മകത
പേരന്റിംഗ്	വിശ്വാസം/ ആത്മീയത	സംഭാവന
പഠനവും വികസനവും	കളി/വിശ്രമം	ജോലി

ഈ ലിസ്റ്റിന്റെ പ്രധാന ഭാഗം വരുന്നത് ഓരോ ബോക്സിലും നിങ്ങളുടെ മൂല്യങ്ങൾ എഴുതുമ്പോഴാണ്. ACT തെറാപ്പിയിൽ നാം ആളുകളോട് ഓരോ മൂല്യവും എത്ര പ്രധാനമാണെന്ന് നോക്കി പൂജ്യം മുതൽ പത്തു വരെ അവയെ വിലയിരുത്താൻ പറയാറുണ്ട്. ഇതിൽ പത്ത് ഏറെ പ്രധാനവും പൂജ്യം തീരെ പ്രാധാന്യമില്ലാത്തതുമാണ്. ഏറ്റവും പ്രധാനമായ കാര്യങ്ങൾക്ക് പത്തും തീരെ പ്രധാനമല്ലാത്ത കാര്യങ്ങൾക്ക് പൂജ്യവുമാണ് നൽകേണ്ടത്. പിന്നെ നാം ആളുകളോട് അവരുടെ മൂല്യങ്ങളെയും പൂജ്യം തൊട്ട് പത്ത് വരെ വിലയിരുത്താൻ പറയണം. അതിന് ശേഷം അവർ എത്ര അവരുടെ മൂല്യങ്ങളോട് ചേർന്ന് പ്രവർത്തിക്കുന്നു എന്ന് വിശകലനം ചെയ്യുക. അതിലെ വ്യത്യാസം വളരെ വലുതാണെങ്കിൽ അതിനർത്ഥം നിങ്ങൾ നിങ്ങൾക്ക് പ്രധാനമായതുമായി ചേർന്ന് പ്രവർത്തിക്കുന്നില്ല എന്നാണ്. ഉദാഹരണത്തിന്, നിങ്ങളുടെ ആരോഗ്യത്തെയും ശരീരത്തെയും പരിപാലിക്കുന്നത് പത്തിൽ പത്ത് പോയിന്റാണെന്ന് നിങ്ങൾ കരുതുന്നുവെങ്കിൽ, എന്നാൽ നിങ്ങൾ ആ രീതിയിൽ ജീവിതം നയിക്കുന്നില്ലെന്ന് നിങ്ങൾ ശ്രദ്ധിക്കുകയും,

നിങ്ങൾ മോശമായി ഭക്ഷണം കഴിക്കുകയും വ്യായാമം ചെയ്യാതിരിക്കുകയും ചെയ്യുന്നതിനാൽ നിങ്ങൾക്ക് രണ്ട് പോയിന്റ് മാത്രമേ നൽകു എങ്കിൽ, അത് നിങ്ങളുടെ ജീവിതത്തിന്റെ ആ ഭാഗത്ത് ചില നല്ല മാറ്റങ്ങൾ വരുത്താൻ നിങ്ങളെ പ്രേരിപ്പിച്ചേക്കാം.

ഇതിൽ നിന്നെല്ലാം നിങ്ങളുടെ ജീവിതം ഏത് ദിശയിലാണ് പോകേണ്ടത് എന്ന സൂചനകൾ നിങ്ങൾക്ക് ലഭിക്കും. ജീവിതത്തിൽ എന്തിനു പ്രാധാന്യം കൊടുക്കണം എന്നറിയാൻ കഴിയും. അതിനർത്ഥം നാം എന്ത് എപ്പോൾ എങ്ങനെ ചെയ്യണം എന്ന് അത് പറഞ്ഞുതരും എന്നല്ല. അത് നമുക്ക് ഏകദേശ ധാരണയാണ് തരുന്നത്. അവിടെ നിന്ന് നമുക്ക് എത്തേണ്ട പാതയിലെത്താനായി എന്ത് ചെയ്യണമെന്ന് നമുക്ക് മനസ്സിലാകും.

ഈ പ്രക്രിയയിലൂടെ നാം നേരിടുന്ന എല്ലാ നല്ലതും ചീത്തയുമായ കാര്യങ്ങളെയും വികാരങ്ങളെയും നാം വിശകലനം ചെയ്യുന്നില്ല. ഏറ്റവും ബുദ്ധിമുട്ടുള്ള ദിവസങ്ങളിലും എളുപ്പമുള്ള ദിവസങ്ങളിലും ഒരേ പോലെ അർത്ഥം കണ്ടെത്തുന്നതിനെപ്പറ്റിയാണ് ഇത്. എല്ലാം ശരിയാകുന്നത് വരെ കാത്തിരുന്ന ശേഷം നാം ആഗ്രഹിക്കുന്ന വ്യക്തിയായി ജീവിതം തുടരാം എന്നല്ല അത് പറയുന്നത്. നമ്മുടെ മൂല്യങ്ങൾക്കനുസരിച്ച് ചുറ്റും എന്ത് സംഭവിച്ചാലും എങ്ങനെ ജീവിക്കാം എന്നാണ് ഇത് നമ്മെ ക്കൊണ്ട് ചിന്തിപ്പിക്കുന്നത്.

ജീവിതത്തിലെ പ്രധാനപ്പെട്ട സമയങ്ങളും അതോട് ചേരുന്ന മൂല്യങ്ങളും തിരിച്ചറിഞ്ഞുകഴിഞ്ഞാൽ ഈ ലളിതമായ വ്യായാമമുപയോഗിച്ച് നിങ്ങൾക്ക് നിങ്ങളുടെ മൂല്യങ്ങളുമായി എത്ര ചേർന്നാണ് നിൽക്കുന്നതെന്ന് കണ്ടെത്താം. സ്വീഡിഷ് ACT തെറാപ്പിസ്റ്റ് ആയ ടോബിയാസ് ലൻഡ്ഗ്രെൻ എന്നയാളാണ് ഇതിന്റെ ഉപജ്ഞാതാവ്. ഇത് അതിന്റെ സ്വതന്ത്രമായ ഒരു വ്യാഖ്യാനം ഞാൻ കണ്ടെത്തിയതാണ്.

ഈ നക്ഷത്രരൂപത്തിന് ആറുഭാഗമുണ്ട്, ഓരോന്നും നക്ഷത്രത്തിന്റെ ഓരോ കാലിനെയാണ് സൂചിപ്പിക്കുന്നത്. ഓരോ ഭാഗത്തെയും നിങ്ങളുടെ ജീവിതത്തിലെ പ്രാധാന്യമുള്ള ഒരു ഭാഗമായി കാണുക. പൂജ്യത്തിനും പത്തിനുമിടയിൽ നിങ്ങൾ എവിടെയാണ് ഇപ്പോൾ നിൽക്കുന്നതെന്ന് വിലയിരുത്തി അടയാളപ്പെടുത്തുക. ഉദാഹരണത്തിന് നിങ്ങൾ നിങ്ങളുടെ ആരോഗ്യത്തെ വേണ്ടത് പോലെ പരിപാലിക്കുന്നില്ലെങ്കിൽ ചിലപ്പോൾ പത്തിൽ അഞ്ചായിരിക്കും നൽകുക. എന്നാൽ ബന്ധങ്ങളിൽ നിങ്ങൾ നിങ്ങളുടെ സങ്കല്പങ്ങളോട് ചേർന്നാണ് നിൽക്കുന്നതെങ്കിൽ പത്തിൽ ഒൻപത് നൽകുക. എല്ലാം അടയാളപ്പെടുത്തിക്കഴിഞ്ഞാൽ ഇതെല്ലാം ചേർത്ത് നിങ്ങളുടെ സ്റ്റാറിന്റെ രൂപം എന്താണെന്ന് നോക്കുക.

നമ്മുടെ മൂല്യങ്ങളിൽ എത്രത്തോളം നമ്മുടെ ആഗ്രഹങ്ങളും മറ്റുള്ളവരുടെ പ്രതീക്ഷകളും ഉണ്ടെന്ന് തിരിച്ചറിയാൻ ചിലപ്പോൾ ബുദ്ധിമുട്ട് തോന്നും. ഇത് തെളിച്ചത്തോടെ മനസ്സിലാക്കേണ്ട ഒരു പ്രധാന

കാര്യമാണ്. നമ്മുടെ കുടുംബത്തോടോ സമുദായത്തോടോ ഉള്ള ബാധ്യതകൾ വേണ്ട എന്നോ അത് തെരഞ്ഞെടുക്കാൻ പാടില്ല എന്നോ അല്ല പറയുന്നത്. പക്ഷെ നിങ്ങളുടെ സ്വന്തം മൂല്യങ്ങൾ എന്താണെന്ന് തിരിച്ചറിയുന്നതും ഏതൊക്കെയാണ് നിങ്ങളിൽ അടിച്ചേല്പിക്കപ്പെട്ടതായി നിങ്ങൾക്ക് തോന്നുന്നതെന്നും ഒക്കെ മനസ്സിലാക്കുമ്പോൾ ജീവിതത്തിന്റെ ഏത് ഭാഗവുമായാണ് പൂർണ്ണമായ ബന്ധമുള്ളതെന്നും വിഘടിച്ച് കിടക്കുന്നതെന്നും ഒക്കെ തിരിച്ചറിയാൻ കഴിയും.

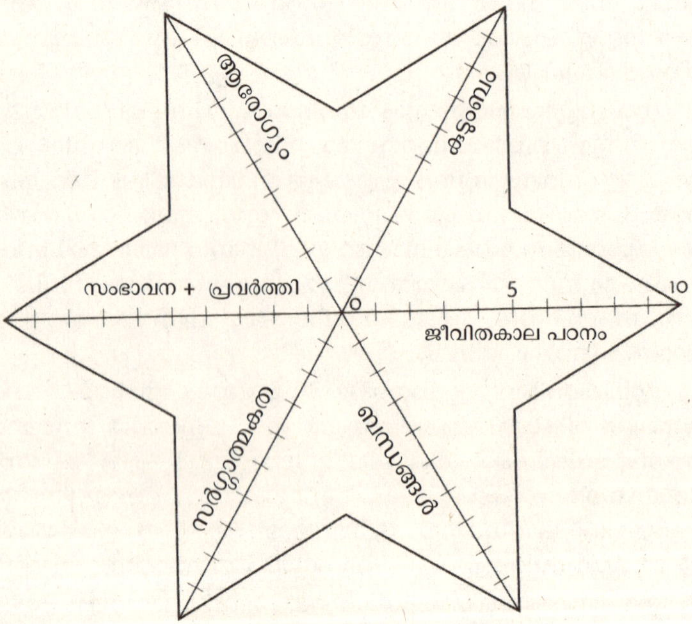

ചിത്രം 12 : വാല്യൂസ് സ്റ്റാർ.

ഇതൊന്ന് പരീക്ഷിക്കൂ : ലളിതമായ സ്വയം പരിശോധന ജേർണലിൽ ചെയ്ത് നോക്കൂ. അതിന് സഹായകമായ ചില ചോദ്യങ്ങൾ താഴെ ചേർക്കുന്നു. ഇവ ഞാൻ സ്വന്തമായും തെറാപ്പിയിൽ മറ്റുള്ളവരുടെ കൂടെയും മൂല്യങ്ങൾ തിരിച്ചറിയാൻ ഉപയോഗിക്കാറുണ്ട്.

1. നിങ്ങളുടെ ജീവിതത്തിന്റെ അടുത്ത അധ്യായത്തിലേയ്ക്ക് നോക്കിയാൽ നിങ്ങളുടെ ജീവിതത്തിന്റെ പ്രതിബന്ധങ്ങളിൽ നിങ്ങൾക്ക് അഭിമാനവും സംതൃപ്തിയും തോന്നണമെങ്കിൽ നിങ്ങൾ ദൈനംദിന

ജീവിതത്തെ എങ്ങനെ സമീപിക്കണം? നിങ്ങളുടെ ഉത്തരം നിങ്ങളുടെ തെരഞ്ഞെടുപ്പുകളും പ്രവർത്തികളും ഒക്കെ ചേർത്തതായിരിക്കണം. നിങ്ങളുടെ നിയന്ത്രണത്തിന് വെളിയിലുള്ള മറ്റ് ആളുകളെയോ സംഭവങ്ങളോ ഇതിൽ ഉൾപ്പെടുത്തരുത്. എന്ത് സംഭവിച്ചാലും നിങ്ങൾ ജീവിതത്തെ എങ്ങനെ സമീപിക്കും എന്നോർത്ത് നോക്കുക.

2. നിങ്ങളുമായും നിങ്ങളുടെ ആരോഗ്യവും വളർച്ചയുമായുമുള്ള ബന്ധം എങ്ങനെയാകണം എന്നാണ് നിങ്ങൾ ആഗ്രഹിക്കുന്നത്? അതിൽ നിങ്ങൾക്ക് പ്രധാനമായത് എന്താണ്?
3. നിങ്ങളുടെ ജീവിതത്തിലുള്ള ആളുകൾക്ക് വേണ്ടി എന്ത് തരം വ്യക്തിയാകാനാണ് നിങ്ങൾ ആഗ്രഹിക്കുന്നത്? അവരോട് എങ്ങനെ ഇടപെടണമെന്നും അവരുടെ ജീവിതത്തിൽ എന്ത് സംഭാവനകൾ നൽകണമെന്നുമാണ് നിങ്ങൾ ആഗ്രഹിക്കുന്നത്?
4. നിങ്ങൾ അടുത്തുള്ളപ്പോൾ ആളുകൾക്ക് എന്ത് തോന്നണമെന്നാണ് നിങ്ങൾ കരുതുന്നത്? നിങ്ങളുടെ സുഹൃത്തുക്കൾക്കും കുടുംബത്തിനും നിങ്ങൾ എന്താണ്?
5. ഒരു ജീവിതം മാത്രമുള്ളപ്പോൾ അതിന്റെ ഫലം എന്താകണം എന്നാണ് നിങ്ങൾ കരുതുന്നത്?
6. നിങ്ങളുടെ സമയം നിങ്ങൾ എങ്ങനെയാണ് ചെലവിടുന്നത് എന്ന് ആരും അറിഞ്ഞില്ലെങ്കിലും നിങ്ങൾ ഇത് ചെയ്യുമോ?
7. ഈ ദിവസത്തിലൂടെയും ഈ ആഴ്ചയിലൂടെയും കടന്നുപോകുമ്പോൾ നിങ്ങളുടെ ഓരോ തെരഞ്ഞെടുപ്പിലും പ്രവർത്തിയിലും നിങ്ങൾ കൊണ്ടുവരാൻ ശ്രമിക്കുന്ന മൂല്യം എന്താണ്? 'ഇനി ഞാൻ ആവേശം/ധൈര്യം/കരുണ/കൗതുകം എന്നിവയൊക്കെ ഓരോ അനുഭവത്തിലും തെരഞ്ഞെടുപ്പിലും പ്രവർത്തിയിലും കൊണ്ടുവരാൻ ശ്രമിക്കും. അതിന് വേണ്ടി ഞാൻ ഇതാണ് ചെയ്യുക...'

അധ്യായ സംഗ്രഹം

- നിങ്ങളുടെ മൂല്യങ്ങളെപ്പറ്റി ധാരണ ലഭിക്കാനായി ചെയ്യാൻ കഴിയുന്ന ലളിതമായ ചില വ്യായാമങ്ങളുണ്ട്.
- നമ്മുടെ മൂല്യങ്ങളും അതോട് നാം എത്ര ചേർന്ന് നിൽക്കുന്നു എന്നതും മാറിക്കൊണ്ടിരിക്കും. അതുകൊണ്ട് ഇടയ്ക്കിടെ ഇത് വിശകലനം ചെയ്യേണ്ടതുണ്ട്.
- നമ്മുടെ മൂല്യങ്ങളിലൂന്നി ലക്ഷ്യം തീരുമാനിക്കുമ്പോൾ നമ്മുടെ ദൈനംദിന ജീവിതത്തിനും ലക്ഷ്യമുണ്ടാകുന്നു.
- നിങ്ങൾക്ക് എന്ത് വേണം എന്നതിനേക്കാൾ നിങ്ങൾ ആരായി മാറാൻ ആഗ്രഹിക്കുന്നു എന്നതിലാണ് കാര്യം. എന്ത് സംഭവിച്ചാലും നിങ്ങൾ എന്ത് രീതിയിൽ ജീവിതത്തെ നേരിടും എന്നോർത്തു നോക്കുക.

34

അർത്ഥവത്തായ ജീവിതം എങ്ങനെ സൃഷ്ടിക്കാം

എന്താണ് പ്രധാനമെന്ന് നിങ്ങൾ തിരിച്ചറിയുകയും നിങ്ങൾ ആ മൂല്യങ്ങളോട് ചേർന്നല്ല ജീവിക്കുന്നത് എന്ന് തിരിച്ചറിയുകയും ചെയ്യുമ്പോൾ എന്താണ് വേണ്ടത്? എങ്ങനെയാണ് ശരിയായ ദിശയിലേക്ക് നീങ്ങുക? മാറ്റത്തിന് സമയമായി എന്ന് തോന്നുമ്പോൾ എല്ലാം അടിമുടി മാറ്റിമറിക്കുന്ന ഒരു ലക്ഷ്യം കണ്ടെത്തുക എന്നൊരു രീതിയുണ്ട്. ഉദാഹരണത്തിന്, നിങ്ങളുടെ പരിശോധനയിൽ നിങ്ങൾ വ്യായാമം ചെയ്ത് ആരോഗ്യം സംരക്ഷിക്കണമെന്ന് നിങ്ങൾ തിരിച്ചറിഞ്ഞു എന്ന് കരുതുക. അടുത്ത നിമിഷം നിങ്ങൾ പുതിയ ലക്ഷ്യങ്ങൾ കണ്ടെത്തും മാരത്തോൺ ഓടുമെന്നോ പോഷകം നിറഞ്ഞ ഭക്ഷണം കഴിക്കുമെന്നോ ഒക്കെ. എന്നാൽ ലക്ഷ്യങ്ങൾ ഉണ്ടായത് കൊണ്ട് ജീവിതം മാറുകയോ ആ മാറ്റത്തിൽ തുടരുകയോ ചെയ്യില്ല. നിങ്ങൾ ആവർത്തിച്ച് ദിവസവും ചെയ്യുന്ന കാര്യങ്ങളാണ് നിങ്ങളുടെ ജീവിതത്തെ മുന്നോട്ട് നയിക്കുന്നത്.

നിങ്ങളുടെ ലക്ഷ്യം ഒരു മാരത്തോൺ പൂർത്തിയാക്കുക എന്നായിരിക്കും. മാരത്തോൺ ഓടിയാലും ഇല്ലെങ്കിലും നിങ്ങളുടെ ജീവിതം മാറ്റാൻ പോകുന്നത് നിങ്ങൾ എന്നും പുറത്തിറങ്ങി ഓടുന്നുണ്ടോ, ഏതെങ്കിലും ഓട്ട സംഘത്തിൽ നിങ്ങൾ ചേരുന്നുണ്ടോ, പതിയെ നിങ്ങൾ ഓടുന്ന ദൂരം കൂട്ടുന്നുണ്ടോ, നിങ്ങളുടെ ഭക്ഷണശീലത്തിൽ പതിയെ മാറ്റങ്ങൾ വരുന്നുണ്ടോ എന്നതൊക്കെയായിരിക്കും. ഒരു ലക്ഷ്യം തീരുമാനിച്ചാൽ നിങ്ങൾക്ക് ശരിയായ ദിശയിലേക്ക് ഒരു ഉന്ത് കിട്ടും. എന്നാൽ ലക്ഷ്യം നേടുക എന്നത് സത്യത്തിൽ ഒരു ചുരുക്കലാണ്. നിങ്ങളുടെ മൂല്യങ്ങൾ പരിശോധിച്ച ശേഷം ഒരു പുതിയ ദിശയിലേക്ക് നീങ്ങണമെന്ന് നിങ്ങൾക്ക് തോന്നിയാൽ നിങ്ങൾ ആ ദിശയിലെ യാത്ര തുടരും. പലരും മാരത്തോൺ ഓടിയ ശേഷം തങ്ങളുടെ ഷൂസ് എടുത്ത് മാറ്റി വയ്ക്കും.

ഇടയ്ക്കിടെ മൂല്യങ്ങൾ പരിശോധിക്കുന്നതിലൂടെ നിങ്ങളുടെ മൂല്യങ്ങൾ കാലക്രമത്തിന് അനുസരിച്ച് എങ്ങനെയൊക്കെ മാറുന്നു എന്ന് മനസ്സിലാക്കാൻ കഴിയും. നിങ്ങൾക്ക് നിങ്ങളുടെ ജീവിതത്തിന്റെ ചെറിയ ചെറിയ വിവരങ്ങൾ പോലും ശ്രദ്ധിക്കാനാകും. നാം സ്വയം ചോദിക്കും, "ഇന്ന് ഞാൻ എന്ത് തരം വ്യക്തിയാണ് ആകാൻ പോകുന്നത്?" അല്ലെങ്കിൽ "ശരിയായ ദിശയിലേക്ക് നീങ്ങാനായി ഇന്ന് ഞാൻ എന്താണ് ചെയ്യാൻ പോകുന്നത്?" നിങ്ങളുടെ വ്യക്തിത്വം ആരോഗ്യം നോക്കുന്ന ഒരാളായി മാറാനാണ് ആഗ്രഹിക്കുന്നതെങ്കിൽ മാരത്തോൺ കഴിഞ്ഞതിനു ശേഷവും അത് തുടരാനുള്ള സാധ്യതയുണ്ട്.

ഇത്തരത്തിൽ പ്രവർത്തിക്കുന്നതിൽ രണ്ടു കാര്യങ്ങളുണ്ട്. നിങ്ങൾ ഇങ്ങനെയുള്ള ആളാവണം എന്നോർത്ത് ചിന്തിക്കുകയും ആ ആശയങ്ങളെ കൃത്യമായ പ്രവർത്തികളാക്കി മാറ്റുകയും ചെയ്യുമ്പോൾ നിങ്ങൾക്ക് ഈ പ്രവർത്തികളുടെ അർത്ഥം മനസ്സിലാക്കാൻ കഴിയും. മാറ്റം ബുദ്ധിമുട്ടുള്ള കാര്യമാണ്, അതുകൊണ്ട് ശക്തമായ ഒരു ഉറപ്പുള്ളപ്പോൾ "ഇതാണ് ഞാൻ" എന്ന ഒരു ബോധ്യം ഉള്ളിൽ വരികയും മാറ്റം അനിവാര്യമാകുന്ന സാഹചര്യത്തിൽ പിടിച്ചു നില്ക്കാൻ സഹായിക്കുകയും ചെയ്യും. പുതിയ ചിന്തകളും സ്വഭാവങ്ങളും ഉറച്ചുകഴിഞ്ഞാൽ നിങ്ങളുടെ സ്വയമുള്ള വിശ്വാസങ്ങളും മാറും. അപ്പോൾ നിങ്ങൾ ആരോഗ്യവും ഫിറ്റ്നെസ്സും പ്രധാനമായി കാണുന്ന ഒരാളായി മാറും. തുടക്കത്തിലേ മാരത്തോൺ ഓടുക എന്ന ലക്ഷ്യം മാറി പുതിയ ജീവിതശൈലിയിലേയ്ക്ക് എത്തും. നിങ്ങൾക്ക് അതുമായി ചേരാൻ കഴിയുന്നത് കൊണ്ടാണ് നിങ്ങൾ വ്യായാമം ചെയ്യുന്നത്, ഒരു ലക്ഷ്യം നേടാൻ മാത്രമല്ല. തുടക്കത്തിലേ മാരത്തോൺ എന്ന ആശയം അപ്രസക്തമായി മാറുന്നു.

ഫലത്തിൽ മാത്രം ശ്രദ്ധിക്കുമ്പോൾ നാം വേഗം ഫലം കണ്ടില്ലെങ്കിൽ തളർന്നു പോകാനും എതിർപ്പുകൾ ഉണ്ടാകുമ്പോൾ ഉപേക്ഷിക്കാനും ഒക്കെ സാധ്യതയുണ്ട്. നിങ്ങൾ ഒരു ലക്ഷ്യം തീരുമാനിക്കുമ്പോൾ നിങ്ങൾക്ക് ആവേശം തോന്നുകയും നിങ്ങളുടെ ഉള്ളിൽ പ്രചോദനത്തിന്റെ ഒരു തിരിവെളിച്ചം ഉണ്ടാവുകയും ചെയ്യും. എന്നാൽ പ്രചോദനം തീപ്പെട്ടിയിലെ മരുന്ന് പോലെയാണ്. അത് സ്വയം കത്തിത്തീരും. ദീർഘകാലത്തേക്ക് കരുതാൻ പറ്റുന്ന ഒരു ഇന്ധനമല്ല അത്. എന്നാൽ ചെറിയ പ്രവർത്തികളുടെ ഒരു ശീലമുണ്ടെങ്കിൽ നിങ്ങളുടെ പുതിയ സ്വത്വം നിങ്ങളെ നിലനിർത്തും.

അധ്യായ സംഗ്രഹം

- മാറ്റത്തിനു സമയമായി എന്ന് തോന്നുമ്പോൾ വളരെ വലിയ ഒരു ലക്ഷ്യം ഓർത്തെടുക്കാൻ സാധ്യതയുണ്ട്.
- ഒരു ലക്ഷ്യം ഉണ്ടായതുകൊണ്ട് നിങ്ങളുടെ ജീവിതം മാറുകയോ മാറ്റത്തിൽ തുടരുകയോ ചെയ്യില്ല.
- നിങ്ങൾ ആരായി മാറണമെന്നോർത്ത് ചിന്തിക്കുന്നതും ആ ആശയങ്ങളെ നിലനിൽക്കുന്ന പ്രവർത്തികളാക്കി മാറ്റുന്നതും ഒക്കെ നിങ്ങളുടെ പ്രയത്നങ്ങളെ അർത്ഥവ ത്താക്കുന്നു.
- നിങ്ങളുടെ തോന്നലുകൾ നിങ്ങളുടെ വ്യക്തിത്വവുമായി ചേർക്കുന്നതിലൂടെ പുതിയ സ്വഭാവങ്ങൾ ഉണ്ടാവുകയും അത് തുടക്കത്തിലെ ലക്ഷ്യവും കടന്ന് നിലനിൽക്കുകയും ചെയ്യും.

35

ബന്ധങ്ങൾ

ബന്ധങ്ങളെപ്പറ്റി ചിന്തിക്കാതെ അർത്ഥവത്തായ ജീവിതത്തെപ്പറ്റി ചിന്തിക്കാൻ കഴിയില്ല. നമ്മുടെ ബന്ധങ്ങളാണ് നമ്മെ മനുഷ്യരാക്കുന്നത്. സന്തോഷമുള്ള ഒരു ജീവിതത്തിലേയ്ക്ക് വരുമ്പോൾ ബന്ധങ്ങളിൽ നിന്ന് പണം, പ്രശസ്തി, സാമൂഹിക വർഗ്ഗം എന്നിങ്ങനെയുള്ള കാര്യങ്ങളെല്ലാം മുന്നിലേയ്ക്ക് വരും. നമ്മുടെ ബന്ധങ്ങളും അവയിൽ നാം കാണുന്ന സന്തോഷവും നമ്മുടെ അടിമുടിയുള്ള ആരോഗ്യത്തിൽ നിന്ന് ഒഴിവാക്കാൻ കഴിയില്ല. അവയാണ് ഈ സമവാക്യത്തെ നിലനിർത്തുന്നത്. ആരോഗ്യകരമായ ബന്ധങ്ങളാണ് നമ്മുടെ ശാരീരികവും മാനസികവുമായ ആരോഗ്യം ഉറപ്പ് വരുത്തുന്നത്. (Waldinger, 2015). ഇതിൽ ജീവിത പങ്കാളികൾ മാത്രമല്ല, എല്ലാവരും ഉൾപ്പെടും. സുഹൃത്തുക്കൾ, കുടുംബം, കുട്ടികൾ, നമ്മുടെ സമൂഹം. ഇതെല്ലാം ആരോഗ്യത്തെ പഠിക്കുന്ന ശാസ്ത്രീയ ഡാറ്റയിലും കാണാം. ആളുകൾ പറയുന്ന കഥകളിലും കാണാം. മരണ സമയത്തെ പ്രധാനപ്പെട്ട അഞ്ചു പശ്ചാത്താപങ്ങളിൽ ഒന്ന് "ഞാൻ എന്റെ സുഹൃത്തുക്കളുമായുള്ള ബന്ധം നിലനിർത്തിയെങ്കിൽ" എന്നതാണ് (Ware, 2012).

എന്നാൽ നാം ആരാണെന്നും നമ്മുടെ ജീവിതം എങ്ങനെ ജീവിക്കണമെന്നും എത്ര നാൾ സന്തോഷത്തോടെ നാം ജീവിക്കണമെന്നും ഒക്കെ തീരുമാനിക്കുന്ന ഒരു കാര്യമെന്ന നിലയിൽ നമ്മുടെ ബന്ധങ്ങൾ ആരോഗ്യകരമാക്കാൻ നാം ശ്രദ്ധിക്കണം. ഇത് നമ്മെ ആരും പഠിപ്പിച്ചു തരാറില്ല.

മറ്റുള്ളവരുമായി ഇടപെട്ട് ആ അനുഭവങ്ങളിൽ നിന്ന് നാം ജനിക്കുന്ന കാലം മുതൽ പഠിക്കുകയാണ്. മാതാപിതാക്കൾ, സഹോദരങ്ങൾ, മറ്റ് കുടുംബാംഗങ്ങൾ, സുഹൃത്തുക്കൾ എന്നിവരുമായുള്ള നമ്മുടെ ആദ്യ ബന്ധങ്ങളിൽ നിന്നുള്ള ബന്ധങ്ങൾക്കായി നമ്മൾ രൂപരേഖകൾ സൃഷ്ടിക്കുന്നു. നമ്മുടെ ഏറ്റവും ചെറിയ പ്രായത്തിൽ ബന്ധങ്ങൾ തെരഞ്ഞെടുക്കാൻ കഴിയാത്ത പ്രായത്തിൽ, എന്നാൽ

നമ്മുടെ രക്ഷയ്ക്ക് ഈ ബന്ധങ്ങൾ അനിവാര്യമാകുന്ന സമയത്താണ് നാം ഇത് ചെയ്യുന്നത്.

ചെറിയ പ്രായത്തിൽ പഠിക്കുന്ന അത്തരം പെരുമാറ്റങ്ങൾ നമ്മുടെ മുതിർന്ന പ്രായത്തിലും നമ്മുടെ കൂടെ ഉണ്ടാകും.

എന്നാൽ ബന്ധങ്ങൾ ഇത്ര പ്രധാനമായിരിക്കെ മുതിർന്നവർ എന്ന രീതിയിൽ എങ്ങനെയാണ് നമുക്ക് അവ മെച്ചപ്പെടുത്താൻ കഴിയുക?

വ്യക്തിപരമായ തെറാപ്പിയിലും ദമ്പതികളുടെ തെറാപ്പിയിലും നിന്നുള്ള അറിവുകൾ ഇവിടെ പ്രയോജനപ്പെടും. കോഗ്നിറ്റിവ് അനാലിറ്റിക്ക് തെറാപ്പി (CAT) ചെറുപ്പത്തിൽ നാം വളർത്തിയെടുക്കുന്ന ബന്ധങ്ങളുടെ രീതികളും അവ നമ്മുടെ മുതിർന്ന ബന്ധങ്ങളിൽ ബാധിക്കുന്നതിനെയും ഒക്കെയാണ് പഠിക്കുന്നത്. ഇത് പരീക്ഷിക്കാൻ കഴിയുന്നവർക്ക് നിങ്ങൾ ബന്ധങ്ങളിൽ എന്ത് റോളാണ് സ്വീകരിക്കുന്നതെന്നും ഏതൊക്കെ സൈക്കിളുകളിൽ നിങ്ങൾ കുടുങ്ങിക്കിടക്കുന്നു എന്നും ഒക്കെ അറിയാൻ കഴിയും.

എന്നാൽ ഈ തെറാപ്പി സ്വീകരിക്കാൻ കഴിയാത്തവർക്ക് തങ്ങളുടെ ബന്ധങ്ങൾ അറിയാനും മെച്ചപ്പെടുത്താനും എന്ത് ചെയ്യാൻ കഴിയും?

പോപ്പുലർ സംസ്കാരം നമ്മെ വിശ്വസിപ്പിച്ചിരിക്കുന്ന ചില കെട്ടുകഥകൾ തിരിച്ചറിയുന്നത് ഏറെ പ്രധാനമാണ്. ചിലപ്പോൾ നമുക്ക് കാര്യങ്ങൾ വഷളാകുന്നു എന്ന് തോന്നുന്നത് ഇത്തരം ധാരണകൾ നിമിത്തമാണ്. ഇതിലെ പല കെട്ടുകഥകളും നമ്മുടെ ബന്ധങ്ങളിൽ നിന്നാണ് ഉണ്ടാകുന്നത്.

ബന്ധങ്ങളെപ്പറ്റിയുള്ള ധാരണകൾ

- **സ്നേഹിക്കാൻ ബുദ്ധിമുട്ടുണ്ടാകരുത്.** ഒരാൾ നിങ്ങൾക്ക് ചേർന്നയാളാണെങ്കിൽ നിങ്ങൾ ഒരു അസ്തമനത്തിലേയ്ക്ക് നടന്നു പോവുകയും പിന്നെ എല്ലാം ശുഭമാവുകയും ചെയ്യും എന്ന ധാരണ യഥാർത്ഥമല്ല എന്ന് മാത്രമല്ല പലരും തങ്ങളുടെ ബന്ധത്തിൽ അസംതൃപ്തരാകാൻ ഇത് കാരണമാവുകയും ചെയ്യുന്നുണ്ട്. ദീർഘകാലം നിലനിൽക്കുന്ന ഒരു ബന്ധം മെല്ലെ ഒഴുകുന്ന ഒരു തോണിയല്ല. നിങ്ങൾക്ക് ചിലപ്പോൾ മൂല്യങ്ങളിൽ അടിസ്ഥാനമാക്കിയ തീരുമാനങ്ങൾ എടുത്ത് എങ്ങോട്ട് പോകണമെന്ന് മനസ്സിലാക്കി തുഴയേണ്ടി വരും. ആ പ്രവർത്തികൾ സ്ഥിരമായി ചെയ്യേണ്ടി വരും. നിങ്ങൾ വെറുതെ ഒഴുകി നടന്നാൽ ചിലപ്പോൾ കാര്യങ്ങൾ ദിശ മാറി സഞ്ചരിച്ചേക്കാം.
- **ഒന്നായി ചിന്തിക്കുക.** ഒരു ബന്ധത്തിലായാലും സൗഹൃദത്തിലായാലും വ്യത്യസ്ത അഭിപ്രായങ്ങൾ ഉണ്ടാകും. എല്ലാ സമയത്തും ഒരേ തീരുമാനങ്ങൾ എടുക്കണമെന്നില്ല. നിങ്ങൾ വ്യത്യസ്തരായ രണ്ടാളുകളാണ്, നിങ്ങൾക്ക് സ്വന്തം അനുഭവങ്ങളും ആവശ്യങ്ങളും

നിലനില്പിനുള്ള രീതികളുമുണ്ട്. നിങ്ങൾ മനസ്സ് തുറന്നു മറ്റൊരാളോട് ബന്ധം സ്ഥാപിച്ചാൽ നിങ്ങൾക്ക് സഹിക്കേണ്ട ചില കാര്യങ്ങൾ അവരുടെ ജീവിതത്തിൽ കണ്ടെത്തുകയും ആ ബന്ധം മുന്നോട്ട് കൊണ്ടുപോകാനായി അതൊക്കെ ഉൾക്കൊള്ളുകയും ചെയ്യേണ്ടി വരും.

- **എപ്പോഴും ഒരുമിച്ചായിരിക്കുക.** ഇത് സുഹൃദ്ബന്ധമായാലും പ്രേമമായാലും ഒന്നിച്ചല്ലാതെ സമയം ചെലവിടുന്നത് പ്രധാനമാണ്. നിങ്ങൾ ഒരു വ്യക്തിയുടെ രണ്ടു ഭാഗമാകേണ്ട കാര്യമില്ല. നിങ്ങൾ വ്യത്യസ്തരായ രണ്ടു വ്യക്തികളാണ്. നിങ്ങളെ വ്യത്യസ്തരാക്കുന്ന വശങ്ങൾ നിങ്ങളുടെ ബന്ധത്തിന് ഒരു ഭീഷണിയാകേണ്ട കാര്യമില്ല. ഈ ധാരണയിൽ നിന്നാണ് ആളുകൾ നമ്മെ വിട്ട് പോകുമോ എന്ന പേടി വരുകയും ആളുകൾ തങ്ങളുടെ പങ്കാളികളിൽ നിന്ന് തങ്ങൾ എങ്ങനെ ഒരു വ്യതിയായി വളരാൻ ആഗ്രഹിക്കുന്നു എന്നത് മറച്ചു വയ്ക്കുകയും ഒരു ബന്ധത്തിനുള്ളിൽ വ്യക്തികളായി വളരാതിരിക്കുകയും ചെയ്യുന്നത്. നമുക്ക് ഒരു ബന്ധത്തിൽ സുരക്ഷിതത്വം തോന്നുമ്പോൾ നിങ്ങൾക്ക് രണ്ടു വ്യക്തികളാകാൻ കഴിയുകയും നമ്മുടെ പങ്കാളിയുടെ ജീവിതത്തിലെ മറ്റു വശങ്ങൾ സ്വീകരിക്കാൻ കഴിയുകയും ചെയ്യും.
- **എന്നേക്കും സന്തോഷത്തോടെ ഇരിക്കുക.** കെട്ടുകഥകളും ഹോളിവുഡ് സിനിമകളിലും ഒക്കെ ഒരു ബന്ധം തുടങ്ങുമ്പോഴാണ് കഥ അവസാനിക്കുന്നത്. നമ്മുടെ യാത്രയുടെ ലക്ഷ്യം ഒരു പെർഫെക്ട് വ്യക്തിയെ കണ്ടെത്തുകയാണെന്നും അതിനു ശേഷം അവസാനമില്ലാത്ത സന്തോഷമാണെന്നുമാണ് നാം മനസ്സിലാക്കുന്നത്. ഒരു ബന്ധത്തിൽ സ്വാഭാവികമായി തന്നെ പല തിരിവുകളും കല്ലുകടികളും ഉണ്ടാകും. ശക്തമായ ബന്ധങ്ങളിൽ മോശം ദിവസങ്ങളും പരസ്പരം ചേരാത്ത നിമിഷങ്ങളും ഒക്കെ ഉണ്ടാകും. നിങ്ങളിൽ ഒരാളോ രണ്ടുപേരുമോ തോൽവികളും നഷ്ടങ്ങളും അസുഖങ്ങളും വേദനകളും ഒക്കെ അനുഭവിക്കുന്ന സമയം ഉണ്ടാകും. നിങ്ങൾക്ക് മിശ്രവികാരങ്ങൾ ഉണ്ടാകുന്ന സമയവും പ്രേമം കുറഞ്ഞ അവസ്ഥകളും ഉണ്ടാകും. മറ്റൊരാൾക്ക് എന്താണ് വേണ്ടതെന്ന് മനസ്സിലാക്കാൻ കഴിയാത്ത അവസ്ഥ ഉണ്ടാകും. നമുക്ക് തെറ്റുപറ്റി മറ്റൊരാളെ വേദനിപ്പിക്കുന്ന അവസ്ഥയുണ്ടാകും. എന്നെന്നും സന്തോഷം എന്ന കെട്ടുകഥ വിശ്വസിച്ചാൽ ഈ ബന്ധം ഉണ്ടാകാൻ പാടില്ലായിരുന്നു എന്ന് തോന്നുകയും ചെറിയ കല്ലുകടികൾ ഉണ്ടാകുമ്പോൾ ബന്ധം അവസാനിപ്പിക്കുകയും ചെയ്യും. തളരുമ്പോൾ ഒരുമിച്ച് തിരിച്ചു വരികയാണ് വേണ്ടത്. അത് സാധ്യമാണ്.
- **എന്ത് വന്നാലും ഒന്നിച്ച് തുടരുമ്പോഴാണ് ബന്ധം വിജയിക്കുന്നത്.** ബന്ധങ്ങൾക്ക് നമ്മുടെ ആരോഗ്യത്തിലും സന്തോഷത്തിലും സ്ഥാനമുണ്ട്. എന്നാൽ ഒരു ബന്ധമുണ്ടായത് കൊണ്ട് മാത്രം

കാര്യമില്ല. ബന്ധങ്ങൾക്ക് ജീവിതത്തിൽ പോസിറ്റീവ് ആയ ഫലമുണ്ടെങ്കിൽ അതിനർത്ഥം ആ ബന്ധങ്ങൾ നിലനിർത്താനായി പ്രവർത്തിക്കണമെന്നും അവയ്ക്ക് വേണ്ടി ശ്രദ്ധാപൂർവ്വം ആലോചിച്ച് തീരുമാനങ്ങൾ എടുക്കണം എന്നുമാണ്. നമ്മുടെ ജീവിതത്തിന്റെ പൂർണ്ണ ഉത്തരവാദിത്തം നമുക്കാണെങ്കിലും മറ്റൊരാളിൽ മാറ്റം അടിച്ചേൽപ്പിക്കാൻ കഴിയില്ല. നിങ്ങളുടെ ശാരീരികവും മാനസികവുമായ സ്വാസ്ഥ്യത്തിനു ഹാനികരമായ ബന്ധങ്ങൾ അവസാനിപ്പിക്കുന്നതിൽ തെറ്റില്ല.

ബന്ധങ്ങളിൽ എങ്ങനെ മെച്ചപ്പെടാം

നമ്മെ ശ്രദ്ധിക്കുമ്പോൾ നാം നമ്മുടെ ബന്ധങ്ങൾ കൂടിയാണ് പരിപാലിക്കുന്നത്. നമ്മുടെ ബന്ധങ്ങൾ സൂക്ഷിക്കുമ്പോൾ നമ്മെത്തന്നെയാണ് പരിപാലിക്കുന്നത്. ഈ പുസ്തകത്തിൽ അവനവനെ നോക്കാൻ പറയുന്ന കാര്യങ്ങൾ ഒക്കെ നിങ്ങളുടെ ബന്ധങ്ങളിലും പ്രധാനമാണ്.

ബന്ധങ്ങളിൽ മെച്ചപ്പെടുക എന്നാൽ മറ്റൊരാൾ എന്ത് ചെയ്യുന്നുവെന്ന് പഠിക്കുക എന്നല്ല അർത്ഥം. അവർ നിങ്ങൾ ആഗ്രഹിക്കുന്ന രീതിയിൽ മാറുക എന്നും അർത്ഥമില്ല. ദമ്പതികളുടെ തെറാപ്പിയിൽ നിങ്ങൾക്ക് ഒരുമിച്ച് നിങ്ങളുടെ ബന്ധം മെച്ചപ്പെടുത്താൻ പ്രവർത്തിക്കാം. എന്നാൽ എവിടെയൊക്കെയാണ് നിങ്ങൾ കുടുങ്ങിക്കിടക്കുന്നതെന്നും എന്തൊക്കെയാണ് നിങ്ങളുടെ ആവശ്യങ്ങൾ എന്നും ഒക്കെ മനസ്സിലായാൽ നിങ്ങൾക്ക് നിങ്ങളുടെ ബന്ധങ്ങളിൽ പ്രവർത്തിക്കാൻ കഴിയും. നിങ്ങളെ സ്വയം അറിയുകയും സംസാരിക്കാനും ആളുകളോട് ചേരാനും (നിങ്ങളോടു സ്വയം ചേരാനും) ഒക്കെ മികച്ച മാർഗ്ഗങ്ങൾ കണ്ടെത്തുമ്പോൾ അത് നിങ്ങളുടെ ബന്ധങ്ങളുടെ ശക്തി കൂട്ടും. നിങ്ങൾ ആരാണെന്നും നിങ്ങളുടെ ജീവിതത്തിലെ ആളുകൾക്ക് എന്താവണമെന്നും എന്താണ് നിങ്ങളുടെ അതിർത്തികൾ എന്നും ഒക്കെ മനസ്സിലാക്കുന്നത് ആ ബന്ധങ്ങളെയും നിങ്ങളെത്തന്നെയും പരിപോഷിപ്പിക്കും. നഷ്ടബോധവും അങ്കലാപ്പും ബന്ധങ്ങളുടെ കയറ്റയിറക്കങ്ങളും ഒക്കെ ഉണ്ടാകുമ്പോൾ നമ്മുടെ ദിശ കണ്ടെത്താൻ മറ്റുള്ളവരെ നോക്കേണ്ട കാര്യമില്ല. നമ്മുടെ സ്വത്വത്തിലേയ്ക്ക് തിരികെ വരിക. എങ്ങനെയാണ് നമ്മുടെ ഇപ്പോഴുള്ള തീരുമാനങ്ങൾ നാം എന്താവണം എന്നതിലേക്ക് നമ്മെ എത്തിക്കുന്നത് എന്ന് വിലയിരുത്തുക.

അടുപ്പം

നമ്മുടെ അടുപ്പങ്ങളുടെ രീതികൾ ചെറിയ പ്രായത്തിൽ രൂപപ്പെടുന്നവയാണ്. അവ ഒരു തെരഞ്ഞെടുക്കലല്ല. നമ്മെ സുരക്ഷിതമാക്കി വയ്ക്കുന്ന ആളുകളോട് അടുപ്പം തോന്നുക തലച്ചോറിന്റെ ഒരു സ്വാഭാവികതയാണ്. ഓരോ കുട്ടിയും തങ്ങളുടെ മാതാപിതാക്കളോട് ചേരുന്നതും സുരക്ഷയും

സൗഖ്യവും തേടുന്നതും ആ ബന്ധത്തെ ഒരു സുരക്ഷിതബന്ധത്തിന്റെ അടിസ്ഥാനമാക്കുന്നതും സാധാരണമാണ്. ഒരു കുട്ടിക്ക് ആ സുരക്ഷിതത്വം ലഭിക്കുമ്പോഴാണ് കുട്ടിക്ക് ലോകം അറിയാനുള്ള തോന്നലുണ്ടാകുന്നത്. തങ്ങൾ പഠിച്ചതിൽ നിന്നാണ് അവർ പുതിയ ബന്ധങ്ങൾ കണ്ടെത്തുന്നത്. ജീവിതത്തിൽ മാതാപിതാക്കൾ സ്ഥിരമായ ആ സുരക്ഷിതത്വം നൽകാതെ വരുമ്പോൾ കുട്ടികൾ ആ സുരക്ഷിതത്വമില്ലായ്മ തങ്ങളുടെ മുതിർന്ന ബന്ധങ്ങളിലേയ്ക്കും കൊണ്ടുപോകും. (Siegel & Hartzell, 2004).

നാം മറ്റു മുതിർന്ന ആളുകളുമായി എങ്ങനെ ഇടപെടും എന്നത് നിർണ്ണയിക്കുന്നതും ഈ ബന്ധമാണ്. കാരണം ബന്ധങ്ങളിൽ നിന്ന് എന്ത് പ്രതീക്ഷിക്കണം എന്ന് പഠിക്കുന്നത് ഇതിൽ നിന്നാണ്. ഒരു തരം അറ്റാച്ച്മെന്റ് രീതി ഉണ്ടാകുന്നത് നിങ്ങൾ ജീവിതാവസാനം വരെ ആളുകളോട് എങ്ങനെ ഇടപെടണം എന്ന് പഠിപ്പിക്കുന്നതൊന്നും അല്ല. എന്നാൽ ഇതിലൂടെ മുതിർന്നവർ എന്ന നിലയിൽ നാം കുടുങ്ങിക്കിടക്കുന്ന ചില അവസ്ഥകളെ മനസ്സിലാക്കാൻ നമുക്ക് കഴിയും. നമ്മുടെ തലച്ചോറുകൾ എല്ലാത്തിനോടും പൊരുത്തപ്പെടുന്നവയാണ്. അതുകൊണ്ട് തന്നെ ഈ രീതികൾ അറിഞ്ഞ് കൃത്യമായ തീരുമാനങ്ങൾ എടുത്ത് ചില കാര്യങ്ങൾ തുടരെ ചെയ്യാൻ നാം തീരുമാനിച്ചാൽ അത് നമ്മുടെ പുതിയ രീതിയായി മാറും.

ഉത്കണ്ഠയോടെയുള്ള അടുപ്പം

ഉത്കണ്ഠയോടെയുള്ള ഒരു അടുപ്പം ഒരുപക്ഷെ നിങ്ങൾക്ക് സ്നേഹം ലഭിക്കുന്നു എന്ന് തുടരെ ഉറപ്പിക്കാനും അടുത്ത വ്യക്തി നിങ്ങളെ ഉപേക്ഷിക്കില്ല എന്ന ഉറപ്പിനും ഒക്കെ കാരണമാകും. ഉത്കണ്ഠയോടെയുള്ള അതിപ്പം ഉള്ള ആളുകൾ തങ്ങളെ സംരക്ഷിക്കുന്നവർ തിരികെ വരുമെന്ന് ഉറപ്പില്ലാത്ത സാഹചര്യങ്ങളിലാണ് ജീവിച്ചിട്ടുള്ളത്. അവർക്ക് തുടർച്ചയായ സ്നേഹം ലഭിച്ചിട്ടുണ്ടാകില്ല.

ആളുകളെ പ്രീതിപ്പെടുത്താൻ ശ്രമിക്കുന്ന സ്വഭാവം ഇതിനൊരു ഉദാഹരണമാണ്. ഒരു സംഘർഷം ഒഴിവാക്കാനായി ആളുകളുടെ സ്വകാര്യ ആവശ്യങ്ങൾ ചർച്ച ചെയ്യാതിരിക്കുന്നതോ അവനവന്റെ ആവശ്യങ്ങൾ മാറ്റി വെച്ച് പങ്കാളിയുടെ ആവശ്യങ്ങൾക്ക് പരിഗണന കൊടുക്കുന്നതോ ഒക്കെ ഇതുകൊണ്ടാണ്.

ആളുകൾ എന്നെ ഉപേക്ഷിക്കരുത് എന്ന തോന്നൽ ആണ് ഇത്തരം തുടർച്ചയായ ആശ്വാസങ്ങളുടെ അടിസ്ഥാനം. എന്നാൽ ഒഴിവാക്കാനുള്ള തരം അറ്റാച്ച്മെന്റ് സ്റ്റൈൽ ഉള്ള ആളുകളാണ് എതിർവശത്തെങ്കിൽ ഇത് പ്രശ്നമാകും. സ്ഥിരമായി ആശ്വാസവചനങ്ങൾ നൽകാത്ത പങ്കാളിയാണ് എതിരേയെങ്കിൽ പതിയെ ഉത്കണ്ഠ നിറഞ്ഞ അറ്റാച്ച്മെന്റ് ഉള്ള പങ്കാളിക്ക് വെറുപ്പും അകൽച്ചയും ഉണ്ടാകും.

എന്നാൽ ഇതേ പ്രശ്നം കാരണം അവർക്ക് അത് തുറന്നുപറയാൻ കഴിയുകയുമില്ല. ഇത്തരം സന്ദർഭങ്ങൾക്കുള്ള ഉത്തരം തുടർച്ചയായുള്ള ആശ്വസിപ്പിക്കൽ അല്ല. ആവശ്യങ്ങൾ അവഗണിച്ച് അത് മാറിപ്പോകു മെന്നു കരുതുന്നതുമല്ല. മറിച്ച് ഉത്കണ്ഠ നിറഞ്ഞ അടുപ്പം സൂക്ഷിക്കു ന്നവർ തങ്ങളുടെ പങ്കാളിയിൽ നിന്നല്ലാതെ പുറത്ത് ഒരു സുരക്ഷിതത്വം കണ്ടെത്താൻ പഠിക്കുകയാണ് ചെയ്യേണ്ടത്. സ്വന്തം സ്വത്വം വളർ ത്താനും അവനവനെ ആശ്വസിപ്പിക്കാനും അവർ വഴി കണ്ടെത്തണം. തുടർച്ചയായ പിന്തുണ അവർ ആവശ്യപ്പെടാതെ തന്നെ നൽകിക്കൊ ണ്ടാണ് പങ്കാളിക്ക് അവരെ ഇതിൽ സഹായിക്കാൻ കഴിയുന്നത്. ഇത് ഒറ്റയ്ക്കും പങ്കാളികളായും പരിഹരിക്കേണ്ട പ്രശ്നമാണ്.

ഒഴിവാക്കൽ രീതി

ഇത് ഉത്കണ്ഠ നിറഞ്ഞ ബന്ധത്തിന് നേർവിപരീതമാണ്. അടുപ്പവും സ്നേഹവും ഒക്കെ ഒരു ഭീഷണിയും സുരക്ഷിതമില്ലാതെയും ഒക്കെ തോന്നു ന്നതും എന്നാൽ അതോടൊപ്പം തന്നെ മാനുഷിക അടുപ്പങ്ങൾ ആഗ്രഹി ക്കുകയും ചെയ്യുന്ന ഒരു പ്രത്യേക അവസ്ഥയാണിത്. അവനവനെ തന്നെ ആശ്രയിക്കുന്നതാണ് ഇവർ സുരക്ഷിതമായി കരുതുന്നത്. ഒരു ബന്ധത്തിൽ അവനവനെ അൽപ്പം മാത്രം നിലനിർത്തുകയും എന്നാൽ ഈ ബന്ധങ്ങളിൽ നിന്ന് അസ്വസ്ഥതയും പേടിയുമൊക്കെ അനുഭവിക്കുകയും വൈകാരികമായി ബന്ധങ്ങൾ അറുത്തുമാറ്റാനുള്ള തോന്നൽ കൊണ്ടുനടക്കുകയും ആളുകളുമായുള്ള അടുപ്പമോ വഴക്കുകളോ ഒക്കെ ഒഴിവാക്കുകയുമൊക്കെ ഇത്തരക്കാർ ചെയ്യും.

ഈ പെരുമാറ്റങ്ങൾ പലപ്പോഴും സ്നേഹത്തിന്റെയും കരുതലിന്റെയും കുറവായാണ് മനസ്സിലാക്കപ്പെടാറുള്ളത്. എന്നാൽ ഇവ ഒരിക്കൽ ഈ വ്യക്തികൾക്ക് കൃത്യമായി മനസ്സിലായിരുന്ന ഒരു കാര്യമാണ് താനും. ഇത്തരം ബന്ധങ്ങളുടെ രീതിയുള്ള ആളുകൾക്ക് ചെറുപ്പകാലത്ത് മാതാപിതാക്കളുടെ ശാരീരികമോ വൈകാരികമോ ആയ അഭാവം അനുഭവിക്കേണ്ടിവന്നിരിക്കാം. ആളുകളെ ആശ്രയിക്കേണ്ടിവന്നപ്പോൾ അവർ ഉണ്ടാകാതിരുന്നത് ഒരു കാരണമാകാം.

ഇത്തരത്തിലുള്ള ബന്ധം കൊണ്ടുപോകുന്ന ആളുകൾക്ക് ബന്ധങ്ങൾ വേണ്ട എന്നൊരു തെറ്റിദ്ധാരണയുണ്ട്. എന്നാൽ അവരും എല്ലാ മനുഷ്യ രെയും പോലെ തന്നെയാണ്. സ്വയം സംരക്ഷിക്കാനായി ചെറുപ്പത്തിൽ തന്നെ ഉയർത്തിയ മതിൽക്കെട്ടുകളാണ് അവരെ നിയന്ത്രിക്കുന്നത്. ഉത്കണ്ഠ നിറഞ്ഞ അടുപ്പം സൂക്ഷിക്കുന്നവർക്ക് അവനവനെ ആശ്രയി ക്കാൻ പഠിക്കേണ്ടി വരുമ്പോൾ ഇവർക്ക് മറ്റുള്ളവരോട് അടുക്കാനാണ് പഠിക്കേണ്ടിവരുന്നത്. ഇവർക്ക് എന്തുകൊണ്ടാണ് അടുപ്പം സുരക്ഷിത മല്ലാതെ തോന്നുന്നത് എന്ന് ഒരു പങ്കാളിക്ക് മനസ്സിലാക്കാൻ കഴിഞ്ഞ് അവരുടെ കൂടെ നിന്നാൽ ഇതിൽ മാറ്റം കൊണ്ടുവരാൻ കഴിയും.

സുരക്ഷിതമായ അടുപ്പം

കുട്ടികളുടെ വൈകാരികവും ശാരീരികവുമായ ആവശ്യങ്ങളോട് വിശ്വാസ്യമായ രീതിയിൽ മാതാപിതാക്കൾക്ക് പെരുമാറാൻ കഴിഞ്ഞാൽ കുറച്ചു കാലം കൊണ്ട് തനിക്ക് സംസാരിക്കാൻ തോന്നുന്നത് സംസാരിക്കാമെന്നും അതിനു മറുപടി ലഭിക്കുമെന്നും മനസ്സിലാകും. തന്റെ ആവശ്യങ്ങൾ പറയാനും അത് ഈ ലോകത്തിൽ നിന്ന് നടന്നുകിട്ടുമെന്നും ആ കുട്ടി മനസ്സിലാക്കും. ഇതിനർത്ഥം പേരന്റിംഗ് അങ്ങേയറ്റം പെർഫെക്ട് ആണെന്നല്ല. എന്നാൽ അതിലുണ്ടായ വിശ്വാസ്യത കുട്ടികൾക്ക് വിശ്വസനീയമായ ഒരു അടിത്തറ നൽകുകയും തെറ്റുകൾ പറ്റിയപ്പോൾ പരിഹരിക്കപ്പെട്ടത് കൊണ്ട് ആ വിശ്വാസം നിലനിൽക്കുകയും ചെയ്തു. സുരക്ഷിതമായ അടുപ്പം കണ്ടെത്തിയ കുട്ടി സദാ സന്തോഷം അനുഭവിക്കുന്നില്ല, ആ കുട്ടി കരയും മുൻപേ ആവശ്യങ്ങൾ നിറവേറുന്നില്ല. അവർക്ക് ഒരു പേരന്റ് അടുത്തില്ലാതെ വരുമ്പോൾ സങ്കടം തോന്നാനുള്ള സുരക്ഷിതത്വമുണ്ട്, എന്നാൽ അവർ തിരിച്ചെത്തിയാലുടൻ ആ ബന്ധം പുനഃസ്ഥാപിക്കപ്പെടുകയും ചെയ്യുന്നുണ്ട്. മുതിർന്ന കാലത്തേയ്ക്ക് നീങ്ങവേ അവർ അടുപ്പങ്ങൾ ആസ്വദിക്കുകയും തങ്ങളുടെ ചിന്തകളും വികാരങ്ങളും പ്രകടിപ്പിക്കാൻ കഴിയുകയും ഇതിനെല്ലാം ഇടയിൽ സ്വന്തം സ്വാതന്ത്ര്യം ഉറപ്പു വരുത്തുകയും ചെയ്യും.

സുരക്ഷിതമായ അടുപ്പങ്ങളാണ് മുതിർന്ന ആളെന്ന നിലയിൽ നിങ്ങൾക്ക് ഒരു അടിത്തറ തരുന്നത്. എന്നാൽ നിങ്ങൾ ഏറ്റവും മികച്ച തീരുമാനങ്ങളും പെരുമാറ്റങ്ങളും കണ്ടെത്തും എന്നിതിന് അർത്ഥമില്ല. സുരക്ഷിതമായ ഒരു അടുപ്പത്തിന്റെ രീതിയുള്ള ആളുകൾക്ക് മറ്റുള്ളവരെക്കാൾ തങ്ങളുടെ ബന്ധങ്ങളെ മനസ്സിലാക്കാനും മറ്റുതരം അടുപ്പ രീതികളുള്ള പങ്കാളികളോട് കരുണയോടെ ഇടപെടാനും ഒക്കെ കഴിയും.

അലങ്കോലപ്പെട്ട ബന്ധങ്ങൾ

മാതാപിതാക്കൾക്ക് വിശ്വസനീയവും തുടരെയുള്ളതുമായ സംരക്ഷണവും വൈകാരിക പിന്തുണയും നല്കാൻ കഴിയുന്നില്ലെങ്കിലോ ആ ബന്ധം പീഡനങ്ങൾ നിറഞ്ഞതെങ്കിലോ ഒക്കെ അതിൽ നിന്ന് അലങ്കോലപ്പെട്ട അടുപ്പരീതികൾ ഉണ്ടാകാം. കുട്ടിയെന്ന നിലയിൽ ഇത്തരം ബന്ധങ്ങൾ നിങ്ങളെ വളർത്തുന്ന ആളുകളിൽ നിന്നുണ്ടാകുമ്പോൾ കുട്ടികൾക്ക് ആശങ്ക നിറഞ്ഞ അനുഭവങ്ങളാണ് ഉണ്ടാകുന്നത്. നിങ്ങൾക്ക് സുരക്ഷിതത്വം തരേണ്ട ആളുകൾ തന്നെ നിങ്ങളെ പേടിപിടിപ്പിക്കുകയും അപകടകരമായി തീരുകയും ഒക്കെ ചെയ്യാം. പിന്നീട് ഭാവിയിൽ ഈ രീതിയിലുള്ള ബന്ധങ്ങളിൽ നിന്ന് ആളുകൾക്ക് വികാരങ്ങളെ നേരിടാൻ കഴിയാതെ വരുകയും കുഴഞ്ഞുമറിഞ്ഞ രീതിയിൽ സ്ട്രെസ് പ്രതികരണങ്ങൾ ഉണ്ടാവുകയും ആളുകൾ ഉപേക്ഷിച്ചുപോകുമോ എന്ന പേടിയും മറ്റു പ്രശ്നങ്ങളും ബന്ധങ്ങളിൽ ഉടലെടുക്കുകയും ചെയ്യും.

ശരിയായ പിന്തുണ ഉണ്ടായാൽ മാറ്റം സാധ്യമാണ്. നിങ്ങളുടെ ഒറ്റപ്പെടുമോ എന്ന പേടികൾ പരിഹരിക്കുന്നതിന്റെ കൂടെ നിങ്ങൾക്ക് ബന്ധം തുടരാനുള്ള കഴിവും വളർത്തിയെടുക്കാൻ കഴിയും.

നമ്മുടെ ആദ്യകാലജീവിതാനുഭവങ്ങൾ നമ്മുടെ മുതിർന്ന ബന്ധങ്ങളിലും ഉണ്ടാകാമെങ്കിലും അവ മരണം വരെ കൊണ്ടുനടക്കേണ്ട കാര്യമില്ല. നമ്മെപ്പറ്റിയും നമുക്ക് പ്രധാനമായ ആളുകളെപ്പറ്റിയും പഠിക്കുന്നത് പ്രധാനമാണ്. നമ്മുടെ തന്നെ ബന്ധങ്ങളെപ്പറ്റിയും അതിലെ ആവർത്തനങ്ങളെപ്പറ്റിയും അറിയുന്നതും പഠിക്കുന്നതും ഒപ്പം നമ്മുടെ കൂടെയുള്ള ആളുകളെ അടുത്തറിയുന്നതും ഒക്കെ ബന്ധങ്ങൾ മെച്ചപ്പെടുത്താൻ ഉപകരിക്കും. ഇങ്ങനെ ചെയ്യുമ്പോൾ നമുക്ക് മറ്റുള്ളവരുടെ പെരുമാറ്റങ്ങൾ മാറി നിന്ന് നിരീക്ഷിക്കാൻ കഴിയുകയും ഉറച്ച ഒരു ബന്ധത്തിലൂടെ നിങ്ങളുടെ ജീവിതം മെച്ചപ്പെടുത്താൻ കഴിയുകയും ചെയ്യും.

ഇത് എങ്ങനെ സാധ്യമാകും? നമ്മുടെ ബന്ധങ്ങൾ മെച്ചപ്പെടുത്താൻ ഇന്ന് എന്ത് ചെയ്യാനാകും? മറ്റുകാര്യങ്ങൾ പോലെ തന്നെ ഇതിനും എളുപ്പവിദ്യകളില്ല. എന്നും നിലനിൽക്കുന്ന ഒരു കാര്യം ഒറ്റ ദിവസം കൊണ്ട് നിർമ്മിക്കാനാകില്ല. എന്നും ചെറിയ, ബോധപൂർവ്വമായ മാറ്റങ്ങൾക്ക് വേണ്ടി പ്രവർത്തിക്കുകയാണ് ചെയ്യാൻ കഴിയുക. നിങ്ങളുടെ മൂല്യങ്ങളെ വിശ്വാസത്തോടെയും തുടർച്ചയോടെയും നേരിടുക. നിങ്ങളുടെ ദൈനംദിന പ്രവർത്തികൾ ചിന്തിച്ചുറപ്പിച്ചതാണ്, മറിച്ച് പെട്ടെന്നുള്ള പ്രതികരണങ്ങളല്ല എന്നുറപ്പ് വരുത്തണമെങ്കിൽ അൽപ്പം മാറി നിന്ന് നിങ്ങളുടെ ജീവിതത്തെ നോക്കേണ്ടിവരും.

ആളുകളുടെ പരസ്പരബന്ധത്തിൽ എഴുപത് ശതമാനത്തോളം സ്വാധീനിക്കുന്നത് അവരുടെ സൗഹൃദത്തിന്റെ നിലവാരമാണ് എന്നാണ് ബന്ധങ്ങളിൽ ഗവേഷണം ചെയ്യുന്ന ജോൺ ഗോറ്റ്മാൻ പറയുന്നത് (Gottman & Silver, 1999). സൗഹൃദം വളർത്താൻ ശ്രമിക്കുന്നത് അതുകൊണ്ട് തന്നെ പ്രധാനമാണ്.

ഒരു ബന്ധം മെച്ചപ്പെടുത്താൻ ശ്രമിക്കുമ്പോൾ മറ്റുള്ളവരുടെ സാമീപ്യം ആസ്വദിക്കുന്നതും പരസ്പരം കരുണയും സ്നേഹവും വളർത്താൻ പരിശ്രമിക്കുന്നതും ഏറ്റവും നന്നായി പരസ്പരം അറിയുന്നതും മറ്റുള്ളവരെ അംഗീകരിക്കാനും സ്നേഹിക്കാനും പരിചരിക്കാനുമുള്ള വഴികൾ കണ്ടെത്തുന്നതും ഒക്കെയാണ്.

ജീവിതത്തിൽ എത്രത്തോളം അടുപ്പവും ആ സൗഹൃദത്തെ ശക്തിപ്പെടുത്താനുള്ള അനുഭവങ്ങളും നിറയ്ക്കാൻ കഴിയുന്നുവോ അത്രത്തോളം ഉറപ്പ് ആ ബന്ധത്തിനുണ്ടാവുകയും എതിർപ്പുകളും സ്ട്രെസ് നിറഞ്ഞ ജീവിതാനുഭവങ്ങളും നഷ്ടങ്ങളും ഒക്കെ കടന്ന് അവ നിലനിൽക്കുകയും ചെയ്യും. ജീവിതത്തിന്റെ ഉയർച്ച താഴ്ചകളെ നേരിടണമെങ്കിൽ പരസ്പര ബഹുമാനവും നന്ദിയും വേണം.

ബന്ധം

ഈ പുസ്തകത്തിൽ വികാരങ്ങളെ മരവിപ്പിക്കുകയോ ഒഴിവാക്കുകയോ ചെയ്യുന്നതിലെ അപകടങ്ങളെപ്പറ്റി ഞാൻ ചർച്ച ചെയ്തിട്ടുണ്ട്. ബന്ധങ്ങൾ ഇന്റിമേറ്റ് ആയാലും സൗഹൃദങ്ങളോ കുടുംബബന്ധങ്ങളോ ആയാലും എല്ലാത്തിന്റെയും അടിസ്ഥാനം വികാരങ്ങളാണ്. മനുഷ്യർ തമ്മിൽ ഇടപെടുമ്പോൾ നമുക്ക് പലതും തോന്നാറുണ്ട്. പ്രിയപ്പെട്ട ഒരാളിൽ നിന്നുള്ള ചില വാക്കുകൾ നമ്മെ മേഘത്തലപ്പിൽ എത്തിക്കുകയോ തളർത്തിക്കളയുകയോ ഒക്കെ ചെയ്യും. ഉയർന്ന വികാരങ്ങൾ ഉണ്ടാകുമ്പോൾ നാം ചിലപ്പോൾ ഉൾവലിയാനുള്ള സാധ്യതയുണ്ട്. അത് ചെയ്യുമ്പോൾ രണ്ടു വ്യക്തികൾ തമ്മിൽ അകൽച്ചയുണ്ടാകുന്നു. എങ്കിലും തെറാപ്പിസ്റ്റുകളും ഗവേഷണങ്ങളും ഒക്കെ നിങ്ങളോട് പറയുന്നത് പരസ്പരം ആശ്രയിക്കുന്നതിൽ നിന്നാണ് ആഴവും വിശ്വാസവുമുള്ള ബന്ധങ്ങൾ ഉണ്ടാകുന്നത് എന്നാണ് (Gottman & Silver, 1999).

നമ്മുടെ സ്വത്വത്തിൽ നിന്നും വികാരങ്ങളിൽ നിന്നും സ്നേഹമുള്ള ആളുകളിൽ നിന്നും മാറി നിൽക്കുന്നത് നമ്മുടെ ബന്ധങ്ങളെയും മാനസികാരോഗ്യത്തെയും മോശമായി ബാധിക്കും (Hari, 2018). എന്നാൽ നമ്മുടെ ചുറ്റും ഇത്തരം പ്രലോഭനങ്ങളിലേയ്ക്ക് വീണുപോകാനുള്ള സാഹചര്യങ്ങളാണ്. സോഷ്യൽ മീഡിയയിലൂടെയോ ജോലിയിലൂടെയോ ഒക്കെ നാം നമ്മെത്തന്നെ തിരക്കുകളിലാഴ്ത്തുന്നു. അല്ലെങ്കിൽ പുറത്തെ ലോകം ആവശ്യപ്പെടുന്ന രീതിയിൽ അവനവനെ മാറ്റാൻ ശ്രമിക്കുന്നു. ഏറ്റവും മികച്ചതാവാനും ഏറെ പണം സമ്പാദിക്കാനും ശ്രമിക്കുന്നു. എന്നാൽ ഇതൊന്നുമല്ല നമ്മുടെ ബന്ധങ്ങളുടെ നിലനിൽപ്പിന് ആവശ്യം.

അപ്പോൾ എന്താണ് വേണ്ടത്? വിദഗ്ധർ പറയുന്നത് കേൾക്കാം.

- **ആത്മബോധം :** മറ്റൊരാൾക്ക് എന്താണ് തോന്നുന്നതെന്നോ വേണ്ടതെന്നോ ഒക്കെ മനസ്സിലാക്കാൻ എപ്പോഴും സാധിക്കാത്തത് കൊണ്ടാണ് ബന്ധങ്ങൾ ബുദ്ധിമുട്ടാകുന്നത്. എന്നാൽ നമുക്ക് അത് നമ്മളിൽ കണ്ടെത്താൻ കഴിയും. നിങ്ങളുടെ ബന്ധങ്ങൾ മെച്ചപ്പെടുത്താൻ നിങ്ങൾക്ക് തുടങ്ങാൻ കഴിയുന്ന ഏറ്റവും മികച്ച ഇടം നിങ്ങളിൽ തന്നെയാണ്. അവനവനെ കുറ്റപ്പെടുത്തുകയോ ആക്രമിക്കുകയോ ചെയ്യാതിരിക്കുക. കൗതുകവും കരുണയും കാണിക്കുക. നാം കുടുങ്ങിക്കിടക്കുന്ന അവസ്ഥകൾ തിരിച്ചറിഞ്ഞ് എന്താണ് അതിലേയ്ക്ക് നമ്മെ എത്തിച്ചതെന്ന് ചിന്തിക്കുക. ഇതാണ് ഇത്തരം അവസ്ഥകൾ മാറ്റാനുള്ള ആദ്യപാടി. ബന്ധങ്ങളിൽ എതിരെയുള്ള ആളുകൾ ഇതേരീതിയിൽ ചിന്തിക്കണമെന്ന് ഉറപ്പില്ല. എന്നാൽ നമ്മുടെ പെരുമാറ്റത്തിലെ മാറ്റങ്ങളിൽ നിന്ന് മറ്റുള്ളവർക്കും മാറാൻ തോന്നും. ഇതിനർത്ഥം അവരുടെ മാറ്റം പ്രതീക്ഷിക്കുക എന്നല്ല. നിങ്ങൾക്ക് എന്താണ് ഒരു ബന്ധത്തിൽ

നിന്ന് വേണ്ടത് എന്നതിൽ ശ്രദ്ധിക്കുകയും നിങ്ങളുടെ അതിർത്തികൾ നിർണ്ണയിക്കുകയും അതിന്റെ കാരണങ്ങൾ മനസ്സിലാക്കുകയും ഒക്കെയാണ്.

- **വൈകാരിക പ്രതികരണം :** ഒരു ബന്ധം പ്രതിസന്ധിയിലാകുമ്പോൾ നമുക്ക് തോന്നുന്ന വികാരങ്ങൾ അടിസ്ഥാനരഹിതമല്ല. സുരക്ഷിതമായ വൈകാരികബന്ധമാണ് നമ്മുടെ തലച്ചോറിന്റെ പ്രധാന ലക്ഷ്യം. നാം അലറുകയും കരയുകയും ഉൾവലിയുകയും നിശ്ശബ്ദരാവുകയും ഒക്കെ ചെയ്യുമ്പോൾ ഒരേകാര്യം തന്നെയാണ് നാം പല തരത്തിൽ പറയുന്നത്. 'നിങ്ങൾ എന്റെ കൂടെയുണ്ടോ? ഞാൻ പറയുന്നത് പ്രധാനമാണോ? എനിക്ക് ഏറ്റവും ആവശ്യമുള്ളപ്പോൾ നിങ്ങൾ എന്താണ് ചെയ്യാൻ പോകുന്നത്?' എന്നിങ്ങനെ എത്ര ചോദ്യങ്ങൾ. മുൻപ് നാം ചർച്ച ചെയ്ത ബന്ധങ്ങളുടെ രീതികളിലൂടെയാണ് നാം ഈ ചോദ്യങ്ങൾക്ക് ഉത്തരം കാണുന്നത്. നമ്മുടെ ബന്ധങ്ങൾ നഷ്ടപ്പെട്ടു എന്ന് തോന്നുമ്പോൾ സുരക്ഷിതമായി തോന്നാനായി സാധിക്കുന്നതെല്ലാം നമ്മുടെ തലച്ചോർ ചെയ്യും. ചിലർക്ക് അത് ദേഷ്യമാകാം, ചിലർക്ക് ഒളിച്ചിരിക്കലാകാം, വികാരങ്ങൾ മറച്ച് വയ്ക്കുന്നതുമാകാം. ഇത്തരം അവസ്ഥകളിൽ പെട്ടുപോയാൽ തിരിച്ചുവരാൻ ബുദ്ധിമുട്ടാണ്. *ഹോൾഡ് മി ടൈറ്റ്* എന്ന പുസ്തകത്തിൽ ക്ലിനിക്കൽ സൈക്കോളജിസ്റ്റ് ആയ സ്യൂ ജോൺസൺ പറയുന്നത് ബന്ധങ്ങൾ പുനഃസ്ഥാപിച്ചില്ലെങ്കിൽ ഒറ്റപ്പെടലും അകലവും തോന്നും എന്നാണ്. വൈകാരികമായ അടുപ്പം തിരിച്ചുകൊണ്ടുവരികയും പരസ്പരം ഉറപ്പുകൾ കൊടുക്കുകയുമൊക്കെയാണ് ചെയ്യേണ്ടത്. ഒരു ഉത്തരം കിട്ടാനായി പങ്കാളികളിൽ ഒരാൾ കുറ്റപ്പെടുത്തുകയോ ആക്രമിക്കുകയോ ഒക്കെ ചെയ്യുമ്പോൾ എതിരെയുള്ള ആളിന് തങ്ങൾ പരാജയപ്പെട്ടു എന്ന സന്ദേശമാണ് ലഭിക്കുക. അവർ മരവിച്ച് മാറിപ്പോകാൻ സാധ്യതയുണ്ട്. നമ്മുടെ പങ്കാളിയുടെ വൈകാരിക ആവശ്യങ്ങൾ തിരിച്ചറിയുകയാണ് ഇതിന് ചെയ്യേണ്ടത്. ഇത് പറയാൻ എളുപ്പമാണ്. എന്നാൽ വൈകാരികമായി തളരുമ്പോൾ ഇത് സാധ്യമാകണമെന്നില്ല. നമ്മുടെ വേദനകളെ പരിഹരിക്കുന്നത് പ്രധാനമാണ്. മാത്രമല്ല, വൈകാരിക അനുഭവങ്ങളോട് കാരുണ്യത്തോടെ പ്രതികരിക്കുകയും എതിരെയുള്ള ആളോട് നിങ്ങൾ എനിക്ക് പ്രധാനമാണെന്ന് പറയുകയും വേണം. ഇത് ചെയ്യുമ്പോൾ മാറിപ്പോകാതെ ശ്രദ്ധയോടെ ഇടപെടണം (Johnson, 2008).
- **ആദരവോടെ പരാതിപ്പെടുക :** പല ആളുകളും കരുതുന്നത് അവർക്ക് ലഭിക്കുന്ന പ്രതികരണത്തിൽ നിന്നും അവർ പഠിക്കുമെന്നും എന്നാൽ കിട്ടുന്ന പ്രതികരണത്തിന്റെ രീതി അവർക്ക് നാണക്കേട് ഉണ്ടാക്കും എന്നുമൊക്കെയാണ്. പരസ്പരം കുറ്റപ്പെടുത്തൽ തുടങ്ങിയാൽ ആരും ജയിക്കില്ല. ആരോഗ്യകരമായ ബന്ധത്തിൽ

നിങ്ങളുടെ ആവശ്യങ്ങൾ അവഗണിച്ച് വിട്ടുകൊടുക്കുകയല്ല ചെയ്യേണ്ടത്, കരുണയുടെയും കരുതലോടെയും വേണം നമ്മുടെ പ്രശ്നങ്ങളെ നേരിടുമ്പോൾ പ്രതികരിക്കാൻ.

ആരോഗ്യകരമായ ബന്ധങ്ങളിൽ പ്രശ്നങ്ങൾ ഇല്ലെന്നല്ല. ബന്ധത്തിലെ വിള്ളലുകൾ ശ്രദ്ധാപൂർവ്വം റിപ്പയർ ചെയ്യേണ്ടതാണ്. ഏത് പ്രശ്നത്തിലും ഓരോ വ്യക്തിയും ആഗ്രഹിക്കുന്നത് സ്നേഹവും സ്വീകാര്യതയും ഒക്കെയാണ്. അവനവനെപ്പറ്റി ചിന്തിക്കുന്നതിലാണ് തെറാപ്പിയുടെ അടിസ്ഥാനം. അതിലൂടെയാണ് സ്വീകാര്യതയും മുൻവിധികളില്ലാതെ, ഉപാധികളില്ലാത്ത സ്നേഹവും ഉണ്ടാകുന്നത്. നമ്മൾ ആക്രമിക്കപ്പെടുകയോ ഒറ്റപ്പെടുത്തപ്പെടുകയോ ചെയ്യുമ്പോൾ, നമുക്ക് നാണക്കേട് തോന്നുമ്പോൾ അല്ലെങ്കിൽ വിലമതിക്കപ്പെടാതിരിക്കുമ്പോൾ, മുന്നോട്ട് പോകാനുള്ള ഏറ്റവും നല്ല മാർഗത്തെക്കുറിച്ച് വ്യക്തമായി ചിന്തിക്കാൻ നമുക്ക് കഴിയില്ല. സർവൈവൽ മോഡാണ് അത്. ബുദ്ധിമുട്ടുള്ള ഒരു സംഭാഷണത്തിൽ ഏർപ്പെടുന്നത് ശ്രദ്ധാപൂർവ്വം ചിന്തിച്ച് തയ്യാറെടുത്താണെങ്കിൽ വെറുപ്പ് നിറഞ്ഞ ആരോപണങ്ങളെക്കാൾ നന്നായി അത് മുന്നോട്ട് പോകും. ഒരാളെ വ്യക്തിപരമായി ആക്രമിക്കാതെ തുറന്ന് സംസാരിക്കുന്നത് എല്ലാവരെയും ഒന്ന് തണുപ്പിക്കും. ആളുകൾക്ക് ഊഹാപോഹങ്ങൾക്ക് ഇടം കൊടുക്കാതെ നിങ്ങളുടെ ആവശ്യങ്ങൾ കൃത്യമായി ചർച്ച ചെയ്യുക. ചർച്ചകളിൽ അനുമോദനവും ബഹുമാനവും നിലനിർത്തുക. ഈ അവസ്ഥ തിരിച്ചായിരുന്നെങ്കിൽ നിങ്ങൾ എങ്ങനെയുള്ള ഇടപെടലാണ് ആഗ്രഹിക്കുന്നത് എന്നോർക്കുക. ഇതൊന്നും എളുപ്പമല്ല. അതിന് നമുക്ക് വേണമെന്ന് തോന്നുന്ന പങ്കാളിയുടെ മുന്നിൽ നാം നമ്മുടെ മൂല്യങ്ങളിൽ ഊന്നി ഇടപെടുക.

- **റിപ്പയർ :** ബന്ധം പുനഃസ്ഥാപിക്കൽ ആയിരിക്കണം ഒരു ബന്ധം നന്നാക്കുന്നതിന്റെ ലക്ഷ്യം. ഇതിൽ സംഭവിച്ചതിൽ നമ്മുടെ പങ്ക് മനസ്സിലാക്കി വിട്ടുകൊടുക്കേണ്ട ആവശ്യമുണ്ട്. ബന്ധം പുനഃസ്ഥാപിക്കുമ്പോൾ ബന്ധം സ്ഥാപിച്ചപ്പോൾ ഉണ്ടായതൊക്കെ വേണം : സ്വീകാര്യത, കരുണ, സ്നേഹം, നന്ദി എന്നിവയൊക്കെ വേണം. ഇത് എളുപ്പം നടക്കുന്ന കാര്യമല്ല. പ്രശ്നങ്ങൾ ഒഴിവാക്കാനായി ഒരു അൽപ്പം അകലമിട്ട് ആശ്വസിച്ച് തിരികെയെത്താൻ കഴിയും. ഇതൊക്കെ കേൾക്കാൻ നന്നായി തോന്നും, എന്നാൽ യഥാർത്ഥ ജീവിതത്തിൽ പലപ്പോഴും ഇതല്ല ഉണ്ടാവുക. പഴയ ശീലങ്ങൾ മാറ്റാൻ കഴിയില്ല. എന്നാൽ ബന്ധം കുറ്റമറ്റതാകണം എന്ന് വാശിപിടിച്ചിട്ട് കാര്യമില്ല. തെറ്റുകൾ പറ്റാം. എന്നാൽ വീണ്ടും അർപ്പണബോധത്തോടെ തിരികെ വന്ന പ്രശ്നം പരിഹരിക്കാൻ ശ്രമിക്കുകയാണ് വേണ്ടത്. പല ആവർത്തി ചെയ്യുന്ന എന്തും ശീലമാകുമല്ലോ.

- **നന്ദി അറിയിക്കുക :** മുൻ അധ്യായങ്ങളിൽ നമ്മുടെ ശ്രദ്ധ നന്ദി പ്രകടനത്തിലേയ്ക്ക് തിരിക്കേണ്ടതിനെപ്പറ്റി നാം ചർച്ച ചെയ്തു. ദൈനംദിന ജീവിതത്തിന്റെ തിരക്കുകളിൽ ഒരു പങ്കാളിയുടെ തെറ്റുകളിൽ മാത്രം ശ്രദ്ധ കൊടുക്കുന്ന ഒരു രീതിയിലേക്ക് വീണു പോകൽ എളുപ്പമാണ്. നമുക്ക് ഇഷ്ടമുള്ള കാര്യങ്ങൾ അംഗീകരിക്കുകയും അവരെ അനുമോദിക്കുകയും ചെയ്യുന്നത് ബോധപൂർവ്വം വേണ്ടതാണ്. ഇത് ലളിതമായ ഒരു കാര്യമാണെങ്കിലും അവരോടുള്ള പെരുമാറ്റത്തെയും നിങ്ങളുടെ വൈകാരിക അവസ്ഥയെയും ഇത് ബാധിക്കും.
- **പങ്കിടാൻ കഴിയുന്ന അർത്ഥവും മൂല്യവും :** മറ്റൊരാളുടെ കൂടെ ജീവിതം ചെലവിടാൻ ശ്രമിക്കുമ്പോൾ നമ്മുടെ മൂല്യങ്ങൾ നമ്മുടേത് മാത്രമാകാൻ കഴിയില്ല. നമ്മുടെ സ്വകാര്യ മൂല്യങ്ങൾ ചേരുന്നുണ്ടോ എന്നും അതിലുള്ള വ്യത്യാസങ്ങളോട് ബഹുമാനമുണ്ടോ എന്നും ഒക്കെ അറിയുന്നത് ജീവിത പ്രതിസന്ധികളെ എങ്ങനെ നേരിടും എന്നതിലേക്ക് ചില അറിവുകൾ തരും. ഇതിൽ ഏറ്റവും പ്രധാനം നിങ്ങളുടെ ബന്ധമാണ്, പരസ്പരം എങ്ങനെയുള്ള കരുതലും ആശയവിനിമയവും പിന്തുണയുമാണ് നിങ്ങൾ ആഗ്രഹിക്കുന്നത്? നിങ്ങളുടെ ഒന്നിച്ചുള്ള ജീവിതത്തെക്കുറിച്ചുള്ള ലക്ഷ്യങ്ങളും സ്വപ്നങ്ങളും എന്താണ്? നിങ്ങളുടെ ബന്ധത്തിൽ രണ്ടാൾക്കും പ്രധാനമായ കാര്യങ്ങൾ ഉണ്ടാകും, എന്നാൽ ഒരു പങ്കാളിക്ക് മാത്രം പ്രധാനമായ കാര്യം അറിഞ്ഞ് മറ്റെയാൾ അത് പാലിക്കുന്ന അവസ്ഥകളും ഉണ്ടാകും. ഉദാഹരണത്തിന് ബന്ധുക്കളെ കാണുന്നതും ഇടപെടുന്നതും നിങ്ങൾക്ക് ഇഷ്ടമല്ലെങ്കിലും നിങ്ങളുടെ പങ്കാളിക്ക് അത് പ്രധാനമായത് കൊണ്ട് നിങ്ങൾ അത് ചെയ്യാൻ തയ്യാറാകാറുണ്ട്. നിങ്ങളുടെ പിന്തുണയാണ് നിങ്ങൾ അതിലൂടെ പ്രകടിപ്പിക്കുന്നത്. നിങ്ങൾക്ക് പ്രധാനമായത് എന്താണ് എന്ന് തിരിച്ചറിയുന്നത് മുന്നോട്ട് എങ്ങനെപോകണമെന്ന് മനസ്സിലാക്കാൻ നമ്മെ സഹായിക്കും. ഒരു ബന്ധത്തിൽ എന്താണ് പ്രധാനമെന്ന് മനസ്സിലാക്കാൻ സമയമെടുത്താൽ ആ ബന്ധം ആഴമുള്ളതാവുകയും രണ്ടാൾക്കും വളരാൻ കഴിയുന്ന ഒരു ബന്ധം ഉണ്ടാവുകയും ചെയ്യും.

ടൂൾകിറ്റ് : എന്ത് തരം പങ്കാളിയാകാനാണ് നിങ്ങൾ ആഗ്രഹിക്കുന്നതെന്ന് മനസ്സിലാക്കുക

നിങ്ങൾ പങ്കിടുന്ന മൂല്യങ്ങൾ അറിയാൻ ഈ ചോദ്യങ്ങൾ സഹായകമാണ്. ജീവിതത്തിലെ ഏത് ബന്ധവും ഇതിലൂടെ വിലയിരുത്താം. മാറ്റങ്ങൾ മറ്റുള്ളവരിൽ അടിച്ചേൽപ്പിക്കാൻ കഴിയാത്തതുകൊണ്ട് നമുക്ക് എന്ത് ചെയ്യാം എന്ന് തിരിച്ചറിയാനാണ് നാം ശ്രമിക്കേണ്ടത്.

- ഈ അധ്യായത്തിൽ പറയുന്ന ഏത് അടുപ്പത്തിന്റെ രീതിയാണ് നിങ്ങളുടേത്?
- അത് നിങ്ങളുടെ ബന്ധങ്ങളിൽ എങ്ങനെയാണ് കാണാൻ കഴിയുന്നത്?
- നിങ്ങളുടെ മുൻ അനുഭവങ്ങളിൽ എങ്ങനെ അനുകമ്പ കൊണ്ടുവരാൻ കഴിയുമായിരുന്നു?
- നിങ്ങളുടെ പങ്കാളിയുടെ എന്തൊക്കെ കാര്യങ്ങളിലാണ് നിങ്ങൾക്ക് നന്ദി തോന്നിയിട്ടുള്ളത്?
- നിങ്ങൾ എന്ത് തരം പങ്കാളിയാകാനാണ് ആഗ്രഹിക്കുന്നത്?
- എന്തൊക്കെ ചെറിയ മാറ്റങ്ങളാണ് അതിന് വരുത്തേണ്ടത്?

അധ്യായ സംഗ്രഹം

- സന്തോഷകരമായ ഒരു ജീവിതത്തിന് പണമോ പ്രശസ്തിയോ ജീവിതാന്തസ്സോ അല്ല, ബന്ധങ്ങളാണ് ഏറ്റവും പ്രധാനം.
- നമ്മുടെ ബന്ധങ്ങളിലെ സന്തോഷം നമ്മുടെ ആരോഗ്യത്തെയും ബാധിക്കുന്നു. അവയാണ് ഏറ്റവും പ്രധാനം.
- സ്വയം പ്രവർത്തിക്കുന്നത് നിങ്ങളുടെ ബന്ധങ്ങളെ മെച്ചപ്പെടുത്തുന്നു, നിങ്ങളുടെ ബന്ധങ്ങളിൽ പ്രവർത്തിക്കുന്നത് നിങ്ങളെ മെച്ചപ്പെടുത്തുന്നു.
- ചെറിയ പ്രായത്തിലെ ബന്ധങ്ങളുടെ രീതികൾ മുതിർന്ന പ്രായത്തിലും നാം തുടരും.

36

സഹായം തേടേണ്ടത് എപ്പോൾ

പ്രിയപ്പെട്ട ഡോക്ടർ ജൂലി,

ഞാൻ നിങ്ങളുടെ വീഡിയോകൾ കണ്ടു. ഞാൻ തെറാപ്പി തുടങ്ങി. ഇത് വരെ അത് നന്നായി പോകുന്നു, എന്റെ കാര്യങ്ങൾ മെച്ചപ്പെടുന്നുണ്ട്.

നന്ദി.

മാനസികാരോഗ്യത്തെപ്പറ്റിസംസാരിക്കുന്നത് എന്തുകൊണ്ടാണ് പ്രധാനമാകുന്നത് എന്നാരെങ്കിലും ചോദിച്ചാൽ ഇത് ഒരു കാരണമാണെന്ന് പറയാം. ഓൺലൈൻ ആയി മാനസികാരോഗ്യത്തെപ്പറ്റി ബോധവൽക്കരിച്ചുകൊണ്ടിരുന്ന എന്റെ ആദ്യ വർഷത്തിൽ ഇതേപോലെയുള്ള എത്ര മെസേജുകൾ കിട്ടിയെന്നതിനു കണക്കില്ല. ഓരോന്നിലും വാക്കുകളും കഥകളും ഒക്കെ വ്യത്യസ്തമാണ്. എന്നാൽ സന്ദേശം ഒന്ന് തന്നെ. ഇത് എന്റെ മാത്രം അഭിപ്രായമല്ല. ഇന്റർനെറ്റിൽ നിറയെ മാനസികാരോഗ്യത്തെപ്പറ്റിയും തെറാപ്പിയെപ്പറ്റിയും സംസാരിക്കുന്ന ഒരുപാട് പേരുണ്ട്. ഒരു വ്യക്തിഗത നിലയിൽ ഇതാണ് എനിക്ക് ചെയ്യാൻ കഴിയുക.

നിങ്ങളുടെ മാനസികാരോഗ്യം പ്രശ്നത്തിലായിരിക്കുമ്പോൾ തീരുമാനങ്ങൾ എടുക്കാനും പ്രവർത്തിക്കാനും ബുദ്ധിമുട്ടാണ്. നിങ്ങൾക്ക് വേണ്ട സഹായം കണ്ടെത്തുന്നത് ഏറെ ശ്രമകരമാണ്. ആരെയെങ്കിലും കാണു എന്ന് തീരുമാനിക്കുന്നതിന് ബുദ്ധിമുട്ട് തോന്നും. എപ്പോഴാണ് പ്രൊഫഷണൽ സഹായം തേടേണ്ടത് എന്ന ചോദ്യമാണ് ഞാൻ ഏറ്റവും കൂടുതൽ കേൾക്കാറുള്ളത്. ഇതിന്റെ ഉത്തരം നിങ്ങൾക്ക് എപ്പോൾ നിങ്ങളുടെ മനസികാരോഗ്യത്തെയോർത്ത് പേടി തോന്നുന്നുവോ അപ്പോൾ എന്നാണ്.

പല ആളുകൾക്കും പ്രൊഫഷണലായ മാനസികാരോഗ്യസഹായം തേടാൻ ഇന്ന് ഏറെ തടസ്സങ്ങളുണ്ട്. ഇതിൽ സാംസ്കാരികമായ വിലക്ക്, പണം എന്നിങ്ങനെ പല പ്രശ്നങ്ങൾ ഉണ്ടാകാറുണ്ട്. ഇതിലെ

ഓരോ പ്രശ്നവും മറികടന്നു കൊണ്ട് സഹായം കണ്ടെത്തുന്നത് ഏറെ ശ്രമകരമാണ്.

വ്യക്തിപരമായ നിലയിൽ നിങ്ങൾക്ക് മാനസികാരോഗ്യ സഹായം നേടാൻ കഴിയുകയും നിങ്ങൾക്ക് നിങ്ങളുടെ മാനസികാരോഗ്യത്തെപ്പറ്റി പേടികൾ ഉണ്ടാവുകയും ചെയ്യുമ്പോൾ അത് സ്വീകരിക്കാൻ കഴിയുന്നത് നിങ്ങളുടെ ജീവിതം തന്നെ മാറ്റിമറിക്കും. ഒരു പ്രൊഫഷനലിനെ കണ്ട് സംസാരിക്കുമ്പോൾ നിങ്ങൾക്ക് നിങ്ങളുടെ ഓപ്ഷനുകൾ മനസ്സിലാകും.

ആളുകൾ പലപ്പോഴും പറയാറുള്ള ഒരു കാര്യം അവർ തെറാപ്പി അർഹിക്കുന്നില്ലെന്ന് അവർ കരുതുന്നു എന്നതാണ്. മറ്റു ചിലരുടെ അവസ്ഥ ഇതിലും ഏറെ കഷ്ടമാണ്. തെറാപ്പി എന്ന നടപടിക്ക് മുൻപ് അവർ തകരുന്നത് വരെ അവർ കാത്തുനിൽക്കും. ആ സമയത്ത് കയറാനുള്ള ഒരു കുന്ന് ഒരു വലിയ പർവ്വതമായി മാറും. നിങ്ങളുടെ മരണക്കിടക്കയിൽ എത്തും വരെ കാത്തിരിക്കുന്നത് ഒരിക്കലും നിങ്ങളുടെ ശാരീരികവും മാനസികവുമായ ആരോഗ്യത്തിന് നല്ലതല്ല. നിങ്ങളെക്കാൾ മോശം അവസ്ഥയിലുള്ള ആരെങ്കിലും എപ്പോഴും ഉണ്ടാകും. എന്നാൽ നിങ്ങൾക്ക് സഹായം തേടാനുള്ള സാഹചര്യമുണ്ടെങ്കിൽ അത് ചെയ്യുമ്പോൾ നിങ്ങളുടെ മാനസികാരോഗ്യം നിങ്ങളോട് നന്ദി പറയും. നിങ്ങളുടെ ഇപ്പോഴത്തെ അവസ്ഥയിൽ നിന്ന് നിങ്ങളുടെ ജീവിതം മാറും. ഞാൻ അത് കണ്ടിട്ടുണ്ട്. സങ്കടത്തിന്റെ ആഴത്തിൽ നിന്ന് ആളുകൾ ഉയർന്നു വരുന്നതും മുനമ്പിന്റെ അറ്റത്ത് നിന്ന് തിരിഞ്ഞുനടന്ന് ജീവിതം കരുപ്പിടിപ്പിക്കുന്നതും ഒക്കെ ഞാൻ കണ്ടിട്ടുണ്ട്. അത് നിങ്ങൾക്കും കഴിയും. ഒരു ദിവസം കൊണ്ടോ ഒരു ആഴ്ച കൊണ്ടോ അല്ല, പല ആഴ്ചകൾ കൊണ്ട് നിങ്ങളുടെ ആരോഗ്യവും ജീവിതവും മെച്ചപ്പെടും.

പ്രൊഫഷണൽ സഹായം തേടാനുള്ള മാർഗ്ഗമില്ലാത്തപ്പോഴാണ് നാം മറ്റുള്ളവർക്ക് വേണ്ടി ഉണ്ടാകേണ്ടത്. ഇന്റർനെറ്റിൽ നിന്ന് ധാരാളം പഠനവസ്തുക്കൾ ലഭിക്കും. അതിലൂടെ മാനസികാരോഗ്യത്തെപ്പറ്റി ആഗോളതലത്തിൽ ചർച്ചകൾ നടക്കുന്നുണ്ട്. ഒരിക്കൽ തങ്ങളുടെ അനുഭവങ്ങളിൽ ഒറ്റപ്പെടൽ തോന്നിയ ആളുകൾക്ക് മാനസികാരോഗ്യത്തിലെ മാറ്റങ്ങൾ ശാരീരികാരോഗ്യം പോലെ തന്നെ സാധാരണമാണ് എന്നൊക്കെ മനസ്സിലാക്കാൻ കഴിഞ്ഞിട്ടുണ്ട്. ആളുകളുടെ മാറ്റത്തിന്റെയും സൗഖ്യത്തിന്റെയും വളർച്ചയുടെയും കഥകൾ പങ്കുവയ്ക്കപ്പെടുന്നു. ആളുകൾക്ക് പ്രതീക്ഷ ലഭിക്കുന്നുണ്ട്. നമ്മുടെ മാനസികാരോഗ്യം നമ്മുടെ മാത്രം കയ്യിലല്ല എന്ന സന്ദേശം ആളുകളിൽ എത്തുന്നുണ്ട്. നമ്മെ വീഴ്ത്തുന്ന മാനസിക അവസ്ഥകളിൽ പെട്ടുപോകേണ്ടതില്ല. നമുക്ക് പഠിക്കാൻ കഴിയുന്ന കാര്യങ്ങളുണ്ട്. ചില മാറ്റങ്ങളിലൂടെ ആരോഗ്യത്തോടുള്ള നമ്മുടെ ഉത്തരവാദിത്തം നമുക്ക് പ്രകടമാക്കാം. നിങ്ങൾക്ക് മുന്നിലുള്ള എല്ലാത്തിൽ നിന്നും പഠിക്കുകയും പരീക്ഷിക്കുകയും തെറ്റുകൾ വരുത്തുകയും വീണ്ടും പരിശ്രമിക്കുകയും പഠിക്കുകയും മുന്നോട്ട് പോവുകയുമാണ് ചെയ്യേണ്ടത്.

മികച്ച ഒരു ലോകത്തിൽ ആവശ്യമുള്ള എല്ലാവർക്കും ആവശ്യമുള്ള നേരത്ത് തെറാപ്പി ലഭ്യമായിരിക്കും. എന്നാൽ ആ ലോകമല്ല നമ്മുടേത്. അതുകൊണ്ട് പ്രൊഫഷണൽ സർവീസുകൾ ലഭ്യമല്ലെങ്കിൽ നിങ്ങൾക്ക് സാധിക്കുന്ന എല്ലാ അവസരങ്ങളിൽ നിന്നും പഠിക്കുകയും വിശ്വാസമുള്ള ആളുകളോട് പങ്കുവയ്ക്കുകയും ചെയ്യുക. മനുഷ്യർ തമ്മിലുള്ള ബന്ധങ്ങളും വിശ്വാസവുമാണ് നമ്മുടെ മാനസികാരോഗ്യത്തിൽ വലിയ മാറ്റങ്ങൾ കൊണ്ടുവരുന്നത്.

അധ്യായ സംഗ്രഹം

- നിങ്ങൾക്ക് പ്രശ്നം തോന്നുമ്പോഴാണ് മാനസികാരോഗ്യത്തിന് സഹായം തേടേണ്ടത്.
- എന്താണ് വേണ്ടതെന്ന് നിങ്ങൾക്ക് ഉറപ്പില്ലെങ്കിൽ ഒരു പ്രൊഫഷനലിന് നിങ്ങളെ സഹായിക്കാനാകും.
- എല്ലാം തികഞ്ഞ ഒരു ലോകത്തിൽ തെറാപ്പി എല്ലാവർക്കും ലഭ്യമായിരിക്കും. എന്നാൽ നമുക്ക് അങ്ങനെ ഒരു ലോകമില്ല.
- നിങ്ങൾക്ക് തെറാപ്പി ലഭ്യമല്ലെങ്കിൽ പറ്റുന്നത്ര കാര്യങ്ങൾ പഠിക്കുകയും നിങ്ങൾക്ക് വിശ്വാസവും സ്നേഹവുമുള്ള ആളുകളുടെ സഹായം തേടുകയും ചെയ്യുക.

9

പ്രവർത്തന പദ്ധതികൾ

37

പാനിക്ക് അറ്റാക്ക് ഗൈഡ്

തുടങ്ങും മുൻപ് ഒരു വാക്ക്

പുസ്തകം മറിച്ച് വേഗം ഈ അധ്യായം കണ്ടെത്തിയെങ്കിലും നിങ്ങൾക്ക് ഇത് അത്യാവശ്യമായി വായിക്കേണ്ടതുണ്ടെന്ന് ഞാൻ തിരിച്ചറിയുന്നു. എന്താണ് ചെയ്യേണ്ടതെന്ന് പറയൂ, ഞാൻ ഇത് മാറ്റിക്കളയട്ടെ എന്നാകും നിങ്ങൾ ചിന്തിക്കുന്നത്. ഈ അധ്യായം എഴുതുമ്പോൾ അതും എന്റെ മനസ്സിലുണ്ടായിരുന്നു. അതുകൊണ്ട് തന്നെ ഞാൻ ഈ അധ്യായത്തിൽ നിങ്ങൾ ഒഴിവാക്കേണ്ടതായ അനാവശ്യസംഗതികൾ ഒന്നും തന്നെ എഴുതിയിട്ടില്ല.

പാനിക്ക് അറ്റാക്കുകളെ നേരിടുമ്പോൾ നിങ്ങളുടെ പദ്ധതിയിൽ ചേർക്കേണ്ട പല ഘട്ടങ്ങളുണ്ട്. അവ പല ദിശകളിൽ സഞ്ചരിക്കുകയോ നിങ്ങൾക്ക് അവ എത്ര പ്രസക്തമാണെന്നതിൽ ചില വ്യത്യാസങ്ങൾ കാണിക്കുകയോ ഒക്കെ ചെയ്യാം. എന്നാൽ ഓരോ ഘട്ടത്തിലും ഒരു വലിയ കുരുക്കഴിക്കാനുള്ള അറിവുകളുണ്ട്. അതുകൊണ്ട് നിങ്ങൾ ഇഷ്ടമുള്ളത് മാത്രം തെരഞ്ഞെടുക്കാതെ എല്ലാം പരിശീലിക്കുകയും ഈ പ്രക്രിയയിൽ വിശ്വസിക്കുകയും ചെയ്യണമെന്ന് ഞാൻ അഭ്യർത്ഥിക്കട്ടെ. ചിലതൊക്കെ നിങ്ങൾക്ക് ബുദ്ധിമുട്ടുള്ളതായി തോന്നിയേക്കാം.

ഒരിക്കലും മറക്കാൻ പാടില്ലാത്ത ഒരു കാര്യം നിങ്ങൾക്ക് പാനിക്ക് അറ്റാക്ക് ഉണ്ടാകുമ്പോൾ ശരീരത്തിനും മനസ്സിനും എന്ത് സംഭവിക്കുന്നു എന്ന അറിവാണ്. ഇത് ഏറെ പ്രധാനമാണ്. കാരണം ഒരു പാനിക്ക് അറ്റാക്കിൽ നമുക്ക് സംഭവിക്കുന്നു എന്ന് നാം കരുതുന്നതല്ല ശരിക്കും സംഭവിക്കുന്നത്. രണ്ടാമത്, നാം ഈ രോഗലക്ഷണങ്ങളെ എങ്ങനെ മനസ്സിലാക്കുന്നു എന്നതിൽ അവയെ മറികടക്കാനുള്ള ശക്തിയും അടങ്ങിയിട്ടുണ്ട് എന്നതാണ്.

ആദ്യ പടി : പാനിക്ക് അറ്റാക്കുകളെ അറിയുക

എന്താണ് പാനിക്ക് അറ്റാക്ക്?

നിങ്ങളെ ആകെ തകിടം മറിക്കുന്ന വല്ലാത്ത ഭീതിയുടെ ഒരു സമയമാണ് പാനിക്ക് അറ്റാക്ക് എന്ന് പറയുന്നത്. പല പാനിക്ക് അറ്റാക്കുകളും അഞ്ചുമുതൽ മുപ്പത് മിനുട്ട് വരെയാണ് നിലനിൽക്കുന്നത്. എന്നാൽ അത് ഏറെ പേടിപ്പിക്കുന്നതുകൊണ്ട് അവയ്ക്ക് നീളം കൂടുതലായി നിങ്ങൾക്ക് തോന്നും. നിങ്ങൾക്ക് ശ്വാസം മുട്ടുന്നത് പോലെയോ ഹൃദയാഘാതം വരുന്നതുപോലെയോ ഒക്കെ തോന്നാം. ഒരു സമയത്ത് നിങ്ങൾ മരിക്കുമെന്ന് പോലും തോന്നാം.

തീവ്രമായ ഒരുപാട് രോഗലക്ഷണങ്ങളുടെ ഒരു തള്ളിക്കയറ്റമാണ് പാനിക്ക് അറ്റാക്ക്. ശാരീരികമായ തോന്നലുകളുടെ തീക്ഷ്ണത നിമിത്തം ഇത് അപകടകരമല്ലെന്ന കരുതുന്നതും ബുദ്ധിമുട്ടാണ്.

നിങ്ങൾക്ക് പൊരുതാനോ ഓടിയൊളിക്കാനോ ഒക്കെ തോന്നും, അത് നിങ്ങളുടെ മനസ്സിനെ എന്തെങ്കിലും ചെയ്യാൻ പ്രേരിപ്പിക്കുന്നതാണ്. നടക്കുമ്പോൾ നിങ്ങൾക്ക് ആശ്വാസം തോന്നുന്നെങ്കിൽ അത് നിങ്ങളുടെ ഉത്കണ്ഠയാവും. യഥാർത്ഥത്തിൽ ഹൃദയാഘാതമുള്ള ഒരാൾക്ക് നടക്കുമ്പോൾ ബുദ്ധിമുട്ട് കൂടുകയാണ് ചെയ്യുക. രണ്ടു സാഹചര്യങ്ങളിലും വ്യത്യസ്ത അനുഭവങ്ങളായിരിക്കും ഉണ്ടാവുക. ചിലപ്പോൾ നിങ്ങൾക്ക് ശ്വാസം കിട്ടാത്തത് പോലെ രണ്ടിലും തോന്നും. മറ്റു ചിലപ്പോൾ വേറെ എന്തെങ്കിലുമായിരിക്കും സംഭവിക്കുക. നിങ്ങൾക്ക് പാനിക്ക് അറ്റാക്ക് ആണോ എന്നുറപ്പുവരുത്താൻ ഞാൻ ചില സാധാരണ ലക്ഷണങ്ങൾ താഴെ ചേർക്കുന്നു. പാനിക്ക് അറ്റാക്കിൽ ഇപ്പോഴും എല്ലാ ലക്ഷണങ്ങളും ഉണ്ടാകണമെന്നില്ല. എന്നാൽ മരിക്കാൻ പോകുന്നുവെന്നോ മോശം എന്തോ നടക്കാൻ പോകുന്നുവെന്നോ ഉള്ള തോന്നൽ ഉണ്ടാകും.

- വിറയൽ
- പരിഭ്രമം
- വിയർക്കൽ, ചൂടെടുക്കൽ
- തലകറക്കം
- വരണ്ട വായ
- ശ്വാസം മുട്ടൽ
- ഹൃദയമിടിപ്പ് കൂടൽ
- നെഞ്ചുവേദന
- തൊണ്ടയിൽ എന്തോ തടഞ്ഞത് പോലെ തോന്നൽ
- ഛർദ്ദിക്കാൻ തോന്നൽ, വയറിലെ അസ്വസ്ഥത
- സ്വപ്നത്തിലാണെന്ന് തോന്നൽ
- അവനവനെ ദൂരെ നിന്ന് നിരീക്ഷിക്കുന്നതായി തോന്നൽ

എന്താണ് ഇതിന്റെ കാരണം?

എവിടെനിന്ന് വന്നുവെന്ന് മനസ്സിലാക്കാൻ കഴിയാത്തതുകൊണ്ടാണ് പാനിക്ക് അറ്റാക്കുകളെ മനസ്സിലാക്കാൻ ബുദ്ധിമുട്ടാകുന്നത്. ഉത്കണ്ഠയെപ്പറ്റിയുള്ള മുൻ അധ്യായത്തിൽ ഞാൻ ചിന്തകളും വികാരങ്ങളും ശാരീരിക തോന്നലുകളും ഒരു കൊട്ട പോലെ പിണഞ്ഞുകിടക്കുന്നതിനെപ്പറ്റി സംസാരിച്ചിരുന്നു. എന്നാൽ നാം ഓരോന്നും അങ്ങനെ ഇഴ പിരിച്ച് നോക്കാറില്ലല്ലോ. കൊട്ടയെ നാം ഒന്നായാണ് മനസ്സിലാക്കുന്നത്. തെറാപ്പിയിൽ നാം ഇഴ പിരിച്ചുനോക്കുമ്പോഴാണ് ഇതിന്റെ തുടക്കം എവിടെയെന്നു മനസ്സിലാക്കാൻ കഴിയുന്നത്. ഉത്കണ്ഠയുണ്ടാകുമ്പോൾ അതിന്റെ കൂടെ കുറെയേറെ ശാരീരികമായ തോന്നലുകളും ഉണ്ടാകാറുണ്ട്. അതിലെ ചില തോന്നലുകൾ നമ്മെ പേടിപ്പിക്കുമ്പോൾ ഉത്കണ്ഠ മറ്റൊരു അളവിലേയ്ക്ക് ഉയരുന്നു. ഉത്കണ്ഠ ഏറെ അസ്വസ്ഥത നിറഞ്ഞതാണെങ്കിലും അതിന്റെ പല ശാരീരിക ലക്ഷണങ്ങളും ആപൽക്കരങ്ങളായ രോഗങ്ങളുമായി സാമ്യമുള്ളവയാണ്. അതുകൊണ്ട് തന്നെ മനസ്സ് സ്വാഭാവികമായി ചിന്തിക്കുന്നത് 'ഇത് ഹൃദയാഘാതമാണോ?' എന്നും 'എന്റെ ബോധം പോയാൽ ആകെ നാണക്കേടാകുമല്ലോ' എന്നും 'ഞാൻ ശ്വാസം മുട്ടി മരിക്കാൻ പോവുകയാണോ?' എന്നുമൊക്കെയാണ്. ഇവിടെയാണ് ഉത്കണ്ഠ പാനിക്ക് ആയി മാറുന്നത്. ഉത്കണ്ഠയുടെ സുരക്ഷിതവും എന്നാൽ അസ്വസ്ഥത നിറഞ്ഞതുമായ ലക്ഷണങ്ങളെ നാം അപകടകരവും ദാരുണവുമായാണ് തെറ്റിദ്ധരിക്കുന്നത്. ഉത്കണ്ഠയിൽ നിങ്ങൾക്ക് മോശമായെന്തോ സംഭവിക്കുമെന്ന് തോന്നുമെങ്കിലും അത് വൈകാതെ ഭീതിയായി മാറും.

എന്തുകൊണ്ടാണ് ഇത് സംഭവിക്കുന്നത്?

നിങ്ങൾ ആ അവസ്ഥയിൽ നിന്ന് മാറുകയോ നിങ്ങളുടെ ശരീരം തളരുകയോ ചെയ്യുന്നത് വരെ പാനിക്ക് അറ്റാക്ക് തുടരും. ഈ അനുഭവം ഏറെ ഭീകരമായത് കൊണ്ട് ശരീരം മനസ്സിലാക്കാൻ പോകുന്നത് എന്ത് കാരണവശാലും ഇത് ഒഴിവാക്കണം എന്നാണ്.

നിങ്ങളുടെ വികാരങ്ങളുമായി ചെലവഴിക്കാൻ നിങ്ങൾക്ക് ഒരിക്കലുണ്ടായിരുന്ന ആത്മവിശ്വാസം ഇപ്പോൾ ഒരു പാനിക്ക് അറ്റാക്കിന്റെ രൂപമെടുത്തിരിക്കുന്നു. നിങ്ങളുടെ ഭീതിയുടെ മുന്നിൽ നിങ്ങൾ കരുതുന്നത് നിങ്ങൾ ഇതിനെ അതിജീവിക്കില്ലെന്നാണ്. അതുകൊണ്ട് തന്നെ നിങ്ങളുടെ തോന്നലുകളോട് നിങ്ങൾക്ക് വലിയ കരുതലുണ്ടാവുകയും ഈ ലക്ഷണങ്ങൾ ഉണ്ടാകുമ്പോൾ തന്നെ നിങ്ങൾ അതിനെപ്പറ്റി പേടിക്കുകയും നിങ്ങളുടെ ഉത്കണ്ഠ പാനിക്ക് ആയി മാറുകയും ചെയ്യുന്നു.

ഈ 'പേടിയോടുള്ള പേടി' നിങ്ങളുടെ ശരീരത്തിൽ ഉത്കണ്ഠയായി ജീവിക്കുന്നു. ഒരു ബസിനു പിറകെ ഓടി ഒന്ന് കിതച്ചാൽ മതി അത് പാനിക്ക് അറ്റാക്കായി മാറാൻ. ഓടിയത് കൊണ്ടല്ല, മറിച്ച്

ഓടിയപ്പോൾ നിങ്ങളുടെ ഹൃദയം വേഗത്തിൽ മിടിച്ചതാണ് ഉത്കണ്ഠ പോലെ തോന്നിക്കുന്നതും ആ ചിന്തകൾ വീണ്ടും ഉയർത്തുന്നതും.

മറ്റുള്ളവർക്ക് ഇടുങ്ങിയ ഒരിടത്ത് ചൂടാകും തോന്നുക. പക്ഷെ നിങ്ങൾക്ക് വിയർപ്പും ശ്വാസം മുട്ടലും നിങ്ങൾക്ക് ശ്വാസം കിട്ടാത്തത് പോലെയാവും തോന്നിക്കുക. നിങ്ങളുടെ ശ്വാസം വേഗത്തിലാവുകയും നിങ്ങൾക്ക് പാനിക്ക് അറ്റാക്ക് ഉണ്ടാവുകയും ചെയ്യും. അതുകൊണ്ടാണ് പാനിക്ക് അറ്റാക്ക് ഉണ്ടാകുന്ന ആളുകൾ പലരും അവർക്ക് മുൻപ് പേടിയില്ലാതെയിരുന്ന പലതും പിന്നീട് ഒഴിവാക്കുന്നത്. അവർക്ക് തോന്നുന്ന ചിന്തകൾ പൊതുവെ വളരെ ശ്രമകരമായി ഒഴിവാക്കാൻ ശ്രമിക്കുന്ന ഒന്നാണ് : ഭയം.

പാനിക്ക് അറ്റാക്കുകൾ അപകടകരമാണെന്ന് മനസ്സിലായി ക്കഴിയുമ്പോൾ പിന്നെ എന്താണ് അടുത്തത് ഉണ്ടാവുകയെന്നാണ് നിങ്ങൾ ചിന്തിക്കുക. വളരെ വേഗം അത് നിങ്ങളെ കീഴടക്കുമെന്നത് കൊണ്ടുതന്നെ നിങ്ങൾ നിങ്ങളുടെ ജീവിതത്തെ ആ അവസ്ഥ ഒഴിവാക്കിക്കൊണ്ട് ക്രമീകരിക്കും. ഇതിന്റെ കൂടെയാണ് പേടിയും ഉത്കണ്ഠയും സാധാരണ മനുഷ്യവികാരങ്ങളല്ല എന്ന രീതിയിൽ സമൂഹം ആളുകളെ പഠിപ്പിക്കുന്നത്. ഇത്തരം വികാരങ്ങൾ പ്രശ്നമാണെന്നും അവ ഒഴിവാക്കേണ്ടതാണെന്നുമാണ് പൊതുവിചാരം. ഉത്കണ്ഠയെയും പാനിക്കിനെയുമൊക്കെ നമ്മുടെ പ്രശ്നങ്ങളായി കാണുമ്പോൾ അവ വളരുകയും നമ്മുടെ ജീവിതത്തിന്റെ ബാക്കിഭാഗത്തിൽ ആഴത്തിലുള്ള ആഘാതമേൽപ്പിക്കുകയുമാണ് ചെയ്യുന്നത്.

മുന്നോട്ട് പോകുന്നതിന് മുൻപ് ചില കാര്യങ്ങൾ മനസ്സിൽ വയ്ക്കേണ്ട ചില കാര്യങ്ങൾ :

- പേടിയെ പേടിക്കുമ്പോഴാണ് പാനിക്ക് അറ്റാക്ക് ഉണ്ടാകുന്നത്.
- ഇത്തരം വികാരങ്ങൾ അപകടകരമാണെന്ന് കരുതി അവയെ ഒഴിവാക്കുന്നതാണ് പ്രധാന പ്രശ്നം.
- ഒരു പാനിക്ക് അറ്റാക്ക് മതി ചില ശാരീരിക തോന്നലുകൾ അപകടമെന്ന് വിലയിരുത്തി അത്തരം വികാരങ്ങൾ ഭാവിയിൽ ഒഴിവാക്കണമെന്ന് തീരുമാനം എടുക്കാൻ.

രണ്ടാമത്തെ പടി: സംഭവവിവരണം മാറ്റുക

പാനിക്ക് അറ്റാക്കിലെ സ്ഥിരം ചിന്തകളും അവ എന്തുകൊണ്ട് തെറ്റാണ് എന്നും അറിയാം

ഇതിനു മുൻപുള്ള ചില പേജുകളിൽ നിങ്ങൾ ഉത്കണ്ഠയെ എങ്ങനെ കാണുന്നുവെന്നും അത് തീർക്കുന്ന പ്രശ്നങ്ങൾ എങ്ങനെ പാനിക്ക് അറ്റാക്കായി മാറുന്നുവെന്നും ഒക്കെ നാം വായിക്കുന്നു. നിങ്ങൾക്ക് ശരീരത്തെ സമാധാനിപ്പിക്കാനുള്ള ഫാൻസി ശ്വാസക്രമമൊക്കെ

പഠിക്കാം, പക്ഷെ മനസ്സ് കൂടുതൽ കൂടുതൽ ഉത്കണ്ഠകൾ ജനിപ്പിക്കുകതന്നെ ചെയ്യും.

പാനിക്ക് അറ്റാക്കായി മാറുന്ന പല ചിന്തകളും യാഥാർത്ഥ്യത്തിന്റെ ഏറ്റവും മികച്ച പ്രതിനിധാനമല്ല, പകരം നിങ്ങളുടെ ചിന്തകൾ അതിരുകടന്നുപോയെന്നും ഇനി ദുരന്തമാണ് ഉണ്ടാകാൻ പോകുന്നതെന്നുമാണ്. അങ്ങനെയിരിക്കെ നമുക്ക് ചില സാധാരണചിന്തകളെ അറിയാൻ ശ്രമിക്കാം. ഉത്കണ്ഠയെപ്പറ്റിയുള്ള ഭാഗത്ത് ഞാൻ കൂടുതൽ ചർച്ച ചെയ്യുന്നുണ്ടെങ്കിലും ഇവ കൂടുതലും പാനിക്ക് അറ്റാക്കിനെപ്പറ്റിയാണ്.

പാനിക്ക് ചിന്ത 1 : 'എന്തോ മോശം കാര്യം സംഭവിക്കുന്നു!'

'മോശം കാര്യം' എന്താണെന്ന് നിങ്ങൾക്ക് മനസ്സിൽ പൂരിപ്പിക്കാവുന്നതാണ്. അത് ഒരുപക്ഷെ ഹൃദയാഘാതത്തെപ്പറ്റിയുള്ള ചിന്തയാകാം, ശ്വാസം മുട്ടലോ ബോധം മറയലോ നാണക്കേടോ ഗുരുതരമായ രോഗമോ ഒക്കെയാകാം. ആദ്യമായി പാനിക്ക് അറ്റാക്ക് ഉണ്ടാകുമ്പോൾ എന്താണ് സംഭവിക്കുന്നതെന്ന് മനസ്സിലാക്കാൻ ബുദ്ധിമുട്ടായിരിക്കും. ഈ ആദ്യ അവസരത്തിലാണ് പലരും ആശുപത്രിയിൽ പോയി ചികിത്സ തേടുന്നത്. എന്നാൽ പല തവണ ഇത് അനുഭവിച്ചയാളുകൾക്ക് പാനിക്ക് അറ്റാക്ക് ഉണ്ടാകുമ്പോഴേ മനസ്സിലാക്കാൻ എളുപ്പമാകും. മുൻപ് സംഭവിച്ച കാര്യങ്ങൾ വീണ്ടും ഉണ്ടാകുമ്പോൾ ദുരന്ത ചിന്തകൾ ഒഴിവാക്കാൻ കഴിയും. എന്നാൽ ആകെയുള്ള തടസ്സം ഇത്തവണ ഇത് വ്യത്യസ്തമാണെങ്കിലോ എന്ന ചിന്തയാണ്. ഈ ചിന്തയെ നേരിടാനായി ഉത്കണ്ഠയുടെയും പാനിക്കിന്റെയും ചിഹ്നങ്ങൾ സാധിക്കാവുന്നത്ര നന്നായി റെക്കോർഡ് ചെയ്ത് സൂക്ഷിക്കുക പ്രധാനമാണ്. ഉത്കണ്ഠ പാനിക്ക് ആയി മാറുന്നതിന്റെ പോക്ക് അപ്പോൾ നിങ്ങൾക്ക് മനസ്സിലാകും. മരണം മുന്നിൽ കാണുകയാണ് തുടങ്ങിയ ചിന്തകൾ ഉണ്ടാകുന്നതിനെ ഉത്കണ്ഠയായി തിരിച്ചറിയാൻ ഇത് സഹായിക്കും.

പാനിക്ക് ചിന്ത 2 : 'ഇത് ഒരിക്കലും അവസാനിക്കില്ല!'

ഇത് പല തരത്തിലുണ്ടാകും. നിങ്ങൾക്ക് പാനിക്ക് ഉണ്ടാകുമ്പോൾ ഈ അവസ്ഥ അവസാനിക്കില്ലെന്ന ചിന്തയുണ്ടാകുന്നത് സ്വാഭാവികമാണ്. എന്നാൽ ഈ പാനിക്ക് അറ്റാക്കുകളുടെ ഇടയിൽ 'ഇവ അവസാനിക്കില്ല, എന്നെ ഇവ എപ്പോഴും നിയന്ത്രിച്ചുകൊണ്ടേയിരിക്കും' എന്ന ചിന്ത വരും. ഇതൊന്നും നിങ്ങൾക്ക് ഉപകാരപ്പെടുകയില്ല, ഇത് സത്യവുമാകണമെന്നില്ല. എത്ര സമയം പാനിക്ക് അറ്റാക്ക് നീണ്ടുനിൽക്കുന്നു എന്നത് അറിയുകയാണ് ഇത് നേരിടാനുള്ള ഒരു വഴി. നിങ്ങൾക്ക് വിശ്വാസമുള്ള ഒരു കുടുംബാംഗത്തോട് എത്രനേരം ഈ അവസ്ഥ തുടർന്നുവെന്ന് ചോദിക്കാവുന്നതാണ്. നിങ്ങളുടെ ശരീരത്തിന് തുടർച്ചയായി ഒരു പാനിക്ക് അവസ്ഥ നിലനിറുത്താൻ കഴിയില്ല. പാനിക്കിൽ ആയിരിക്കു

മ്പോൾ നിങ്ങളുടെ ശരീരം കഠിനമായി അധ്വാനിക്കുകയും അതുകൊണ്ട് തന്നെ വളരെ വേഗം തളരുകയും ചെയ്യും. അതുകൊണ്ട് തന്നെ ഒരു പാനിക്ക് അറ്റാക്കിനുശേഷം ശരീരത്തിന് തിരിച്ചുവരാനുള്ള അവസരം വേണമെന്നും ഓർക്കുക.

പാനിക്ക് ചിന്ത 3 : 'ഇത് ഒരിക്കലും സംഭവിക്കാതെ ഞാൻ നോക്കണം.' 'ഇനിയൊരു പാനിക്ക് അറ്റാക്ക് ഉണ്ടാകുമ്പോൾ ഞാൻ അതറിയണം.'

ഈ ചിന്തയിൽ തെറ്റായ ഒരു സുരക്ഷിതബോധം ഒളിഞ്ഞിരിക്കുന്നതുകൊണ്ട് ഇതിന് നാം അടിമപ്പെടാം. നിങ്ങൾ തിരിച്ചറിയും മുൻപ് നിങ്ങളുടെ ജീവിതത്തിന് അർത്ഥവും ലക്ഷ്യവും ആനന്ദവും തന്നിരുന്ന പലതും അകന്നുപോകും, കാരണം അത്തരം സാഹചര്യങ്ങളിൽ ഉത്കണ്ഠയില്ലാതെയിരിക്കാനാകുമെന്ന് നിങ്ങൾക്ക് ഉറപ്പിക്കാൻ കഴിയാതെ വരും. പാനിക്ക് നിയന്ത്രിക്കാൻ ശ്രമിക്കും തോറും അത് നിങ്ങളെ നിയന്ത്രിക്കാൻ തുടങ്ങും. ബുദ്ധിമുട്ടുള്ള സാഹചര്യങ്ങളെ നിയന്ത്രിക്കാനുള്ള വഴികൾ കണ്ടെത്തിക്കഴിയുമ്പോൾ, നമുക്ക് ഇത് അതിജീവിക്കാനാകുമെന്ന് വിശ്വാസം തോന്നിക്കഴിയുമ്പോൾ, പിന്നെ ഇത് ഒരിക്കലും സംഭവിക്കില്ലെന്ന് ഉറപ്പിക്കേണ്ട കാര്യമില്ലാതാകുന്നു. അത് സംഭവിക്കാമെന്ന സാധ്യതയിലൂടെ നാം ജീവിക്കാൻ പഠിക്കും. കുടയും ജാക്കറ്റും കയ്യിലുണ്ടാകുമ്പോൾ മഴയെ നാം പേടിക്കില്ലല്ലോ. നിങ്ങൾക്ക് യാത്ര ആസ്വദിക്കാം അപ്പോൾ.

അഭ്യാസം :

നിങ്ങൾക്ക് സാധാരണയായി തോന്നുന്ന പാനിക്ക് ചിന്തകൾ എന്തൊക്കെയാണ്? ഉത്കണ്ഠയെ പാനിക്ക് ആക്കി മാറ്റുന്ന മറ്റുകാര്യങ്ങൾ നിങ്ങൾ ശ്രദ്ധിച്ചിട്ടുണ്ടോ? അവ കുറിച്ചുവയ്ക്കുക. അടുത്ത ഘട്ടത്തിൽ നമുക്ക് അത് ഉപയോഗിക്കാം.

____

____

____

____

ജൂലിയ ഡൊണാൾഡ്സൺ എഴുതിയ *ദ ഗ്രുഫലോ* എന്ന പ്രശസ്ത പുസ്തകത്തിൽ ഒരു ചെറിയ എലിയുണ്ട്. അവന്റെ വലിപ്പവും ഭക്ഷ്യശൃംഖലയിലെ അവന്റെ സ്ഥാനവും വെച്ചുനോക്കിയാൽ അവൻ കഥയിലെ ഇരയാണ്. അവന്റെ യാത്രയിലെ ഓരോ സന്ദർഭത്തിലും അവൻ തിരിഞ്ഞ് ഓടേണ്ടവനാണ്. അവൻ തെരഞ്ഞെടുത്ത പാതയിൽ

പോകാൻ കഴിയുന്നത് മറ്റുള്ളവരോടൊപ്പം അവനോട് തന്നെയും കഥകൾ പറഞ്ഞുകൊണ്ട് ആളുകളുടെ വികാരങ്ങൾ നിയന്ത്രിക്കാൻ കഴിയുന്നതുകൊണ്ടാണ്. നാം സ്വയം പറയുന്ന കഥകളുടെ ശക്തി അത്രയുണ്ട്. പാനിക്ക് അവസ്ഥയിലേക്ക് എത്തുമ്പോൾ ഉത്കണ്ഠ തോന്നിപ്പിക്കുന്ന കഥയാണ് ആ ശാരീരിക ലക്ഷണങ്ങളെ പാനിക്ക് ആക്കി മാറ്റുന്നത്. ആ ലക്ഷണങ്ങൾക്ക് അസഹനീയം അപകടകരവും എന്നാണ് ശരീരം അർഥം കല്പിച്ചിരിക്കുന്നത്. എന്നാൽ ഓടിപ്പോകാനുള്ള ത്വര മറികടന്ന് എന്താണ് പ്രശ്നം എന്ന് വിശകലനം ചെയ്യുമ്പോൾ നിങ്ങൾ സ്വയം പറഞ്ഞ കഥ നിങ്ങളുടെ തോന്നലുകൾക്കും മേലെ തീവ്രമായ പേടിയായി മാറിയെന്ന് നിങ്ങൾ തിരിച്ചറിയും.

അങ്ങനെ മുൻകൂട്ടിക്കാണുന്ന അത്തരം പേടികൾ അയയുമ്പോൾ അടുത്ത ഘട്ടത്തിനുവേണ്ടി തയ്യാറെടുക്കാൻ കഴിയും.

അഭ്യാസം :

നിങ്ങൾക്ക് ഏറ്റവും പേടിയുള്ള, ഏറ്റവും അസഹനീയമായ പാനിക്ക് ലക്ഷണങ്ങൾ എഴുതുക.

____

____

____

____

____

____

ഈ ലക്ഷണങ്ങളെപ്പറ്റിയുള്ള എന്ത് വിശ്വാസങ്ങളാണ് നിങ്ങളിൽ അതേപ്പറ്റി പേടിയുണ്ടാക്കുന്നത്?

ഉദാഹരണത്തിന്:

- ഉയർന്ന ഹൃദയമിടിപ്പ് – എന്റെ ഹൃദയം ഇങ്ങനെ മിടിക്കുമ്പോൾ എനിക്ക് പേടി തോന്നുന്നു, കാരണം ഞാൻ കരുതുന്നത് എനിക്ക് ഹൃദയാഘാതമുണ്ടാകുമെന്നും ഞാൻ മരിക്കുമെന്നുമാണ്.
- ശ്വാസം മുട്ടൽ – ഇത് സംഭവിക്കുമ്പോൾ ഞാൻ കരുതുന്നത് എനിക്ക് ശ്വാസം കിട്ടുന്നില്ലെന്നാണ്.
- വരണ്ട വായയും വിഴുങ്ങാൻ കഴിയില്ലെന്ന തോന്നലും – എന്റെ നാവ് എന്നെ ശ്വാസം മുട്ടിക്കുമെന്ന തോന്നലും ശ്വസിക്കാൻ കഴിയാതെയിരിക്കലും.

അടുത്ത പേജിലെ ഗ്രിഡ് ഉപയോഗിച്ച് ആദ്യത്തെ കോളത്തിൽ നിങ്ങൾ മുൻ അഭ്യാസങ്ങളിൽ നിരീക്ഷിച്ച ചിന്തയിലെ പിശകുകളും മനസ്സിലാക്കി നിങ്ങൾ തിരിച്ചറിഞ്ഞ ശാരീരിക തോന്നലുകൾ എഴുതി വയ്ക്കുക. രണ്ടാമത്തെ കോളത്തിൽ നിങ്ങളുടെ വിശ്വാസങ്ങളെ അൽപ്പ മെങ്കിലും ചോദ്യം ചെയ്യാൻ കഴിയുന്ന ഒരു വിവരം എഴുതുക. മൂന്നാമത്തെ കോളത്തിൽ നിങ്ങൾ മുന്നോട്ട് പോകുമ്പോൾ കൂടെ കൊണ്ടുപോകാൻ പോകുന്ന പുതിയ വിവരണം എഴുതുക. അതാവും നിങ്ങളെ ഉത്കണ്ഠയിൽ നിന്ന് മുന്നോട്ട് പോകാൻ സഹായിക്കുന്നത്. മുൻ താളുകളിൽ നിങ്ങൾ മനസ്സിലാക്കിയ കാര്യങ്ങൾ വീണ്ടും പരിശോധിക്കേണ്ടതുകൊണ്ട് ഇത് കുറച്ച സമയം എടുത്തേക്കാം.

പഴയ ചിന്ത	പഴയ ചിന്തയെ ചോദ്യം ചെയ്യാൻ സഹായിക്കുന്ന പുതിയ അറിവ്	മുന്നോട്ട് കൊണ്ടുപോകാനുള്ള പുതിയ വിവരണം

നിങ്ങൾക്ക് വിശ്വസിക്കാൻ കഴിയുന്ന ഒരു പുതിയ വിവരണം ശ്രദ്ധാപൂർവ്വം തെരഞ്ഞെടുത്തുകഴിഞ്ഞാൽ നിങ്ങൾക്ക് ഉത്കണ്ഠയെ നേരിടാൻ അത് ഏറെ ഉപകാരപ്പെടുമെന്ന് നിങ്ങൾ തിരിച്ചറിയും. ഈ തോന്നലുകളെ പുതിയ രീതിയിൽ അനുഭവിക്കാൻ കഴിയും. കുറച്ചുകൂടി നിയന്ത്രണമുള്ള രീതിയിൽ ഈ തോന്നലുകളുമായി ഇടപെടാൻ സഹായിക്കുന്ന പ്രവർത്തികൾ കണ്ടെത്തുകയാണ് വേണ്ടത്. അപ്പോൾ

നിങ്ങൾക്ക് ഈ തോന്നലുകളുമായി സമയം ചെലവിടാനും അവ സുരക്ഷിതമാണെന്ന് വിശ്വസിക്കാനും ഒക്കെ കഴിയും.

ചില ഉദാഹരണങ്ങൾ :

- ശ്വാസം മുട്ടൽ - പടിക്കെട്ട് ഓടി കയറുകയും ഇറങ്ങുകയും ചെയ്യുക, നിങ്ങളുടെ ശ്വാസഗതി മാറുന്നത് അപ്പോൾ നിങ്ങൾക്ക് അറിയാൻ കഴിയും.
- തലകറക്കം - കുറച്ചുതവണ വട്ടം കറങ്ങുമ്പോൾ ചെറിയ രീതിയിൽ തല കറങ്ങുന്നത് അറിയാൻ കഴിയും.
- ഹൃദയമിടിപ്പ് വേഗത്തിലാകൽ - പത്ത് സെക്കൻഡ് വേഗത്തിൽ ഓടുക. അപ്പോൾ നിങ്ങളുടെ ഹൃദയമിടിപ്പ് അടുത്ത കുറച്ചുനിമിഷങ്ങളിൽ താഴുന്നത് അറിയാൻ കഴിയും.

അങ്ങനെയൊരു തോന്നൽ ഉണ്ടായിക്കഴിഞ്ഞാൽ അതേപ്പറ്റി നിങ്ങൾക്കുള്ള ബോധ്യത്തെപ്പറ്റി ചിന്തിക്കുക. നിങ്ങളുടെ ശരീരം ശരിയായ രീതിയിൽ പ്രവർത്തിക്കുന്നുണ്ടെന്ന് സ്വയം ഉറപ്പിക്കലാണ് നിങ്ങൾ ചെയ്യുന്നത്. ഈ ചിന്ത വരുമ്പോൾ ഒന്ന് ശ്രമിച്ചാൽ ശരീരത്തിന് തിരിച്ചുവരേണ്ടത് എങ്ങനെയെന്ന് അറിയാൻ കഴിയും.

പതിയെ ഈ കഴിവ് ഉണ്ടാക്കിയെടുക്കുകയാണ് ശ്രമകരം. നിങ്ങൾക്ക് താങ്ങാൻ കഴിയുന്ന കനം കുറഞ്ഞ ഒരു തോന്നൽ കണ്ടെത്തുകയാണ് വേണ്ടത്. ചിലയാളുകൾക്ക് ഈ ആശയം തന്നെ അധികമായി തോന്നും. അപ്പോഴാണ് ഒരു തെറാപ്പിസ്റ്റിന്റെ സഹായം അവശ്യമാകുന്നത്. നിങ്ങൾക്ക് താങ്ങാൻ കഴിയുന്ന ഒരു വേഗത്തിൽ ഇത് ചെയ്യാൻ അങ്ങനെ കഴിയും. ഇത് ചെയ്യാൻ ചിലപ്പോൾ സഹായത്തിന്റെ ആവശ്യം വേണ്ടിവരും.

വ്യത്യസ്തമായ തരത്തിൽ മുന്നോട്ട് ചിന്തിക്കുക

ഇനി നിങ്ങൾ മുന്നോട്ട് ചിന്തിക്കുക. നിങ്ങൾ വേവലാതിപ്പെടുമ്പോൾ ചെയ്യുന്നത് പോലെയല്ല, നിങ്ങൾക്ക് പോകേണ്ട ദിശയിൽ മുന്നേറാൻ നിങ്ങളെ സഹായിക്കുന്ന തരത്തിൽ.

ഒരു സംഗതിയെപ്പറ്റി വ്യത്യസ്തമായി ചിന്തിക്കുന്നത് എളുപ്പമാണ്. പക്ഷേ അത് നിങ്ങളുടെ പ്രവർത്തികൾ മാറ്റുന്നുണ്ടോ എന്നതാണ് കാര്യം. ഇനി പറയുന്ന ചോദ്യങ്ങളിൽ കുറച്ച് സമയം ചെലവിടുക. മുന്നോട്ടുള്ള വഴി സുഗമമായിരിക്കില്ല. അതുകൊണ്ട് തന്നെയാണ് ഇങ്ങനെ ചിന്തിക്കേണ്ടത്. ഉത്കണ്ഠ നിങ്ങളെ തളർത്തുന്ന ദിവസങ്ങൾ ഉണ്ടായേക്കും. തിരിച്ചുപോകാനും എല്ലാം ഒഴിവാക്കാനുമുള്ള തോന്നൽ അതിശക്തമായിരിക്കും. ഉപേക്ഷിച്ചുകളയാനുള്ള തോന്നലായിരിക്കും മുന്നിൽ നിൽക്കുന്നത്. അതുകൊണ്ട് ഈ ചോദ്യങ്ങളെപ്പറ്റി

ഇപ്പോൾ ചിന്തിക്കുക. പക്ഷേ തുടർന്നുള്ള ആഴ്ചകളിലും മാസങ്ങളിലും സാധിക്കുന്നത്ര തവണ ഇതിലേയ്ക്ക് തിരികെവരിക. ഇപ്പോൾ നിങ്ങൾക്ക് തോന്നുന്നതിൽ നിന്ന് ജീവിതത്തിൽ ദീർഘകാലാടിസ്ഥാനത്തിൽ എന്ത് തോന്നണം എന്നതിലേയ്ക്ക് എത്താൻ അത് നിങ്ങളെ സഹായിക്കും.

അഭ്യാസം :

ഇപ്പോൾ നിങ്ങൾ നിങ്ങളുടെ പുതിയ ധാരണയ്ക്കനുസൃതമായി ജീവിക്കുന്നു. ഈ വികാരങ്ങൾ സുരക്ഷിതമാണെന്ന നിങ്ങളുടെ പുതിയ കാഴ്ചപ്പാട്, നിങ്ങൾക്ക് ഏറ്റവും പ്രധാനപ്പെട്ട ജോലികളിൽ ഏറ്റവും അസുഖകരമായ വികാരങ്ങളുമായിപ്പോലും ഇടപഴകാനുള്ള കഴിവും സന്നദ്ധതയും നിങ്ങൾ ശക്തിപ്പെടുത്തുന്നു. എന്താണ് വ്യത്യസ്തമാകുക? നിങ്ങളുടെ ജോലികളെ നിങ്ങൾക്ക് എങ്ങനെ വ്യത്യസ്തമായി സമീപിക്കാൻ കഴിയും? നിങ്ങൾക്ക് എങ്ങനെ വ്യത്യസ്തമായി തോന്നാം?

ജീവിതം എത്രത്തോളം മികച്ചതാകാൻ കഴിയുമെന്ന് അൽപനേരം ചിന്തിച്ചുനോക്കു.

ജീവിതം മെച്ചപ്പെട്ടുമ്പോൾ നിങ്ങളുടെ ആദ്യകാലസംശയങ്ങളെ നിങ്ങൾ എങ്ങനെ കാണും? നിങ്ങൾക്ക് ഇതൊക്കെ കഴിയുമോ എന്ന് നിങ്ങൾ ഒരിക്കൽ സംശയിച്ചിരുന്നല്ലോ?

ഒരു വർഷം കഴിഞ്ഞ് ആശ്വാസവും അഭിമാനവും തോന്നത്തക്കവിധം നിങ്ങളുടെ വിഷമതയേറിയ നാളുകളിൽ നിങ്ങൾ എന്ത് തെരഞ്ഞെടുപ്പുകൾ നടത്തും?

'ശരി' എന്ന് പറഞ്ഞതിൽ നന്ദിയും 'ഇല്ല' എന്ന് പറഞ്ഞതിൽ സന്തുഷ്ടിയും തോന്നാൻ പോകുന്നത് ഏത് കാര്യത്തിനാണ്?

എല്ലാം ഇട്ടെറിയാൻ തോന്നുന്ന ദിവസങ്ങൾ കണക്കിലെടുക്കുക. ഒന്നല്ല, അങ്ങനെ പല ദിവസങ്ങൾ ഉണ്ടായേക്കാം. നിങ്ങൾ ഒരു വർഷം കഴിഞ്ഞ് എന്നോട് മറികടന്ന ഒരു വലിയ പ്രതിസന്ധിയെപ്പറ്റി പറയുന്നതും നിങ്ങളുടെ ജീവിതം ആയിരമിരട്ടി മെച്ചപ്പെട്ടതിനെപ്പറ്റിയും പറയുന്നതായി സങ്കൽപ്പിക്കുക. നിങ്ങൾ ആ ബുദ്ധിമുട്ടേറിയ ദിവസങ്ങൾ മറികടന്നതിനെപ്പറ്റി എന്താണ് എന്നോട് പറയുക? നിങ്ങൾ എങ്ങനെ ആ ദിവസങ്ങൾ ചെലവിട്ടു? എന്നോട് പറയുമ്പോൾ നന്ദിയും അഭിമാനവും നിങ്ങൾക്ക് തോന്നാൻപോകുന്ന ആ തീരുമാനങ്ങൾ എന്തൊക്കെയാണ്? അത് എഴുതി വയ്ക്കുക.

മൂന്നാമത്തെ പടി : നിങ്ങൾക്ക് ആവശ്യം വരും മുൻപ് ആ ടൂളുകൾ പരിശീലിക്കുക

ഒരു പാനിക്ക് അറ്റാക്ക് ഉണ്ടാകുമ്പോൾ പ്രധാനമായും ആളുകൾ നൽകുന്ന ഉപദേശം ശാന്തമാകാൻ ശ്രമിക്കു എന്നാണ്. എന്നാൽ പാനിക്കിനെ മാറ്റാൻ ശ്രമിക്കുകയോ ഒഴിവാക്കാനും നിയന്ത്രിക്കാനും ശ്രമിക്കുന്നതും പാനിക്ക് അപകടകരമാണെന്ന് തലച്ചോറിനോട് പറയുകയാണെന്ന് ഇപ്പോൾ നിങ്ങൾക്ക് അറിയാമല്ലോ. ഒന്നിൽ നിന്ന് രക്ഷപെടാൻ ശ്രമിക്കുന്നത് ഭയം വർദ്ധിപ്പിക്കുകയാണ് ചെയ്യുന്നത്. ഈ ഭാഗത്തിൽ ചർച്ച ചെയ്യുന്ന ടൂളുകൾ പാനിക്കിനെ എതിരിടാനുള്ളതല്ല. ഓരോന്നും പല തരത്തിൽ നിങ്ങളുടെ അസ്വസ്ഥതകളെ മനസ്സിലാക്കി നിങ്ങളെ ആശ്വസിപ്പിക്കാനും അത്തരം ചിന്തകളുടെ മൂർച്ച കുറയ്ക്കാനും നിങ്ങളുടെ ഉത്കണ്ഠ നിയന്ത്രിക്കാനും ഉതകും.

ഒന്നാമത്തെ ടൂൾ : ലക്ഷണങ്ങൾക്ക് നന്ദി പറയുക

ഉത്കണ്ഠ ജനിപ്പിക്കുന്ന എല്ലാ ലക്ഷണങ്ങളെയും ഒഴിവാക്കണമെന്ന് അതികഠിനമായി ആഗ്രഹിക്കുന്നതുകൊണ്ട് ഇത് വിചിത്രമായി തോന്നും. എന്നാൽ ഈ തോന്നലുകൾ എല്ലാം നമുക്ക് ഏറെ വില പിടിച്ച രക്ഷപെടാനുള്ള പ്രതികരണത്തെയാണ് സൂചിപ്പിക്കുന്നത്. ആ പ്രതികരണമാണ് നമ്മൾ ഇപ്പോൾ ഇങ്ങനെ നിലനിൽക്കാനുള്ള കാരണം. നിങ്ങളുടെ തലച്ചോറിന് നിങ്ങളുടെ സുരക്ഷ ഉറപ്പുവരുത്താൻ മാത്രമല്ല സമാധാനത്തിലേയ്ക്ക് നിങ്ങളെയെത്തിക്കാനും അതിന് കഴിയും. നിങ്ങൾ സുരക്ഷിതരാണെന്ന് അത് സന്ദേശം തരും. ഈ ടൂൾ ഉപയോഗിക്കുമ്പോൾ നാം പറയുന്നത് "ഉത്കണ്ഠയ്ക്ക് നന്ദി. എനിക്കറിയാം നിങ്ങൾ എന്നെ സഹായിക്കാൻ ശ്രമിക്കുകയാണെന്ന്" എന്നാണ്. എതിർത്ത് നിൽപ്പിൽ നിന്നും വികാരങ്ങളെ പൊരുതുന്നതിൽ നിന്നും ഒക്കെ അനുഭവത്തിന്റെ തുറവിയിലേക്ക് ഒരു മാറ്റമാണിത്. ഒരു വികാരത്തിനെതിരെ പ്രത്യേകിച്ച് പൊരുതാൻ ഒന്നുമില്ലാത്തപ്പോൾ അത് ഒരു തിര പോലെ നിങ്ങളുടെ മേൽ കടന്നുപോകുന്നു.

ഈ വികാരങ്ങൾ താൽക്കാലികമാണെന്ന് സ്വയം ഓർമ്മിപ്പിക്കുക. അവ കടന്നുപോകും. പിന്നീട് ഇവിടെ ചേർത്തിരിക്കുന്ന മറ്റ് ടൂളുകൾ ഉപയോഗിക്കുക.

രണ്ടാമത്തെ ടൂൾ : നില കണ്ടെത്തുക

നില കണ്ടെത്താനുള്ള വ്യായാമങ്ങൾ നിങ്ങളുടെ പാരാസിമ്പതെറ്റിക്ക് പ്രതികരണം ഉണർത്തുകയും ശരീരത്തെ സമാധാനം നിറഞ്ഞ അവസ്ഥയിലേയ്ക്ക് എത്തിക്കുകയും ചെയ്യും. പാനിക്ക് അറ്റാക്കുകൾ ഉണ്ടാകുമ്പോൾ അത് സാധാരണയായി മനസ്സ് നിങ്ങളോട് നിങ്ങൾ സുരക്ഷിതരല്ല എന്ന് പറയുന്നതാണ്. എന്നാൽ നമ്മുടെ ശരീരത്തിന്റെ തോന്നലുകൾ

കൊണ്ട് ആ നിമിഷത്തെ അളക്കുമ്പോൾ ആ തോന്നലുകൾ കൊണ്ട് തന്നെ തലച്ചോറിനോട് നാം സുരക്ഷിതരാണ് എന്ന് പറയാൻ നമുക്ക് കഴിയുന്നു.

സ്പർശിച്ചു നോക്കുക – ചുറ്റുമുള്ള മൂന്നു കാര്യങ്ങളെ തൊട്ടുനോക്കുക. ഉദാഹരണത്തിന്, നിങ്ങളുടെ കൈകൾ മുന്നിലുള്ള ഡെസ്കിൽ തൊടുക. അതിന്റെ ചൂടും മിനുസ്സവും അത് ഉളവാക്കുന്ന സ്പർശനവും അറിയുക. നിങ്ങൾ പല വസ്തുക്കളെ തൊടുമ്പോൾ അവ എങ്ങനെയാണെന്ന് വിശദീകരിക്കുക. ഈ വസ്തുക്കളെ ആദ്യമായി കാണുന്നത് പോലെ തന്നെ. നിങ്ങൾക്ക് വികാരത്തള്ളിച്ചയുണ്ടാകുമ്പോൾ ചുറ്റും നടക്കുന്നതിലേയ്ക്ക് ശ്രദ്ധയെത്തിക്കാൻ കൂടുതൽ ശക്തമായ കാര്യങ്ങൾ വേണ്ടിവരും. അപ്പോൾ നിങ്ങൾക്ക് നല്ല തണുത്ത വെള്ളത്തിൽ മുഖം കഴുകാവുന്നതാണ്. അത് ചെയ്യുമ്പോൾ നിങ്ങളുടെ തൊലിയിൽ വെള്ളം വന്നു വീഴുന്നത് ശ്രദ്ധിക്കുക, ആ അനുഭവം മനസ്സിൽ പറയുക. ഇതേപോലെ ഐസ് ക്യൂബ് പിടിക്കുകയോ മഴയിലൂടെ നടക്കുകയോ ഒക്കെ ചെയ്യാം. ഓരോന്നും നിങ്ങളുടെ ചിന്തകളുടെ മേൽ അത്ര വലിയ ഒരു പ്രതികരണമാണ് ഉണ്ടാക്കുന്നത്. ഉത്കണ്ഠ കൂടുമ്പോൾ അവയൊക്കെ നമ്മുടെ ശ്രദ്ധയെ നിയന്ത്രിക്കാൻ സഹായകമാണ്.

കാണുക – ചുറ്റുമുള്ളത് കാണാൻ സമയമെടുക്കുക. നിങ്ങളുടെ ചുറ്റുവട്ടത്തും നിങ്ങൾ അതേവരെ ശ്രദ്ധിക്കാതെ പോയ കാര്യങ്ങളുടെ സൂക്ഷ്മതകൾ ശ്രദ്ധിക്കുക. ഇവ നിങ്ങളുടെ മുറിയിലെ വസ്തുക്കളാകാം, നിങ്ങൾ അതേ വരെ ശ്രദ്ധിക്കാത്ത എന്തുമാകാം. നിങ്ങൾ ഉള്ളിലായാലും പുറത്തായാലും ചുറ്റുമുള്ള കാര്യങ്ങളെ ഒരു പുതിയ താല്പര്യത്തോടെയും കൗതുകത്തോടെയും ശ്രദ്ധിക്കുക, ഈ കാര്യങ്ങൾ നിങ്ങൾ ആദ്യം കാണുന്നത് പോലെ നോക്കുക.

കേൾക്കുക – നിങ്ങൾക്ക് ഇപ്പോൾ കേൾക്കാൻ കഴിയുന്ന ശബ്ദങ്ങൾ ശ്രദ്ധിക്കാൻ കുറച്ചുസമയം എടുക്കുക. കൗതുകത്തോടെ കേൾക്കുക. ശബ്ദം നല്ലതോ ചീത്തയോ എന്ന മുൻവിധി വയ്ക്കാതെയിരിക്കുക. ഏതൊക്കെ ഒച്ചകൾ അടുത്തുനിന്നും വരുന്നെന്നും ഏതൊക്കെ അകലെനിന്നും വരുന്നെന്നും ശ്രദ്ധിക്കുക. പല ശബ്ദങ്ങൾക്കുമിടയിൽ നിശ്ശബ്ദതകൾ ഉണ്ടോയെന്ന് ശ്രദ്ധിക്കുക.

മണത്തു നോക്കുക – നിങ്ങളുടെ മണത്തറിയുവാനുള്ള കഴിവ് ശരീരത്തെയും മനസ്സിനെയും സമാധാനിപ്പിക്കാൻ ഏറ്റവും എളുപ്പമുള്ള ഒരു വഴിയാണ്. സമാധാനവും സുരക്ഷിതത്വവും തോന്നിപ്പിക്കുന്ന ഒരു മണം ആളുകൾ കൂടെ കൊണ്ടുനടക്കാറുണ്ട്. ഇഷ്ടമുള്ള ഒരാളുടെ പെർഫ്യൂം ആകാം അത്, ചിലപ്പോൾ ലാവണ്ടർ ആയിരിക്കും.

രുചിച്ചുനോക്കുക – ഇത് ഫലപ്രദമാകാൻ നിങ്ങൾ ഭക്ഷണം കഴിക്കണമെന്നില്ല. നിങ്ങൾ പുറത്താണെങ്കിൽ പോലും ഇത് ചെയ്യാൻ കഴിയും. ഇതിനു വേണ്ടി കയ്യിൽ മിന്റ് കരുതുന്ന ആളുകളെ എനിക്കറിയാം.

ശക്തമായ രുചികൾ നിങ്ങളുടെ ശ്രദ്ധ ആകർഷിക്കും. അതുകൊണ്ട് തന്നെ ഉത്കണ്ഠ കൂടുമ്പോൾ അവനവനെ ഒന്ന് തിരിച്ചുകൊണ്ടുവരാൻ ഇത് ഉപകാരപ്രദമാണ്.

നിങ്ങളുടെ ഉത്കണ്ഠയുടെ അളവ് കൂടുന്നത് വരെ ഈ ടെക്നിക്കുകൾ ഉപയോഗിക്കാൻ കാത്തു നിൽക്കേണ്ട. ദൈനംദിന ജീവിതത്തിൽ ഇവയൊക്കെ ചെറിയ ശീലങ്ങൾ ആകട്ടെ. ഓരോ തവണയും നിങ്ങൾ ശരീരത്തിന്റെ സിംപതെറ്റിക്ക് നേർവസ് സിസ്റ്റത്തെയാണ് ഉപയോഗിക്കുന്നതും സമാധാനം കണ്ടെത്തുന്നതും. അങ്ങനെ നിങ്ങൾ അത് ഉപയോഗിക്കാൻ പഠിക്കുകയും നിങ്ങൾക്ക് ആവശ്യം വരുമ്പോൾ അത് ശ്രമകരമാകാതെയിരിക്കുകയും ചെയ്യും.

മൂന്നാമത്തെ ടൂൾ : ചലനം

ഇത് ഞാൻ ഉത്കണ്ഠയെപ്പറ്റിയുള്ള അധ്യായത്തിൽ ചെറുതായി ചർച്ച ചെയ്തിട്ടുണ്ട്. ഏതൊരു പാനിക്ക് അറ്റാക്ക് ഗൈഡിലും ഉത്കണ്ഠയ്ക്കുള്ള ആക്ഷൻ പ്ലാനിലും ചലനം പ്രധാനമാണ്. കൃത്യമായ വ്യായാമങ്ങൾ നിങ്ങളുടെ സ്ട്രെസ്സ് ലെവൽ നിയന്ത്രിക്കാൻ ഉപകാരപ്രദമാണ്. എന്നാൽ ഉയർന്ന ഉത്കണ്ഠയും പാനിക്ക് അറ്റാക്കും ഉണ്ടാകുമ്പോൾ പെട്ടെന്ന് ശരീരം പ്രതികരിക്കാൻ തയ്യാറെടുക്കും. നിങ്ങൾക്ക് പറ്റുന്ന രീതിയിൽ ചലനത്തെ ഉപയോഗിച്ചുകൊണ്ട് ഉത്കണ്ഠയുടെ സ്വാഭാവിക പരിണാമം നിങ്ങൾക്ക് പൂർത്തിയാക്കാൻ കഴിയും. അത് നിങ്ങൾക്ക് പ്രവർത്തന ശേഷി തരികയും പാനിക്ക് സമയത്ത് തോന്നുന്ന അരക്ഷിതാവസ്ഥയെ പരിഹരിക്കാൻ ഉപയോഗിക്കുകയും ചെയ്യാം. നടക്കുകയോ ഓടുകയോ തലയിണയിൽ ഇടിക്കുകയോ അങ്ങനെ എന്ത് വേണമെങ്കിലും ചെയ്യാം. പക്ഷെ പേടിച്ച് അനങ്ങാതെ ഇരിക്കുന്നത് നിങ്ങൾ ആ പേടിയുടെ ദാക്ഷിണ്യത്തിലാണ് എന്ന തോന്നലുണ്ടാക്കും. ഫൈറ്റ്, ഫ്ളൈറ്റ് ഓർ ഫ്രീസ് എന്നതിൽ പൊരുതാൻ തെരഞ്ഞെടുക്കുന്നത് മനഃശാസ്ത്രപരമായി ഏറെ ശക്തമായ ഒരു കാര്യമാണ്. മുന്നോട്ട് സഞ്ചരിക്കുക, ശരീരത്തിൽ ഉണ്ടായിരിക്കുന്ന ആ ഊർജ്ജം അടുത്തറിയുക. അനങ്ങുക, ഭാരം ഉയർത്തുക, വേഗത്തിൽ നടക്കുക. ഇവയിൽ ചിലത് പരീക്ഷിച്ച് നിങ്ങൾക്ക് ഏറ്റവും ചേരുന്നത് ഏതാണെന്ന് നോക്കുക. നിങ്ങളെ നിങ്ങളുടെ ചിന്തകളിൽ നിന്ന് മോചിപ്പിച്ച് നിങ്ങളുടെ ശരീരത്തിൽ എത്തിക്കുന്ന മാർഗ്ഗം കണ്ടെത്തുക. പേടിക്കെതിരെ പൊരുതുന്നതിനുപകരം പേടിയോടെ മുന്നോട്ട് നീങ്ങാൻ നിങ്ങൾക്ക് കഴിയട്ടെ.

നാലാമത്തെ ടൂൾ : ശ്വാസോച്ഛ്വാസം ചെയ്യുക

ഉത്കണ്ഠയെപ്പറ്റിയുള്ള മുൻ അധ്യായങ്ങളിൽ ഞാൻ പലതരം ശ്വസന ക്രമീകരണങ്ങളെപ്പറ്റി പറയുന്നുണ്ട്. ശരീരത്തെ സമാധാനിപ്പിക്കാൻ ഇവ

വളരെ സഹായകമാണ്. ഇവയൊക്കെ പാനിക്ക് അറ്റാക്ക് സമയത്തും ഉപയോഗിക്കാം, എന്നാൽ രണ്ടു കാര്യങ്ങൾ എടുത്തുപറയേണ്ടതുണ്ട് :

1. ശ്വാസം മെല്ലെയാക്കുന്നത് ഉത്കണ്ഠ വല്ലാതെ കൂടുന്നത് തടയാൻ സഹായകമാകും. എന്നാൽ സ്വയം മാത്രം ശ്രദ്ധ കേന്ദ്രീകരിക്കുമ്പോൾ ചിലപ്പോൾ നിങ്ങളുടെ ശരീരം സുരക്ഷിതമല്ലെന്ന് നിങ്ങൾക്ക് തോന്നും. ചില ട്രോമകളിൽ ഇങ്ങനെയാണ്. അങ്ങനെ വരുമ്പോൾ പുറത്തേയ്ക്ക് ശ്രദ്ധ കേന്ദ്രീകരിക്കുന്ന തരം ടെക്നിക്കുകളിൽ ആശ്രയിക്കുക.
2. ശ്വാസഗതി ക്രമീകരിക്കുമ്പോഴും ഈ തോന്നൽ ഇല്ലാതാക്കുകയല്ല നമ്മുടെ ലക്ഷ്യം എന്നോർക്കുക. നിങ്ങൾക്ക് ശ്വസിക്കാൻ കഴിയുന്ന തരത്തിൽ ആയിരിക്കണം നിങ്ങളുടെ ശ്വാസഗതി. ചില തോന്നലുകൾ ഇല്ലാതാക്കാൻ ശ്രമിക്കുമ്പോൾ നിങ്ങളുടെ ശരീരം ശാന്തമാകുന്നതിനു മുൻപ് മനസ്സ് ഉത്കണ്ഠയെ വീണ്ടും ട്രിഗർ ചെയ്യുകയും നിങ്ങൾ അതേ സൈക്കിൾ തുടരുകയും ചെയ്യും.

നിങ്ങൾക്ക് പാനിക്ക് അറ്റാക്കുകൾ നിങ്ങളെ എങ്ങനെ ബാധിക്കുന്നു എന്ന് മനസ്സിലായ സ്ഥിതിക്ക് ഇനി ഉത്കണ്ഠയുടെ ആക്ഷൻ പ്ലാനിലേയ്ക്ക് കടക്കാം. ഞാൻ മുൻപ് പറഞ്ഞത് പോലെ ഓരോ ഘട്ടവും പ്രധാനമാണ്. അതുകൊണ്ട് ഇത് പൂർണ്ണമായി പാലിക്കുക.

38

ഉത്കണ്ഠയുടെ ആക്ഷൻ പ്ലാൻ

നിങ്ങളുടെ പ്രതീക്ഷകൾ ഫ്രെയിം ചെയ്യുക

ഈ ആക്ഷൻ പ്ലാനിന്റെ തുടക്കത്തിൽ തന്നെ എനിക്ക് പ്രധാനപ്പെട്ട ഒരു കാര്യം വ്യക്തമാക്കാനുണ്ട്. ഈ പ്ലാനിന് നിങ്ങളുടെ പേടി എടുത്തുമാറ്റാൻ പദ്ധതിയില്ല. എന്നാൽ നിങ്ങളുടെ ധൈര്യം കൂട്ടാൻ പദ്ധതിയുണ്ട്. ഉത്കണ്ഠയുമായി പൊരുതുന്നതിൽ പല കാര്യങ്ങളുണ്ട്. എന്നാൽ രണ്ടു പാതകൾ ഇതിൽ ഏറെ പ്രസക്തമാണ്. നിങ്ങളുടെ ജീവിതത്തിലെ എല്ലാവരും നിങ്ങളെ ലോകത്തിന്റെ യാഥാർത്ഥ്യങ്ങളിൽ നിന്ന് അമിതമായി പൊതിഞ്ഞുപിടിക്കുന്നതാണ് ആദ്യത്തേത്. നിങ്ങൾക്ക് ബുദ്ധിമുട്ടുള്ള കാര്യങ്ങൾ ചെയ്യാൻ ആത്മവിശ്വാസം കിട്ടുകയേയില്ല. അടുത്ത നിങ്ങൾക്ക് ആവശ്യത്തിനുള്ള ടൂളുകൾ കിട്ടുന്നത് വരെ ആരും നിങ്ങളെ സംരക്ഷിക്കാത്തത് കൊണ്ട് നിങ്ങൾ തനിച്ചായിപ്പോകുന്ന സാഹചര്യമാണ്. ഇത് രണ്ടും വ്യത്യസ്തമായ വഴികളാണെങ്കിലും രണ്ടിലും ഒരാൾക്ക് ലോകത്തെ നേരിടാനുള്ള മാർഗ്ഗങ്ങൾ നൽകാനുള്ള പരാജയമാണ് കാണുന്നത്. നിങ്ങളുടെ പേടികളിൽ നിന്നുള്ള സംരക്ഷണമാണ് നിങ്ങൾക്ക് ഏറ്റവുമവസാനം വേണ്ടത്. നിങ്ങൾക്ക് ആവശ്യം നിങ്ങളുടെ ശക്തി വളർത്തിയെടുക്കാനുള്ള അവസരമാണ്. അപ്പോൾ നിങ്ങൾക്ക് ലോകത്തിൽ സ്വതന്ത്രമായി ജീവിക്കാൻ കഴിയും. ആ ലോകം ചിലപ്പോൾ അപകടകരവും ഭീതി ജനിപ്പിക്കുന്നതുമൊക്കെയായിരിക്കും. എന്നാൽ മുന്നോട്ട് പോകുന്നതാണ് നിങ്ങൾക്ക് മുന്നിലുള്ള ഒരേയൊരു വഴി.

ആരുടേയും പിന്നിൽ ഒളിക്കാൻ കഴിയാത്ത സമയങ്ങൾ നമുക്ക് ജീവിതത്തിൽ നേരിടേണ്ടിവരും. അതുകൊണ്ടാണ് പാനിക്ക് അറ്റാക്കുകൾ നമ്മെ പേടിപ്പിക്കുന്നത്. നമ്മുടെ തന്നെ മരണത്തെ നാം മുഖാമുഖം കാണുന്നു. നമുക്ക് ഒളിവിടങ്ങൾ ഇല്ല. മരണമെന്ന സാധ്യതയെ ഇല്ലാതാക്കാൻ ആർക്കും കഴിയില്ല. ആകെ നമ്മുടെ മുന്നിലുള്ള വഴി നമ്മുടെ

ശക്തി കൂട്ടുകയും കൂട്ടുതൽ അപകടങ്ങളെയും അനിശ്ചിതത്വങ്ങളെയും നേരിടാൻ കഴിയുകയും ചെയ്യുക എന്നതാണ്. അതിൽ നിങ്ങൾ പ്രവർത്തിക്കുംതോറും നിങ്ങൾക്ക് കഠിനമായ ഒരു ലോകത്തിൽ ജീവിക്കാനുള്ള ആത്മവിശ്വാസം ഉണ്ടാവുക തന്നെ ചെയ്യും. ആ ജോലി ചെയ്യുമ്പോൾ നിങ്ങൾക്ക് ജീവിതത്തിൽ പ്രധാനമായ കാര്യങ്ങളെ അധികരിച്ച് ജീവിക്കാൻ കഴിയും.

ജീവിതം മെച്ചമാകും എന്ന ചിന്ത സമാധാനം തരുന്നതുകൊണ്ടാകും ചിലർ ഇത്തരം പുസ്തകങ്ങൾ വായിക്കുന്നത്. എന്നാൽ ഈ ആശയങ്ങൾ നിങ്ങളുടെ യഥാർത്ഥ ജീവിതം മാറ്റണമെങ്കിൽ പ്രവർത്തിയിലേയ്ക്ക് ഇറങ്ങിയേ കഴിയൂ. നിങ്ങളുടെ ജീവിതത്തിന്റെ ഒരു വലിയ ഭാഗം ചെലവഴിച്ചതിന് ശേഷമാണ് ഒന്ന് വികസിച്ചുവന്നതെങ്കിൽ അത് ഒറ്റ രാത്രികൊണ്ട് അതിവേഗം മാറില്ല. നിങ്ങൾ മാറ്റത്തിനുവേണ്ടി പ്രവർത്തിക്കേണ്ടത് പ്രധാനമാണ്. ഒരിക്കലല്ല, പലയാവർത്തി. എന്റെ കൂടെ നൂറു ശതമാനം ജോലി ചെയ്ത എല്ലാവരും അവരവരെപ്പറ്റി കുറെയേറെ മനസ്സിലാക്കുകയും മാറ്റങ്ങൾ വരുത്തുകയും അതിലൂടെ അവരുടെ ജീവിതവും അവർക്ക് സ്നേഹമുള്ളവരുടെ ജീവിതവും നന്നാക്കുകയും ചെയ്തവരാണ്.

നിങ്ങളോടും നിങ്ങളുടെ ഭാവിയോടുമുള്ള നിങ്ങളുടെ താൽപ്പര്യം കൊണ്ട് നിങ്ങൾ ഈ പ്ലാൻ പാലിച്ചാൽ മോശം ദിവസങ്ങളിൽ തളരാതെയിരിക്കുന്നതും പ്രധാനമാണ്. മാറ്റത്തിന്റെ നിയമം ഓർത്തുകൊണ്ടാണ് നിങ്ങൾക്ക് ഇത് ചെയ്യാൻ കഴിയുക. ഇത് ഒരിക്കലും എളുപ്പമുള്ള ഒരു വഴിയല്ല. ഒരിക്കലുമല്ല. നിങ്ങൾ പറന്നുനീങ്ങുന്നെന്ന് തോന്നുന്ന ദിവസങ്ങളും തുടങ്ങുകയേ വേണ്ടായിരുന്നുവെന്ന് തോന്നുന്ന ദിവസങ്ങളും ഉണ്ടാകും. ഇതെല്ലാം സ്വാഭാവികമാണ്. മാറ്റത്തിന്റെ ഭാഗമാണ്. വേദനയില്ലാതെ അർത്ഥവത്തായ ഒന്നും ഉണ്ടാകില്ല. അസ്വസ്ഥതകൾ ഈ യാത്രയുടെ ഭാഗമാണ്. അപ്പോൾ അവയുണ്ടാകുമ്പോൾ അത് മുന്നോട്ടുള്ള പോക്കിന്റെ ഭാഗമാണെന്ന് കരുതുക. നിങ്ങൾ തിരികെവന്നുവെന്ന് തോന്നുമെങ്കിലും അത് അങ്ങനെയല്ല. നിങ്ങൾ ഇതുവരെ നേടിയ അറിവും അനുഭവവും നിങ്ങൾക്ക് ഇല്ലാതാക്കാൻ കഴിയില്ല. അത്ഭുതം പ്രവർത്തിക്കുകയല്ല മാറ്റത്തിന്റെ ലക്ഷണം. നിങ്ങളെ സ്വയം വഴിയരികിൽ നിന്ന് ചുരണ്ടിയെടുത്ത് വീണ്ടും നട്ടുനനയ്ക്കലാണ് ഈ ജോലി.

ഈ അധ്യായത്തിന്റെ ആദ്യത്തെ പാരഗ്രാഫിൽ ഞാൻ പറഞ്ഞു എന്താണ് പ്രധാനമെന്നത് അനുസരിച്ച് ജീവിക്കാൻ ഒരവസരം തരികയാണ് ഉത്കണ്ഠ ചെയ്യുന്നതെന്ന്. എന്നാൽ ഉത്കണ്ഠ തീരുമാനങ്ങൾ എടുക്കേണ്ടെങ്കിൽ മൂല്യങ്ങൾ പരിശോധിച്ചുകൊണ്ട് ജീവിതം തുടങ്ങാം. നിങ്ങളുടെ ജീവിതത്തിൽ ഏറ്റവും പ്രധാനപ്പെട്ടത് എന്തെന്ന് ചിന്തിക്കാനുള്ള ഒരു അവസരമാണിത്. പാനിക്കിൽ അധിഷ്ഠിതമില്ലാതെ മൂല്യങ്ങളിൽ അധിഷ്ഠിതമായി ജീവിക്കുമ്പോൾ ജീവിതം എങ്ങനെയാണെന്ന് അത് നമ്മെ കാണിച്ചുതരുന്നു. ഈ

അഭ്യാസം മുൻ അധ്യായങ്ങളിലും ചർച്ച ചെയ്യുന്നുണ്ടെങ്കിലും ഞാൻ ഇവിടെ നിങ്ങൾക്ക് ഈ പുസ്തകത്തിൽ തന്നെ എഴുതാനുള്ള ഇടവും ചേർത്തിട്ടുണ്ട്. ഇത് ഉത്കണ്ഠയുടെ പ്ലാനിലെ പ്രധാന ഒരു ഘട്ടമാണ്.

മൂല്യ ബോക്സ് എങ്ങനെ നിറയ്ക്കാം?

ഓരോ ബോക്സിലും നിങ്ങളുടെയും കുടുംബത്തിന്റെയും ജീവിതത്തിലെ പല കാര്യങ്ങളും ഉണ്ടാകാം. ഓരോ ബോക്സിലും നിങ്ങൾ സമയം ചെലവിടുകയും ചില ചോദ്യങ്ങൾ സ്വയം ചോദിക്കുകയും ഒക്കെ ചെയ്യുക.

- **നല്ല സമയത്തും ചീത്ത സമയത്തും ജീവിതത്തിന്റെ ഈ മേഖലയിൽ എങ്ങനെ പ്രത്യക്ഷപ്പെടാനാണ് നിങ്ങൾ ആഗ്രഹിക്കുന്നത്?**
- **എന്ത് വാഗ്ദാനമാണ് നിങ്ങൾ നല്കാൻ ആഗ്രഹിക്കുന്നത്?**
- **എന്ത് മനോഭാവവും പ്രതികരണവുമാണ് നിങ്ങൾ കൊണ്ടുവരണമെന്ന് കരുതുന്നത്?**

നിങ്ങളുടെ ഉത്തരങ്ങൾ ഒറ്റവാക്കുകളോ മുഴുവൻ വാചകങ്ങളോ ആകാം. ഇവ നിങ്ങളുടെ ലക്ഷ്യങ്ങളല്ല, മൂല്യങ്ങളാണെന്ന് ഓർമ്മിക്കുക. നിങ്ങൾക്ക് പൂർത്തിയാക്കാൻ കഴിയുന്ന ഒന്നാണ് ലക്ഷ്യം. എന്നാൽ നിങ്ങളുടെ ജീവിതകാലത്തിലുടനീളം നിങ്ങൾക്ക് പാലിക്കാൻ കഴിയുന്നതും അതിലേയ്ക്ക് ലക്ഷ്യങ്ങൾ ചേർക്കാൻ കഴിയുന്നതുമാണ് മൂല്യം. ലക്ഷ്യം എന്താണ് എന്നതും മൂല്യം എന്തിന് എന്നതുമാണ്.

ആരോഗ്യം	സൗഹൃദങ്ങൾ	രക്ഷാകർതൃത്വം	ബന്ധങ്ങൾ

ആജീവന പഠനം	വിശ്വാസം/ ആത്മീയത	വാഗ്ദാനം/ സമൂഹം	ജോലി
ക്രിയാത്മകത			

ഇത് പൂർത്തിയാക്കിയാൽ ഓരോ ബോക്സും നോക്കി സ്വയം ചോദിക്കുക :

ഞാൻ ഈ നിമിഷം ഈ മൂല്യങ്ങളുമായി എത്ര ചേർന്നാണ് ജീവിക്കുന്നത്?

____

____

____

____

ഉത്കണ്ഠയും അതിനെ ഒഴിവാക്കാനുള്ള എന്റെ ശ്രമങ്ങളും എന്റെ ജീവിതത്തെ ഈ മൂല്യങ്ങളുമായി ചേർന്ന് പൂർണ്ണമായി ജീവിക്കുന്നതിൽ നിന്ന് എത്രത്തോളം എന്നെ തടയുന്നുണ്ട്?

ഞാൻ ആവണമെന്ന് ആഗ്രഹിക്കുന്ന വ്യക്തിയിലേക്ക് എത്തുന്നതിൽ നിന്ന് ജീവിതത്തിലെ ഏതൊക്കെ മേഖലകളിലാണ് ഞാൻ പുറകോട്ട് നിൽക്കുന്നത്?

അതിന് ഞാൻ എന്ത് വിലയാണ് കൊടുക്കുന്നത്?

ഓരോ മേഖലയിലും ആഗ്രഹിക്കുന്നത് പോലെ ജീവിക്കാൻ ഞാൻ എന്ത് വിലയാണ് കൊടുക്കുന്നത്?

ഉത്കണ്ഠയെ നേരിടുന്ന ഈ ഘട്ടത്തിൽ അതിവേഗം പരിഹാരമെന്ന ചിന്തയുണ്ടാവുക സ്വാഭാവികമാണ്. 'ഇത് വേഗം ഇല്ലാതാകാൻ എന്താണ് ചെയ്യേണ്ടതെന്ന് പറയൂ.' പക്ഷേ ദീർഘകാലത്തിൽ ഇത് പരിഹരിക്കണമെങ്കിൽ ഈ വ്യായാമങ്ങൾ ഓരോന്നായി ചെയ്യേണ്ടത് പ്രധാനമാണ്. എങ്ങനെയാണ് ഉത്കണ്ഠ പ്രവർത്തിക്കുന്നതെന്ന് നോക്കാം.

ഇപ്പോൾ ഉത്കണ്ഠ എങ്ങനെയാണെന്ന് നോക്കുക

നിങ്ങൾക്ക് ഉത്കണ്ഠയുണ്ടാക്കുന്ന സാഹചര്യങ്ങൾ ഏതൊക്കെയെന്ന് പരിശോധിക്കുക.

നിങ്ങളുടെ ശരീരത്തിൽ എവിടെയാണ് അത് അനുഭവപ്പെടുന്നതെന്ന് ശ്രദ്ധിക്കുക. അത് എഴുതിവെയ്ക്കുക. ചിലയാളുകൾക്ക് ഇത് ബുദ്ധിമുട്ടായത് കൊണ്ട് ഞാൻ നിങ്ങൾക്ക് എഴുതാൻ കഴിയുന്ന ചില സാധാരണ ലക്ഷണങ്ങൾ താഴെ ചേർക്കുന്നു. ഇതിലേയ്ക്ക് ഇഷ്ടമുള്ളത് കൂട്ടിച്ചേർക്കുക.

- ഹൃദയം ഉച്ചത്തിൽ മിടിക്കുന്നു
- ശ്വാസം മുട്ടുന്നു
- വിയർപ്പ്
- വരണ്ട വായ
- വിറയൽ
- വയറ്റിൽ അസ്വസ്ഥത
- ഛർദ്ദി
- തലകറക്കം
- മസ്സിൽ പിരിമുറുക്കം

____

____

____

____

____

____

ഉത്കണ്ഠ കൂടുമ്പോൾ എന്തൊക്കെ ചിന്തകളാണ് നിങ്ങൾ ശ്രദ്ധിച്ചത്? ഉത്കണ്ഠയെ ശ്രദ്ധിക്കുമ്പോൾ ഓരോ ചിന്തയും ഓരോ സമയവും വ്യത്യസ്ത മാണെങ്കിൽ നിങ്ങൾക്ക് ഓർക്കാൻ കഴിയുന്ന ഒരു സംഭവം മനസ്സിൽ വയ്ക്കുക.

____

____

____

____

____

____

ഉത്കണ്ഠ കൂടിനിൽക്കുമ്പോൾ നമ്മുടെ അപകട സിസ്റ്റം ഓൺ ആണെന്ന് മുൻപും നാം ചർച്ച ചെയ്തതാണ്. അതായത് തലച്ചോർ നാം സുരക്ഷിതരല്ല എന്നാണ് മനസ്സിലാക്കുന്നത്. അപകടങ്ങൾ ചുറ്റുമുള്ളപ്പോൾ

പരിസരം നോക്കി നമ്മുടെ ഉത്കണ്ഠയുടെ കാരണം തിരയാൻ അത് തുടങ്ങും. ഈ സമയത്ത് തലച്ചോറിന്റെ ഒരേയൊരു ജോലി നിങ്ങളെ സുരക്ഷിതരാക്കുന്നതാണ്. എന്തെങ്കിലും അപകടമുണ്ടെങ്കിൽ നിങ്ങൾ അത് അതിവേഗം അറിയണമെന്നാണ് തലച്ചോറിന്റെ താൽപ്പര്യം. അതിനുവേണ്ടി അത് ഷോർട്ട് കട്ടുകൾ സ്വീകരിക്കും. എന്നാൽ അതിലൂടെ തെറ്റുകൾ ഉണ്ടാകാം. ആ തെറ്റുകളാണ് കൂടുതൽ ഉത്കണ്ഠയുണ്ടാക്കാൻ പോകുന്നത്. അടുത്ത ബോക്സിൽ സാധാരണ കാണുന്ന ധാരണാപിശകുകൾ ചേർക്കുന്നു. ഇതിൽ ഏതൊക്കെയാണ് നിങ്ങളുടെ ചിന്തയിൽ വന്നിട്ടുള്ളതെന്ന് ആലോചിച്ച് എഴുതുക. അവ നിങ്ങളുടെ ഉത്കണ്ഠ കൂട്ടുകയാണോ ചെയ്തത് അതോ ആ ചിന്ത ശ്രദ്ധിച്ചത് നന്നായോ എന്ന് ഓർത്തുനോക്കുക.

ഉത്കണ്ഠയുള്ളപ്പോൾ സാധാരണയായി ഉണ്ടാകുന്ന ചിന്താപിശകുകൾ	**ഉദാഹരണങ്ങൾ**	**പല വേളയിലും ഇത് ഞാൻ അഭിമുഖീകരിച്ചിട്ടുണ്ട്**	**ഇത് സത്യമോ, കേൾക്കാൻ കൊള്ളാവുന്നതുമായിരുന്നോ?**	**അത് ഉത്കണ്ഠ മെച്ചപ്പെടുത്തിയോ? അതോ മോശമാക്കിയോ?**
ദുരന്ത ചിന്ത ഒരു ആയിരം സാധ്യതകൾ ഉള്ളപ്പോൾ നിങ്ങളുടെ മനസ്സ് ഏറ്റവും മോശം കാര്യം മാത്രം സങ്കൽപ്പിക്കും.	'ഞാൻ ബാൽക്കണിയിൽ നിന്നാൽ കാൽ വഴുതി വീണ് മരിക്കും.'			
സ്വകാര്യവൽക്കരിക്കൽ ഒരു ആയിരം സാധ്യതകൾ ഉണ്ടെങ്കിലും നിങ്ങളുടെ മനസ്സ് നിങ്ങളാണ് ഉത്തരവാദിയെന്ന് പറയും.	'എന്റെ സുഹൃത്ത് പാർട്ടിയിൽ വെച്ച് എന്നോട് മിണ്ടിയില്ല. അവൾക്ക് എന്നോട് വെറുപ്പ് തോന്നാൻ ഞാൻ എന്തെങ്കിലും ചെയ്തുകാണും.'			

പേരെഴുതൽ നിങ്ങളുടെ മനസ്സ് ഓരോ കാലത്തും ഒരു സംഭവമെടുത്ത് അതിനെ നിങ്ങളെപ്പറ്റി യുള്ള ഒരു പൊതു അഭിപ്രായമായി കാണും.	'എനിക്ക് ഈയിടെ അടിയ്ക്കടി ഉത്കണ്ഠ തോന്നുന്നു. ഞാൻ ഒരു ഉത്കണ്ഠ യുള്ള ആളാണ്. അതാണ് ഞാൻ.'			
മാനസിക ഫിൽറ്റർ നിങ്ങളുടെ മനസ്സ് ഒരു വിവരം കൊണ്ട് നിങ്ങൾക്ക് മോശമായ തോന്നൽ തരികയും നിങ്ങൾക്ക് വ്യത്യസ്തമായി തോന്നാൻ സാധ്യതയുള്ള വിവരം അവഗണി ക്കുകയും ചെയ്യും.	'ഞാൻ നന്നായി ചെയ്ത എല്ലാ കാര്യവും ഓർക്കാൻ എനിക്ക് കഴിയുന്നില്ല, കാരണം എനിക്ക് നന്നായി ചെയ്യാൻ കഴിയുമാ യിരുന്ന ആ ഒരു കാര്യമാണ് എന്റെ ചിന്തയിൽ എപ്പോഴും.'			
അമിതമായി പൊതുവായി കാണൽ നിങ്ങളുടെ മനസ്സ് ഒരു മോശം അനുഭവത്തെ എടുത്ത് അത് എല്ലാ അനുഭവങ്ങ ളെയും മോശമായി കാണുന്ന അവസ്ഥയാ ണിത്.	എനിക്ക് ആ ബന്ധം നന്നായി കൊണ്ടു പോകാൻ കഴിഞ്ഞില്ല. ഞാൻ ഒരിക്കലും ആരുടെയും കൂടെ സന്തോ ഷമായിരി ക്കില്ല. പിന്നെ ശ്രമിക്കു ന്നതെന്തിന്?			

ഇനി ഒരു ചിന്താഡയറിയുടെ ഉദാഹരണം നോക്കാം. ഉത്കണ്ഠയെ നേരിടാനുള്ള ഒരു പ്രധാന മാർഗ്ഗം ഉത്കണ്ഠ നിറഞ്ഞ നിമിഷങ്ങൾ തിരിച്ചറിഞ്ഞ് ഉത്കണ്ഠ കൂട്ടുന്ന ചിന്തകൾ ഏതൊക്കെയെന്ന് ശ്രദ്ധിക്കുകയാണ്. ഇത് ചെയ്യുംതോറും സംഭവിക്കുമ്പോൾ തന്നെ അവയെ തിരിച്ചറിയാൻ കഴിയുകയും കൂടുതൽ ഗുണകരമായ കാര്യങ്ങളിലേയ്ക്ക് എത്താൻ കഴിയുകയും ചെയ്യും.

ചിന്താഡയറി

ഉത്കണ്ഠയുണ്ടാകുമ്പോൾ നിങ്ങൾക്ക് മനസ്സിൽ വരുന്ന സാധാരണ ചിന്തകൾ കൊണ്ട് ഈ വ്യായാമം പരീക്ഷിക്കുക. നിങ്ങളുടെ ചിന്തയിലെ പിശകുകൾ തിരിച്ചറിയും തോറും നിങ്ങൾക്ക് അവ സംഭവിക്കുമ്പോൾ തന്നെ തിരിച്ചറിയാൻ കഴിയും. ചിന്തകൾ സംഭവിക്കുമ്പോൾ തന്നെ അവ തിരിച്ചറിയുന്നത് അവയുടെ ശക്തി കുറച്ചുകളയുന്നതാണ്. നിങ്ങൾക്ക് സമാധാനത്തോടെ പ്രതികരിക്കാൻ കഴിയും. നിങ്ങൾക്ക് സൂക്ഷ്മതയോടെ നിങ്ങളുടെ പ്രവർത്തികൾ തെരഞ്ഞെടുക്കാൻ കഴിയും.

ഉത്കണ്ഠ നിറഞ്ഞ സാഹചര്യം	**അപ്പോൾ ഉയർന്നുവന്ന ചിന്തകൾ**	**ആ ചിന്തയിലെ പിശക് എന്താണ്?**	**ഭാവിയിലേയ്ക്ക് ഞാൻ കൊണ്ടു പോകുന്ന പുതിയ ചിന്ത**

തെറ്റുകൾക്കപ്പുറം – ഉത്കണ്ഠയുടെ മോശം ഊഹങ്ങൾ

ഉത്കണ്ഠ നിങ്ങളോട് പറയുന്ന നുണകളെപ്പറ്റി പറഞ്ഞുതരുന്ന പല പ്രയോക്താക്കളുമുണ്ട്. എന്നാൽ ഒന്നാമതായി ഓർക്കേണ്ടത് നിങ്ങളുടെ തലച്ചോർ ഇതൊക്കെ പറയുന്നത് നിങ്ങളുടെ സുരക്ഷയെക്കരുതിയാണ്. രണ്ടാമത് കാര്യങ്ങൾ മെച്ചപ്പെടുത്താനും. നിങ്ങളുടെ സുരക്ഷയാണ് നിങ്ങളുടെ തലച്ചോറിന്റെ ഏറ്റവും വലിയ ലക്ഷ്യം. അത് അങ്ങനെ തന്നെയാവണം താനും. നിങ്ങളുടെ മനസ്സിന് തെറ്റ് പറ്റുമ്പോൾ ഉത്കണ്ഠ ഒരു നുണയല്ല, ഒരു മോശം ഊഹമാണ്. റിസ്ക് ഒഴിവാക്കുന്നതിലെ ഒരു പ്രശ്നം ചിലപ്പോൾ നമുക്ക് തെറ്റുപറ്റുമെന്നതാണ്.

ഉത്കണ്ഠ നിറഞ്ഞ നിമിഷങ്ങളിൽ നാം എടുക്കുന്ന ചില പ്രധാന മോശം ഊഹങ്ങൾ ഇവയൊക്കെയാണ്.

മോശം ഊഹം 1 : 'മോശമായ ഒന്നും സംഭവിക്കരുതെന്ന് ഉറപ്പ് വരുത്തണം.'

എന്തുകൊണ്ട് ഇത് ശരിയല്ല : ഇതൊരു പ്രധാന ജോലിയാണ്. നമുക്ക് സംഭവിക്കുന്നതെല്ലാം നിയന്ത്രിക്കാൻ കഴിയില്ല. എന്ത് സംഭവിക്കുമെന്ന അനിശ്ചിതത്വത്തോടുള്ള പേടിയാണ് എല്ലാം നിയന്ത്രിക്കണമെന്ന തോന്നലിന്റെ ആധാരം. നിങ്ങൾ സ്വയം നല്ലത് ചെയ്യുമെന്ന് വിശ്വാസം ഇല്ലാത്തതും പ്രശ്നമാണ്. നിങ്ങൾ ജീവിതത്തിന്റെ വേദനയും അലോസരവും സഹിക്കുമോ എന്ന സംശയവും നിങ്ങൾക്ക് ഉണ്ടാകും.

മോശം ഊഹം 2 : 'ഉത്കണ്ഠ ഉണ്ടായാൽ ഒപ്പം വരുന്ന വികാരങ്ങൾ സഹിക്കാൻ എനിക്ക് കഴിയില്ല.'

എന്തുകൊണ്ട് ഇത് ശരിയല്ല : ഉത്കണ്ഠയുമായി പൊരുത്തപ്പെടാൻ നിങ്ങൾ ഉദ്ദേശിക്കുന്നില്ലെങ്കിൽ നിങ്ങൾ ഈ പുസ്തകത്തിൽ പറയുന്ന സ്കില്ലുകൾ ഉപയോഗിച്ച് നിങ്ങളെ സ്വയം ആശ്വസിപ്പിക്കാനും അലോസരങ്ങളിലൂടെ മറുപുറത്തെത്താനുമുള്ള വഴി കണ്ടെത്തും. വേദനാജനകമായ വികാരങ്ങൾ നേരിടാൻ പഠിക്കുന്നതാണ് ഏറ്റവും മികച്ചത്. നമ്മുടെ നേർക്ക് എന്തുവന്നാലും നേരിടാനുള്ള ആത്മവിശ്വാസം നമുക്ക് ലഭിക്കും. അപ്പോൾ നമുക്ക് പേടിയോ ഉത്കണ്ഠയോ ഉണ്ടാക്കുന്ന ഒന്നിനെയും ഒഴിവാക്കേണ്ടിവരില്ല. എന്തുവന്നാലും അതിന്റെ കാരുണ്യത്തിന് കാത്തുനിൽക്കേണ്ടതില്ലെന്ന് നമുക്കറിയാം.

മോശം ഊഹം 3 : 'ഈ തോന്നൽ ഇനിയും ഇനിയും മോശമാകും. ഞാൻ ബോധം കെടും/നാണം കെടും/ മരിക്കും.'

എന്തുകൊണ്ട് ഇത് ശരിയല്ല : മിക്കവാറും ആളുകളും കരുതുന്നത് ഉത്കണ്ഠ ഉണ്ടാകുമ്പോൾ അത് കൂടുതൽ കൂടുതൽ ശക്തിപ്പെടുമെന്നാണ്. ഇനി ഉണ്ടാകാൻ പോകുന്നത് നാണക്കേടോ ബോധക്കേടോ മരണമോ ഒക്കെയാണെന്നാണ് നാം കരുതുന്നത്. ആകെ ഉറപ്പുള്ളത് ഇത്തരം ചിന്തകളിൽ

പെട്ടുപോയാൽ അത് കൊടുത്താൽ ഉത്കണ്ഠയ്ക്ക് കാരണമാകുമെന്നത് മാത്രമാണ്. സത്യത്തിൽ ഉത്കണ്ഠ ഉണ്ടാകുമ്പോൾ രക്തസമ്മർദ്ദം കൂടും. എന്നാൽ രക്തസമ്മർദം കുറയുമ്പോഴാണ് ബോധം കെടുന്നത്. കൂടുന്നത് ഒരിക്കൽ കുറയേണ്ടിവരും. വികാരങ്ങളുടെ കാര്യത്തിലും ഇത് തന്നെ. ഉത്കണ്ഠ തീവ്രതയേറിയ വികാരമാണ്. എന്നാൽ ശരീരത്തിന് കഠിനമായി പ്രയത്നിക്കേണ്ടിവരും. നിങ്ങൾക്ക് ശാന്തരാക്കാൻ കഴിയുന്നില്ലെങ്കിൽ ശരീരം ഒടുവിൽ തളർന്ന് ആ തീവ്രത മെല്ലെ കുറയും. മരിക്കുമെന്ന പേടിയിൽ നിന്നും പാനിക്ക് അറ്റാക്ക് ഉണ്ടാകാം. കൂടുതലറിയാൻ പാനിക്ക് അറ്റാക്ക് ഗൈഡ് റെഫർ ചെയ്യുക. ഉത്കണ്ഠ സുരക്ഷിതമായ ഒരു വികാരമാണ്. നിങ്ങൾക്ക് ഉത്കണ്ഠയുണ്ടാകുമ്പോൾ ശരീരം നിങ്ങളുടെ സുരക്ഷയാണ് ലക്ഷ്യമിടുന്നത്.

മോശം ഊഹം 4 : 'എനിക്ക് ഉത്കണ്ഠ തോന്നിയാൽ അത് എന്റെ എന്തോ പ്രശ്നമാണ്. ഇങ്ങനെ തോന്നാൻ പാടില്ല.'

എന്തുകൊണ്ട് ഇത് ശരിയല്ല : ഇത് മനസ്സിലാക്കാം. ഉത്കണ്ഠ നിങ്ങളുടെ തലച്ചോറിന്റെ പിശകല്ല. നിങ്ങളുടെ മികച്ച തലച്ചോർ നിങ്ങൾക്ക് രക്ഷപെടാനുള്ള വഴി കണ്ടെത്തുന്നതാണ്. ഇത് ഏറെ അസുഖകരമായ വികാരമാണെങ്കിലും ഏറ്റവും മാനുഷികവുമാണിത്. നിങ്ങൾക്ക് താങ്ങാവുന്നതിലേറെ ഭീഷണിയുണ്ടെന്ന് നിങ്ങൾക്ക് തോന്നുന്നെങ്കിൽ അതിനർത്ഥം നിങ്ങളുടെ ചുറ്റുവട്ടം നിങ്ങൾക്ക് അനാരോഗ്യകരമാണ് എന്നാണ്. നിങ്ങൾക്ക് സുരക്ഷ തോന്നാത്തതും അതുകൊണ്ടാണ്. നിങ്ങളുടെ ഭൂതകാല ട്രോമ ഒരുപക്ഷെ നിങ്ങളെ ജാഗരൂഗരാക്കുന്നുണ്ടാകും, അല്ലെങ്കിൽ നിങ്ങൾ തളർന്നിരിക്കും, അല്ലെങ്കിൽ നിങ്ങൾ കുറച്ച് ഉറക്കവും കൂടുതൽ കഫീനും കൊണ്ടാവും ജീവിക്കുന്നത്. ഇവയെല്ലാം സാധാരണയെക്കാൾ കൂടുതൽ ഉത്കണ്ഠയ്ക്ക് കാരണമാകും. എന്റെ തൊഴിൽ ജീവിതത്തിൽ ഇന്നുവരെ ജീവിതാനുഭവങ്ങൾ മനസ്സിലാക്കുമ്പോൾ ഉത്കണ്ഠയുടെ കാരണം കണ്ടെത്താനാവാത്ത ഒരാളെയും കണ്ടിട്ടില്ല. അപ്പോൾ ഉത്കണ്ഠയല്ല നമ്മുടെ പ്രധാന പ്രശ്നം. കാര്യങ്ങൾ കൂടുതൽ ശ്രദ്ധാപൂർവ്വം നോക്കണമെന്നതിന്റെ വലിയൊരു സൂചന മാത്രമാണ് അത്.

മോശം ഊഹങ്ങളെ എന്ത് ചെയ്യണം

ഉത്കണ്ഠ തോന്നുമ്പോൾ ഏത് ചിന്തയാണ് യഥാർത്ഥം എന്ന് തിരിച്ചറിയാൻ ബുദ്ധിമുട്ടാണ്. ഒരിക്കൽ നാം സാധാരണ അനുഭവിക്കുന്ന കാര്യങ്ങളുമായി പൊരുത്തപ്പെട്ടുകഴിഞ്ഞാൽ അവ പ്രവചിക്കാൻ ഏറെ എളുപ്പമായി മാറും. അവ സംഭവിക്കുന്നത് നമുക്ക് കാണാൻ കഴിയും. ഇവ തിരിച്ചറിഞ്ഞുകഴിഞ്ഞാൽ പിന്നെ നിങ്ങളുടെ മുന്നിൽ ചില വഴികളുണ്ട്. പലരും ഇത്തരം ചിന്തകളെ നേരിടാനായി കോഗ്നിട്ടീവ് ബിഹേവിയറൽ തെറാപ്പി (CBT) ചെയ്യാറുണ്ട്. ഒരു ചിന്തയെ പരീക്ഷിച്ചു നോക്കുകയാണ് ഇത്. ഒരു റിയാലിറ്റി ചെക്ക് എന്ന് പറയാം. തെളി

വുകൾ നിരത്തി പരിശോധിച്ചുനോക്കുന്നത്ര ലളിതമാണ് അത്. ഇത് നിങ്ങളുടെ ചിന്തകളെ ഉടച്ചുവാർക്കണമെന്നില്ല. എന്നാൽ ഇതിലൂടെ നമ്മുടെ ചില ചിന്തകളെ യാഥാർത്ഥ്യമായി കാണുന്നതിൽ നിന്ന് മാറി ചിന്തിക്കാൻ കഴിയും. നമ്മുടെ തോന്നലുകളിലും പെരുമാറ്റങ്ങളിലും ചിന്തകൾക്ക് ഒരു വലിയ സ്ഥാനമുണ്ട്. എന്നാൽ ആ ചിന്തയിൽ നാം എത്ര ഇറങ്ങിച്ചെല്ലുന്നു എന്നത് ആശ്രയിച്ചാണ് അതിനുള്ള ശക്തി. ഒരു ലളിതമായ ചിന്തയിൽ ഒന്ന് തുടങ്ങിനോക്കൂ. നിങ്ങൾക്ക് ഉത്കണ്ഠയിൽ സ്ഥിരം തോന്നുന്ന ഏതെങ്കിലുമൊരു ചിന്ത എടുത്ത് ഈ ചോദ്യങ്ങൾ ചോദിച്ചു നോക്കൂ.

വ്യായാമം :

നിങ്ങൾ ഈ വ്യായാമം ചെയ്യാൻ തുടങ്ങുമ്പോൾ ഓർമ്മിക്കേണ്ടത് നിങ്ങളുടെ അഭിപ്രായങ്ങൾ മാറ്റാൻ ആരും ശ്രമിക്കുന്നില്ല എന്നതാണ്. നിങ്ങൾ നിങ്ങളുടെ തന്നെ തോന്നലുകൾ പഠിക്കുകയാണ് ഇപ്പോൾ. ഇതിൽ ഏതാണ് നിങ്ങൾക്ക് ചേരുന്നതെന്നും ഏതാണ് അനാവശ്യമായ പ്രശ്നം എന്നും നിങ്ങൾ തന്നെ മനസ്സിലാക്കാൻ ശ്രമിക്കുക. തുറന്ന മനസ്സോടെ ഇറങ്ങിച്ചെന്ന് എന്താണ് കാണുന്നതെന്ന് ശ്രദ്ധിക്കുക.

മാറ്റണമെന്ന് തോന്നുന്ന ചിന്തകൾ ഏതൊക്കെയെന്ന് എഴുതിവയ്ക്കുക.

____

____

____

____

____

ആ സമയത്ത് ഇത് യാഥാർത്ഥ്യത്തിന്റെ ഒരു ശരിയായ പ്രതിഫലനമാണെന്ന് നിങ്ങൾ എത്രത്തോളം വിശ്വസിക്കുന്നുണ്ട്?

നിങ്ങളുടെ വിശ്വാസത്തെ പൂജ്യം മുതൽ പത്തുവരെ അളക്കുക. പൂജ്യം എന്നാൽ ഒട്ടുമില്ലെന്നും 10 എന്നാൽ അതിനെ എതിർക്കാൻ കഴിയുകയേയില്ല എന്നുമാണ് അർത്ഥം.

____

____

____

____

____

ഈ ചിന്ത വസ്തുതകളിൽ അടിസ്ഥാനപ്പെടുത്തിയുള്ളതാണ് എന്നതിന് എന്തെങ്കിലും തെളിവുണ്ടോ?

ഉണ്ടെങ്കിൽ അത് എഴുതുക. നിങ്ങളുടെ അഭിപ്രായമല്ല, നിയമ സാധുതയുള്ള തെളിവാണ് ഉൾപ്പെടുത്തേണ്ടത്.

ഇത് നാം കോടതിയിൽ ചർച്ച ചെയ്താൽ എന്തായിരിക്കും എതിർ വാദം? ഇത് വസ്തുതാവിരുദ്ധമാണെന്ന് പറയാൻ എന്ത് തെളിവാണ് കാണാൻ കഴിയുന്നത്?

ചില ആളുകളോട് ഇതിൽ അഭിപ്രായം ചോദിച്ചാൽ അവർ എന്ത് പറയും? വ്യത്യസ്തമായ രീതിയിൽ വിശകലനം ചെയ്യാൻ സാധ്യതയുള്ള ആളുകളെ തെരഞ്ഞെടുക്കുക. ഉദാഹരണത്തിന്, ഞാൻ എന്ത് പറയും എന്നാണ് നിങ്ങൾ കരുതുന്നത്? നിങ്ങളുടേതിൽ നിന്ന് വ്യത്യസ്തമായ ഈ കാഴ്ചപ്പാടുകളിൽ ഏതാണ് നിങ്ങൾക്ക് തെരഞ്ഞെടുക്കാൻ കഴിയുന്നത്? എന്ത് കൊണ്ട്?

ഈ വ്യത്യസ്ത കാഴ്ചപ്പാടുകൾ പരിഗണിച്ചുകഴിഞ്ഞ് നിങ്ങളുടെ ആദ്യ ചിന്തയെ പ്പറ്റിയുള്ള ധാരണ എന്താണ്? വീണ്ടും പൂജ്യം മുതൽ പത്തു വരെയുള്ള സ്കെയിൽ ഉപയോഗിച്ചുനോക്കുക.

നിങ്ങളുടെ ആദ്യ തോന്നലിലേയ്ക്ക് തിരിച്ചുപോയി നോക്കൂ. അതിന് അൽപ്പമെങ്കിലും മാറ്റമുണ്ടോ?

ഈ അഭ്യാസം പ്രധാനമാണെങ്കിലും അടുത്ത പടിയാണ് ഏറെ പ്രസക്തം. നമ്മുടെ മനസ്സിൽ കുടുങ്ങിക്കിടന്നുകൊണ്ട് വാദിക്കാനും എതിർവാദം നോക്കാനും ഉത്കണ്ഠ നിറഞ്ഞ ഒരു ചിന്തയുടെ ശരി തെറ്റുകൾ വിശകലനം ചെയ്യാനുമല്ല നമ്മുടെ ലക്ഷ്യം. ഈ പ്രവർത്തി കൊണ്ട് നിങ്ങളുടെ ആ ചിന്തയിലെ വിശ്വാസം ഒന്ന് അയഞ്ഞാൽ അത് മതിയാകും. അപ്പോൾ നിങ്ങൾക്ക് ആ ചിന്ത വരുമ്പോൾ അതിന് അൽപ്പം കുറവ് വില കൊടുക്കാൻ കഴിയും. അത് മറ്റൊരു ആശയം മാത്രമായി മാറും. ഇത് കൂടുതൽ മുന്നോട്ട് കൊണ്ടുപോയാൽ ഉറപ്പിനു വേണ്ടിയുള്ള അർത്ഥശൂന്യമായ ഒരു അന്വേഷണമായി മാറും. അതും പേടിയെ അടിസ്ഥാനമാക്കിയാണ് ഉള്ളത്.

നിങ്ങളുടെ ഒരു ചിന്ത വസ്തുതകളെ അടിസ്ഥാനമാക്കിയല്ല എന്ന് തോന്നിയാൽ ഏറ്റവും നല്ലത് അതിന് വലിയ പ്രാധാന്യം കൊടുക്കാതെ യിരിക്കുകയോ തള്ളിക്കളയുകയോ ചെയ്യുന്നതാണ്. അപ്പോൾ അത് നിങ്ങളുടെ വികാരങ്ങളെയും പെരുമാറ്റങ്ങളെയും നിയന്ത്രിക്കുന്നതിൽ നിന്നും നിങ്ങൾക്ക് രക്ഷപെടാം. ഉത്കണ്ഠയുമായി ഏറെ നേരം വാദിക്കാൻ നിൽക്കരുത്. ആ വാദത്തിൽ നിന്ന് മാറി പുതിയ ചിന്തകളും വികാരങ്ങളും കണ്ടെത്തുക. അത് എങ്ങനെയെന്ന് ഇനി പറയാം.

നിർവീര്യമാക്കൽ

ഇതേപ്പറ്റി ഞാൻ മുൻപും ഈ പുസ്തകത്തിൽ പറഞ്ഞിട്ടുണ്ട്. നിങ്ങൾക്ക് പരീക്ഷിക്കാവുന്ന ചില ടെക്നിക്കുകൾ താഴെ ചേർക്കുന്നു. ഇവയോരോന്നും ചിന്തകളെ എതിർക്കുന്നതിൽ നിന്നും വ്യത്യസ്തമാണ്. ഒന്നും മാറ്റാൻ ഇത് ഉദ്ദേശിക്കുന്നില്ല. നിങ്ങളുടെ ചിന്തകളിൽ നിന്ന് ചെറിയ ഒരു അകലം പാലിക്കാൻ നിങ്ങൾക്ക് ഇത് ഉപയോഗിക്കാൻ കഴിയും. നിങ്ങളുടെ വികാരങ്ങളിലും പെരുമാറ്റത്തിലും അതിനുള്ള സ്വാധീനം അങ്ങനെ കുറയും. ഇവ പരീക്ഷിച്ച് നോക്കി നിങ്ങൾക്ക് നല്ലതെന്ന് തോന്നുന്നവ തെരഞ്ഞെടുക്കുക.

1. എഴുതുക

നിങ്ങൾ ഒരു ചിന്ത എഴുതുമ്പോൾ തന്നെ അതിൽ നിന്ന് നിങ്ങൾ കുറച്ച് ദൂരം കണ്ടെത്തും. നിങ്ങളുടെ ചിന്തയെ കറുപ്പിലും വെളുപ്പിലുമായി കാണാൻ നിങ്ങൾക്ക് കഴിയും. ഒരു ചിന്ത എഴുതുന്നതിൽ മടി വിചാരിക്കരുത്. ചിലപ്പോൾ ചില ചിന്തകൾ എഴുതുന്നതായി സങ്കൽപ്പിക്കുന്നത് പോലും അവ എത്ര മണ്ടൻ ചിന്തകളാണ് എന്ന് തോന്നാൻ സഹായിക്കും. ഒരു ചിന്ത നിങ്ങൾക്ക് വേദനയും അസ്വസ്ഥതയും ജനിപ്പിക്കുമ്പോൾ ഇത് നിങ്ങൾക്ക് സഹായകമാകും.

2. ലേബൽ

നിങ്ങളുടെ ചിന്തകളെപ്പറ്റി ഒരു വിഹഗവീക്ഷണം നൽകാൻ സഹായിക്കുന്ന മറ്റൊരു കാര്യമാണ് ആ ചിന്തയെ ലേബൽ ചെയ്യുന്നത്. ഞാൻ ഇത് പലപ്പോഴും തെറാപ്പിയിൽ ഉപയോഗിക്കുന്നതാണ്. ആരെങ്കിലും ഒന്നോ രണ്ടോ ചിന്തയിലെ പിശകുകൾ കൊണ്ട് തളർന്നിരിക്കുമ്പോൾ ഞാൻ ചില പോസ്റ്റ്-ഇറ്റ് നോട്ടുകൾ മേശപ്പുറത്ത് വയ്ക്കാറുണ്ട്. സംഭാഷണത്തിനിടെ ഏതെങ്കിലും ചിന്ത ഉയർന്നുവരുമ്പോൾ ഒന്ന് നിറുത്തി ഞങ്ങൾ അവ എഴുതി വയ്ക്കുകയും പിന്നീട് മുന്നോട്ടു പോയി അത് ചിന്തയുടെ പിശകാണെങ്കിൽ അതും എഴുതി വയ്ക്കാറുണ്ട്. അതുകൊണ്ട് നാം ഒന്നും ചെയ്യുന്നില്ല. ശ്രദ്ധിക്കുക, എഴുതി മേശപ്പുറത്ത് വയ്ക്കുക. അത്രമാത്രം. ഇത്തരം ചിന്തകൾ ഉണ്ടാകുമ്പോൾ തന്നെ അവയെ തിരിച്ചറിയാനും നേരിടാനും ഇതിലൂടെ സാധിക്കും. ജേർണൽ ചെയ്യുമ്പോൾ നിങ്ങൾക്ക് സഹായകമായതും അല്ലാത്തതുമായ ചിന്തകളെ തരം തിരിക്കുകയും ചെയ്യാൻ കഴിയും. അല്ലെങ്കിൽ ഏതൊക്കെയാണ് അഭിപ്രായങ്ങൾ, മുൻവിധികൾ, ആശയങ്ങൾ, കഥകൾ, തെറ്റിദ്ധാരണകൾ, പ്രവചനങ്ങൾ, ഓർമ്മകൾ എന്നിങ്ങനെ വേർതിരിച്ച് അറിയാം. ചിലത് മാത്രമാണ് വസ്തുത എന്ന് വിളിക്കാൻ കഴിയുന്നത്. ഈ പ്രക്രിയയിലൂടെ നമ്മുടെ തന്നെ ധാരണകളിൽ നാം ചോദ്യം ചെയ്യാതെ സ്വീകരിക്കുന്നതും വൈകാരിക ഫലങ്ങൾ അനുഭവിക്കുന്നതും ഏതൊക്കെയെന്ന് നമുക്ക് തിരിച്ചറിയാൻ കഴിയും.

3. എല്ലാ വാചകങ്ങളും ഇങ്ങനെ തുടങ്ങുക

ചിന്തകളെ നിർവീര്യമാക്കാനുള്ള ഒരു ഉപയോഗപ്രദമായ വഴി അത് എഴുതുമ്പോഴോ അതേപ്പറ്റി ചിന്തിക്കുമ്പോഴോ ഓരോ വിചാരത്തെയും ഇങ്ങനെ തുടങ്ങുന്നതാണ്. 'ഞാൻ ഇപ്പോൾ ചിന്തിക്കുന്നത്...' അല്ലെങ്കിൽ 'ഞാൻ ഇപ്പോൾ സ്വയം പറയുന്ന കഥ...'. ഇതിലൂടെ ഈ ചിന്തകളെ വെറും ചിന്തകളും അഭിപ്രായങ്ങളുമായി നാം കാണുകയാണ്. അവയെ വസ്തുതയാക്കി മാറ്റുകയല്ല.

4. രൂപം കൊടുക്കുക

ഇതുമായി മുന്നോട്ട് പോകുമ്പോൾ തോന്നുന്ന ചിന്തകളും ചിന്തകൾ എങ്ങനെ നമ്മെ സ്വാധീനിക്കുന്നുവെന്നും അത് നിങ്ങളുടെ വൈകാരിക അവസ്ഥയെയും പ്രവർത്തികളെയും ശാരീരിക അവസ്ഥയെയും എങ്ങനെ സ്വാധീനിക്കുന്നുവെന്നും മനസ്സിലാക്കാം. അതിനായി നിങ്ങൾക്ക് ലളിതമായ സിബിറ്റി രൂപം കൊടുക്കലുകൾ ഉപയോഗിക്കാം. അതിനായി ഞാൻ ഇവിടെ ഒരു കാലിയായ രൂപം ചേർക്കാം. നിങ്ങളുടെ ദിവസത്തിൽ നിങ്ങൾക്ക് ഉത്കണ്ഠ തോന്നിയ ഒരു നിമിഷത്തെപ്പറ്റി എഴുതുക.

ക്രോസ് സെക്ഷണൽ രൂപം

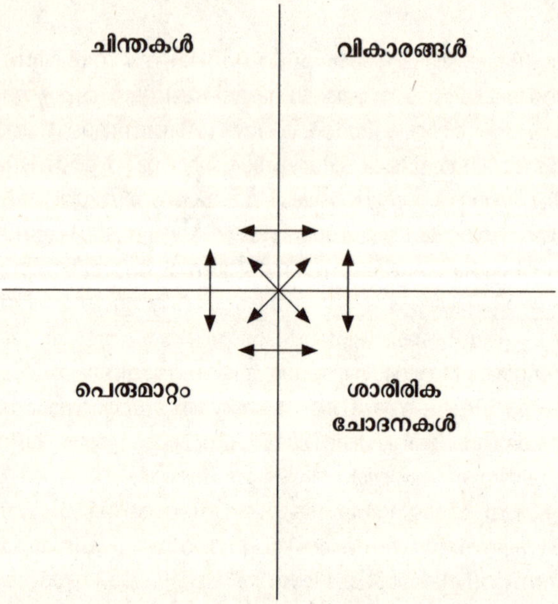

മികച്ച ദിവസങ്ങൾക്ക് വേണ്ടിയുള്ള രൂപം

5. മൈൻഡ്ഫുൾനെസ്സ്

ചിന്തകൾ കൈകാര്യം ചെയ്യാൻ മൈൻഡ്ഫുൾനെസ്സ് പ്രയോഗിക്കുന്നത് നിങ്ങളുടെ മനസ്സിനെ ജിമ്മിൽ കൊണ്ടുപോകുന്നത് പോലെയാണ്. അതിനർത്ഥം ഓരോ ദിവസവും മണിക്കൂറുകൾ ധ്യാനിക്കണം എന്നല്ല. നിങ്ങൾക്ക് ലളിതമായ ചെറിയ ധ്യാനങ്ങൾ ഉപയോഗിക്കാം. ചിന്തകളെ ചിന്തകളായി അറിയുന്ന യഥാർത്ഥ നിമിഷങ്ങളായി മാറ്റിയെഴുതാനാണ് ഇത് ഉപയോഗിക്കുന്നത്. ചിന്തകൾ കടന്നുപോകുമ്പോൾ അവയെ ലഘുവായി കൈകാര്യം ചെയ്യുക. എന്തൊക്കെ ചിന്തകളും വികാരങ്ങളു മുണ്ടായാലും നിങ്ങളുടെ ശ്രദ്ധ അപ്പോഴുള്ള നിമിഷത്തിലായിരിക്കും. ഇത് ഞാൻ മറ്റ് അധ്യായങ്ങളിലും എഴുതിയിട്ടുണ്ട്, മാത്രമല്ല ഗൈഡഡ് ധ്യാന ഗൈഡുകളും ഓൺലൈൻ ആയി ലഭ്യമാണ്.

ഞാൻ എന്തിനാണ് എന്റെ പേടികളെ നേരിടേണ്ടത്?

ഒരിക്കൽ ഞാൻ ഇങ്ങനെ പറയുന്ന ഒരു വീഡിയോ പോസ്റ്റ് ചെയ്തു.

"ഉത്കണ്ഠയെ മുന്നോട്ടുകൊണ്ടുപോകുന്ന പ്രധാനപ്പെട്ട കാര്യം നിങ്ങൾ പേടിക്കുന്ന കാര്യത്തെ ഒഴിവാക്കാൻ ശ്രമിക്കുന്നതാണ്. നിങ്ങൾക്ക് ചെയ്യാനാഗ്രഹിക്കുന്ന ഒരു കാര്യം നിങ്ങളെ ആകുലപ്പെട്ടു ത്തുന്നുണ്ടെങ്കിൽ അത് നിങ്ങൾക്ക് കഴിയുന്നത്രയധികം ചെയ്യുക."

ഈ വീഡിയോയ്ക്ക് വന്ന പ്രതികരണങ്ങളിലൊന്ന് എനിക്ക് ഇപ്പോഴും ഓർമ്മയുണ്ട്. ഉത്കണ്ഠയെപ്പറ്റിയുള്ള വളരെ വലിയൊരു തെറ്റിദ്ധാരണയാണ് അത് സൂചിപ്പിക്കുന്നത്. അത് എഴുതിയ ആൾ പറഞ്ഞത് ഇത് തെറ്റാണെന്നാണ്, കാരണം. നിങ്ങൾ പേടിക്കുന്ന കാര്യം ചെയ്യാൻ ശ്രമിക്കുന്നത് ട്രോമയുണ്ടാക്കും എന്നാണ് അയാൾ പറഞ്ഞത്.

പലർക്കും ഈ അധ്യായം വായിക്കുമ്പോൾ തോന്നാൻ സാധ്യതയുള്ള ഒരു കാര്യമായതുകൊണ്ടാണ് ഞാൻ അതിവിടെ ഉൾക്കൊള്ളിച്ചത്. ഇത് സത്യമാണെന്ന് വിശ്വസിക്കുന്നത് പലപ്പോഴും ആളുകളെ ഉത്കണ്ഠ പരിഹരിക്കുന്നതിൽ നിന്ന് പിന്തിരിപ്പിക്കും.

നിങ്ങളുടെ പേടികളെ നേരിടുന്നത് നല്ല കാര്യമാകാനുള്ള ചില കാരണങ്ങൾ താഴെ ചേർക്കുന്നു.

- ചിന്തകൾകൊണ്ട് മാത്രം ഭീഷണികളെ നേരിടാൻ നിങ്ങൾക്ക് മനസ്സിനെ വിശ്വസിപ്പിക്കാൻ കഴിയില്ല. നിങ്ങളുടെ തലച്ചോർ സുരക്ഷിതമായത് എന്തെന്നും അല്ലാത്തത് എന്തെന്നും മനസ്സി ലാക്കും. അതുകൊണ്ട് തന്നെ നിങ്ങൾക്ക് ഒരു സാഹചര്യത്തെ പേടിയുണ്ടെങ്കിൽ നിങ്ങളുടെ തലച്ചോറിന് ആ സാഹചര്യത്തെ നേരിടുകയും അത് നന്നായി പോകുന്നത് അനുഭവിക്കുകയും ചെയ്യണം.

- ഈ അനുഭവം പരാജയപ്പെടാനുള്ള പ്രധാനപ്പെട്ട രണ്ടു കാരണങ്ങൾ അധികവേഗത്തിൽ അതിലേയ്ക്ക് എത്തുന്നതോ വളരെ വേഗം ശ്രമം അവസാനിപ്പിക്കുന്നതോ ആണ്. നിങ്ങളുടെ തലച്ചോറിന് ഓർമ്മ പുതുക്കാനുള്ള അവസരം അപ്പോൾ കിട്ടില്ല. ഭൂതകാലത്തിലെ അനുഭവങ്ങളോട് പൊരുത്തപ്പെടാൻ നിങ്ങൾക്ക് ബുദ്ധിമുട്ട് തോന്നുമ്പോൾ ഒരു തെറാപ്പിസ്റ്റിന് നിങ്ങളുടെ പുരോഗതിയുടെ തോത് അളക്കാനും വിട്ടുകളയാതെ തുടരാൻ നിങ്ങളെ സഹായിക്കാനും കഴിയും. നിങ്ങളുടെ പുരോഗതി അവർക്കാണ് കൂടുതൽ നന്നായി കാണാൻ കഴിയുക, കാരണം നാം പലപ്പോഴും അടുത്ത പ്രശ്നത്തിലേക്ക് ഉടൻ നമ്മുടെ ശ്രദ്ധ തിരിക്കും. ഇതുവരെ ചെയ്തത് തിരിഞ്ഞുനോക്കുന്നത് നല്ല ഒരു പ്രചോദനമാകും. മുൻപ് ബുദ്ധിമുട്ട് തോന്നിയ ഘട്ടങ്ങൾ ഇപ്പോൾ എളുപ്പമായതും നിങ്ങൾക്ക് തിരിച്ചറിയാനാകും.
- ഇത് അത്ര സുഖകരമല്ല, പക്ഷേ ഇത് അപകടകരവുമല്ല. നന്നായി ചെയ്താൽ ഉത്കണ്ഠയ്ക്ക് നിങ്ങളുടെ മേലുള്ള പിടി വിടുവിക്കാൻ കഴിയും. ഒരുപക്ഷേ നിങ്ങൾ ഒരിക്കൽ പേടിച്ച കാര്യങ്ങൾ നിങ്ങൾ ആസ്വദിക്കുക പോലും ചെയ്യും.
- പേടിയിൽ നിന്ന് മാത്രമല്ല ട്രോമയുണ്ടാകുന്നത്. പലപ്പോഴും അത് നിയന്ത്രണമില്ലായ്മയും തീവ്രമായ നാണക്കേടും അടിയുറച്ച വിശ്വാസങ്ങളുടെ തകർച്ചയും ഒക്കെ കലർന്നാണ് ഉണ്ടാകുന്നത്. നമ്മളും ചുറ്റുമുള്ള ആളുകളുമെല്ലാം മാനസികമായ ഒരു ഭീഷണിയായി മാറുന്നു. അതുകൊണ്ട് തന്നെ ഉത്കണ്ഠ പരിഹരിക്കാനായി പേടിയുള്ള ഒരു സാഹചര്യത്തെ നേരിടാൻ സ്വയം തീരുമാനിക്കുന്നത് നിങ്ങളുടെ നിയന്ത്രണത്തിലാണ്. നിങ്ങളെ ആരും നിർബന്ധിക്കാനോ ഇതിൽ നിന്ന് പിന്മാറുന്നത് തടയാനോ പോകുന്നില്ല. നിങ്ങളുടെ സൗഖ്യം നിങ്ങളുടെ കയ്യിലാണ്. നിങ്ങൾക്കാണ് നിങ്ങൾക്ക് നന്മ വരുന്ന കാര്യങ്ങൾ ചെയ്യേണ്ട അധികാരവും ഉത്തരവാദിത്തവും.
- നിങ്ങൾക്ക് ആ ഉത്തരവാദിത്തമുള്ളപ്പോൾ ചെയ്യുന്നത് ശരിയായ കാര്യങ്ങൾക്ക് വേണ്ടിയാണ് എന്നതാണ് ഉറപ്പ് വരുത്തേണ്ടത്. നിങ്ങളെ അനാവശ്യമായി പ്രതിസന്ധിയിലാക്കുന്നതിൽ കാര്യമില്ല. എന്ത് വന്നാലും നേരിടാനുള്ള കഴിവുകൾ നിങ്ങൾക്ക് വേണ്ടതുണ്ട്. ഉയരമുള്ള സ്ഥലങ്ങളോട് നിങ്ങൾക്ക് പേടിയുണ്ടെന്ന് കരുതുക. നിങ്ങളുടെ പത്താം നിലയിലെ ഓഫീസിൽ സമാധാനമായി ജോലി ചെയ്യുകയാണ് നിങ്ങളുടെ ആവശ്യം. അതിനു വേണ്ടി സ്കൈ ഡൈവിങ് ബുക്ക് ചെയ്യേണ്ട കാര്യമില്ല.
- കുറച്ച് കഴിവുകൾ നേടാതെ പേടികളെ നേരിടാൻ ഇറങ്ങരുത് എന്നതും പ്രധാനപ്പെട്ട ഒരു കാര്യമാണ്. പേടികളെപ്പറ്റിയുള്ള

അധ്യായത്തിൽ ഞാൻ ഇത് ചർച്ച ചെയ്യുന്നുണ്ട്. തുടങ്ങും മുൻപ് സമാധാനത്തോടെ ആ അധ്യായത്തിലെ കാര്യങ്ങൾ വായിക്കുകയും പരിശീലിക്കുകയും ചെയ്യുക. നിങ്ങൾക്ക് ഉത്കണ്ഠയുള്ളപ്പോഴായിരിക്കരുത് അത് ആദ്യമായി ചെയ്യേണ്ടത്. നിങ്ങൾക്ക് ആവശ്യം വരുമ്പോഴേയ്ക്കും നിങ്ങൾ അവ പരിശീലിച്ചിരിക്കണം എന്ന് ഉറപ്പുവരുത്തുക.

- പതിയെ പേടികളെ നേരിടുക എന്നത് ഉത്കണ്ഠയിൽ നിന്ന് പെട്ടെന്ന് രക്ഷ നേടാനുള്ള മാർഗ്ഗമല്ല. നാളെ എണീക്കുമ്പോൾ ഉടനടി നിങ്ങൾക്ക് സമാധാനം ഉണ്ടാവുകയൊന്നും ചെയ്യില്ല. എന്നാൽ ഗവേഷണങ്ങൾ സൂചിപ്പിക്കുന്നത് പേടികളെ മറികടക്കാനുള്ള ഏറ്റവും മികച്ച വഴി ഇതാണെന്നാണ്.

എങ്ങനെയാണ് പടിപടിയായി പേടികൾ നേരിടുന്നത്?

നിങ്ങൾക്ക് ഉത്കണ്ഠ തോന്നുമ്പോൾ ശരീരം പ്രവർത്തിക്കാൻ തയ്യാറെടുത്ത് ഹൈ അലർട്ട് അവസ്ഥയിൽ ഇരിക്കും. ഇത് ഏറെ ശ്രമകരമാണ്. ഭീഷണികളെ നേരിടാനുള്ള ശരീരത്തിന്റെ അവസ്ഥ ക്ഷണനേരത്തിനു വേണ്ടിയുള്ളതാണ്. നിങ്ങൾക്ക് പേടി തോന്നും, നിങ്ങൾ രക്ഷപെടും, പിന്നെ സമാധാനിക്കും. നിങ്ങളുടെ തലച്ചോറിന് ആ അവസ്ഥ അപകടകരമായിരുന്നോ അല്ലയോ എന്നൊന്നും അറിയാൻ താൽപ്പര്യം കാണില്ല. അതിന്റെ ഏക ലക്ഷ്യം നിങ്ങളുടെ ജീവൻ നിലനിറുത്തുന്നതാണ്. നിങ്ങൾ രക്ഷപെട്ടുകഴിഞ്ഞാൽ ആശ്വാസത്തിന്റെ ഒരു നല്ല സമാധാനം നിങ്ങൾക്ക് ലഭിക്കും. നിങ്ങളുടെ തലച്ചോറ് ചിരിക്കുകയും തല കുലുക്കുകയും രക്ഷപെട്ടതിൽ സ്വയം പ്രശംസിക്കുകയുമൊക്കെ ചെയ്യും.

എന്നാൽ നാം ആ പേടിയെ മറികടക്കുന്നില്ലെങ്കിൽ, പേടിയെ ദീർഘകാലം നേരിടാൻ തയ്യാറായാൽ ചില മാറ്റങ്ങൾ ഉണ്ടാകും. സദാ അങ്ങനെയൊരു അവസ്ഥയിലിരിക്കാൻ വേണ്ട ഊർജ്ജം കാരണം തന്നെ ശരീരം തളരും. അത് സംഭവിച്ചുകഴിഞ്ഞാൽ പിരിമുറുക്കത്തോടുള്ള പ്രതികരണം താഴും. ഇതിന് *ഹാബിച്വഷൻ* എന്ന് പറയും. ശാരീരികമായ പ്രതികരണവും അതിന്റെ കൂടെ വരുന്ന അസ്വസ്ഥത നിറഞ്ഞ ലക്ഷണങ്ങളും കുറയും. പെട്ടെന്നുള്ള മാറ്റമല്ല, സമയമെടുത്ത് മാറ്റമുണ്ടാകും. പ്രതികരണം കുറയുമ്പോഴും നിങ്ങൾ പേടിയിലാണെങ്കിൽ നിങ്ങൾക്ക് സമാധാനമുള്ള അവസ്ഥയിൽ കൂടി അത് അഭിമുഖീകരിക്കാൻ കഴിയും. നിങ്ങളുടെ തലച്ചോർ ഈ തെളിവിൽ നിന്ന് പഠിക്കും. നമ്മൾ പേടിച്ചു, പക്ഷേ നാം സുരക്ഷിതരാണ്, പ്രശ്നമൊന്നും ഉണ്ടായില്ല, നമ്മൾ അത് കടന്നുപോയി എന്ന് ഓർക്കും. എന്നാൽ ഒരു തവണയുള്ള അനുഭവം പോരാ, അടുത്ത തവണ അതേ അവസ്ഥ അഭിമുഖീകരിക്കേണ്ടിവരുമ്പോൾ വീണ്ടും പേടി ഉയരും. എന്നാൽ ഇത്തവണ

അതിന്റെ തീവ്രത കുറയും, കാരണം ഇത് നേരിടാൻ കഴിയുമെന്ന് ഇപ്പോൾ നിങ്ങൾക്ക് അറിയാമല്ലോ. ഈ അനുഭവം ആവർത്തിക്കും തോറും പ്രതികരണങ്ങളുടെ തീവ്രത കുറഞ്ഞുവരും. ഒടുവിൽ നിങ്ങൾ ഒരായിരം തവണ ഇത് അഭിമുഖീകരിച്ചിട്ടുള്ളത് കൊണ്ട് ഇത് നിങ്ങൾക്ക് എളുപ്പായി മാറും. പേടിയെപ്പറ്റിയുള്ള ശാരീരിക തോന്നലുകളുടെ കൂടെ മാനസികമായ മാറ്റങ്ങളും ഉണ്ടാകും. തെളിവുകളിലൂടെ നിങ്ങൾക്ക് ബുദ്ധിമുട്ടുള്ള കാര്യങ്ങൾ ചെയ്യാൻ കഴിയുമെന്ന ബോധ്യം നേടിയെടുക്കും. ഒരു വെല്ലുവിളി നിങ്ങൾ ആസ്വദിക്കുകയും ചെയ്യും. പതിയെ സാഹചര്യങ്ങൾ ഒഴിവാക്കുന്നത് നിറുത്തും.

നിങ്ങളുടെ പ്രോഗ്രാം സെറ്റ് ചെയ്യുക

നിങ്ങളുടെ ആക്ഷൻ പ്ലാൻ തുടങ്ങും മുൻപ് കുറച്ച് സമയം താഴെ പറയുന്ന ചോദ്യങ്ങൾക്ക് വേണ്ടി ചെലവിടുക. ഇതാണ് തെറാപ്പിയിൽ ഞാൻ ചോദിയ്ക്കാൻ സാധ്യതയുള്ള ചോദ്യങ്ങൾ.

ഉത്കണ്ഠ കാരണം നിങ്ങൾ ഒഴിവാക്കുന്നത് എന്താണ്?

ഉത്കണ്ഠ നിങ്ങളെ പിടിച്ചു വലിക്കുമ്പോൾ നിങ്ങൾക്ക് നഷ്ടമാകുന്നത് എന്താണ്?

ഉത്കണ്ഠ പൂർണ്ണമായി മാറ്റിയാൽ നിങ്ങൾ കൂടുതൽ ചെയ്യാൻ പോകുന്നത് എന്താണ്? എന്തുകൊണ്ട്?

നിങ്ങൾ വിട്ടുകളയുന്ന ഈ കാര്യങ്ങൾ നിങ്ങൾക്ക് ഇത്ര പ്രധാനമാകുന്നത് എന്തുകൊണ്ടാണ്?

ജീവിതത്തിന്റെ ആ ഭാഗങ്ങൾ തിരിച്ചുപിടിക്കുമ്പോൾ ജീവിതം എങ്ങനെയായിരിക്കും?

ഇനി നിങ്ങൾ നിർമ്മിക്കുന്ന ജീവിതത്തിനും മുന്നിലുള്ള പ്രതിസന്ധിക്കും മുന്നിൽ എങ്ങനെ പ്രത്യക്ഷപ്പെടാനാണ് നിങ്ങൾ ആഗ്രഹിക്കുന്നത്?

____

____

____

____

____

____

____

____

ഇതിന് കൃത്യമായ ഉത്തരങ്ങൾ കണ്ടെത്തി ബുദ്ധിമുട്ടുള്ള സാഹചര്യങ്ങളിൽ അതിലേയ്ക്ക് തിരികെ വരിക.

____

____

____

____

____

____

____

____

പേടിയുടെ തീവ്രതാ സ്കെയിൽ (ഫിയർ ഇന്റെൻസിറ്റി സ്കെയിൽ-FIS)

തെറാപ്പിയിൽ പൊതുവെ സബ്ജക്റ്റിവ് യൂണിറ്റ്സ് ഓഫ് ഡിസ്ട്രസ് സ്കെയിൽ (SUDS) എന്ന് പറയുന്ന ഈ സ്കെയിൽ നിങ്ങൾ ഉത്കണ്ഠ കാരണം ഒഴിവാക്കുന്ന കാര്യങ്ങൾ എഴുതി വയ്ക്കുന്ന ഒരിടമാണ്. നിങ്ങൾ എത്ര തീവ്രമായി അതിനെ പേടിക്കുന്നു എന്നതിന്റെ തോതനുസരിച്ച് എഴുതിവയ്ക്കുന്നതാണ് ഒരു വെല്ലുവിളി. ഉദാഹരണത്തിന് സാമൂഹികമായ ഉത്കണ്ഠയുള്ള ഒരാൾക്ക് അറിയാത്ത ആളുകൾ ഏറെയുള്ള ഒരു വലിയ വിവാഹത്തിന് പങ്കെടുക്കുന്നതായിരിക്കും അവർ ഏറ്റവും പേടിക്കുന്ന കാര്യം. അകന്ന ബന്ധുക്കളുടെ കൂടെ ഒരു പൊതുസ്ഥലത്ത് ഒത്തുചേരുന്നത്

അതിലും താഴെയായിരിക്കും. അതിലും താഴെ കൂട്ടുകാരുടെ കൂടെ പുറത്ത് ഡിന്നർ കഴിക്കുന്നതായിരിക്കും. ആ സ്കെയിലിന്റെ ഏറ്റവും അടിയിൽ നിങ്ങൾക്ക് അസ്വസ്ഥത ജനിപ്പിക്കുന്നതെന്ന് തോന്നുകയും എന്നാൽ നിങ്ങൾക്ക് കൈകാര്യം ചെയ്യാൻ കഴിയുന്നതുമാണ്. നിങ്ങൾ വിയർക്കു മെന്ന് നിങ്ങൾക്ക് അറിയാമെങ്കിലും അത് നിങ്ങൾ സാധിച്ചെടുക്കും.

ചിലപ്പോൾ നിങ്ങൾക്ക് മാറ്റാൻ കഴിയുന്നത് ചെറിയ ഒരു കാര്യ മായിരിക്കും. ഉദാഹരണത്തിന് ഒരു പാർട്ടിക്ക് ഒറ്റയ്ക്ക് പോകുന്നത് സ്കെയിലിൽ ഏറെ മുകളിലായിരിക്കും. എന്നാൽ ഒരു പങ്കാളിയുടെയോ സുഹൃത്തിന്റെയോ കൂടെ പോകുന്നത് സ്കെയിലിൽ താഴെയായിരിക്കും.

നിങ്ങൾക്ക് പരിഹരിക്കണമെന്നുള്ള പേടിയുൾപ്പെടുന്ന പല സാഹചര്യങ്ങൾ കണക്കിലെടുക്കുക. ഉത്കണ്ഠയുടെ തീവ്രതയെപ്പറ്റിയും അത് സ്കെയിലിൽ എവിടെയാണെന്നും ഒക്കെ നിങ്ങൾ അധികം ചിന്തിക്കണമെന്നില്ല.അത്നിങ്ങൾക്ക്മാറ്റിവെച്ച്നോക്കാവുന്നതേയുള്ളൂ.

നിങ്ങൾ FIS ഇത് രേഖപ്പെടുത്തുന്ന കാര്യങ്ങൾ നിങ്ങൾക്ക് പ്രധാന പ്പെട്ടതായിരിക്കണം എന്ന് ഉറപ്പിക്കുക. നിങ്ങൾക്ക് ചെയ്യാൻ ആഗ്രഹ മുള്ള, എന്നാൽ ഉത്കണ്ഠ കാരണം നിങ്ങൾ ഒഴിവാക്കുന്ന കാര്യങ്ങൾ. നിങ്ങൾ എന്തുകൊണ്ടാണ് ഈ പേടികളെ നേരിടാൻ ആഗ്രഹിക്കുന്ന തെന്ന് തിരിച്ചറിഞ്ഞിട്ടില്ലെങ്കിൽ അത് ആദ്യം ചെയ്യുക. വെറുതെ ഒരു കാര്യവുമില്ലാതെ പീടികളെ അഭിമുഖീകരിക്കേണ്ട കാര്യമില്ല. നമുക്ക് വേണ്ടത് നിങ്ങളുടെ ജീവിതത്തെ നന്നാക്കുന്ന തരം അർത്ഥവത്തായ മാറ്റങ്ങളാണ്.

പേടികളെ എങ്ങനെ മറികടക്കാം

FIS-ൽ പല തരത്തിൽ പേടികളെ അറിയാൻ കഴിയും. ഉദാഹരണത്തിന്, ചില കാര്യങ്ങൾ എളുപ്പമാകുന്നത് നിങ്ങൾക്ക് എത്ര പിന്തുണയുണ്ട് എന്നത് ആശ്രയിച്ചിരിക്കും. ഒരു പരിപാടിക്ക് ഒരു സുഹൃത്തിന്റെ കൂടെ പോകുന്നത് തനിയെ പോകുന്നതിലും എളുപ്പമായിരിക്കും. ഈ രണ്ടു സാഹചര്യങ്ങളും നിങ്ങൾക്ക് FIS-ൽ പലയിടത്തായി രേഖപ്പെടുത്താം. നിങ്ങൾ പേടിക്കുന്ന സാഹചര്യവുമായുള്ള അടുപ്പവും അനുഭവിക്കുന്ന ഉത്കണ്ഠയുടെ തോതുമൊക്കെ അളക്കാം. ഉദാഹരണത്തിന് ഒരിടത്ത് പോകുന്നതിലും കുറവ് ഉത്കണ്ഠയായിരിക്കും ചിത്രങ്ങളോ വീഡിയോ കളോ കാണുമ്പോൾ ഉണ്ടാകുന്നത്. ചില സാഹചര്യങ്ങളിൽ എന്ത് ചെയ്യണമെന്ന് സങ്കൽപ്പിച്ചുനോക്കുന്നത് തുടക്കത്തിൽ കുറഞ്ഞ അളവിൽ ഉത്കണ്ഠ അനുഭവിക്കാൻ സഹായിക്കും. സമയവുമായുള്ള പരീക്ഷണങ്ങളും സഹായകമാണ്, ഉദാഹരണത്തിന് തിരക്കുള്ള സമയത്ത് ബസിൽ കയറുന്നത് FIS-ൽ മുകളിലാണെങ്കിൽ അതേ കാര്യം കുറച്ചു ശാന്തമായ സമയത്ത് ചെയ്താൽ അത്ര പ്രശ്നമുണ്ടാകില്ല.

ഇതെല്ലാം തുടക്കത്തിൽ തന്നെ ഏറ്റവും തീക്ഷ്ണമായ പേടികളെ നേരിടാതെ നിങ്ങൾക്ക് സാധിക്കുന്ന ഒരു വേഗത്തിൽ തുടങ്ങാൻ

സഹായിക്കും. മെല്ലെ തുടങ്ങുകയും നിങ്ങൾ അതേ പ്രവർത്തി തുടരാനുള്ള സാധ്യത വർദ്ധിപ്പിക്കുകയും ചെയ്യുന്നത് കാണാം. തുടരുക എന്നതാണ് ഏറ്റവും പ്രധാനം. ഒരു കാര്യം ആവശ്യത്തിന് തവണ ആവർത്തിച്ചാൽ നിങ്ങളുടെ ഉത്കണ്ഠ കുറയും. നിങ്ങളുടെ മനസ്സിൽ ആ സാഹചര്യത്തെ സുരക്ഷിതമെന്ന് അടയാളപ്പെടുത്തും. നിങ്ങൾ മുൻപ് അനുഭവിച്ച തരം ഭീഷണികൾ തോന്നാതെയാകും.

FIS സ്കെയിലിന്റെ ഒരു ഉദാഹരണം ചേർക്കുന്നു. ഇതിൽ അപകടാവസ്ഥയുടെ അളവും ഓരോ അളവിനോടും ചേരുന്ന ഉദാഹരണങ്ങളും കാണാം.

നിങ്ങളുടെ ഫിയർ ഇന്റർസിറ്റി സ്കെയിൽ (FIS)

FIS സ്കെയിൽ

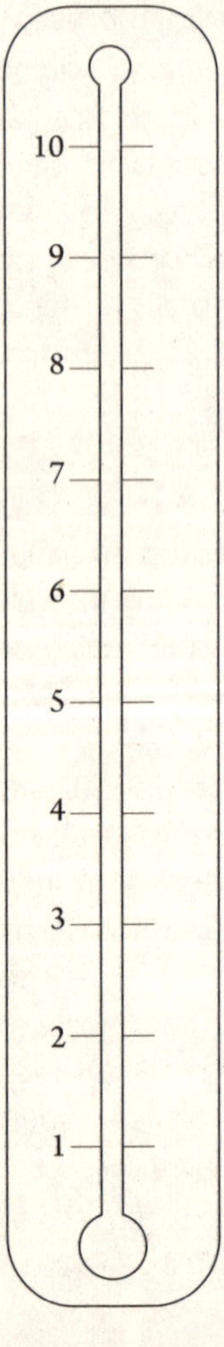

10 നിങ്ങൾക്ക് ഇന്നുവരെ തോന്നിയ ഏറ്റവും കൂടിയ ഉത്കണ്ഠ, ഉദാഹരണത്തിന് ജോലിസ്ഥലത്ത് നൂറു കണക്കിന് ആളുകളോട് സംസാരിക്കൽ.

9 അതി തീവ്രമായ ഉത്കണ്ഠ, ഉദാഹരണത്തിന് സുഹൃത്തിന്റെ കല്യാണത്തിന് സംസാരിക്കുക.

8 തീക്ഷ്ണമായ ഉത്കണ്ഠ, ഏകാഗ്രത കിട്ടാതെയിരിക്കൽ. ഉദാഹരണത്തിന്, സ്വന്തമായി പുതിയ ആളുകളെ പരിചയപ്പെടൽ.

7 വല്ലാത്ത. ഉത്കണ്ഠ, ജോലികൾക്ക് തടസ്സം. ഉദാഹരണത്തിന്, പുതിയ ആളുകളെ ഒരു സുഹൃത്തിനൊപ്പം പരിചയപ്പെടുന്നു.

6 സാമാന്യം ഉത്കണ്ഠ, ഉദാഹരണത്തിന് സുഹൃത്തുക്കളുടെ കൂടെ തിരക്കുള്ള ഒരു ബാറിൽ പോകുന്നു.

5 മിതമായ ഉത്കണ്ഠ, ഉദാഹരണത്തിന് തിരക്കുള്ള ഒരു സിനിമ തിയേറ്ററിൽ ഇരിക്കുന്നു.

4 ലഘുവായ ഉത്കണ്ഠ, ഉദാഹരണത്തിന് സിനിമ തിയേറ്ററിൽ സുഹൃത്തിന്റെ ഒപ്പം ഇരിക്കുന്നു.

3 ആകാംക്ഷ, ജോലിയിൽ വലിയ തടസ്സമില്ല, ഉദാഹരണത്തിന് ജോലിയിലെ എല്ലാമാസവുമുള്ള ഒരു മീറ്റിങ്ങിൽ സംസാരിക്കുക.

2 വളരെ ചെറിയ ആകാംക്ഷ, ഉദാഹരണത്തിന് സുഹൃത്തുക്കളോട് പൊതു സ്ഥലത്ത് വെച്ച് സംസാരിക്കുക.

1 ഒട്ടുമേ ഇല്ലാത്ത ഉത്കണ്ഠ, ശ്രദ്ധാപൂർവ്വമായ ഇടപെടൽ. ഉദാഹരണത്തിന്, സുഹൃത്തിനോട് ഫോണിൽ സംസാരിക്കുക.

നിങ്ങൾക്ക് പൂരിപ്പിക്കാൻ കഴിയുന്ന ഒരു FIS സ്കെയിൽ.

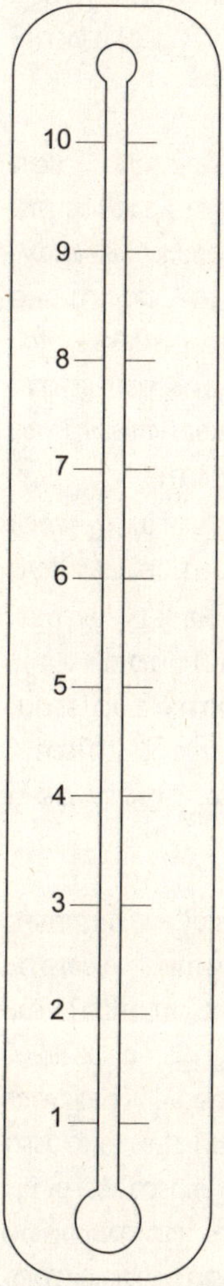

10. ....
....

9. ....
....

8. ....
....

7. ....
....

6. ....
....

5. ....
....

4. ....
....

3. ....
....

2. ....
....

1. ....
....

നിങ്ങളുടെ FIS സ്കെയിൽ എങ്ങനെ ഉപയോഗിക്കാം

എല്ലാ സാഹചര്യങ്ങളിലും ഉത്കണ്ഠയുടെ തോത് ഒരേ അളവിലല്ലെന്ന് തിരിച്ചറിയുകയാണ് പ്രധാനം. നിങ്ങളുടെ പേടികളെ നേരിടാൻ തുടങ്ങുമ്പോൾ ഏറ്റവും പേടിപ്പിക്കുന്ന കാര്യം ആദ്യം ചെയ്യണമെന്നില്ല. സ്കെയിലിൽ എത്ര താഴെ നിന്ന് വേണമെങ്കിലും തുടങ്ങാം. നിങ്ങൾക്ക് ചെയ്യാൻ പറ്റുന്ന, എന്നാൽ ശ്രമകരമായ ഒന്നിൽ തുടങ്ങാം. പേടിയുടെ അളവ് കുറയ്ക്കാൻ ഞാൻ ഈ പുസ്തകത്തിൽ പറഞ്ഞിട്ടുള്ള

ഏതെങ്കിലുമൊക്കെ ചില കഴിവുകൾ പരീക്ഷിക്കുക. (ഞാൻ ചിലത് താഴെ ചേർക്കുന്നുണ്ട്). എന്നാൽ ഒരു വട്ടം ചെയ്യുന്നത് മതിയാകില്ല. രണ്ടു വട്ടവും മതിയാകില്ല. ഒരു ഭീഷണിയോടുള്ള പ്രതികരണം കുറയണമെങ്കിൽ നിങ്ങൾ

1. ആ സാഹചര്യത്തിൽ നിങ്ങളുടെ ഉത്കണ്ഠ കുറയും വരെ നിൽക്കണം. നിങ്ങളുടെ ശരീരം തളരുകയും നിങ്ങളുടെ ശരീരത്തെ ശാന്തമാക്കാൻ അതിൽ ചില കഴിവുകൾ ഉപയോഗിക്കുകയും ചെയ്യും. ഇത് ചെയ്യുമ്പോൾ നിങ്ങളുടെ തലച്ചോറിന് ആ സാഹ ചര്യത്തിൽ സുരക്ഷിതമായി നിൽക്കുന്ന അനുഭവം ലഭിക്കും. ആ തോന്നലുന്റെ പാരമ്യത്തിൽ നിങ്ങൾ രക്ഷപ്പെട്ടാൽ തലച്ചോർ അതിനെ മനസ്സിലാക്കുന്നത് ആ സാഹചര്യം സുരക്ഷിതമല്ലെന്നും എന്ത് വില കൊടുത്തും അത് ഒഴിവാക്കണമെന്നുമാണ്.
2. പറ്റുന്നത്ര അടുപ്പിച്ചും സ്ഥിരമായും ഈ അനുഭവം തുടരുക. കൂടുതൽ തുടരെ പരിചയിക്കും തോറും വേഗത്തിൽ ഫലം കാണാൻ കഴിയും.
3. ഒരു സാഹചര്യം എളുപ്പമായതിനു ശേഷം മാത്രമേ FIS സ്കെയി ലിലെ അടുത്ത ഇനത്തിലേയ്ക്ക് നീങ്ങാവൂ. നാടകീയമായ മാറ്റം തേടാനാകും നിങ്ങൾക്ക് തോന്നുക. പേടിപ്പിക്കുന്ന കാര്യങ്ങൾ ചെയ്യണമെന്ന് തോന്നും. പക്ഷേ അങ്ങനെ ചെയ്താൽ നിങ്ങൾ ആ ശ്രമം പൂർണ്ണമായി ഒഴിവാക്കാനാണ് സാധ്യത. വളരെ പയ്യെ മാത്രമേ നമുക്ക് ഇതിൽ ജയിക്കാനാകൂ.

FIS-ലെ ഉയർന്ന റേറ്റിങ്ങിൽ ഉള്ള കാര്യങ്ങളിലേയ്ക്ക് നീങ്ങേണ്ട കാര്യമില്ലെന്ന് പലപ്പോഴും ആളുകൾക്ക് തോന്നിയിട്ടുണ്ട്. കാരണം നിങ്ങൾ താഴെ നിന്ന് മുകളിലേയ്ക്ക് നിങ്ങളുടെ ആത്മവിശ്വാസം വളർത്തിക്കൊണ്ട് വരുമ്പോൾ നിങ്ങളുടെ മുകളിലുള്ള പേടികൾ ചെറുതാവുകയോ ഇല്ലാതാവുകയോ ഒക്കെ ചെയ്തേക്കാം. വല്ലാതെ പേടിപ്പിക്കുന്ന കാര്യങ്ങളിലേയ്ക്ക് അതിവേഗം പോകാതിരിക്കുകയാണ് വേണ്ടത്. വളരെ ചെറിയ കാര്യങ്ങൾ ചെയ്യുകയും ക്ഷമ കാണിക്കുകയും ചെയ്യുക. ഈ ഘട്ടങ്ങളിലൂടെ വേഗത്തിൽ നീങ്ങരുത്. ആവർത്തനം വളരെ പ്രധാനമാണ്. ഒരു സാഹചര്യം എളുപ്പവും ബോറടിപ്പിക്കുന്നതുമാകുന്നത് വരെ തുടരുക.

വേഗത്തിൽ കാര്യങ്ങൾ ചെയ്ത് ആവേശത്തിൽ മൂടുന്നത് ചിലപ്പോൾ നിങ്ങൾക്ക് നിങ്ങളുടെ അറിവ് ഉപയോഗിക്കാൻ കഴിയാത്ത അവസ്ഥ കൊണ്ടുവരും. നിങ്ങൾ ഒന്നും വേണ്ടെന്ന് വയ്ക്കുകയും അതുവരെ നേടിയ പുരോഗതി വേണ്ടെന്ന് വയ്ക്കുകയും ഒക്കെ ചെയ്തേക്കാം.

മെല്ലെ പോക്ക് സ്ട്രാറ്റജി

ഉത്കണ്ഠയുടെ അളവ് നിങ്ങൾക്ക് താങ്ങാൻ കഴിയുന്നതിലും കൂടുതലാ

ണെന്ന് തോന്നിയാൽ ഒന്ന് പിറകോട്ട് മാറുക. നിങ്ങൾ അനുഭവിക്കുന്ന ഉത്കണ്ഠയുടെ അളവ് ഒന്ന് കുറയാൻ അനുവദിക്കുക. അപ്പോൾ നിങ്ങൾക്ക് ഒന്ന് ഭേദപ്പെടാനും നിങ്ങൾ തയ്യാറായിക്കഴിയുമ്പോൾ തിരിച്ചുവരാനും സഹായകമാകും. ഇത് ഇങ്ങനെ തുടരുമ്പോൾ ആ ഭീഷണിയോടുള്ള പ്രതികരണത്തോട് നിങ്ങൾ പൊരുത്തപ്പെടും. ഇതിനർത്ഥം ആ സാഹചര്യവുമായി ചേർന്നുള്ള ഉത്കണ്ഠയുടെ അളവ് മെല്ലെ കുറയുന്നുവെന്നാണ്.

ഗ്രേഡഡ് എക്സ്പോഷർ ട്രാക്കിങ് ലോഗ്

സാഹചര്യം	ഞാൻ പിടിച്ചു നിന്ന സമയം	തുടക്കത്തിലെ FIS റേറ്റിങ്	മധ്യത്തിലെ FIS റേറ്റിങ്	അവസാനത്തെ FIS റേറ്റിങ്	എന്റെ നിർദ്ദേശങ്ങൾ
ജോലിക്ക് ശേഷം കൂട്ടുകാരുടെയൊപ്പം കൂടൽ	രണ്ടു മണിക്കൂർ	5	4	1	സമാധാനമാകുന്നത് വരെ ഞാൻ പിടിച്ചു നിന്നതിൽ സന്തോഷം അടുത്ത തവണ ഇത് ആവർത്തിക്കാം

നിങ്ങൾ ചെയ്യുന്ന കാര്യങ്ങളുടെയും ആ സമയത്ത് നിങ്ങളുടെ ഉത്കണ്ഠയുടെയും ഒരു റെക്കോർഡ് സൂക്ഷിക്കുക. പൂജ്യം മുതൽ പത്തുവരെയുള്ള അളവിൽ നിങ്ങളുടെ പേടിയുടെ അളവ് വയ്ക്കുക. നിങ്ങൾ അനുഭവിക്കുന്ന തീവ്രത പകുതിയാകുന്നത് വരെ അതേ സാഹചര്യത്തിൽ തുടരാൻ ശ്രമിക്കുക.

ഇത് പറ്റുന്നത്ര തവണ ആവർത്തിക്കാനായി ഒരു പ്ലാൻ തയ്യാറാക്കുക. നിങ്ങൾ എത്ര അടുപ്പിച്ച് ഇത് ചെയ്യുന്നുവോ അത്ര വേഗം നിങ്ങൾക്ക് ഫലം കാണാൻ കഴിയും.

നിങ്ങളുടെ ഡോപമീൻ ഹിറ്റ് കണ്ടെത്തുക

നിങ്ങൾ പേടിക്കുന്ന സാഹചര്യത്തിൽ ഒരു കാര്യം ചെയ്യണമെന്നാണ് ഞാൻ ആഗ്രഹിക്കുന്നത്. ശരിയായ പാതയിൽ സഞ്ചരിക്കുന്നതിൽ നിങ്ങൾ ചെറിയ വിജയം ആഘോഷിക്കുക. ആ അവസ്ഥ മറികടന്നു കഴിഞ്ഞും ഇത് തുടരുക. മുൻ അധ്യായങ്ങളിൽ പ്രചോദനത്തെപ്പറ്റി പറഞ്ഞത് പോലെ നിങ്ങൾക്ക് ട്രോഫികളും സമ്മാനങ്ങളും ഒന്നും വേണമെന്നില്ല. നിങ്ങൾക്ക് "അതെ, ഞാൻ ഇത് ചെയ്യുകയാണ്. ഞാൻ ഇവിടെ വരെ എത്തിച്ചേർന്നിരിക്കുന്നു" എന്ന് പറയുന്നതിലെ ഒരു ഡോപ്പമീൻ ആവേശമാണ് വേണ്ടത്. ഒരു സ്കോർ നേടിക്കഴിഞ്ഞ് ആകാശത്തേയ്ക്ക് മുഷ്ടി ചുരുട്ടുന്ന ഒരു സ്പോർട്സ് താരത്തെ ഓർക്കുക. അവർ ഒരു മാച്ച് ജയിക്കണമെന്നില്ല അവർക്ക് ആഘോഷിക്കാൻ. അതാണ് നാം ലക്ഷ്യമാക്കുന്നത്. ഒരു ചെറിയ ആന്തരിക അനുമോദനം. നിങ്ങൾ ഈ പ്രവർത്തിയെ വിശ്വസിച്ച് മുന്നോട്ട് നീങ്ങുന്നത് കാണുന്നതിന് ഒരു ചെറിയ അനുമോദനം. നിങ്ങൾ പേടിക്കുമ്പോഴും മുന്നോട്ട് പോകുന്നുവെന്ന സൂചന. ആ പേടിയും ആഘോഷിക്കേണ്ട ഒരു കാര്യമാണ്. കാരണം ഇത്തവണ നിങ്ങൾ അത് തെരഞ്ഞെടുക്കുകയും അത് നിങ്ങളെ ഉത്കണ്ഠയുടെ പിടിയിൽ നിന്ന് മോചിപ്പിക്കുകയുമാണ് ചെയ്യുന്നത്.

ശ്രദ്ധിക്കേണ്ട കാര്യങ്ങൾ

സുഖകരമായ അവസ്ഥകൾ തേടുന്നത് നമ്മുടെ സ്വാഭാവിക താൽപ്പര്യമാണ്. നിങ്ങളുടെ പേടികളെ നേരിടാൻ നിങ്ങൾ ശ്രമിക്കുമ്പോൾ ഈ സ്വാഭാവിക താൽപ്പര്യം മുന്നോട്ട് വരും. സുരക്ഷയും സുഖവും തേടുന്നതിൽ തെറ്റില്ലെങ്കിലും ചിലപ്പോഴെങ്കിലും അത് നിങ്ങളുടെ പുരോഗതിയെ തടസ്സപ്പെടുത്തും.

നിങ്ങളുടെ അസുഖകരമായ തോന്നലുകൾ ആശ്വസിപ്പിക്കുന്ന ചില ചെറിയ പെരുമാറ്റങ്ങൾ നിങ്ങൾ കണ്ടില്ലെന്ന് വരും. എന്നാൽ നിങ്ങൾ ഈ എക്സ്പോഷർ പ്രോഗ്രാം ചെയ്യുമ്പോൾ ഇതൊരു ചിട്ടയായി മാറുകയോ ശീലമായി മാറുകയോ ഒക്കെ ചെയ്യാം. കാരണം അത് പെട്ടെന്ന് ഒരു ആശ്വാസം തന്നെന്നു വരും, എന്നാൽ നിശബ്ദമായി അത് ഉത്കണ്ഠയെ വളർത്തുകയാണ്. നിങ്ങൾക്ക് മെല്ലെ ആത്മവിശ്വാസം നഷ്ടപ്പെടുകയും നിങ്ങളുടെ പേടികളെ നേരിടാനുള്ള കഴിവ് നഷ്ടപ്പെടുകയും ചെയ്യും. ഇവയെ സേഫ്റ്റി ബിഹേവിയറുകൾ എന്നാണ് പറയുക. ശ്രദ്ധിക്കേണ്ട ചില ഉദാഹരണങ്ങൾ താഴെ ചേർക്കാം.

- **സമാശ്വാസം തേടൽ :** ഒരിക്കലല്ല, പലവട്ടം ആവർത്തിച്ച്. കുറച്ചു നാൾ കഴിയുമ്പോൾ നിങ്ങൾക്ക് കൂടുതൽ കൂടുതൽ സമാശ്വാസം വേണ്ടിവരും, കാരണം നിങ്ങളുടെ തീരുമാനങ്ങൾ എടുക്കാനുള്ള

കഴിവിൽ വിശ്വാസക്കുറവായി അത് തോന്നാൻ തുടങ്ങും. നിങ്ങൾ ആ സമാശ്വാസത്തിൽ അമിതമായി ആശ്രയിക്കുകയും നിങ്ങൾക്ക് അതില്ലാതെ തീരുമാനങ്ങൾ എടുക്കാൻ കഴിയാതെ വരികയും ചെയ്യും.

- **മരവിപ്പ് :** മദ്യമോ മറ്റു ലഹരികളോ ഉത്കണ്ഠയുണ്ടാക്കുന്ന സാഹചര്യങ്ങളെ ലഘൂകരിക്കാൻ ഉപയോഗിക്കുന്നത് തുടക്കത്തിൽ നല്ലതായി തോന്നും. ഒരു സാമൂഹ്യ സാഹചര്യത്തിൽ ഒന്ന് ലഘുവായി ഇടപെടാൻ ഒരു ഗ്ലാസ് വൈനല്ലേ എന്നാവും തോന്നുക. പക്ഷേ അത്തരം സാഹചര്യങ്ങൾ ശ്രദ്ധിക്കണം. വളരെ വേഗം അത്തരം പദാർത്ഥങ്ങളാണ് സാഹചര്യങ്ങൾ നേരിടാൻ നമ്മെ സഹായിക്കുന്നത് എന്ന തോന്നൽ ഉണ്ടാകും. അധികം വൈകാതെ നിങ്ങൾ ഉപയോഗിക്കുന്ന പദാർത്ഥമില്ലാതെ ഒരു സാഹചര്യവും നേരിടാൻ കഴിയാതെ വരും.
- **ധാരാളമായി പകരംവയ്ക്കൽ :** ഉദാഹരണത്തിന്, നിങ്ങൾക്ക് ആശുപത്രികളിൽ പോകാനുള്ള ഉത്കണ്ഠ നേരിടുകയാണെന്ന് കരുതുക. നിങ്ങളുടെ പ്രവർത്തികൾ നന്നായിപോകുന്നുണ്ട്, പക്ഷെ തിരിച്ചുവന്ന് 45 മിനുട്ട് നീളുന്ന ഒരു കളിയും വൃത്തിയാക്കലും അത് കഴിഞ്ഞു വേണ്ടിവരുമെന്ന് മാത്രം.
- **വേണ്ടിവന്നെങ്കിലോ എന്ന് കരുതിയുള്ള വസ്തുക്കൾ :** ചിലയാളുകൾക്ക് സുരക്ഷിതമായി തോന്നാനും ആത്മവിശ്വാസം തോന്നാനുമൊക്കെ ചില വസ്തുക്കൾ ഉപകാരപ്പെടാറുണ്ട്. വേറെ ചിലർ ഉപയോഗിക്കില്ലെന്ന് ഉറപ്പുണ്ടെങ്കിലും കൂടെ കൊണ്ടുനടക്കുന്ന മരുന്നുകളുണ്ട്. ഇതിൽ പെട്ടെന്ന് നോക്കിയാൽ പ്രശ്നമില്ല. എന്നാൽ നിങ്ങൾക്ക് വേണ്ടിവന്നെങ്കിലോ എന്ന പേരിൽ ആത്മവിശ്വാസം തരുന്ന വസ്തു കണ്ടെത്താൻ കഴിയാത്ത ദിവസം വന്നാൽ പിന്നെ നിങ്ങൾക്ക് ഒന്നും ചെയ്യാൻ കഴിയാത്ത അവസ്ഥ വരും.

ഇത്തരം പെരുമാറ്റങ്ങൾ ഉണ്ടാകുന്നത് ശ്രദ്ധയിൽ പെടുമ്പോൾ അതിനർത്ഥം നിങ്ങൾ തോറ്റെന്നോ എന്തെങ്കിലും പ്രശ്നമുണ്ടെന്നോ അല്ല. പേടിയെ മറികടക്കാൻ ശ്രമിക്കുമ്പോൾ ഇത്തരം പെരുമാറ്റങ്ങൾ സ്വാഭാവികമാണ്. പേടിയെ മറികടക്കാനുള്ള പുതിയൊരു മാർഗ്ഗമായി ഇതിനെ കാണാതിരിക്കലാണ് വേണ്ടത്. നിങ്ങളുടെ അനുഭവങ്ങൾ രേഖപ്പെടുത്തുമ്പോൾ ഇത്തരം പെരുമാറ്റങ്ങൾ ഉണ്ടാകുന്നുണ്ടോ എന്ന് പ്രത്യേകം ശ്രദ്ധിക്കുക. പല തവണ ആവർത്തിച്ച് ഇങ്ങനെയുണ്ടായാൽ അടുത്ത പടിയിലേയ്ക്ക് വേഗം നീങ്ങരുത്. നിങ്ങളുടെ ഉത്കണ്ഠ കൂടുതലാണ് എന്നതിന്റെ ലക്ഷണമാണിത്. നിങ്ങൾ അതിനെ കുറയ്ക്കാനുള്ള വഴികളാണ് തേടുന്നത്. ഒരു പടി പലയാവർത്തി ചെയ്തുകഴിയുമ്പോൾ സ്വാഭാവികമായി തന്നെ നിങ്ങളുടെ ഉത്കണ്ഠ താഴ്ന്നുവരികയും ഇത്തരം പ്രവർത്തികളിൽ ഏർപ്പെടാനുള്ള ത്വര കുറയുകയും ചെയ്യും. നിങ്ങൾ വളരെ വേഗം

ഓരോ പടികൾ പൂർത്തിയാക്കാൻ ശ്രമിച്ചാൽ ഇത്തരം സുരക്ഷാ പെരുമാറ്റങ്ങൾ കൊണ്ട് ഉത്കണ്ഠ കുറയ്ക്കാനുള്ള തോന്നൽ കൂടുന്നത് കാണാനാകും. വിട്ടുകളയുക എന്നതിനേക്കാൾ മെല്ലെപ്പോകുക എന്നതിന്റെ ഒരു സൂചനയാണ് അത്.

കൃതജ്ഞത

ഈ പുസ്തകത്തിന് ജീവൻ പകരുന്നതിൽ ഒട്ടേറെ മിടുക്കരായ വ്യക്തികളുടെ പങ്കുണ്ട്. എന്റെ ഭർത്താവ് മാത്യുവാണ് ഇതിൽ പ്രധാനി. ഈ വന്യയാത്രയിലെ ഓരോ റോളും ഭംഗിയാക്കിയതിന് നന്ദി. നിങ്ങൾ ഒരു ഗവേഷകനും ക്രിയേറ്റിവ് ഡയറക്ടറും വീഡിയോഗ്രാഫറും ആശയങ്ങൾ കൊണ്ടുവരുന്നയാളും എഡിറ്ററും ബിസിനസ്സ് പങ്കാളിയും ഉപദേശിയും ഹോം സ്കൂൾകാരനും സുഹൃത്തും ആരാധകനും വിമർശകനും അതിനിടയിലുള്ള എല്ലാമായിരുന്നു. നിങ്ങൾ എന്നിൽ എതിർപ്പില്ലാതെ വിശ്വസിച്ചു, ഞാൻ എന്നിൽ വിശ്വസിക്കാത്തപ്പോൾ പോലും.

എന്റെ പ്രിയപ്പെട്ട കുഞ്ഞുങ്ങളായ സിയന്ന, ലൂക്ക്, ലിയോൺ എന്നിവർക്ക് അവരുടെ ക്ഷമയ്ക്ക് നന്ദി. എഴുത്തിനിടെ ഞാൻ നിങ്ങളെ അതിതീവ്രമായി മിസ് ചെയ്തു. ഇതിന്റെ ഭാഗമായത് നിങ്ങളെയും സ്വപ്നം കാണാൻ പ്രേരിപ്പിക്കുമെന്ന് ഞാൻ കരുതുന്നു. പുസ്തകം ഉണ്ടെങ്കിലും ഇല്ലെങ്കിലും നിങ്ങളാണ് എന്റെ ഏറ്റവും മികച്ച നേട്ടങ്ങൾ. ഏത് ജോലിയെക്കാളും എന്റെയുള്ളിൽ അഭിമാനം നിറയ്ക്കുന്നത് നിങ്ങളാണ്.

എനിക്ക് എഴുതേണ്ടിയിരുന്ന സമയത്ത് എന്റെ കുഞ്ഞുങ്ങൾക്ക് ഏറ്റവും മികച്ച ഒരു വീട് നല്കാൻ തങ്ങൾക്ക് കഴിയുന്നതെല്ലാം ചെയ്ത എന്റെ മാതാപിതാക്കൾക്കു നന്ദി. ഞാൻ നേടിയതെല്ലാം നിങ്ങൾ കഷ്ടപ്പെട്ട് നിങ്ങൾക്ക് കിട്ടാത്ത അവസരങ്ങൾ എനിക്ക് നേടിത്തന്നത് കൊണ്ടാണ്. അതിനു ഞാൻ എന്നും നിങ്ങളോട് കടപ്പെട്ടിരിക്കുന്നു. എപ്പോഴും എനിക്ക് പിന്തുണയും പ്രോത്സാഹനവും തരുന്നതിന് പാറ്റിനും ഡേവിഡിനും നന്ദി. എന്നെ വിളിച്ചതിനും എന്റെ കാര്യത്തിൽ താല്പര്യമെടുത്തതിനും ഫ്രാഞ്ചെസ്‌ക സ്കാംബലർക്ക് നന്ദി. എന്റെ ലിറ്ററി ഏജന്റ് ആയ അബിഗെയ്ൽ ബെർഗ്സ്ട്രോമിന് തുടക്കം മുതൽ എന്നെ പ്രോത്സാഹിപ്പിച്ചതിന് നന്ദി. നിങ്ങളുടെ കൂടെ പ്രവർത്തിക്കാനായത് തന്നെ ഒരു അംഗീകാരമാണ്.

എന്റെ മാനേജർ സാറ മർഡോക്കിന് ഒരു പ്രത്യേക നന്ദി. നിങ്ങൾ എനിക്ക് ഒരു അവിശ്വസനീയമായ വഴികാട്ടിയും മെന്ററും ഒരു ആകെമൊത്തം സൂപ്പർ ഹീറോയുമായിരുന്നു. ഡ്രീം ടീം പൂർത്തിയാക്കി ഇതെല്ലാം സാധ്യമാക്കിയതിന് ഗ്രേസ് നിക്കോൾസണിനും നന്ദി.

എന്റെ എഡിറ്ററായ ഇയോൺ വാൾട്ടർക്ക്, താങ്കളുടെ ക്ഷമയ്ക്കും ഈ പുസ്തകത്തെ എനിക്ക് അഭിമാനിക്കാവുന്ന ഒന്നാക്കിമാറ്റാൻ കാണിച്ച ദയയ്ക്കും നന്ദി. എന്റെ പ്രൊപ്പോസലിൽ നല്ലത് കണ്ട് എന്നെ പ്രേരിപ്പിച്ച ഡാനിയൽ ബന്യാർഡിനു നന്ദി. ഒപ്പം എല്ലാ ജോലികൾക്കും കൂടെയുണ്ടായിരുന്ന എല്ലീ ഹ്യൂഗ്സ്, ക്ലെയർ പാർക്കർ, ലൂസി ഹാൾ, വിക്കി ഫോട്ടിയോ, പോള ഫ്ളാനഗൻ, ആഗി റസൽ, ലീ മോട്ട്ലി, ബെത്ത് ഓ റാഫെർട്ടി, നിക്ക് ലോണ്ടസ്, എമ്മ ഹെൻഡേർസൺ, ജെയ്ൻ കിർബി എന്നിവർക്കും നന്ദി.

തുടക്കം മുതൽ മുൻവിധികളില്ലാതെ എനിക്ക് പ്രോത്സാഹനം നൽകുകയും ഈ മനോഹര സാധ്യത എത്ര ശ്രമകരമാണ് എന്ന എന്റെ പരാതികൾ കേൾക്കുകയും ചെയ്ത അമാൻഡ ഹാർഡിക്കും ജെസീക്ക മേസണും നന്ദി. എന്റെ കണ്ണിൽ നോക്കി എനിക്കിത് ചെയ്യാൻ കഴിയുമെന്ന് ഞാൻ കേൾക്കേണ്ട സമയത്ത് എന്നോട് പറഞ്ഞതിന് ജാക്കിക്ക് നന്ദി.

വർഷങ്ങളോളം എന്റെ ക്ലയന്റുമാർ ആയിരുന്ന എല്ലാവർക്കും നന്ദി. നിങ്ങൾ എന്നിൽ നിന്ന് പഠിച്ചതിലേറെ ഞാൻ നിങ്ങളിൽ നിന്ന് പഠിച്ചിട്ടുണ്ട്. നിങ്ങളുടെ യാത്രകളിൽ കൂടെ വരാൻ കഴിഞ്ഞതിൽ എനിക്ക് നന്ദിയുണ്ട്. എന്റെ ഏതെങ്കിലും സോഷ്യൽ മീഡിയ അക്കൗണ്ട് ഫോളോ ചെയ്യുന്ന എല്ലാവർക്കും നന്ദി. കരുണയുള്ള, പ്രചോദനമായി മാറുന്ന ഒരു സമൂഹം നാം നിർമ്മിച്ചിട്ടുണ്ട്. നിങ്ങൾക്ക് വേണ്ട ചില കാര്യങ്ങൾ ഈ പുസ്തകത്തിൽ നിന്ന് നിങ്ങൾക്ക് ലഭിക്കുമെന്നാണ് ഞാൻ കരുതുന്നത്.

തെളിവുകളിൽ ഊന്നിയ സൈക്കോളജിക്കൽ തെറാപ്പികൾ വികസിപ്പിച്ച മികച്ച മനസ്സുകൾക്ക് നന്ദി. അവരുടെ പ്രവർത്തി എത്രയോ അധികം ആളുകൾക്ക് സഹായമായിട്ടുണ്ട്. ഞാൻ നിങ്ങളുടെ കണ്ടെത്തലുകൾ വിശദീകരിച്ചതിൽ പിഴവുകളുണ്ടെങ്കിൽ എന്റെ ക്ഷമാപണം സ്വീകരിക്കുക.

എന്റെ ഇൻസ്റ്റാഗ്രാം ആയ @DrJulie-യിൽ ഞാൻ ഈ പുസ്തകത്തിലെ വിഷയത്തെപ്പറ്റി ഉണ്ടാക്കിയ വീഡിയോകൾ ഉണ്ട്.

സ്പെയർ ടൂൾസ്

പുസ്തകത്തിൽ കൊടുത്തിട്ടുള്ള ടൂൾസുകളുടെ ചില പൂരിപ്പിക്കാത്ത രൂപങ്ങൾ ഇവിടെ കൊടുത്തിരിക്കുന്നു, നിങ്ങൾക്ക് ഇവ സ്വയം പൂരിപ്പിക്കാവുന്നതാണ്.

ക്രോസ്-സെക്ഷണൽ ഫോർമുലേഷൻ

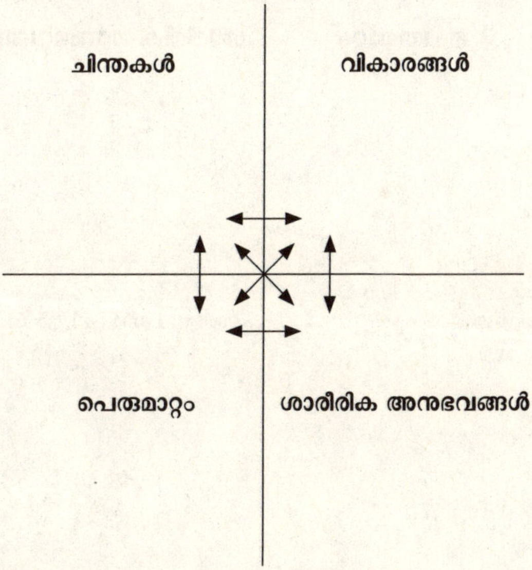

മോശം മാനസികാവസ്ഥ രൂപപ്പെടുന്നതിന് പൂരിപ്പിക്കാത്ത ഫോർമുലേഷൻ (ചിത്രം 5)

ക്രോസ്-സെക്ഷണൽ ഫോർമുലേഷൻ

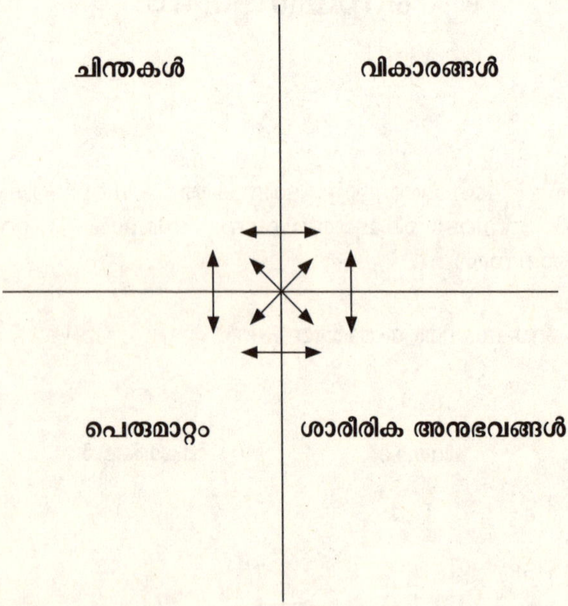

ഭേദപ്പെട്ട ദിവസങ്ങളുടെ പൂരിപ്പിക്കാത്ത ഫോർമുലേഷൻ (ചിത്രം 6)

മൂല്യങ്ങളുടെ ചാർട്ട്

നിങ്ങളുടെ ജീവിതത്തിന്റെ വിവിധ മേഖലകളിൽ നിങ്ങൾ ഏറ്റവും അധികം പ്രാധാന്യം കൊടുത്തിട്ടുള്ള കാര്യങ്ങളെക്കുറിച്ച് ചിന്തിക്കുവാനായി താഴെക്കൊടുത്തിരിക്കുന്ന ചാർട്ട് പ്രയോജനപ്പെടുത്തുക.

മൂല്യങ്ങൾ, ലക്ഷ്യങ്ങൾ, പെരുമാറ്റങ്ങൾ

നിങ്ങളുടെ മൂല്യങ്ങളുടെയും, ലക്ഷ്യങ്ങളുടെയും, ദൈനംദിന പെരുമാറ്റങ്ങളുടെയും ദിശകളെ മാറ്റുവാൻ താഴെക്കൊടുത്തിരിക്കുന്ന പൂരിപ്പിക്കാത്ത ചാർട്ടിനെ പ്രയോജനപ്പെടുത്തുക. (ചിത്രം 11)

മൂല്യങ്ങൾ	ലക്ഷ്യങ്ങൾ	ദൈനംദിന പെരുമാറ്റങ്ങൾ

മൂല്യങ്ങൾ	ലക്ഷ്യങ്ങൾ	ദൈനംദിന പെരുമാറ്റങ്ങൾ

വാല്യൂ സ്റ്റാർ

ഇവിടെ ചില പൂരിപ്പിക്കാത്ത വാല്യൂ സ്റ്റാർ കൊടുത്തിരിക്കുന്നു, ചിത്രം 12-ന്റെ സഹായത്തോടെ നിങ്ങൾക്ക് ഇതിനെ പൂരിപ്പിക്കാം.

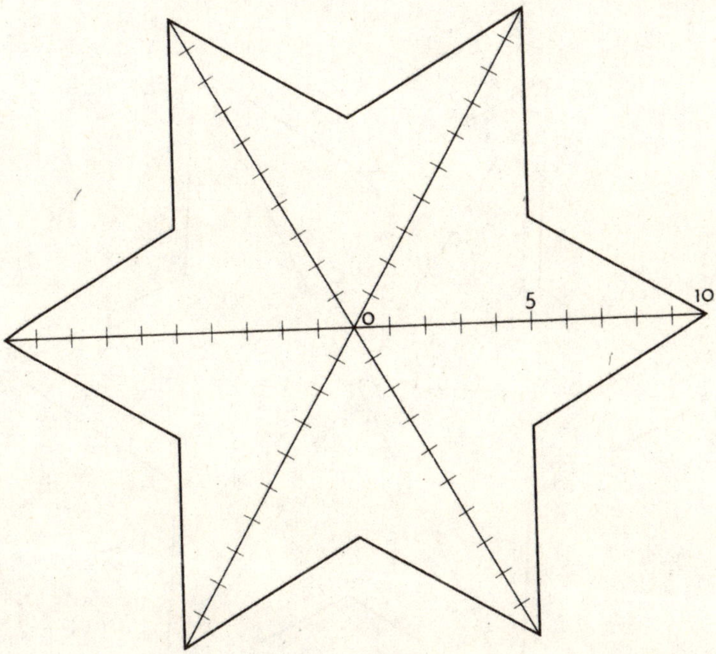

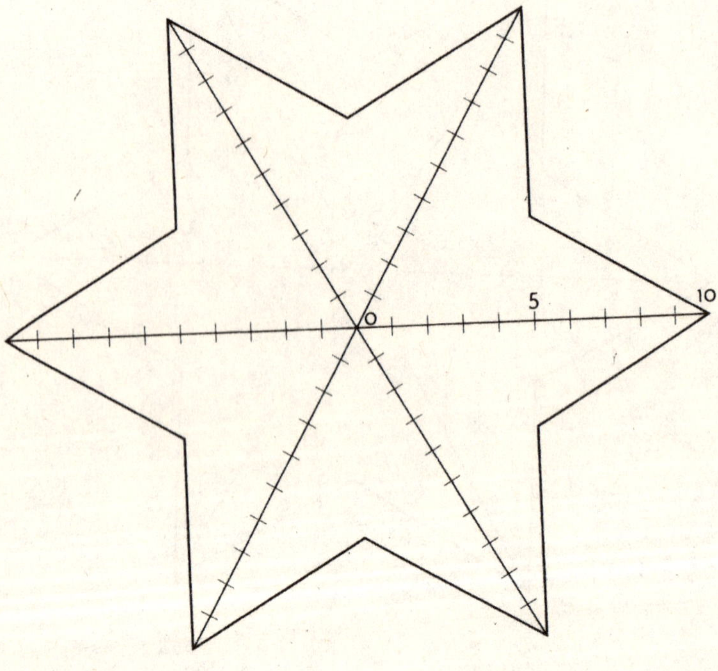
5
10
0

രചയിതാവിനെക്കുറിച്ച്

പത്ത് വർഷത്തെ പ്രവർത്തിപരിചയമുള്ള ഒരു ക്ലിനിക്കൽ സൈക്കോളജിസ്റ്റ് ആണ് ഡോക്ടർ ജൂലി സ്മിത്ത്. തെറാപ്പിയെപ്പറ്റിയുള്ള അറിവുകൾ ആളുകളുമായി പങ്കുവയ്ക്കാൻ ആദ്യമായി ടിക്ടോക് ഉപയോഗിച്ച ഒരാൾ കൂടിയാണ് ഡോക്ടർ ജൂലി. സ്വന്തമായി പ്രൈവറ്റ് പ്രാക്ടീസ് ചെയ്യുതിനു ശേഷം ടിക്ടോക് ചാനൽ തുടങ്ങിയത് മാനസികാരോഗ്യത്തെപ്പറ്റിയുള്ള ഉയർന്ന നിലവാരത്തിലുള്ള അറിവുകൾ എല്ലാവരിലേക്കും എത്തിക്കുക എന്ന ലക്ഷ്യത്തോടെയാണ്. കോവിഡ് 19-ന്റെ സമയത്ത് തന്റെ സ്വതസിദ്ധമായ ശൈലിയിൽ ചെറിയ വീഡിയോകളിലൂടെ നൽകിയ ഉപദേശങ്ങൾ നിറഞ്ഞ വീഡിയോകൾ നിർമ്മിച്ച അവർക്ക് മൂന്നു മില്യൺ ഫോളോവർമാരുണ്ടാവുകയും ചെയ്തു. പല പ്ലാറ്റ്ഫോമുകളിലായി അവരുടെ വീഡിയോകൾക്ക് അര ബില്യണിലേറെ ആളുകളിലേക്ക് എത്താൻ കഴിഞ്ഞു.

ജൂലി രണ്ടു ബിബിസി സിനിമകളുടെ ഭാഗമാണ്. അവർ സിബിബിസി, ഗുഡ് മോർണിംഗ് ബ്രിട്ടൻ, ബിബിസി ബ്രേക്ഫാസ്റ്റ്, സിഎൻഎൻ ഇന്റർനാഷണൽ എന്നീ പരിപാടികളിൽ പങ്കെടുക്കുകയും ബിബിസി റേഡിയോയുടെ ലൈഫ് ഹാക്സ് സൈക്കോളജിസ്റ്റ് ആയി പ്രവർത്തിക്കുകയും ചെയ്യുന്നു. *വിമെൻസ് ഹെൽത്ത്, ബസ്ഫീഡ്, ദ ടെലിഗ്രാഫ്, ദ ടൈംസ്, സൺഡേ മെയിൽ, ഗ്ലാമർ, സിഎൻഎൻ* എന്നീ മാധ്യമങ്ങൾ അവരെ ഫീച്ചർ ചെയ്തിട്ടുണ്ട്. ടിക്ടോക്കിന്റെ ടോപ് 100 ക്രിയേറ്റർമാരിൽ ഒരാളാണ് ജൂലി. ഭർത്താവും മൂന്നു കുട്ടികളും സമേതം ഇംഗ്ലണ്ടിലെ ഹാംപ്ഷെയറിലാണ് താമസിക്കുന്നത്.

പ്രഭാ സക്കറിയാസ്

1985-ൽ കോട്ടയത്ത് ജനിച്ചു. സിഎംഎസ് കോളേജ് കോട്ടയം, സേക്രഡ് ഹാർട്ട് കോളേജ് തേവര എന്നിവിടങ്ങളിൽ നിന്ന് ഇംഗ്ലീഷ് സാഹിത്യത്തിൽ ബിരുദവും ബിരുദാനന്തരബിരുദവും നേടി. ഹൈദരാബാദിലെ ഇംഗ്ലീഷ് ആൻഡ് ഫോറിൻ ലാൻഗ്വേജസ് സർവ്വകലാശാലയിൽ നിന്ന് ഇംഗ്ലീഷ് സാഹിത്യത്തിൽ എംഫിൽ ചെയ്തു. ഡൽഹിയിലെ ജവഹർലാൽ നെഹ്റു സർവ്വകലാശാലയിൽ ഗവേഷണം നടത്തി. ഹൈദരാബാദിലെ കേംബ്രിഡ്ജ് യൂണിവേഴ്സിറ്റി പ്രസ്, ഡൽഹിയിലെ സേജ് പബ്ലിക്കേഷൻസ് എന്നിവിടങ്ങളിൽ എഡിറ്ററായി ജോലി ചെയ്തിട്ടുണ്ട്. ഇപ്പോൾ ക്രൈസ്റ്റ് ഡീംഡ് റ്റു ബി യൂണിവേഴ്സിറ്റിയിൽ ഇംഗ്ലീഷ് വിഭാഗത്തിൽ അസിസ്റ്റന്റ് പ്രൊഫസറായി ജോലി ചെയ്യുന്നു.

prabha.zacharias@christuniversity.in